ஒரு கதா பாத்திரத்தை வடிவமைத்தல்

கான்ஸ்தன்தீன் ஸ்தனிஸ்லாவ்ஸ்கி

ஆங்கிலம்

எலிசபெத் ரேனால்ட்ஸ் ஹாப்குட்

தமிழில்:

ஜார்ஜினா குமார்

கண்ணதாசன் பதிப்பகம்

23, கண்ணதாசன் சாலை,
தியாகராய நகர்,
சென்னை-600017.
தொலைபேசி: 24332682
மதுரை ❖ கோவை ❖ பாண்டி

முதற் பதிப்பு: ஜூலை, 2012
Translation Copyright © 2010 - Kannadhasan Pathippagam
All Rights Reserved

E-mail: kannadhasanpathippagam@gmail.com
Our Web Site: www.kannadasanpathippagam.com

பதிப்பாசிரியர்: காந்தி கண்ணதாசன்

எச்சரிக்கை

No Part of this book may be reproduced or transmitted in any form or by any means electronic or mechanical including photocopying or recording or by any information sotrage and retrieveal system without permission in writting from Gandhi Kannadhasan, B.A., B.L., Chennai.

Any Violations of these conditions, legal action will be intiated in civil and criminal proceedings under the Copyright Act 1957.

Published in arrangement. Moral right of Constantin Stanislavski as author is asserted.

Price : ₹ 400/-

ORU KATHA PATHIRATHAI VADIVAMAITHAL
- Translated from the English Original
Constantin Stanislavski BUILDING A CHARACTER

❖ Written By : **CONSTANTIN STANISLAVSKI**
❖ Translated by : **Gerogina Kumar**
❖ First Edition : July, 2012
❖ Publishing Editor : **Gandhi Kannadhasan**
❖ Published By : **Kannadhasan Pathippagam**
    23, Kannadhasan Salai,
    Thiyagaraya Nagar, Chennai - 600 017.
    Ph: 044-24332682 / 8712

ISBN: 978-81-8402-534-7

பொருளடக்கம்

	தமிழ் வாசகர்களுக்கு...	5
	ஆங்கில மொழிபெயர்ப்பாளரின் விளக்கக் குறிப்பு...	7
1.	உடல் ரீதியான ஒரு பாத்திரப் படைப்பை நோக்கி...	15
2.	ஒரு பாத்திரத்தின் ஆடையணிகலன்கள்	25
3.	பாத்திரங்களும் வகைகளும்	43
4.	உடல் உணர்ச்சிகளை வெளிப்படுத்தல்	66
5.	உடல் அசைவின் நெகிழும் இலகுத்தன்மை (இலாவகம்)	84
6.	அடக்கிக் கொள்ளல் மற்றும் கட்டுப்பாடு.	120
7.	உச்சரிப்புத் தெளிவும் இசை பாடுதலும்.	137
8.	நாடக மேடையில் பேசுவது ஒரு கலை.	178
9.	உச்சரிப்பு - தெளிவாக வெளிப்படுத்தும் சொல்.	236
10.	பாத்திரப் படைப்பில் தோற்றம்	265
11.	உடலசைவில் வேக லயம்.	279
12.	பேசுதலில் வேகலயம்	331
13.	மேடைக் கவர்ச்சி	359
14.	நாடக இயலுக்கான ஒரு ஒழுக்க நெறியைத்தேடி...	365
15.	மனம்... மனஉறுதி... உணர்ச்சி	390
16.	நடித்தல் பற்றிய சில முடிவுகள்.	416

ஒரு நடிகர் தனது வாழ்நாள் முழுவதும் பணி புரிய வேண்டும். தனது மனதை வளப்படுத்திக் கொள்ளவும், தனது திறமைகளை ஒழுங்கமைத்துப் பயிற்றுவித்துக் கொள்ளவும், தனது பாத்திரத்தை வளர்த்தெடுத்துக் கொள்ளவும், செய்தவாறு, ஒருபோதும் மனந்தளராமலும் தனது பிரதான குறிக்கோளை எப்போதும் கைவிட்டுவிடாமலும் இருக்க வேண்டும். அவரது பிரதான குறிக்கோளாவது தனது கலையை, தன் வலிமை முழுவதையும் செலுத்தியும், முற்றிலும் தன்னலமற்றும் நேசிப்பதே ஆகும்.

-கான்ஸ்தன்தீன் ஸ்தனிஸ்லாவ்ஸ்கி.

தமிழ் வாசகர்களுக்கு...

வணக்கம்! நடிப்புக் கலை பற்றி விவரமான நூல்கள் நம் தமிழ் மொழியில் குறைவு. 'ஒரு கதாபாத்திரத்தை வடிவமைத்தல்' என்ற இந்த நூலுக்கு முந்தைய நூல், 'ஒரு நடிகர் உருவாகிறார்'' என்ற தலைப்பில் வெளிவந்துள்ளது. மூன்று நூல்கள் கொண்ட வரிசையில் முதலாவது நூலான இது பிரபல ரஷ்ய நடிகரும், நாடக இயக்குனருமான கான்ஸ்தன்தீன் ஸ்தனிஸ்லாவ்ஸ்கியின் குறிப்புகளிலிருந்து தொகுத்தமைக்கப்பட்டு 1950ல் ஆங்கிலத்தில் வெளிவந்தது. பின்னர் பல பத்தாண்டுகளாகப் பலமுறை மறுபதிப்புகளாகவும் வெளிவந்துள்ளது. நம் தமிழ் உலகுக்குப் பெருமை சேர்க்க இதனைத் தமிழில் நான் மொழி பெயர்த்துள்ளேன்.

இதில் ஒரு நடிகன் மேடையில் நடிக்கச் செல்வதற்கு முன் செய்ய வேண்டிய தயாரிப்புச் செயல்பாடுகள் வர்ணிக்கப்பட்டுள்ளன.

இவ்வரிசையில் இரண்டாவது நூலான 'ஒரு கதாபாத்திரத்தை வடிவமைத்தல்' என்ற இந்நூல் நடிப்புக் கலை பற்றிய கூடுதல் விவரங்களை மேலும் விளக்கமாக எடுத்துரைக்கிறது. ஒரு நடிகனின் அகரீதியான அம்சங்களாகிய எண்ணங்கள் உணர்ச்சிகள் ஆகியவற்றை அவர் ஏற்று நடிக்கவுள்ள கதாபாத்திரத்தின் பாத்திரப் படைப்புக்கு ஏற்ப அமைத்துக் கொள்வதில் தொடங்கி, அவற்றைப் புற ரீதியாக, குரல், முகபாவம், நடையுடை பாவனைகள், உடலசைவு இவற்றால் மிகச் சரியாகவும் தெளிவாகவும் வெளிக் காட்டுவது எப்படி என்று படிப்படியாக இந்நூல் விவரித்துக் கொண்டே செல்கிறது.

சுருக்கமாகச் சொல்வதானால், ஒரு நடிகன் அல்லது நடிகை - அவர் திறம்பட வளர்ந்து வெற்றிப்படியின் உச்சியில் நின்று கொண்டிருந்தாலும் சரி, மனதில் எண்ணற்ற ஆசைகளுடனும், எதிர்பார்ப்புகளுடனும் வாய்ப்பை எதிர்நோக்கிக் கலையுலகின்

வாயிற்படியில் காத்துக் கொண்டிருந்தாலும் சரி, நடிகன்/நடிகை என்று தன்னைப் பெயரிட்டுக் கொண்டுள்ள ஒவ்வொரு நபரின் கைக்கும் தவறாமல் போய்ச் சேர வேண்டிய நூல் இதுவும், இதற்கு முன்னதான 'ஒரு நடிகர் உருவாகிறார்...'' என்பதுமாகும்.

அது மட்டுமல்ல, இவை தீர வாசிக்கப்பட்டு, கருத்துகளும் செயல்முறைகளும் உள்வாங்கிக் கொள்ளப்பட்டு அவரது மூளையிலும் பின் இதயத்திலும் இடம் பெற வேண்டியவையும் இவையே!

படியுங்கள்! புரிந்து கொள்ளுங்கள், பயிற்சி செய்யுங்கள், பயன் பெறுங்கள்!

வாழ்த்துக்களுடன்
ஜார்ஜினா குமார்.

ஆங்கில மொழிபெயர்ப்பாளரின் விளக்கக் குறிப்பு

இந்த நூற்றாண்டின் தலைசிறந்த நாடகக் கம்பெனிகளில் ஒரு நடிகராகவும், பிற நடிகர்களைப் பயிற்றுவிப்பவருமாக, தனது அனுபவங்களைப் பதிப்பித்து, வெளியிடலாமே என்பது பற்றி நானும் எனது கணவர் நார்மன் ஹாட்குட்டும் 1924ம் ஆண்டு வாக்கிலேயே ஸ்தனிஸ்லாவ்ஸ்கியுடன் கலந்து பேசியுள்ளோம். ஆனால் எங்களது இந்த முதல் உரையாடலுக்குப் பின் வந்த ஆண்டுகளில் நடந்த பல சம்பவங்கள் அவரது விருப்பத்தை நிறைவேற விடாமல் தடுத்து விட்டன. மாஸ்கோ கலை நாடகக் கம்பெனியிலான தனது பணிகளின் பொறுப்புகளிலே அவர் அப்போது மூழ்கிப் போயிருந்தார். அக்கம்பெனியை நெமிரோவிச் - டான்செங்கோ என்பவருடன் இணைந்து துவங்கியிருந்தது மட்டுமின்றி அதில் இணை இயக்குனராகவும் பிரதான நடிகர்களில் ஒருவராகவும் இருந்து வந்தார். அவரது தனிச் சொத்தான ஒபரா ஸ்டூடியோ தொடர்பான பணிகளும் அவரது நேரத்தையும் சக்தியையும் பெருமளவில் ஈர்த்துக் கொண்டன. அங்கு இசை நாடகத் துறையில் தனது நடிப்புக் கலை நுட்பங்களை இணைத்து, வசனம், நடிப்பு மற்றும் இசை ஆகியவற்றை முழுமையாக ஒருங்கிணைக்கும் ஒரு முயற்சியில் அவர் ஈடுபட்டிருந்தார். நூலின் வெளியீட்டுப் பணியைத் தடை செய்த மூன்றாவது அம்சம் ஸ்தனிஸ்லாவ்ஸ்கியின் தனிப்பட்ட குணம் ஆகும். அவரது படைக்கும் மற்றும் கலைத்திறன் பற்றிய மேதமை அவரை ஒருபோதும் முழுவதுமாகத் திருப்தி கொள்ள விடவில்லை. இதனால் தனது மரணதினம் வரையிலும் நடிப்புக் கலை பற்றிய புதிய அணுகுமுறைகளைத் தேர்ந்தெடுப்பதிலும், பரிசோதித்துப் பார்ப்பதிலும் அவர் தொடர்ந்து ஈடுபட்டு வந்தார். இதனால் தனது எந்த ஒரு முயற்சியையும் இறுதி முயற்சி என்று

தீர்மானிப்பதில் தயக்கம் காட்டியவாறே இருந்தார். தனது உயர் மட்ட இலக்கை எட்டுவதற்கு அதையும் விட மேலான ஒரு பாதையைத் தான் கண்டறியக் கூடும் என்ற நம்பிக்கையிலேயே அவர் எப்போதும் வாழ்ந்து வந்தார். மேலும், தனது எழுதி வைக்கப்பட்ட குறிப்புகள் மற்றும் பதிவுகள் நடிப்புக் கலை பற்றிய ஒரு மாற்ற முடியாத இலக்கணமாக, அசைக்க முடியாத விதிமுறைகளாக, ஒருவிதமான பைபிள் அல்லது வேத நூல் போல ஆகிவிடக் கூடும் என்றும் அவர் அஞ்சினார். தனது பரிசோதனைகளின் முடிவுகளை உலகெங்கிலும் உள்ள நடிகர்களுடன் அச்சடிக்கப்பட்ட நூலின் வாயிலாக பகிர்ந்து கொள்ளுமாறு அவரை இறுதியில் வற்புறுத்தி இணங்கவைத்தது எதுவென்றால், பிறர் அவற்றால் தூண்டப்பட்டு, தமக்கே உரிய புதிய பாதைகளைக் கண்டு கொள்ளத் துணியக் கூடும் என்ற ஒரு வாதம் மட்டுமே.

1930ம் ஆண்டில் ருஷ்யாவில் கடுமையாக நோய்வாய்ப்பட்ட ஸ்தனிஸ்லாவ்ஸ்கி தனது நாடகக் கம்பெனியிலிருந்து ஒய்வு எடுத்துக் கொள்ள வேண்டி, பிரான்சு நாட்டின் தென் பகுதிக்கு வந்தார். அப்போது, என்னுடனும் என் கணவருடனும் இருக்க விரும்பினார். அதுவே, நெடுங்காலம் தயாரிப்பில் இருந்த இந்த நூலை ஒரு இறுதி வடிவத்துக்குக் கொண்டுவருவதற்குச் சரியான தருணமாக அமைந்தது.

அந்தக் காலகட்டத்தில், நாடகங்களின் ஆசிரியராகவும், விமர்சகராகவும் இருந்து வந்த என் கணவர் நார்மன் ஹாப்குட், அவரது நடிப்புக்கலை முறையின் இரு அம்சங்களையும் - அதாவது ஒரு நடிகனின் உள்ளார்ந்த தயாரிப்பு மற்றும், ஒரு கதாபாத்திரத்தை அவையோர் முன்பாக உயிர் பெற்று நடமாடச் செய்வதற்கான வெளிப்புறமான கலைநுட்ப வழிமுறைகள் என இவ்விரண்டையும் ஒரே தொகுப்பாக உருவாக்குமாறு அவரைத் தூண்டினார். ரிவியேரா நகரில் வடிவமைக்கப்பட்ட இந்நூலின் முதல் எழுத்தாக்கங்களில் இவை இரண்டுமே ஒன்றின் அருகில் பொருத்தப்பட்டிருந்தன.

இதன் பின், தனது பணியை மீண்டும் ஒருமுறை ஏற்றுக் கொண்டு தொடர வேண்டி ஸ்தனிஸ்லாவ்ஸ்கி ருஷ்யாவுக்குத் திரும்பினார். அவரால் இப்போது நடிக்க முடியவில்லை. ஆனால் புதிய படைப்புகளைத் தொடர்ந்து இயக்குவதிலும், தனது எழுத்துப் பணியில் மேலும் ஈடுபடுவதிலும் அவர் இறங்கினார். பல மாதங்களுக்குப் பின், ஒரு நூலின் அளவிலான கையெழுத்துப் பிரதி ஒன்றை அவர் எனக்கு அனுப்பி வைத்தார். தனது எழுத்தாக்கம் முழுவதையும் மறுபடியும் படித்துத் திருத்தங்கள் செய்வதற்குப் போதுமான கால அவகாசமோ, சக்தியோ அவரிடம் இல்லை. மேலும் மற்றும் ஒரு பகுதியை அத்துடன் இணைத்தால் நூல் மிகவும் பருமனாகி விடுவதுடன், அதை வெளியிடுவதும் தாமதமாகி விடும் என்றும் அவர் நினைத்தார். எனவே, ஒரு நடிகர் அல்லது கலைஞர் ஒரு கதா பாத்திரத்தை உருவாக்கும் பணியில் இறங்கும்போது அவரது உள்ளார்ந்த அல்லது அகரீதியிலான தயாரிப்புகளுடன் மட்டும் இந்த நூலை நிறுத்திக் கொள்ள அவர் தீர்மானித்தார். 1936ம் ஆண்டு ஒரு நடிகர் உருவாகிறார் என்ற தலைப்பில், தியேட்டர் ஆர்ட்ஸ் இன்க் என்ற நிறுவனத்தால், ரஷ்யாவில் வெளிவருவதற்கு இரண்டு ஆண்டுகள் முன்னதாகவே அது இங்கு வெளியிடப்பட்டது.

1937ம் ஆண்டு நான் ஸ்தனிஸ்லாவ்ஸ்கியைச் சென்று சந்தித்த போதும், அதன் பின் பல கடிதங்கள் மூலமாகவும் ஒரு நடிகர் உருவாகிறார் என்ற நூலின் தொடர்ச்சியாக மற்றொரு நூலைத் தான் உருவாக்கிக் கொண்டுள்ளது பற்றி அவர் என்னிடம் தெரிவித்தார். இந்நூலில், பிரான்சு நாட்டின் தென்பகுதியில் எழுதப்பட்ட அத்தியாயங்களும், வேறு சில பகுதிகளும் இடம்பெறும் என்றார். மேலும், தான் பிரான்சில் இருந்த போது எழுதிய "ஒதெல்லோ நாடகத்துக்கான சிறுநூல் ஒன்றையும் அவர் என்னிடம் காட்டினார். தன்னால் நேரடியாக மேற்பார்வையிட முடியாதபோது, மாஸ்கோ நாடகக் கம்பெனியில் தயாராகிக் கொண்டிருந்த ஒதெல்லோ நாடகத்துக்கு வழிகாட்டியாக அமைவதற்காக அவர் அதை எழுதியிருந்தார். ஆங்கில மொழி பேசும் நாடகக் குழுவினருக்கு இந்நூல் உதவிகரமாக இருக்கக் கூடும் என்று அவர் கருதினார்.

ஆனால் இந்த இரண்டு கைப் பிரதிகளுமே அப்போது அவருக்குத் திருப்தியளிப்பவையாக இருக்கவில்லை. அடுத்த ஆண்டில் அவர் மரணமடையும் வரையில் அவற்றைத் தொடர்ந்து திருத்தியும், சரிசெய்தும் பணி செய்து வந்தார். இதற்குப்பின் சிறிது காலத்தில் இரண்டாம் உலகப் போர் குறுக்கிட்டது. இதனால், 1940ம் ஆண்டில் ரஷ்யா போரில் இறங்குவதற்கு முன்னதாகவே, எங்களுக்கு இடையிலான கடிதப் போக்குவரத்து கடினமான செயலாகியது. அவரது குடும்பத்தினர் கைப்பிரதிகள் அனுப்பப்பட்டு விட்டதாக. எனக்குக் கேபிள் அனுப்பிய போதும், சிறுசிறு பகுதிகள் மட்டுமே என்னை வந்து சேர்ந்தன. போர் முடிவடைந்து சிலகாலம் சென்றபின்பே இந்த நூலுக்கான பெருமளவு விஷயங்களைக் கைப்பிரதிகளாக நான் பெற்றேன். சென்ற இலையுதிர் காலத்தின்போது மாஸ்கோ நாடகக் கம்பெனியின் பதிப்பகத்தின் பொறுப்பை ஏற்றுக் கொண்டிருந்த ராபர்ட் M. மெக்கிரெகர் என்பவர், மாஸ்கோ நாடகக் கம்பெனியின் பதினைந்தாவது ஆண்டு விழாவையும், ஸ்தனிஸ்லாவ்ஸ்கியின் மறைவின் பத்தாவது ஆண்டு நினைவு நாளையும் ஒரு சேரக் கொண்டாடுவதான ஆண்டில், ஒரு கதாபாத்திரத்தை வடிவமைத்தல் என்ற தலைப்பில் இந்நூலை வெளியிடத் திட்டமிட்டிருந்தார். ஆனால், மேலும் கூடுதல் விஷயங்களும், புதிதாக எழுதப்பட்ட பகுதிகளும் வந்தவாறு உள்ளன என்ற செய்தி, நூல் வெளியீட்டைத் தள்ளிப் போட வைத்தது. இத் தாமதம், எங்கள் வசமிருந்த பல்வேறு அத்தியாயங்களுக்கான விஷயங்களை மேலும் கவனமாகத் தேர்ந்தெடுக்கவும், இன்னும் சிறப்பாக வடிவமைக்கவும் எங்களுக்கு உதவியது.

ஒரு நடிகர் உருவாகிறார் என்ற நூலின் தொடர்ச்சியான இதில், சம்பவங்கள் நிகழும் இடம் அதே பழைய நாடகப் பள்ளியும், அதன் நாடக அரங்கும், மேடையும் ஆகும். அதே பழைய மாணவர்கள் இதிலும் தோன்றுகின்றனர். இளம் நடிகர்களைப் பிரதிநிதித்துவப் படுத்தும் வகையில் - எப்போதுமே வாதிட்டுக் கொண்டிருக்கும் க்ரிஷா; அழகியான, தன் அழகு பற்றிப் பெரிதும் கர்வம் கொண்டுள்ள சோன்யா; அவளால் கவரப்பட்டுப் பின்

தொடர்ந்து கோமாளித்தனங்கள் செய்யும் வான்யா; பெண்களுக்கே உரிய நுண்ணறிவுடன் விளங்கும் மரியா தங்களைத் தாங்களே பார்வையிட்டுக் கொள்ளும் ஜோடியான நிக்கோலஸ் மற்றும் தாஷா; உடல்வாகும்; இலகுவான அங்க அசைவுகளும் கொண்ட வாஸ்யா; மற்றும் இவர்கள் அனைவரை விடவும் முக்கியமான கோஸ்ட்யா - இவனுக்குச் சுருக்கெழுத்துத் தெரியும் என்பதால் அன்றாடப் பாடங்களை, ஒரு நடிகனின் நாட்குறிப்பாகத் தினமும் விளக்கமாகக் குறிப்பெடுத்துக் கொள்வது இவனது வழக்கம். எப்போதுமே எதையோ தேடிக் கொண்டிருப்பவனும், ஏதேனும் வளர்ச்சிக்கான அறிகுறிகள் தென்பட்டால் அந்த முயற்சியில் முழுமனதாகத் தன்னை ஆர்வத்துடன் ஈடுபடுத்திக் கொள்பவனுமான இவன் பல ஆண்டுகளுக்கு முன்னர் ஸ்தனிஸ்லாவ்ஸ்கியின் சொந்த இளமைக் கால வடிவின் ஒரு சித்தரிப்பாகக் கூட இருக்கலாம். இங்கு தோன்றும் ஆசிரியர், பயிற்சியாளர் கண்டிப்பாக, ஸ்தனிஸ்லாவ்ஸ்கியே தான்! முதிர்ச்சியடைந்த நடிகரான இவர், அந்த நூலில் வரும் நாடகக் கம்பெனி மற்றும் பள்ளியின் இயக்குனரான டார்ட்சாவாக உருவெடுத்துத் தோன்றுகிறார். இவருக்கு, நூலில் உதவியாளராக ரக்மனோவ் தோன்றுகிறார். டார்ட்சாவின் கருத்துக்களைத் தெளிவாக எடுத்துச் சொல்லும் முனைப்புள்ளவராகவும், அரங்கின் உப பொருள்களை வடிவமைத்து ஏற்பாடு செய்பவராகவும், நடிப்புப் பயிற்சியை முன்னின்று நடத்துபவராகவும் அவர் இருக்கிறார்.

ஸ்தனிஸ்லாவ்ஸ்கியின் பிற நூல்களான நாடகக் கலையில் என் வாழ்க்கை என்பதிலும், ஒரு நடிகர் உருவாகிறார் என்பதிலும் உள்ளதைப் போலவே இந்த நூலிலும் நடிப்பு ஒரு கலை என்பதும், இக்கலையானது மனித இயல்பின் மிக மிக உயர்வான வெளிப்பாடு என்பதும் வலியுறுத்திக் கூறப்பட்டுள்ளது. மனித இயல்பைக் கவனித்துப் படித்தறிவில் அவர் காட்டும் ஈடுபாடு காரணமாக, இப்போது "ஸ்தனிஸ்லாவ்ஸ்கியின் அமைப்பு" என்று அழைக்கப்படும் நடிப்புக்கலைச் சித்தாந்தத்தைப் பிற கருத்துக்களிலிருந்து தனித்துத் துலங்கச் செய்கின்ற ஒன்றாகும். அவரது தத்துவங்கள் எல்லாவற்றுக்கும் அடிப்படையாக இது

விளங்குகிறது. மேலும் அவை தொடர்ந்து மாற்றியமைக்கப்பட்டு வருவதற்கான காரணமும் இதுவேதான். ஏனெனில் மனித இயல்பானது ஒவ்வொருமுறை கவனித்து ஆராயப்படும் பொழுதும் அதிலிருந்து ஏதோ ஒன்று புதியதாகக் கற்றுக் கொள்ளப் படுவதே இதற்குக் காரணமாகும்.

தனது செயல் முறையைப் பற்றி அவர் இந்நூலில் பின்வருமாறு கூறுகிறார்: "யாரோ ஒருவர் பயன்படுத்தி விட்டுப் போட்ட, இப்போது நீங்கள் எடுத்து அணிந்து கொண்டு செல்லக்கூடியதாக இருப்பதற்கு ஒரு இது ஒன்றும் பழைய ஆடை அல்ல; பக்கங்களைப் புரட்டினால் ஒரு உணவைத் தயாரிப்பது எப்படி என்று தெளிவாக விளக்கம் தரும் சமையல் புத்தகமும் அல்ல. இது முற்றிலும் முழுமையான ஒரு வாழ்க்கை முறை."

மகத்தான நடிகர்கள் அனைவரும் உணர்ந்தோ உணராமலோ பயன்படுத்தி வந்துள்ள அடிப்படை நடிப்புக்கலைக் கொள்கை களை எழுத்தில் வடித்துள்ளதைத் தவிர தான் வேறு ஏதும் பெரிதாகச் செய்து விட்டதாக ஸ்தனிஸ்லாவ்ஸ்கி கூறிக் கொள்வ தில்லை. அவரது கூற்றுகள் அசைக்க முடியாத விதிகளாகவோ அல்லது அவரது பயிற்சிகள் எல்லா விதமான சூழல்களுக்கும் பொருந்தும் என்றோ, எல்லோராலும் பயன்படுத்தப்படலாம் என்றோ அவர் கருதவில்லை. குறிப்பாக, வசனங்களின் உச்சரிப்பு மற்றும் பேசுதல் பற்றிய கேள்விகள் எழும்போது அந்தக் குறிப்பிட்ட பயிற்சியின் முதன்மைக் குறிக்கோளானது நடிப்புக் கலையின் மாணவரது கற்பனையைத் தூண்டிவிடும் ஒரு சவாலாக இருக்க வேண்டும், தனது சொந்தத் தேவைகளை அவன் உணருமாறு எழுப்ப வேண்டும், தனது கலையின் தொழில் நுட்பக் கருவிகளில் உள்ளடங்கியுள்ள ஆக்க சக்தியைப் புரிந்து கொள்ள வேண்டும் என்பது தான்.

இங்கு, அவரது ஒட்டு மொத்த நோக்கம் எப்போதுமே ஒரே மாதிரித் தான் இருந்து வந்துள்ளது - அது என்னவென்றால் - ஒரு நடிகர் தனது அனைத்துத் திறன்களையும் - அறிவுரீதியானவை, உடலமைப்பு ரீதியானவை, ஆன்ம ரீதியானவை மற்றும் உணர்ச்சி ரீதியானவை என வளர்த்தெடுத்துக் கொள்ள வேண்டும்.

இவ்வாறு வளர்த்தெடுத்துக் கொள்வதன் மூலம் தான் ஏற்றுக் கொண்டு நடிக்கும் கதாபாத்திரங்களை, ஒரு முழுமையான மனிதர்களின் பரிமாணத்துக்கு உருவாக்கி நிறைவாக்க வேண்டும். இதன் வாயிலாக, பார்வையாளரான பொதுமக்கள் சிரிக்கவும், கண்ணீர் விடவும், ஏன், மறக்கவே முடியாத உணர்ச்சிகளை உணர்ந்து அனுபவிக்குமாறு செய்யவும் கூடிய வகையில் அவர்களை மனம் நெகிழச் செய்யும் சக்தியை இப்பாத்திரங்கள் பெறுமாறு செய்ய வேண்டும்.

- எலிசபெத் ரேனால்ட்ஸ் ஹாப்குட்.

1

உடல் ரீதியான ஒரு பாத்திரப் படைப்பை நோக்கி...

எங்களது வகுப்பின் துவக்கத்திலேயே, எங்கள் நடிப்புப் பள்ளி மற்றும் நாடக அரங்கின் இயக்குனரான டார்ட்சாவிடம் நான் பின்வருமாறு கூறினேன்: ஒரு பாத்திரத்தை உருவாக்குவதற்குத் தேவையான மூலக் கூறுகளை எனக்குள் விதைத்துக் கொண்டு அவற்றைப் பயிற்றுவித்துக் கொள்கிற செயல்முறையை என்னால் மனதளவில் புரிந்து கொள்ள முடிகிறது. ஆனால் அந்தப் பாத்திரத்தை உடலளவில் கட்டி எழுப்புவதை எவ்விதமாகச் செய்வது என்பது எனக்கு இன்னமும் தெளிவில்லாமலேயே உள்ளது. ஏனெனில், உன் உடல், உன் குரல், பேசுகின்ற, நடக்கின்ற, அசைகின்ற விதம் இவற்றைப் பயன்படுத்தாவிட்டால் பாத்திரத்தின் வடிவமைப்புக்கு ஏற்ற ஒரு உருவத்தை கண்டுபிடிக்காவிட்டால், அப்பாத்திரத்தின் உள்ளார்ந்த உயிர்த்துடிப்புடன் கூடிய உயிருருவை, ஆன்மாவை உன்னால் பிறருக்குப் புரியுமாறு கொண்டு சேர்க்க முடியாது.

நான் இவ்வாறு சொன்னதும், ‘‘ஆம்!’’ என்று டார்ட்சாவ் ஒப்புக் கொண்டார். ‘‘ஒருபுறத்தோற்றமாகிய உருவம் இல்லாமல் உனது உள்ளார்ந்த பாத்திரப் படைப்பும், உன் உருவின் உயிர்ப்புள்ள ஆன்மாவும் பொதுமக்களைச் சென்று அடைய மாட்டா. புறத்தோற்றமாகிய பாத்திரப்படைப்பு அதை விளக்குவதோடு வடிவமைக்கவும் செய்து உனது பாத்திரத்தின் அக வரைவுகளைப் பார்வையாளர் புரிந்து கொள்ளுமாறும் செய்கிறது.

"அப்படிப் போடுங்கள்!" என்று பாலும் நானும் உற்சாகமாகக் கூவினோம்.

"ஆனால் அந்தப் புறத்தோற்றமாகிய, உடல்ரீதியான பாத்திரப் படைப்பை நம்மால் எவ்வாறு பெற முடியும்?" என்று நான் கேட்டேன்.

"பல சமயங்களில், சிறப்பாக நல்ல திறமை படைத்த நடிகர்களிடையில், உருவாக்கப் படவேண்டிய பாத்திரத்தின் உடல்ரீதியான உருவாக்கம், சரியான அகரீதியிலான மதிப்பீடுகள் நிலை நிறுத்தப்பட்டு விட்ட கணத்திலேயே தாமாகவே வெளிவந்து விடுகின்றன," என்று டார்ட்சாவ் விளக்கினார். "நாடகக் கலையில் என் வாழ்க்கை...... (My Life in Art) என்ற நூலில் இது போன்ற பல எடுத்துக்காட்டுகள் உள்ளன. அவற்றுள் ஒன்று இப்சென் எழுதிய "மக்களின் எதிரி" (An Enemy of the People) என்ற நாடகத்தில் தோன்றும் பாக்டர் ஸ்டாக்மன் என்ற பாத்திரமாகும். அந்தப் பாத்திரத்துக்கான சரியான உயிருரு, ஆன்மா, நிலை நிறுத்தப்பட்டவுடன், அந்த உருவுக்குத் தொடர்பான மூலக் கூறுகளைக் கொண்டு, அகரீதியான பாத்திரப் படைப்பு பின்னிப் பிணையப்பட்ட பின்னர், எங்கிருந்து தான் இவை தோன்றினவோ என்று வியக்குமாறு டாக்டர் ஸ்டாக் மன்னின் படபடப்பு, வெடுக் வெடுக்கென்ற நடை, முன்னுக்குத் தள்ளப்பட்ட கழுத்து, குத்துவது போல விறைத்துக் கொண்டு நீட்டப்பட்ட இரு விரல்கள் என்று, செயலூக்கத்துடிப்புடன் உள்ள ஒரு மனிதனின் அடையாளங்களாக இவை தாமாகவே தோன்றிவிட்டன."

"ஆனால் இத்தகையதொரு தற்செயலான நிகழ்வு நடைபெறுமளவு நாங்கள் அதிர்ஷ்டசாலிகளாக இல்லாவிட்டால்? அப்போது என்ன செய்வது?" என்று நான் டார்ட்சாவிடம் கேட்டேன்.

"என்ன செல்வதா? ஆஸ்ட்ரோவ்ஸ்கியின் நாடகமான காடு (The Forest) உனக்கு நினைவிருக்கிறதா? அதில், விமானத்தில் பயணிக்கும்போது தங்களை யாரும் அடையாளம் கண்டு கொள்ளாதவாறு நடிப்பது எப்படி என்று பீட்டர்

அக்ஸ்யுஸ்ஷாவிடம் விளக்குவான் அல்லவா? "நீ ஒரு கண்ணைப் பாதி மூடிக் கொள் - உடனே ஒரு ஒன்றரைக் கண் நபர் போல நீ தோற்றமளிப்பாய்" என்று அவன் அவளிடம் சொல்வான்.

"புறத்தோற்றத்தில் மாறுவேஷம் இட்டு உன்னை மறைத்துக் கொள்வது கடினமான ஒன்றல்ல. ஒருமுறை எனக்கே இது போன்ற சம்பவம் நிகழ்ந்தது. எனக்கு மிக நன்றாகப் பழக்கமான ஒரு நபர் இருந்தார். அவர் கரகரவென்ற கனமான குரலில் பேசுவார், தலைமுடியை நீளமாக வளர்த்திருந்தார், கனமான தாடியும், நன்கு அடர்ந்த மீசையும் கொண்டிருந்தார். திடீரென்று அவர் தனது தலைமுடியை வெட்டிவிட்டார், தாடி-மீசையையும் எடுத்து விட்டார். அவற்றுக்கு அடியிலிருந்து சிறிய முக அமைப்பும், பின்னோக்கிய தாடையும், பக்கவாட்டில் வெளியே துருத்திக் கொண்டிருந்த காதுகளும் வெளிவந்தன. இப்புதிய தோற்றத்தில், ஒரு நண்பர் வீட்டின் விருந்தில் நான் அவரைச் சந்திக்க நேர்ந்தது. நாங்களும் எதிரெதிரே அமர்ந்து விருந்துண்டவாறே பேசிக் கொண்டிருந்தோம். "இவர் யாரையோ எனக்கு நினைவுபடுத்துகிறாரே - யாராக இருக்கும்? என்று நான் என்னையே பலமுறை கேட்டுக் கொண்டேன். ஆனால் அவர் எனக்கு நினைவுபடுத்திய நபர் அவரே தான் என்பதை என்னால் கண்டு கொள்ளவே முடியவில்லை. தனது கட்டைக் குரலை மறைக்க வேண்டி என் நண்பர் தொடர்ந்து கீச்சுக் குரலிலேயே பேசிக் கொண்டிருந்தார். விருந்து பாதி முடிவுற்று விட்டது. நாமோ அவரை ஒரு அறிமுகமற்றவராகக் கருதியே பேசிக் கொண்டிருந்தோம்.

"இதோ மற்றொரு உதாரணம். எனக்குத் தெரிந்த ஒரு மிக அழகிய பெண் இருந்தாள். அவளது வாயில் ஒரு தேனீ கொட்டிவிட்டது. உதடுகள் வீங்கிப்போய் வாய் முழுவதும் கோணிக் கொண்டு விட்டது. இது அவளது முகத்தோற்றத்தை அடையாளம் கண்டு கொள்ள முடியாதவாறு மாற்றியதோடு அல்லாமல், அவளது உச்சரிப்பையும் முற்றிலும் மாற்றிவிட்டது. தற்செயலாக அவளைச் சந்தித்த நான் அவளுடன் பல நிமிடங்கள்

பேசிய பின்னரே அவள் எனது நெருங்கிய நண்பர்களில் ஒருத்தி என்பதை உணர்ந்து கொண்டேன்."

இவ்வாறு, தனக்கேற்பட்ட சொந்த அனுபவங்களைப் பற்றி விவரித்த போது, கண்ணில் ஏதோ கட்டி வந்து விட்டது போல டார்ட்சாவ் ஒரு கண்ணைச் சற்றே மூடிக்கொண்டார். அதே சமயம், தனது மற்றொரு கண்ணை அகலத் திறந்து, புருவத்தையும் மேலே உயர்த்திக் கொண்டார். இந்த மாற்றங்கள், அவருக்கு மிக அருகில் நின்று கொண்டிருந்தவர்களால் கூடக் கண்டு கொள்ள முடியாதவாறு வெகு நுட்பமாகச் செய்யப்பட்டன. எனினும் இந்தச் சிறிய மாற்றம் கூட ஒரு வினோதமான விளைவை ஏற்படுத்தியது. அவர் என்னவோ இன்னமும் டார்ட்சாவாகத் தான் இருந்தார். ஆனால், அவர் மாறிவிட்டிருந்தார். அவர் மீது இப்போது முன்போல் நம்பிக்கை வைக்க முடியவில்லை. அவருக்குச் சற்றும் தொடர்பில்லாத குணங்களாகிய கள்ளத்தனம், பசப்பு, அநாகரிகம் போன்றவை இப்போது இருப்பது போல எங்களுக்குத் தோன்றியது. தனது கண்களால் நடிப்பதை அவர் நிறுத்திக் கொண்ட பின்னரே மற்றும் ஒருமுறை எங்கள் இனிய பழைய டார்ட்சாவாக அவர் மாறினார். ஆனால், தனது ஒரு கண்ணைச் சற்றே மூடிக் கொண்டுவிட்டால் போதும். அவரது முழுத்தோற்றத்தையும் மாற்றிவிடக் கூடிய அந்தச் சிறியகள்ளத்தனம் மறுபடி அவருக்குள் வந்து புகுந்து கொண்டது.

"எனது கண் மூடியிருந்தாலும் திறந்திருந்தாலும், புருவம் உயர்ந்திருந்தாலும், தாழ்ந்திருந்தாலும், அகரீதியாக நான் எப்போதும் போலத் தான் இருக்கிறேன், நான் நானாகத் தான் உங்களிடம் பேசிக் கொண்டிருக்கிறேன், என்பதை உங்களால் உணர முடிகிறதா? என்றார் டார்ட்சாவ், எங்களிடம்" என் கண்ணில் ஒரு துடிப்பு ஏற்பட்டு, அதன் காரணமாக என் கண் மூடிக் கொண்டு விட்டால், எனது குணாதிசயத்தில் மாற்றம் ஏதும் இல்லாமல், எப்போதும் போல சாதாரணமாகவும், இயல்பாகவும் நான் இருந்திருப்பேன். என் கண்ணில் ஒரு சிறிய சுருங்குதல் ஏற்படுவதால் நான் ஏன் அகரீதியாக மாற வேண்டும். என் கண் மூடியிருந்தாலும், திறந்திருந்தாலும், எனது புருவம்

உயர்ந்திருந்தாலும், தாழ்ந்திருந்தாலும் நான் நானாகத் தான் இருக்கிறேன்.

"அல்லது, எனது அழகான தோழியைப் போல ஒரு தேனீ என்னைக் கொட்டிவிட்டது என்றும் எனது வாய் கோணி விட்டது என்றும் வைத்துக் கொள்வோம்."

இப்போது டார்ட்சாவ், வெகு தத்ரூபமாகத் தனது வாயை வலதுபுறமாகக் கோணிக் கொண்டார். அதனால் அவரது பேச்சு பெரிதும் மாற்றமடைந்தது.

"இந்தப் புறத் தோற்றத்தில் ஏற்பட்ட மாற்றம் என் முகத்தை மட்டும் கோணலாகச் செய்யவில்லை, எனது பேச்சையும் வெகுவாக நிலைகுலையச் செய்து விட்டது," என்று முற்றிலும் மாறுபட்ட விதத்தில் அவர் தொடர்ந்து பேசலானார். "இந்த மாற்றம் எனது குணாதிசயத்திலும், இயல்பான நடவடிக் கைகளிலும் ஒரு தாக்கத்தை ஏற்படுத்துகிறதா? நான் நானாக இருப்பதை நிறுத்தி விட வேண்டுமா? ஒரு தேனீ கொட்டுவதாக இருந்தாலும், செயற்கையாக என் வாயை நான் கோணிக் கொண்டாலும், ஒரு மனிதனாக என் அகவாழ்வை அது பாதிக்கக் கூடாது, அவ்வாறு என்றால், முடத்தன்மை (இங்கு டார்ட்சாவ் நொண்டிக் காட்டினார்) அல்லது கரங்கள் பாரிச வாயுவால் செயலிழத்தல் (உடனடியாக அவரது கரங்கள் எந்தக் கட்டுப்பாடும் இன்றித் தொங்கலாயின) அல்லது கூன் முதுகு (அவரது முதுகெலும்பு இதற்கேற்றவாறு வளைந்து கொண்டது) அல்லது உங்கள் பாதங்களை உட்புறமாகவோ வெளிப்புறமாகவோ திருப்பிக் கொள்ளல் (டார்ட்சாவ் முதலில் ஒருவிதமாகவும் பின் வேறுவிதமாகவும் நடந்து காட்டினார்) இவை பற்றி என்ன நினைக்கிறீர்கள்? அல்லது கரங்களைத் தவறாக வைத்துக் கொள்ளல் - மிகவும் முன்னுக்குத் தள்ளி, அல்லது பின்னுக்குத் தள்ளியவாறு- (இதையும் அவர் செய்து காட்டினார்)? மேற்கண்ட புறத்தோற்றத்திலான சிறுசிறு அற்ப மாற்றங்கள், எனது உணர்வுகள், பிறருடனான எனது உறவுகள் அல்லது எனது பாத்திரத்தின் உடல்ரீதியான அம்சம் ஆகியவற்றின் மீது ஏதேனும் தாக்கத்தை ஏற்படுத்த முடியுமா?"

டார்ட்சாவ், தான் வார்த்தைகளால் வர்ணித்த அத்தனை உடல் ஊனங்களையும் - ஒரு முடத்தன்மை, வாதம், கூனல், கைகால்களின் பல்வேறு நிலைகள் என அனைத்தையும் எவ்வளவு சுலபமாகவும் எளிமையாகவும், இயல்பாகவும் உடனுக்குடன் நடித்துக் காட்டினார் என்று காணும்போது அது ஒரு வியத்தகு அனுபவமாக இருந்தது.

''மேலும் ஒரு நடிகர் ஒரு பாத்திரத்தை நடித்துக் காட்டும்போது குரலால், பேச்சாலும் உச்சரிப்பாலும் செயல்படுத்தக் கூடிய புறத்தோற்ற வித்தைகள் தான் எத்தனை எத்தனை உள்ளன! இவற்றால் அந்த நபரால் தன்னைத் தானே முழுமையாக மாற்றிக் காட்ட இயலும். ஆனால், நிச்சயமாக, உங்கள் குரலை மாற்றிக் கொள்ள வேண்டுமென்றால் முதலாவதாக, குரல் வளமானதாகவும், நன்கு பயிற்றுவிக்கப்பட்டதாகவும் இருக்க வேண்டும். அவ்வாறு இல்லாவிடில், மிகவும் உச்சஸ்தாயியிலோ அல்லது தாழ்ந்த ஸ்தாயியிலோ உங்களால் வெகு நேரம் பேச முடியாது. உங்கள் உச்சரிப்பை மாற்றிக் கொள்ள வேண்டுமானால், குறிப்பாக, உயிர் மெய்யெழுத்துகளின் உச்சரிப்பை மாற்றிக் கொள்ள வேண்டுமானால் இதை வெகு எளிதாகச் செய்து விடலாம். உங்கள் நாக்கைப் பின்னால் தள்ளிக் குறுக்கிக் கொள்ளுங்கள் (டார்ட்சாவ், பேசிக்கொண்டிருக்கும் போதே இதைச் செய்தார்) அப்போது ஒரு தனிப்பட்ட விதமாக உங்கள் பேச்சு - அதாவது, ஆங்கிலேயர்கள் உயிர்மெய்யெழுத்துகளை உச்சரிப்பது போல - ஆகிவிடும். அல்லது நாக்கை நீட்டித்து, பற்களுக்கு முன்னால் தள்ளிக் கொள்ளுங்கள் (இதையும், வர்ணித்துக் கொண்டே செய்து காட்டினார்) இதனால் உங்கள் பேச்சு மழலையாக, வெளிவரும். இதையே மேலும் விளக்கமாகச் செய்தால், ''மன வளர்ச்சி குன்றியவர்'' போன்ற பாத்திரங்களுக்கு ஏற்றதாக இருக்கும்.

''இல்லாவிட்டால், உங்கள் வாயை அசாதாரணமான அமைப்புகளில் மாற்றிக் கொள்ள முயலுங்கள். இதனால் மேலும் பல வகையிலான பேச்சுவிதங்களை உருவாக்கலாம். எடுத்துக் காட்டாக, ஆங்கிலேய நபர் ஒருவருக்கு மேல் உதடு குறுகியதாகவும், முன் பற்கள் எலிப்பல்லைப் போல நீண்டு

கான்ஸ்தன்தீன் ஸ்தனிஸ்லாவ்ஸ்கி

உள்ளது என்று வைத்துக் கொள்வோம். உங்கள் மேலுதட்டைக் குறுக்கிக் கொண்டு முன்பற்களை வெளியே காட்டுங்கள்."

நானும் அதை முயற்சித்துவிட்டு முடியாமல் போனதால், "இதை எப்படிச் செய்வது?" என்றேன்.

"எப்படிச் செய்வதா? அது மிக எளிது," என்ற டார்ட்சாவ், தனது சட்டைப்பையிலிருந்து ஒருகைக்குட்டையை எடுத்து, தன் மேற்பற்களையும், மேலுதட்டின் உட்பகுதியையும் ஈரம்போகத் துடைத்தார். பின்னர், மேலுதட்டை மடித்து, காய்ந்து போன ஈறு மீது ஒட்ட வைத்தார். தன் கையை விலக்கிய போது அவர் உதடு குறுகியும் பற்கள் நீண்டும் தெரிந்தது கண்டு நாங்கள் மிகவும் வியந்து போனோம்.

இவ்வாறு புறத்தோற்றத்தில் அவர் செய்த மாற்றம் எங்களுக்குப் பழக்கமான டார்ட்சாவை எங்களிடமிருந்து மறைத்து அந்த இடத்தில் அவர் குறிப்பிட்ட ஆங்கிலேயர் எங்கள் முன் நின்றார். இப்போது டார்ட்சாவை அடையாளம் காட்டவல்ல எல்லாமே - அவரது உச்சரிப்பு, குரல் மற்றும் உடல் நிலை, நடை, கைகால்களை வைத்துக் கொண்ட விதம் இவை எல்லாமே மாறி விட்டது போல எங்களுக்குத் தோன்றியது. அது மட்டுமல்ல. அவரது மன நிலையும் மாறிவிட்டது போலத் தோன்றியது. எனினும், டார்ட்சாவ் தனது அக நிலையில் எந்தவித மாற்றங்களையும் செய்யவில்லை. அடுத்த நொடியில், மேலுதட்டைப் பழையபடி மாற்றிக் கொண்டு தொடர்ந்து முன்போலவே பேசலானார். சற்று நேரம் சென்றதும், கைக் குட்டையால் உதட்டையும் பற்களையும் துடைத்து விட்டுக் கையை எடுத்ததும், மறுபடியும் அந்த ஆங்கிலேய நபர் போல மாறி விட்டார்.

இது உள்ளுணர்வுரீதியாக நிகழ்ந்தது போலத் தோன்றியது. இதை நாங்களே கவனித்து நிச்சயப்படுத்திக் கொண்ட பின்னரே டார்ட்சாவ் அதுபற்றி ஒப்புக் கொண்டார். அவர் எங்களுக்கு விளக்கவில்லை - மாறாக நாங்கள் தான் அதுபற்றி அவரிடம் கூறினோம். அதாவது குறுகிய மேலுதடும், நீண்ட பற்களும்

கொண்ட ஆங்கில நபரின் தோற்றத்தை முழுமைப்படுத்தும் பிற எல்லாக் குணாம்சங்களும் உள்ளுணர்வு ரீதியாக மேல் மட்டத்துக்கு வந்து மிகச் சரியாக ஒன்றுடன் ஒன்று பொருந்தி அந்த நபரின் பாத்திரப் படைப்பை வடிவமைத்தன என்று நாங்கள் கண்டதை அவரிடம் சொன்னோம். இதில் அதிசயம் என்னவென்றால், ஒரு மிகச்சிறிய, எளிய புறத்தோற்ற வித்தையினால் இவை எல்லாமே தொடர் நிகழ்வுகளாக விளைந்தன என்பதுதான்!

இப்போது டார்ட்சாவ் தனது எண்ணங்களுக்குள்ளே ஆழமாகத் தோண்டிச் சென்று தனக்குள் என்ன நிகழ்ந்தது என்று கவனித்தார். அதன் பின்னர், தன்னையும் மீறித் தனது உளவியல் அமைப்பில், சட்டென்று உணர்ந்து கொள்ள முடியாத தூண்டுதல் ஒன்று இருந்தது என்றும், அதைத் தன்னால் உடனடியாக ஆய்ந்து புரிந்து கொள்ள முடியவில்லை என்றும் குறிப்பிட்டார்.

எனினும், அவர் உருவாக்கிய புறத்தோற்றத்துக்கு ஏற்றவாறு அவரது அக உணர்வுகள் வளைந்து கொடுத்துத் தம்மை அமைத்துக் கொண்டன என்பது சந்தேகப்பட முடியாத ஒரு உண்மையாகும். ஏனெனில் அவர் உச்சரித்த சொற்கள் அவருடையவை அல்ல - ஆனால் அவர் வெளிப்படுத்திய எண்ணங்கள் அவருக்கே உரித்தானவையாகும்.

இந்தப் பாடத்தில், தொடர்ந்து அவர் செய்து காட்டியது இதுதான் - அதாவது, புறத்தோற்றத்தின் வாயிலான பாத்திரப் படைப்பு உள்ளுணர்வு ரீதியாக மட்டுமல்லாது, சுத்தமான தொழில்நுட்ப, எந்திரத்தனமான எளிய புறத்தோற்ற வித்தைகளாலுமே சாதிக்கப் படக் கூடும் என்பது தான்.

ஆனால், சரியான வித்தையைக் கண்டு கொள்வது எப்படி? இங்கு என்னைக் குழம்பச் செய்து கலக்கிய ஒரு புதிய பிரச்சினை எழுந்தது. இது கற்றுக் கொள்ளப்பட வேண்டிய ஒன்றா? கற்பனை செய்யப் பட வேண்டிய ஒன்றா? நிஜ வாழ்க்கையிலிருந்து எடுத்துக் கொள்ளப்பட வேண்டிய ஒன்றா? அல்லது நூல்களைப் படிப்பதன்

மூலமாகவோ, உடலியல் கூறுகளைப் படிப்பதன் மூலமாகவோ, தற்செயலாகக் கண்டு கொள்ளப்படக் கூடிய ஒன்றா?

"இதற்கான பதில் - இந்த எல்லா வகைகளிலும் தான்," என்று டார்ட்சாவ் விளக்கினார். "ஒவ்வொரு நபரும், தன்னிலிருந்தும், பிறரிலிருந்தும், நிஜ அல்லது கற்பனை வாழ்விலிருந்தும், தனது உள்ளுணர்வின்படியும், தன்னையும் மற்றவரையும் கவனிப்பதிலிருந்தும் ஒரு புறத்தோற்றப் பாத்திரப்படைப்பை மெல்ல மெல்ல உருவாக்கி வெளிக் கொணர்கிறார். தனது வாழ்வின் சொந்த அனுபவங்களில் இருந்து அல்லது தனது நண்பர்களின் வாழ்விலிருந்து, படங்களிலிருந்து, நூல்களிலிருந்து, சித்திரங்களிலிருந்து, கதைகள், புதினங்களிலிருந்து, அல்லது ஒரு சாதாரண நிகழ்ச்சி அல்லது சம்பவத்திலிருந்து அவர் இவற்றை ஈர்த்துக் கொள்கிறார். இதில், எதிலிருந்து எடுத்துக் கொள்கிறார் என்பதல்ல இங்கு விஷயம். இங்கு கவனிக்கப்பட வேண்டிய விதி ஒன்றே ஒன்றுதான் - அதாவது, இந்த புறம் சார்ந்த ஆய்வைச் செய்து கொண்டிருக்கும் போது, அவர் தனது அக நிலைப் பாட்டை இழந்து விடக் கூடாது. இப்போது நாம் என்ன செய்யலாம் என்று உங்களுக்குச் சொல்கிறேன். நமது அடுத்த பாடத்திற்காக நாம் ஒரு மாறுவேட நிகழ்ச்சியைச் செய்யலாம்."

இதைக் கேட்டதும் நாங்கள் அனைவரும் பெரு வியப்புக் கொண்டோம்.

"ஒவ்வொரு மாணவரும் ஒரு பாத்திரத்தைத் தயாரித்துத் தன்னை அதனுள் மறைத்துக் கொள்ள வேண்டும்."

"மாறுவேடமா? என்ன விதமான பாத்திரங்களை ஏற்க வேண்டும்?

"எதுவானாலும் பரவாயில்லை. உங்களுக்கு விருப்பமான எதை வேண்டுமானாலும் தேர்ந்தெடுத்துக் கொள்ளுங்கள் - ஒரு வியாபாரி, ஒரு பாரசீகன், ஒரு போர் வீரன், ஒரு ஸ்பெயின் நாட்டவன், ஒரு பிரபு, ஒரு கொசு, ஒரு தவளை - எதுவானாலும், எவரானாலும், உங்கள் விருப்பப்படி. இங்கு நாடக சபையில் உள்ள ஆடை அணிகலன்களையும், ஒப்பனைச் சாதனங்களையும்

ஒரு கதாபாத்திரத்தை வடிவமைத்தல்

நீங்கள் தாராளமாகப் பயன்படுத்திக் கொள்ளலாம். ஆடைகள், தலையணிகள், டோப்பாக்கள், ஒப்பனைகள் எது வேண்டுமானாலும் எடுத்துக் கொள்ளுங்கள்.''

இந்த அவரது அறிவிப்பு முதலில் எங்களுக்குக் குழப்பத்தை உண்டாக்கியது; பின்னர் எங்கள் ஆர்வம் தூண்டப்பட்டு, விவாதங்கள் தொடர்ந்தன, கடைசியில் எல்லோருமே இதனால் கவரப்பட்டுப் பெரும் உற்சாகம் கொண்டோம். ஒவ்வொருவரும் எதையோ பற்றிச் சிந்திக்கவும், கற்பனை செய்யவும் துவங்கினோம். குறிப்புகள் எடுத்துக் கொண்டும் ரகசியமாகப் படங்களை வரைந்தும் தத்தமக்கு விருப்பமான வரைபடம், ஆடைகள் மற்றும் ஒப்பனை விவரங்களைத் தயாரிக்கலானோம்.

வழக்கம் போல, க்ரிஷா மட்டும் இந்தக் கருத்தில் அதிக ஆர்வம் காட்டாமல் அலட்சியம் காட்டியவாறு இருந்தான்.

2

ஒரு பாத்திரத்தின் ஆடையணிகலன்கள்

இன்று எங்கள் வகுப்பு மாணவர்கள் அனைவரும் நாடகசபையின் ஆடையணிகலன்கள் சேமித்து வைக்கப்பட்டிருந்த பெரிய அறைகளுக்குச் சென்றோம். இவற்றுள் ஒன்று மாடியிலும் மற்றொன்று அரங்கத்தின் கீழே இருந்த நிலவறையிலும் இருந்தது.

பதினைந்து நிமிடங்களுக்குள் க்ரிஷா தனக்குத் தேவையானவற்றைத் தேர்ந்தெடுத்துக் கொண்டு சென்று விட்டான். மற்றும் சிலரும் இதைச் செய்வதற்கு அதிக நேரம் எடுத்துக் கொள்ளவில்லை. என்னாலும் சோன்யாவாலும் மட்டுமே இதுபற்றிய ஒரு தீர்மானமான முடிவுக்கு வர முடியவில்லை.

அவள் ஒரு துடுக்கான, துடிப்பான இளம்பெண் ஆதலால் இத்தனை அதிகமான அழகிய ஆடைகளைக் கண்டதும் தலைசுற்றிக் கிறுகிறுத்துப் போனாள். என்னைப் பொறுத்த மட்டில், என்னவிதமான பாத்திரத்தை ஏற்றுச் செய்வது என்பது பற்றி இன்னமும் நிச்சயமற்ற நிலையிலேயே இருந்தேன் - ஏதேனும் ஒரு உந்துதல் சட்டென்று உதயமாகாதா என்று நம்பிக் கொண்டிருந்தேன்.

எனக்குக் காட்டப்பட்ட எல்லாவற்றையும் கவனமாகச் சோதித்துப் பார்த்ததன் மூலம், எனக்கு உகந்த ஏதேனும் ஒரு உருவத்தைச் சுட்டிக்காட்டவல்ல ஆடையைக் காணக்கூடும் என்று எதிர்பார்த்தேன்.

ஒரு பழைய, சாதாரணமான கோட் என் கவனத்தைக் கவர்ந்தது. நான் முன்னெப்போதும் கண்டிராத ஒரு தனித்தன்மை வாய்ந்த துணியால் அது தைக்கப்பட்டிருந்தது - மணல் நிறமும், பச்சையும், சாம்பல் நிறமும் கலந்த ஒரு வினோதமான நிறத்தில், சாயம் மங்கிப் போய், தூசியும் தும்பும் படிந்து அது காட்சியளித்தது. அந்தக் கோட்டை அணிந்து கொண்டுள்ளவர் ஒரு ஆவியைப் போலத் தோற்றமளிப்பார் என்றும் எனக்குத் தோன்றியது. ஒருவித லேசாக வயிற்றைப் புரட்டும் உணர்வும், அதே சமயத்தில் கலங்க வைக்கும் விபரீதமான ஏதோ என் தலைவிதி நிர்ணயிக்கப்படுவது தவிர்க்கப்பட முடியாத ஒன்று என்பது போன்ற உணர்வும் எனக்குள் எழுந்தன.

அதனுடன் ஒரு தொப்பி, கையுறைகள், தூசிபடிந்த காலணிகள், அதே நிறத்தில் உள்ள டோப்பா மற்றும் அந்த உடைக்கு ஏற்ற ஒப்பனை - எல்லாமே சாம்பல் நிறத்தில், பழுப்பு மஞ்சள் நிறத்தில், பச்சை நிறத்தில், சாயம் மங்கியும், நிழலைப் போலவும் இருக்குமாறு பார்த்துத் தயாரித்துக் கொண்டால், ஏதோ ஒரு கொடூரமான அதே சமயத்தில் நன்கு பழக்கமானது போன்ற விளைவு ஏற்படும். அந்த விளைவு மிகச் சரியாக என்னவாக இருக்கலாம் என்பதை என்னால் இன்னமும் முடிவு செய்ய முடியவில்லை.

நான் தேர்ந்தெடுத்த அந்தக் கோட்டை, ஆடை அணிகலன்களுக்குப் பொறுப்பாக இருந்த உதவியாளர்கள் தனியே எடுத்து வைத்தனர். மேலும் அதனுடன் ஒத்துப் போகக் கூடிய உப பொருட்களான காலணிகள், கையுறைகள், ஒரு உயரமான தொப்பி மற்றும் தலைக்கான டோப்பா மற்றும் தாடி மீசை ஆகியவற்றைத் தேடி எடுத்து வைப்பதாகவும் உறுதியளித்தனர் ஆனால் அப்போதும், திருப்தியடையாமல் மேலும் தொடர்ந்து தேடிக் கொண்டே இருந்தேன் நான். இறுதியில், அவ்விடத்தின் பொறுப்பாளரான ஒரு பெண்மணி - மிகவும் நட்பானவள், அன்று மாலை நாடகத்துக்காகத் தான் தயாராக வேண்டும் என்று கூறினாள்.

ஒரு திடமான முடிவுக்கு வராமலே அவ்விடத்தை விட்டு விலகிச் செல்வதைத் தவிர என்னால் வேறு ஏதும் செய்ய முடியவில்லை. எனவே, அந்த அழுக்குப் படிந்த கோட்டை மட்டும் எனக்கென எடுத்து வைக்கச் சொல்லி விட்டு நான் அங்கிருந்து அகன்றேன்.

ஆவல் மீறியவனாகவும், அதே சமயத்தில் சற்றே கலக்கமுற்றவனாகவும் நான் அந்த ஆடையணிகலன் அறையை விட்டு விலகினேன். செல்லும் போது, எனக்குள்ளே ஒரு புதிரையும் எடுத்துச் சென்றேன் - அந்தப் படு பழைய, நைந்து போன கோட்டை அணிந்து கொள்ளும்போது நான் ஏற்றுக் கொள்ள வேண்டிய கதாபாத்திரம் என்ன?

மாறுவேட நிகழ்ச்சி மூன்று நாட்கள் கழித்து நடைபெறுவதாகத் தீர்மானிக்கப் பட்டிருந்தது. அந்தச் சமயம் வரையிலும் எனக்குள் ஏதோ ஒன்று ஓடிக்கொண்டே இருந்தது. எப்போதும் நான் என்னையே அறிந்திருந்த வகையில், நான் நானாக இருக்கவில்லை. அல்லது, மேலும் சரியாகச் சொல்வதானால், நான் தனியாக இருக்கவில்லை, மாறாக, எனக்குள்ளே தேடிக்கொண்டிருந்த ஆனால் இன்னமும் கண்டு கொள்ளாத யாரோ ஒருவராக நான் இருந்தேன்.

நான் வாழ்ந்து கொண்டிருந்தேன், எனது வழக்கமான நடவடிக்கைகளிலே ஈடுபட்டுக் கொண்டிருந்தேன், இருந்தும், அந்த வாழ்க்கையை முழு ஈடுபாட்டுடன் வாழ முடியாதபடி ஏதோ ஒன்று என்னைத் தடுத்துக் கொண்டிருந்தது. எனது வழக்கமான வாழ்க்கையை ஏதோ ஒன்று குழப்பிக் கொண்டிருந்தது. நான் இரண்டு நபர்களாகப் பிரிந்து இருப்பதைப் போல எனக்குத் தோன்றியது. எனது கவனத்தைக் கவர்ந்த எந்த விஷயத்தையும் நான் பார்த்துக் கொண்டிருந்த போதும் அதை நான் முழுமையாகக் காணாமல் தெளிவற்ற நிலையில், ஆழமற்ற முறையிலேயே தான் பார்த்தேன். ஏதோ சிந்தித்தேன், ஆனால் முழுமையாகச் சிந்திக்கவில்லை; ஏதோ கேட்டேன், ஆனால் பாதிக்காது மட்டுமே கொடுத்துக் கேட்டேன், ஏதோ சில வாசனைகளை நுகர்ந்தேன் ஆனால் அரைகுறையாக மட்டுமே அதையும் செய்தேன். எனது

மனிதத்திறன்களில் பாதியும், சக்தியில் பாதியும் எவ்வாறோ மறைந்து போய் விட்டிருந்தன. அந்த இழப்பு என் வலிமையையும், கவனிக்கும் சக்தியையும் உறிஞ்சிக் கொண்டு விட்டது. நான் செய்யத் தொடங்கிய எந்தப் பணியையும் முடிக்கவில்லை, முடிக்க என்னால் முடியவில்லை. ஏதோ மிகமிக முக்கியமான ஒரு பணியைச் செய்து முடிக்க வேண்டியது எனக்கு மிகமிக அவசியம் என்று நான் உணர்ந்தேன். ஆனால் எனது உணர்வு நிலையின் மீது மேகம் ஒன்று கவிழ்ந்து கொண்டது. செய்யவேண்டிய பணியின் அடுத்த கட்டத்தை என்னால் இப்போது புரிந்து கொள்ள முடியவில்லை; எனது கவனம் துண்டுபட்டுச் சிதறிக் கிடந்தது. இந்நிலையில் இருப்பது மிகவும் களைப்பூட்டுவதாகவும், வேதனை தருவதாகவும் இருந்தது! மூன்று நாட்கள் முழுவதும் இந்த உணர்வு என்னை விட்டு அகலவேயில்லை. அவ்வளவு காலமும், மாறுவேடத்தில் நான் யாராக நடிப்பது என்ற கேள்வியும் பதிலளிக்கப் படாமலேயே இருந்தது.

கடைசியில், நள்ளிரவில் நான் திடீரென்று கண் விழித்தேன் - இப்போது எல்லாம் தெளிவாகி விட்டது. இது வரையில் என் பழக்கமான வாழ்க்கைக்கு இணையாக நான் வாழ்ந்து வந்த இரண்டாவது வாழ்க்கை ஒரு ரகசியமான, ஆழ்மனம் பற்றிய வாழ்க்கையாகும். அதில் தான் நான் தற்செயலாகக் கண்டுபிடித்த மக்கிப்போன ஆடைகளுக்குச் சொந்தமான மனிதனைத் தேடுவதற்கான பணி நடைபெற்றுக் கொண்டு வந்துள்ளது.

எனினும், இந்தத் தெளிவு வெகு நேரம் நீடிக்கவில்லை. அது மறுபடியும் மறைந்து போனது; நானும் என் படுக்கையில் உறக்கமும் தெளிவும் இன்றிப் புரண்டு கொண்டிருந்தேன். ஏதோ ஒன்றை நான் மறந்து விட்டது போலவும், அதை மறுபடியும் நினைவுபடுத்திக் கொள்ளவோ, கண்டுபிடிக்கவோ என்னால் முடியவில்லை என்பது போலவும் தோன்றியது. இது ஒரு வேதனை மிக்க நிலை. ஆனாலும், ஒரு மந்திரவாதி வந்து அதை மாற்றிவிட உதவி செய்வதாகக் கூறியிருந்தால், அவன் உதவியை ஏற்றுக் கொண்டிருப்பேனா என்பது சந்தேகமே.

மேலும் மற்றொரு விசித்திரமான விஷயத்தை நான் இங்கு எனக்குள்ளே கவனித்தேன். நான் தேடிய அந்த நபரின் வடிவத்தை என்னால் கண்டுபிடிக்க முடியாது என்று நான் உறுதியாக நம்பியதைப் போல இருந்தது. இருந்தும் தேடல் தொடர்ந்து கொண்டே இருந்தது. ஒவ்வொரு முறை ஒரு புகைப்படக் கடையை நான் தாண்டிச் சென்றபோதும் அங்கு கண்ணாடி ஜன்னலில் வைக்கப்பட்டிருந்த படங்களை உற்றுப் பார்த்து அவற்றில் உள்ள நபர்கள் யார் என்று புரிந்து கொள்ளும் முயற்சியில் நான் ஈடுபட்டது வீண்செயல் அல்ல. நீங்கள் கேட்கலாம்: நான் ஏன் அந்தக் கடைக்குள் நுழைந்து அங்கே கிடந்த அடுக்கடுக்கான புகைப்படங்களைப் பார்த்து ஆராயவில்லை? ஒருவேளை பழம்பொருள்களை விற்பனை செய்பவன் கடையில் மேலும் அதிக எண்ணிக்கையிலான அழுக்கும் தூசியும் படிந்த புகைப்படங்கள் நிறையக் கிடைக்கக் கூடும். நான் ஏன் அந்தப் பொருள்களைப் பயன்படுத்தவில்லை? ஏன் அவற்றில் தேடிப் பார்க்கவில்லை? ஆனால் அவற்றில் மிகக் குறைந்த அளவிலானவற்றை மட்டுமே நான் பார்த்தேன். எனது கைகள் அழுக்காகி விடக்கூடும் என்று அஞ்சி, அலட்சியமாக மீதமுள்ளவற்றைப் புறக்கணித்து விட்டேன்.

ஏன் இந்த நிலை? இந்தச் செயலற்ற தன்மையையும், இரண்டாகப் பிளவுபட்ட மனநிலை உணர்வையும் எவ்வாறு விளக்கமுடியும்? எனக்குள்ளே இருந்த தன்னுணர்வற்ற ஆனால் திடமானதொரு நம்பிக்கையிலிருந்து - அதாவது, மக்கிப் போன உடைகளையணிந்த, தூசி படிந்த அந்த நபர் எப்போதாவது உயிர் பெற்று வந்து என்னைக் காப்பாற்றி விடுவார் என்ற எண்ணத்திலிருந்து இந்த உணர்வுநிலை எழுந்தது என்று நான் நினைக்கிறேன். "தேடுவதில் பயனில்லை, அந்தப் பூஞ்சைக்காளான் பிடித்த மனிதனைக் கண்டுபிடிக்காமல் இருப்பதே மேலானது" என்பதுதான் எனது உட்குரலின் தூண்டுதலாக இருந்திருக்கக் கூடும்.

இதையும் தவிர, இரண்டு மூன்று முறை திரும்பத் திரும்ப ஏற்பட்ட வினோதமான தருணங்களும் இருந்தன. நான் தெருவில்

நடந்து போய்க் கொண்டிருப்பேன் - அப்போது எல்லாமே சட்டென்று தெளிவாகிவிடும். நான் நின்று, எனக்கு நிகழ்ந்தது என்ன என்று முழுவதுமாகப் புரிந்து கொள்ள முயலுவேன்... ஒரு வினாடி கழியும், பின் மற்றொன்று... ஏதோ ஆழமான ஒன்றை நான் புரிந்து கொள்ள முடிந்தது போலத் தோன்றும்... பின் மேலும் சில கணங்கள் கடந்த பின், என் உணர்வு நிலையின் மேல் மட்டத்துக்கு வந்திருந்த அது மறுபடியும் கீழே இறங்கிப் புலப்படாமல் மறைந்து போனது. இதனால் மறுபடியும் ஒருமுறை எனக்குள் குழப்பம் நிறைந்திருக்கக் கண்டேன்.

மற்றொரு முறை ஒரு தட்டுத் தடுமாறிய, ஒழுங்கற்ற நடையை நான் நடக்கக் கண்டேன். இது எனக்கு முற்றிலும் அன்னியமான ஒன்றாக இருந்தது. இதிலிருந்து என்னால் உடனடியாக வெளிவரவும் முடியவில்லை.

இரவு நேரங்களில், உறக்கமற்ற சமயங்களில் எனது உள்ளங்கைகள் இரண்டையும் நான் விசித்திரமாகத் தேய்த்துக் கொள்ளத் தொடங்கினேன். "யார் இவ்வாறு கைகளைத் தேய்த்து கொள்வார்கள்." என்று நான் என்னையே கேட்டுக் கொண்டேன் ஆனால் என்னால் அந்த நபரை நினைவுபடுத்திக் கொள்ள முடியவில்லை. ஆனால் அவ்வாறு செய்பவரின் கைகள் சிறியவையாகவும், ஒல்லியாகவும், குளுமையாகவும், வியர்வை பெருகியும் இருக்கும் என்றும் அவரது உள்ளங்கைகள் சிவந்து போயிருக்கும் என்றும் மட்டும் எனக்குத் தெரிந்திருந்தது. இத்தகைய ஒரு கையை... சொதசொதவென்று எலும்பேயில்லாமல் இருப்பதைப் பற்றிக் குலுக்குவது என்பது மிகவும் சங்கடமான விஷயம்... இவர் யார்? இவர் யார்?

நான் ஒப்பனை அறைக்குள் நுழையும் போதும் கூட, இந்த நிலையில் தான் நான் தொடர்ந்து இருந்தேன் - என்னால் கண்டுபிடிக்க முடியாத ஏதோ ஒன்றுக்கான இடைவிடாத தேடலில் மூழ்கியிருந்தேன். அந்த ஒப்பனை அறை எங்கள் அனைவருக்கும் பொதுவானது - அங்கே தான் நாங்கள் எங்களது ஆடைகளை அணிந்து கொண்டு பிற ஒப்பனைகளையும் செய்து கொள்ள வேண்டியிருந்தது. அங்கிருந்த பரபரப்பும், இடையறாத

உரையாடல்களின் சத்தமும் சேர்ந்து என்னால் எதைப் பற்றியும் ஆழமாகச் சிந்திக்க விடாதபடி செய்தது. இருந்த போதிலும், அந்த பூஞ்சைக்காளான் பிடித்த மேல் கோட்டையும், பழுப்படைந்த நரைத்துப் போன தலைமுடியாலான டோப்பாவையும் தாடி மீசை இவற்றையும், அணிந்து, பிற ஒப்பனைகளையும் செய்து கொள்ளும் தருணம் என்பது எனக்கு மிகமிக முக்கியமான ஒன்று என்று தோன்றியது. இந்தப் பொருள்களால் மட்டுமே நான் ஆழ்மனதில் தேடிக் கொண்டிருந்தது என்ன என்று கண்டுபிடிக்க என்னைத் தூண்டமுடியும் என்று புரிந்தது. இந்தத் தருணத்தின் மீது மட்டுமே நான் எனது கடைசி நம்பிக்கையைப் பதிய வைத்திருந்தேன்.

ஆனால் என்னைச் சுற்றிலும் நிகழ்ந்து கொண்டிருந்தவை என்னைத் தொந்தரவு செய்தன. எனக்கு அருகில் அமர்ந்து கொண்டிருந்த க்ரிஷா, மெஃபிஸ்டாஃபிலஸ் (சாத்தான்) ஆக வேடமணிந்திருந்தான். மிகப் பிரமாதமான ஸ்பானிஷ் உடை - முழுக் கறுப்பு நிறத்தாலானது - அணிந்து, காண்போர் அனைவரையும் பொறாமையால் பெருமூச்சுவிடச் செய்து கொண்டிருந்தான். வான்யாவோ, ஒரு முதியவனைப் போலத் தோற்றமளிக்க வேண்டித் தன் முகத்தில் நிறையக் கோடுகளையும் புள்ளிகளையும் வரைந்து கொண்டிருந்ததால் அவனது முகம் ஒரு உலகவரைபடம் போலக் காட்சியளித்தது. அவனைப் பார்த்தவர்கள் குலுங்கிக் குலுங்கிச் சிரித்தனர். என் நண்பன் பால், ஒரு மிகச் சாதாரணமான ஆடையை அணிந்து பொதுவாக ஒரு பகட்டுக்கார ஆணைப் போலத் தோற்றமளிப்பதுடன் திருப்தி கொண்டு விட்டதால், எனக்கு உள்ளூர எரிச்சல் ஏற்பட்டது.

ஆனால், இங்கு வியப்பூட்டும் ஒருவிஷயம் என்னவென்றால் அவன் வழக்கமாக அணியும் தொள தொளவென்ற ஆடைகளுக்குள்ளே மிக நேர்த்தியான கால்களுடனும் தசைப் பிடிப்புடனுமாகிய ஒரு மிக அழகிய வடிவமைந்த உடல் ஒன்று ஒளிந்து கொண்டிருந்தது என்பது தான் - இதை எவரும் இதுவரை அறிந்திருக்கவில்லை. லியோ, தன்னை ஒரு கனவானாகக் காட்டிக் கொள்ள எடுத்துக் கொண்ட முயற்சியால் எங்களுக்கு நகைப்பூட்டிக் கொண்டிருந்தான். ஆனால் அதை அவனால்

வெற்றிகரமாகச் செய்ய முடியவில்லை - எனினும், அவனது விடாமுயற்சிக்காக அவனைப் பாராட்டாமலும் இருக்க முடியவில்லை. மிக நேர்த்தியாக வடிவமைக்கப்பட்டிருந்த குறுந்தாடியுடன் கூடிய அவனது ஒப்பனையுடன், குதிகால் உயர்ந்த காலணியும் அவனுக்கு கூடுதல் உயரத்தைக் கொடுத்து மேலும் ஒல்லியான தோற்றத்தையும், கவர்ச்சிகரமான தோரணையையும் ஏற்படுத்தித் தந்திருந்தன.

அவனது புதிய காலணிகளின் காரணமாகச் சற்றே மாறி, கூடுதல் கவனத்துடன் இருந்த நடை, சாதாரணமாக அவனிடம் இருந்திராத ஒரு புதிய நளினத்தைச் சேர்ந்திருந்தது. வாஸ்யாவும் கூட, எதிர்பாராத ஒரு துணிச்சலைக் காட்டியதன் மூலம் எங்களுக்குச் சிரிப்பூட்டியதுடன் எங்களது ஒருமித்த பாராட்டையும் பெற்றான். ஒரு பாலே நடனக்கலைஞனும், வெகு அநாயாசமாக உடலை வளைத்து வித்தைகள் செய்பவனும், பேச்சு வன்மை மிக்கவனுமாகிய அவன், நீளமான அங்கியையும், அகலமான காலருடன் பளீரிடும் பூக்களைக் கொண்ட கோட்டையும் அணிந்து பருத்த வயிறுடன் இருந்த ஒரு ரஷ்ய வியாபாரி போல உடையணிந்திருந்தான். அவனது தலைமுடியும் தாடியும் கூட, ஒரு விதமாக வெட்டப்பட்டிருந்தன.

எங்களது ஒப்பனை அறை, வழக்கமான அமெச்சூர் நாடகத்தின் போது இருப்பதைப் போலவே ஆவலான கூவல்களுடன் உரத்த சிரிப்பால் அதிர்ந்து கொண்டிருந்தது.

"ஹேய், உன்னை என்னால் கண்டுகொள்ளவே முடியாது!" - "இது நிஜமாகவே நீதானா?" - "ஆகா, என்ன ஆச்சரியம்!" - "நல்ல வேலை செய்தாய், இவ்வாறு உன்னால் செய்ய முடியும் என்று நான் நினைக்கவே இல்லை!" - என்று இவ்வாறெல்லாம் குரல்கள் விடாமல் ஒலித்த வண்ணம் இருந்தன.

இம்மாதிரியான பேச்சுகளும் அறைகூவல்களும் எனக்கு எரிச்சலூட்டின. மேலும், அதிருப்தியையும் ஏமாற்றத்தையும் உணர்த்திய சொற்கள் என்னைக் கலங்கவைத்து ஊக்கமிழக்கச் செய்தன.

''ஏதோ சரியில்லை... ஆனால் அது என்னவென்று எனக்குத் தெரியவில்லை! யார் அது?'' - ''எனக்குப் புரியவில்லை, நீ யாராக வேஷமிட்டிருக்கிறாய்?''

இந்த மாதிரியான விமர்சனங்களையும் கேள்விகளையும் கேட்டும் பதில் கூறமுடியாமல் இருக்க வேண்டியது என்ன மோசமான ஒரு நிலை!

நான் யாராக இருக்க முயற்சித்தேன்? எனக்கு அது எப்படித் தெரியும்? என்னால் அதை ஊகிக்க முடிந்திருந்தால், நான் யாரென்று அவர்களுக்கு எடுத்துச் சொல்லும் முதல் நபர் நானாகத் தான் இருந்திருப்பேன்.

மேலும், எங்களுக்கு மேக்கப் போட வந்திருந்த மேக்கப்காரன், ஏதாவது பாதாளத்தில் ஒழிந்து போக மாட்டானா என்று நான் மனதார வேண்டினேன். ஏனெனில், அவன் வந்து, வழக்கமான நாடகத்தனமான வெளுப்பு முகத்தை, தங்க நிறக் கூந்தலுக்கு ஏற்றதான ஒப்பனை ஒன்றை எனக்குப் போட்டு அதை மாற்றும் வைரயில், எனது ரகசிய அடையாளத்தைக் கண்டு கொள்ளும் பாதையிலே சரியாகச் சென்று கொண்டிருந்ததாக உணர்ந்தேன். அந்தப் பழைய கோட்டை அணிந்து கொண்டு போலித் தலைமுடியை வைத்துக் கொண்டு தாடி மீசையையும் முகத்தில் ஒட்ட வைத்துக் கொண்ட போது, என்னுடல் சிலிர்த்தது. நான் மட்டும் அந்த அறையில் தனியாக இருந்திருந்தால், கவனத்தைக் கலைத்துத் திசை திருப்பும் சுற்றுச்சூழலிலிருந்து விலகி இருந்திருந்தால், எனக்குள் இருந்த இந்த மர்மமான அன்னியன் யார் என்று நான் நிச்சயமாகப் புரிந்து கொண்டிருப்பேன். ஆனால் வெளியில் இருந்த சத்தமும் பேச்சும், என்னை எனக்குள்ளே போக விடாமல் தடுத்து, எனக்குள்ளே ஓடிக் கொண்டிருந்த இந்த புரிபடாத விஷயத்துள் நுழைய முடியாமல் செய்துவிட்டன.

கடைசியில், டார்ட்சாவினால் பார்த்துக் கணிக்கப்படுவதற்காக அவர்கள் எல்லோரும் பள்ளியின் அரங்கத்துக்குச் சென்று விட்டனர். நான் ஒப்பனையறையில் தனியாக இருந்தேன். கண்ணாடி முன் அமர்ந்து தனித்துவம் ஏதுமற்ற, ஒப்பனை

செய்யப்பட்டு நாடகபாணியில் மாற்றப்பட்டிருந்த என் முகத்தைப் பார்த்தவாறு இருந்தேன். உள்ளூர எனது தோல்வியைப் பற்றி நான் ஏற்கெனவே உறுதியாக இருந்தேன். இயக்குனர் முன் செல்வதில்லை என்றும், எனது ஆடைகளைக் சுழற்றி விட்டு, முகத்திலிருந்து மேக்கப்பை அங்கிருந்த படு பயங்கரமான பச்சைநிறக் க்ரீமால் அப்புறப்படுத்தி விடலாம் என்றும் தீர்மானித்தேன். ஒரு விரலால் அதை எடுத்து முகத்தில் தடவலானேன். தொடர்ந்து தடவிக் கொண்டே இருந்தேன். மேக்கப்பின் நிறங்கள் மாறலாயின - ஒன்றுடன் ஒன்று கலந்து என் முகம் பச்சை-சாம்பல்-மஞ்சள் ஆகிய நிறங்களின் கலவையான ஒரு நிறத்தை எட்டியது.

கிட்டத்தட்ட எனது ஆடையின் நிறத்தை அது ஒத்திருந்தது. என் மூக்கு, கண்கள் அல்லது உதடுகள் எங்கே இருந்தன என்று கண்டு கொள்வதே சிரமமாக இருந்தது. அதே வண்ணக் கலவையை என் தாடி, மீசை மற்றும் தலைமீது இருந்த டோப்பா மீதும் தடவிக் கொண்டேன். அந்த முடி, கத்தை கத்தையாக உருண்டு ஒட்டிக் கொண்டது. பின், ஏதோ சுரம் வந்ததுபோல என் உடல் நடுங்கியது. இதயம் வேகமாக அடித்துக் கொண்டது. எனது போலிப் புருவங்களை எடுத்துவிட்டு, மேலே அங்கும் இங்குமாய் பவுடரை பூசிக் கொண்டேன். கரங்களின் வெளிப்புறத்தில் பச்சை வண்ணத்தையும், உள்ளங்கைகளில் ரோஜா நிறத்தையும் பூசிக் கொண்டேன். என் கோட்டைச் சரியாக இழுத்துவிட்டு கொண்டு கழுத்துக் குட்டையைச் சரி செய்தேன். இதையெல்லாம், நான் உருவகப் படுத்திக் கொண்டிருந்த நபர் யார் என்று எனக்குத் தெரிந்து விட்டது என்ற உறுதிப்பாட்டுடன் வெகு வேகமாகவும், சர்வ நிச்சயமான உணர்வுடனும் செய்தேன்.

எனது உயரமான தொப்பியைச் சற்றே சாய்வாகப் பொருத்திக் கொண்டு மறுபடியும் கண்ணாடியில் பார்த்த போது, இப்போது நைந்து போய்க் கிட்டத்தட்டக் கந்தையாகி விட்டிருந்த என் கால்சட்டையின் அருமையான துணியும் அழகான தையல் திறனும் என் கண்ணில் பட்டன. என் பாதங்களை உட்புறமாகத் திருப்பி கால்கள் கால்சட்டையின் மடிப்புடன் சரியாகப்

பொருந்துமாறு செய்தேன். இதனால் என் கால்கள் வெகு வினோதமாகத் தோன்றின. இத்தகைய கால்களைக் கொண்டுள்ளவர்கள்மீது எனக்கு எப்போதுமே ஒரு வெறுப்புணர்வு இருந்து வந்துள்ளது. இவ்வாறு கால்கள் இருந்ததால் நான் முன்பைவிடக் குள்ளமாகத் தோன்றியதுடன், எனது நடையும் வெகுவாக மாறிவிட்டது. எதனாலோ, என் உடல் சற்றே வலது புறமாகச் சாய்ந்திருந்தது போலத் தெரிந்தது. எனக்குத் தேவையானதெல்லாம் இப்போது ஒரு கைத்தடி மட்டுமே. அருகில் ஒன்று கிடந்ததால் அதை எடுத்துக் கொண்டேன். எனக்கு மேலும் தேவைப்பட்டது. ஒரு இறகுப்பேனா மட்டுமே. எனவே ஒரு பணியாளை அழைத்து அதைக் கொண்டுவரச் செய்தேன். அவன் வரும் வரையில், ஒப்பனை அறையில் மேலும் கீழுமாக நடக்கலானேன். என் உடலில் பல பாகங்களும் முகபாவமும், நடையுடை பாவனைகளும் ஒருவாறு பொருந்தியமைவதைக் கண்டேன். மேலும் சிலமுறை அறையில் சுற்றி நடந்த பின், கண்ணாடியில் பார்த்துக் கொண்டபோது என்னையே என்னால் கண்டு கொள்ள முடியவில்லை. சென்ற முறை என்னை நானே கண்ணாடியில் பார்த்துக் கொண்டதிலிருந்து இப்போது ஒரு புதிய மாற்றம் எனக்குள் உருவாகியிருந்தது.

"இது அவன் தான், இது அவன்தான்!" என்று நான் கூவினேன், எனக்குள் பொங்கிப் பெருகி என்னை மூச்சுமுட்டச் செய்து கொண்டிருந்த பேருவகையை அடக்கிக் கொள்ள முடியாமல் அந்த இறகுப் பேனா மட்டும் என் கைக்கு வந்து விட்டால் என்னால் மேடைக்குச் செல்ல முடியும்.

வெளியே காலடிச் சத்தம் கேட்டது நான் கேட்டிருந்த இறகுப் பேனாவை எடுத்துக் கொண்டு பணியாள் வருகிறான் போலும்... நான் வேகமாக விரைந்து கதவருகில் சென்றேன் - அங்கு நேராக ரக்மனோவுடன் மோதிக் கொண்டேன்.

"அப்பாடா, என்ன என்னை இப்படிப் பயமுறுத்தி விட்டாய்," என்று வெடித்தார் ரக்மனோவ். "இதுயார்? என்ன ஒரு வேடம்! இது டாஸ்டாயெவ்ஸ்கியா? அழிவற்ற கணவனா? (அழிவற்ற கணவன் The Eternal Husband - ரஷ்ய எழுத்தாளர்

டாஸ்டாவ்ஸ்கியினால் 1870ல் எழுதப்பட்ட சிறு நவீனம் மனித மனதின் குழப்பங்கள் மற்றும் இரட்டைத் தன்மைகளைச் சித்தரிப்பது) கோஸ்ட்யா இது நிஜமாகவே நீதானா? என்ன வேடமிட்டு இருக்கிறாய்?" என்று தொடர்ந்து அவர் கேட்கலானார்.

"ஒரு விமர்சகன்," என்று கரகரத்த குரலில் நான் பதிலளித்தேன்.

"என்ன விதமான விமர்சகன், பையா?" என்றார் ரக்மனோவ் தனது விசாரணையைத் தொடர்ந்தவராக எனது துணிவான குத்தித் துளைக்கும் பார்வை அவரைச் சற்று நிலை தடுமாறச் செய்தது.

நான் அவரை ஒட்டிக் கொண்டு தொடரும் ஒரு அட்டையைப் போல உணர்ந்தேன்.

"என்ன விதமான விமர்சகன்?" என்று அவரையே திருப்பிக் கேட்டேன். அவரை அவமதிக்க வேண்டும் என்று நான் எண்ணியது போலத் தோன்றுமாறு பேசினேன்." கோஸ்ட்யா நாஸ்வானோவுக்குள் வாழ்கிற, தவறுகளைக் கண்டுபிடித்து விமர்சிக்கும் விமர்சகன். அவனது பணியில் குறுக்கிடுவதற்கென்றே நான் அவனுக்குள் வாழ்கிறேன். அதுவே எனக்குப் பெரு மகிழ்வைத் தருகிறது. அதுதான் என் வாழ்வின் நோக்கம்."

என்னிடமிருந்து வெளிப்பட்ட திமிரான, கடுமையான தொனியையும், அத்துடன் சேர்ந்து வந்து குத்திட்டு நிலைத்த கொடூரமான, மரியாதையில்லாத வெறித்த பார்வையையும் கண்டு நானே வியந்து போனேன். எனது குரலின் தொனியும், தன்னம்பிக்கையும் அவரைக் கலக்கின. வேறு ஒரு புதிய கோணத்தில் இந்தச் சந்திப்பை எவ்வாறு அணுகுவது என்று புரியாததால் மேற்கொண்டு என்னிடம் என்ன பேசுவது என்பதில் அவர் குழப்பமுற்றார். கடைசியில், "ம், சரி, வா போகலாம்" என்றார், சற்றே நிச்சயமற்றவராய். "மற்றவர்கள் வெகுநேரம் முன்பே தொடங்கி விட்டனர்."

"ம், சரி, வா போகலாம், மற்றவர்கள் வெகுநேரம் முன்பே தொடங்கி விட்டார்கள்," என்று நான் அவர் சொன்னதையே கேலியாகத் திரும்பச் சொன்னேன் - அவர் குரலையே நடித்துக்

காட்டுவது போல. மேலும், அவ்விடத்தை விட்டுச் சற்றும் அசையாமல், எனது ஆசிரியரை வெறித்து நோக்கினேன்.

இதனைத் தொடர்ந்து ஒரு சங்கடமான மௌனம் நிலவியது. நாங்கள் இருவருமே அசையவில்லை. இந்தச் சம்பவத்தை விரைவில் ஒரு முடிவுக்குக் கொண்டு வர வேண்டும் என்று ரக்மனோவ் விரும்பினாலும் அதை எப்படிச் செய்வது என்று அவருக்குத் தெரியவில்லை. அப்போது அவருடைய நல்லகாலமாக, பணியாள் ஒரு இறகுப் பேனாவை எடுத்துக் கொண்டு அங்கு ஓடி வந்தான். நான் அதைப் பறித்து எனது உதடுகளுக்கு இடையில் பொருத்தி வைத்தேன். இதனால் என் வாய் ஒரு குறுகிய, நேரான கோடு போலாகி கோபத்தைக் காட்டும் விதமாக இறுகித் தோன்றியது. என் வாயின் ஒருபுறம் அதன் கூரிய முனையும், மறுபுறம் அகலமான இறகுப் பகுதியும் என் முகத்தின் அழிக்கும் பாவனையை அழுத்தமாகக் காட்டின.

"வா, நாம் போகலாம்," என்றார் ரக்மனோவ் - அவரது குரல் தணிவாகவும், கிட்டத்தட்ட வெட்கத்துடனும் ஒலித்தது.

"வா, நாம் போகலாம்," என்று எனது நையாண்டி செய்யும் குரல் திமிருடன் ஒலித்தது.

நாங்கள் மேடையை நோக்கி நடக்கலானோம், ஆனால் ரக்மனோவ் என் பார்வையைச் சந்திப்பதைத் தவிர்த்தவாறே வந்தார். முதலில், அங்கிருந்த பெரிய ஒரு பெரிய கணப்புக்குப் பின்னால் நான் மறைந்தவாறு நின்று கொண்டேன். இச்சமயத்தில் டார்ட்சாவ் லியோவையும், பாலையும் கவனித்துக் கொண்டிருந்தார் - கனவானும், பகட்டுக்காரனும் - இவர்கள் இருவரும் அப்போது தான் ஒருவருக்கொருவர்" அறிமுகப்படுத்தப்பட்டிருந்தனர். பேசிக் கொள்ள விஷயம் ஏதும் இல்லாததால் - அதாவது தத்தமது பாத்திரங்களின் அறிவு நிலை அவ்வாறு இருந்தமையால் - ஒருவருக்கொருவர் ஏதோ உளறிக் கொட்டியவண்ணம் இருந்தார்கள்.

"என்ன அது? யார் அது?" என்று டார்ட்சாவ் திடீரென்று கூவியதைக் கேட்டேன். "கணப்புக்குப் பின்னால் யாரோ

உட்கார்ந்திருப்பது போலத் தெரிகிறதே! யார் அது? நான்தான் உங்கள் அனைவரையும் ஏற்கெனவே பார்த்து விட்டேனே! இது யார்? கோஸ்ட்யா? இல்லை, இல்லை.''

''யார் நீ?'' என்று இப்போது டார்ட்சாவ் என்னை நேரடியாகக் கேட்டார். வெகுவாகக் குழப்பமடைந்தவர் போல அவர் தோன்றினார்.

''நான் தான் விமர்சகன்,'' என்று என்னை நானே அறிமுகம் செய்து கொண்டு, முன்னே வந்தேன். அவ்வாறு நான் செய்தபோது, எதிர்பாராத விதமாக, எனது திருகப்பட்ட கால், எனக்கு முன்னால் வந்து என் உடலை வலது புறமாகத் திருப்பியது. நான் என் தொப்பியை வெகு கவனமாகக் கழற்றிவிட்டு மரியாதையுடன் தலையைக் குனிந்தேன் அதன்பின், கணப்புக்குப் பின்னாலிருந்த எனது பழைய இருக்கைக்குத் திரும்பினேன்.

''விமர்சகன்?'' என்றார் டார்ட்சாவ், சற்றே திகைப்படைந்தவராக.

''ஆம், மிகவும் மோசமானவன்,'' என்று நான் கரகரத்த குரலில் விளக்கினேன். ''இந்தப் பேனாவைப் பார்த்தாயா? அது நன்றாகக் கடிக்கப்பட்டு இருக்கிறது - ஏனெனில் நான் கடுங்கோபம் கொண்டுள்ளதால்... அதை நான் இப்படிக் கடிக்கிறேன். அது உடைந்து நடுங்குகிறது.''

இப்போது எனக்கு முற்றிலும் வியப்பளிக்குமாறு ஒரு கீச்சிடும் சிரிப்பு ஒன்று எனக்குள்ளிலிருந்து வெளிவருகிறது. இது மிகவும் எதிர்பாராத ஒன்றாதலால் நான் திடுக்கிடுகிறேன் - டார்ட்சாவ் கூட இதனால் பெரிதும் தாக்கப்பட்டது போலத் தோன்றுகிறது.

''என்ன இது...'' என்று ஏதோ கூறத் தொடங்கிய அவர், ''நீ இங்கே வா, வெளிச்சத்துக்கு அருகில்,'' என்று முடித்தார்.

நானும், மிரட்டுகிற, மமதையான நடை ஒன்று நடந்தவாறு மேடையின் முன்புறமாகச் சென்றேன்.

''என்ன விதமான விமர்சகன் நீ?'' என்றார் டார்ட்சாவ், என்னைக் கூர்மையாகக் கவனித்தவாறு'' எதைப் பற்றிய விமர்சகன்?''

"நான் யாருடன் வாழ்கிறேனோ அந்த நபரின் விமர்சகன்," என்றேன் நான், அடித்தொண்டையில்

"யார் அது?" என்றார் டார்ட்சாவ், விடாப்பிடியாக

"கோஸ்ட்யா," என்றேன் நான்

"நீ அவனுடைய தோலுக்கு அடியில் புகுந்து கொண்டிருக்கிறாயா?" எனக்குச் சரியான கேள்விகளைத் தொடுப்பது எப்படி என்று டார்ட்சாவ் நன்கு அறிந்திருந்தார்.

"ஆம், கண்டிப்பாக அப்படித்தான்"

"அதைச் செய்ய உன்னை அனுமதித்து யார்?"

"அவன் தான்."

அப்போது, எனது கீச்சிட்ட சிரிப்பு மறுபடி தொடங்கி என்னைத் திணறச் செய்தது. தொடர்ந்து பேசுவதற்கு முன், என்னை நானே கட்டுப்படுத்திக் கொள்ள வேண்டியதாயிற்று.

"அவன் தான் அதைச் செய்தான். நடிகர்களுக்குத் தம்மைப் புகழ்பவர்களைப் பிடிக்கும். ஆனால் ஒரு விமர்சகன்..."

மறுபடியும் அந்தக் கீச்சிடும் சிரிப்பு குறுக்கிட்டு என்னைத் தடுத்தது. நான் டார்ட்சாவை நேராகப் பார்க்க வேண்டி ஒரு முழங்காலை மடித்து மண்டியிட்டுக் குனிந்தேன்.

"உன்னால் யாரை விமர்சிக்க முடியும்? நீ ஒரு ஒன்றுமறியாத முட்டாள்," என்று டார்ட்சாவ் மறுத்துப் பேசினார்.

"முட்டாள்கள் தான் நிறைய விமர்சனம் செய்பவர்கள் ஆவர்," என்று பதிலடி கொடுத்தேன்.

"உனக்கு எதுவும் புரியாது உனக்கு எதையும் செய்யத் தெரியாது," என்று கூறி டார்ட்சாவ் தொடர்ந்து என்னைச் சீண்டலானார்.

"தன்னைப் பற்றி எதுவுமே அறியாத ஒருவன்தான் கற்பிக்க வருகிறான்," என்று கூறியவாறு, மேடையின் தரை மீது நாசுக்காக அமர்ந்து கொண்டேன்.

"நீ ஒரு விமர்சகன் என்பது பொய் - நீ வெறும் தப்புக் கண்டுபிடிப்பவன் மட்டுமே! ஒரு அட்டை, ஒரு பேன்! உனது கடி ஒன்றும் ஆபத்தானது அல்ல ஆனால் அது வாழ்வைத் தாங்க முடியாததாக்கி விடும்."

"நான் கொஞ்சம் கொஞ்சமாக உங்களைத் தாக்கி நலிவுறச் செய்வேன், விட்டு விடாமல்..." என்று நானும் என் கரகரத்த குரலில் தொடர்ந்தேன்.

"அற்பப் பூச்சியே!" டார்ட்சாவ் நிஜமான கோபத்துடன் கூவினார்.

"அட, அட! இப்படியா பேசுவது?" என்றேன் நான், அவர் கவனத்தை முழுவதும் கவருவதற்காக முன்புறமாகக் குனிந்தவாறு, "உங்களுக்குக் கொஞ்சம் கூட சுயகட்டுப்பாடு இல்லையே!"

"அழுக்குப் பிடித்த பூச்சியே!" என்று டார்ட்சாவ் உரக்கக் கத்தினார்.

"நன்று, நன்று மிக்க நன்று!" என்று நான் எனது மறைமுகமான தாக்குதலை மகிழ்வுடன் தொடர்ந்தவாறே. "நான் ஒரு அட்டை என்றால் என்னை உங்களால் தட்டி விட்டுவிட முடியாது. அட்டைகள் இருக்குமிடத்தில், ஏரிகள் இருக்கும். ஏரிகளில் மேலும் அதிகமான அட்டைகள் இருக்கும். உங்களால் அவற்றை ஒழித்து விட முடியாது, என்னிடமிருந்தும் தப்பிக்க முடியாது!"

சற்று நேரம் தயங்கி விட்டு டார்ட்சாவ் மேடை விளக்குகளைத் தாண்டி வந்து என்னைக் கட்டியணைத்துக் கொண்டார்.

"நன்றாகச் செய்தாய், இளைஞனே!"

இப்போது என் முகத்தில் ஒழுகிக் கொண்டிருந்த சாயம் அவர் மீதும் அப்பி விட்டதை உணர்ந்த நான்,

"அடடா, என்ன செய்கிறீர்கள் என்று கவனியுங்கள்! இப்போது உங்களால் நிச்சயமாக என்னை ஒதுக்கித் தள்ளிவிட முடியாது!" என்றேன்.

மற்றவர்கள் ஓடிவந்து அவரைச் சுத்தம் செய்ய முனைந்தனர். ஆனால் நானோ, இயக்குனரின் பாராட்டைப் பெற்றதில்

பெருமகிழ்ச்சி கொண்டவனாக, குதித்து எழுந்து இங்குமங்கும் தாவிக் குதித்தேன். பின் அனைவரின் கைதட்டலுக்கு இடையே, சாதாரணமான என் நடையில் மேடையை விட்டு ஓடிச் சென்றேன்.

திரும்பிப் பார்த்தபோது, கையில் கைக்குட்டையுடன், டார்ட்சாவ், துடைப்பதை நிறுத்திவிட்டு என்னைத் தொடர்ந்து பாராட்டும் பார்வை ஒன்றை வீசுவதைக் கண்டேன்.

நான் நிஜமாகவே மகிழ்வடைந்திருந்தேன். ஆனால் என் நிலை வெறும் சாதாரணத் திருப்தியுடன் நின்று விடவில்லை. மாறாக, ஒரு படைக்கும் திறனின், கலை உணர்வின் சாதனையிலிருந்து நேரடியாக விளையும் மகிழ்ச்சியாக அது இருந்தது.

அன்று வீடு நோக்கி நடந்தபோது, நான் உருவாக்கிய பாத்திரத்தின் நடையையும், பாவனைகளையும் மறுபடி செய்து பார்த்துக் கொண்டதை உணர்ந்தேன்.

அதுமட்டுமல்ல. இரவு, எனது தங்கும் விடுதியின் உரிமையாளருடனும், உடன் தங்கியிருந்தவர்களுடனும் இரவு உணவு அருந்தும் போது நான் என்னைப் போல் நடந்து கொள்ளாமல் எனது குறைகூறும் விமர்சகனைப் போல குற்றம் கண்டுபிடித்துக் கொண்டும், கேலியாக ஏளனம் செய்து கொண்டும் பொதுவாக எரிச்சலுடனும் காணப்பட்டேன். எனது விடுதியின் உரிமையாளரும் இதைக் கவனித்தார்.

‘‘இன்று உனக்கு என்னவாயிற்று? ஏன் இவ்வளவு திமிராக நடந்து கொள்கிறாய்?’’ என்று அவர் கேட்டது எனக்கு மிகுந்த மகிழ்ச்சியைத் தந்தது.

மற்றொரு நபரின் வாழ்க்கையை வாழ்வது எப்படி என்றும், ஒரு பாத்திரப் படைப்பினுள் என்னையே மூழ்கடித்துக் கொள்வது எவ்வாறு என்றும் நான் உணர்ந்து கொண்டு விட்டதால் நான் மகிழ்வுற்றேன்.

ஒரு நடிகனுக்கு இது மிக மிக முக்கியமான சொத்து ஆகும்.

நான் குளித்துக் கொண்டிருந்தபோது, விமர்சகனின் பாத்திரத்தை ஏற்று நடித்தபோது, நான் நானாக இருந்த உணர்வை

இழந்து விடவில்லை என்ற உண்மையை நினைவு கூர்ந்தேன். இதற்கான காரணம் நான் நடித்துக் கொண்டிருந்தபோது, எனக்குள் ஏற்பட்ட மாற்றத்தைக் கவனித்தபோது மிகவும் சந்தோஷப்பட்டேன் என்பது தான் என்று நானே தீர்மானித்துக் கொண்டேன். உண்மையில், என்னில் ஒரு பகுதி, குற்றம் காணும், விமர்சிக்கும் நபராகச் செயல்பட்டுக் கொண்டிருந்த போது நானே என்னையே கவனிக்கும் பார்வையாளராக அதே சமயத்தில் செயல்பட்டுக் கொண்டிருந்தேன்.

இருந்தும், அந்த நபர் என்னில் ஒரு அங்கம் அல்ல என்று என்னால் நிஜமாகவே சொல்ல முடியுமா? நான் அவனை எனது சொந்த இயல்பிலிருந்தே வெளிக் கொணர்ந்தேன். நான் என்னையே இருவேறு நபர்களாகப் பிரித்துக் கொண்டேன் என்றே சொல்லலாம். ஒருவர், நடிகனாகச் செயல்பட்டார், மற்றவர் கவனிப்பவராக, காண்பவராக இருந்தார்.

வெகு வினோதமாக, இந்த இரட்டைத் தன்மை எனது படைப்புத் திறனைத் தடை செய்யவில்லை. மாறாக, அது என் பணியை மேலும் சிறப்பாக வெளிவருமாறு முன்னேற்றியது. அதற்கு உத்வேகம் அளித்து ஊக்குவித்தது.

3

பாத்திரங்களும் வகைகளும்

எங்களது இன்றைய பணி, மாறுவேட நிகழ்ச்சியை விமர்சித்து ஆய்வு செய்தலாக இருந்தது.

டார்ட்சாவ் சோன்யாவை நோக்கி, "பாத்திரங்களுக்காகத் தயார் செய்தல், அல்லது தம்மைத்தாமே பிற பாத்திரங்களாக மாற்றிக் கொள்ளல் ஆகியவை அவசியம் என்று உணராத நடிகர்களும், சிறப்பாக நடிகைகளும் உள்ளனர். இது ஏனென்றால், எல்லாப் பாத்திரங்களையும் தங்களின் சொந்த, தனிப்பட்ட கவர்ச்சியில் மாற்றிக் கொள்வதை அவர்கள் செய்கிறார்கள். அந்தத் தன்மையின் பால் மட்டுமே அவர்கள் தம் வெற்றிகள் முழுவதையும்கட்டி வளர்த்தெடுக்கிறார்கள். அந்தக் கவர்ச்சி இல்லாவிட்டால், தனது தலைமுடியை இழந்து விட்ட சாம்சனைப் போல அவர்கள் சக்தியிழந்து, உதவியற்று உணர்கிறார்கள். (சாம்சன் என்ற விவிலிய பாத்திரத்தின் சக்தி முழுவதும் அவனது தலைமுடியில் இருந்ததாகவும், அதை வெட்டிவிட்டால் அவன் தன் சக்தியை இழந்து விடுவான் என்றும் விவிலிய விவரம் கூறுகிறது)

"ஒரு பாத்திரத்துடன் தொடர்புள்ள உணர்ச்சிகளை, நம்முள் தேடிக் கண்டுபிடித்து, அவற்றைத் தேர்ந்தெடுத்துக் கொள்வதற்கும், நமது இயல்பான உணர்ச்சிகளுக்கு ஏற்ப ஒரு பாத்திரத்தை மாற்றிக் கொள்வதற்கும் இடையே பெருத்த வேறுபாடு உள்ளது.

"பார்வையாளரிடமிருந்து தமக்கே உரிய மனிதத் தன்மை வாய்ந்த இயல்பான தனித்தன்மைகளை வடிகட்டிப் பிரித்து விடும் எதையும் கண்டு இத்தகைய நடிகர்கள் அச்சம் கொள்கிறார்கள்.

"அவர்களது அழகு பொதுமக்களைக் கவர்ந்தால் இவர்கள் அதைப் பகட்டாக வெளிக்காட்டியவாறு வலம் வருகிறார்கள். அவர்களது கவர்ச்சி தமது கண்களில், முகத்தில், குரலில், பாவனைகளில் இருந்தால், அதை, சோன்யா நீ செய்தபடி, பார்வையாளரை நோக்கி வீசுகிறார்கள்."

"நிஜ வாழ்வில் இருப்பதைக் காட்டிலும் குறைவான கவர்ச்சியுடன் நாம் தோன்றப் போகிறோம் என்றால் நாம் ஏன் மற்றொரு பாத்திரமாக மாறிக் கொள்ள வேண்டும்? அதாவது, அந்தப் பாத்திரம் உங்களுக்குள் இருப்பதைக் காட்டிலும், அந்தப் பாத்திரத்தில் இருக்கும் உங்களைத் தான் நீங்கள் உண்மையிலேயே விரும்புகிறீர்கள். இது தவறு. உங்களிடம் திறமைகள் உள்ளன. உங்களால் உங்களை மட்டுமல்லாமல் உங்களால் உருவாக்கப்பட்ட ஒரு பாத்திரத்தையும் வெளிக்காட்டிக் கொள்ள முடியும்."

"தமது கவர்ச்சியில் நம்பிக்கை கொண்டு அதைச் சார்ந்து இருக்கும் நடிகர்கள் பலர் உள்ளனர். அவர்கள், பார்வையாளருக்கு அதைக் காட்டுகிறார்கள். தாஷாவையும் நிக்கோலஸையும் எடுத்துக் கொள்ளுங்கள். தமது கவர்ச்சியானது தமது உணர்ச்சிகளின் ஆழத்திலும், அவற்றை அனுபவித்து உணர்வதில் தமக்கு இருக்கும் தீவிரத்திலும் உள்ளது என்று அவர்கள் நம்புகிறார்கள். ஒவ்வொரு பாத்திரத்தையும் இதன் அடிப்படையில் தான் அவர்கள் செய்கிறார்கள் - தமது வலிமையான, இயல்பான குணாம்சங்களால் அந்தப் பாத்திரங்களுக்கு மெருகூட்டுகிறார்கள்.

"ஆனால் சோன்யா, நீயோ, உனது புறத்தோற்றத்தின் குணாம்சங்களை நேசிக்கிறாய். அவர்கள் இருவரும் தமது அகரீதியான அம்சங்களைப் புறக்கணிப்பதில்லை."

"ஆடைகள் மற்றும் ஒப்பனை பற்றி அக்கறை காட்டுவானேன் - அவை உங்களுக்கு இடையூறாகத் தான் அமைகின்றன!"

"உங்களையே விடுவித்துக் கொள்ள வேண்டிய மற்றொரு தவறு இதுதான். உங்களுக்குள் இருக்கும் உங்கள் பாத்திரத்தை

நேசிக்கக் கற்றுக் கொள்ளுங்கள். அதைக் கட்டி எழுப்புவதற்கான படைக்கும் திறன்கள் உங்களிடம் உள்ளன."

"இப்போது மற்றும் ஒரு விதமான நடிகர்களும் உள்ளனர். இங்கே சுற்று முற்றும் பார்க்காதீர்கள். இந்த வகையான நடிப்பில் நுழைவதற்கான நேரம் இதுவரையில் உங்களுக்குக் கிடைக்கவில்லை. இந்த நடிகர்கள், தமது சுயமான வழிகளில், மிகவும் நுணுக்கமாகத் தயாரித்து வடிவமைக்கப்பட்ட பழகிப்போன நடிப்பு முறைகளில் பார்வையாளரைத் தக்க வைத்துக் கொள்கின்றனர். இந்தப் பழகிப் போன, திரும்பத் திரும்பச் செய்து ஒரு மரபாகிப் போனவற்றைத் தமது பார்வையாளர் முன்பு காட்டுவதற்காகவே அவர்கள் மேடை ஏறுகிறார்கள். தமது வலிமையை வெளிக்காட்டிக் கொள்வதற்கான வாய்ப்பை ஏற்படுத்தித் தராத பிற பாத்திரங்களாகத் தம்மை மாற்றிக் கொள்வதில் இவர்கள் ஏன் அக்கறை காட்ட வேண்டும்?

"ஒரு மூன்றாவது வகையான போலி நடிகர்களும் உள்ளனர். இவர்கள், செயல்நுட்பத்திலும், மரபுகளிலும் வலிமையானவர்களே - ஆனால் அவற்றைத் தாமாக உருவாக்கியவர்கள் அல்ல. மாறாக பிற காலகட்டங்களிலும், பிற நாடுகளிலும் உள்ள மற்ற நடிகர்களிடமிருந்து இவற்றைக் கற்றுக் கொண்டவர்கள் மட்டுமே ஆவார்கள். இந்த பாத்திரப் படைப்புகள் வெகுவான பாரம்பரியம் சார்ந்த சடங்குகளின் அடிப்படையில் உள்ளனவாகும். உலகின் நடிப்புக்கலை சேமிப்பில் உள்ள ஒவ்வொரு பாத்திரமும் எவ்வாறு நடிக்கப்பட வேண்டும் என்பது இவர்களுக்கு நன்கு தெரியும். இத்தகைய நடிகர்களுக்கு ஒவ்வொரு பாத்திரமும் அதற்கே உரிய, ஏற்றுக் கொள்ளப்பட்ட முன்மாதிரி வடிவத்தில் தயாராக அமைக்கப்பட்டு உள்ளது. இவ்வாறு மட்டும் இல்லையென்றால், வருஷத்தில் முன்னூற்றி அறுபத்தைந்து பாத்திரங்களை, ஒவ்வொன்றையும் ஒரே ஒரு முறை மட்டுமே ஒத்திகை பார்த்த பின், இவர்களால் நடித்துக் காட்ட முடியாமல் போய்விடும் - ஆம், கிராமப் புறங்களில் உள்ள சில ஊர்களில் இதுதான் செய்யப்படுகிறது.

''இவ்வாறு, மிகச் சுலபமாக நடிக்கலாம் என்று உள்ள இந்த ஆபத்தான பாதையைப் பின்பற்றலாமே என்று ஆசைப்படுபவர்கள் எவரேனும் இங்கே இருந்தால், இதைப் பற்றி முன்னதாகவே எச்சரிக்கப்படுகிறீர்கள் என்று நான் கூறுகிறேன்.

''உன் விஷயத்தை எடுத்துக்கொள், க்ரிஷா. நமது சென்ற பாடத்தின்போது நீ கவனமாகத் தேர்ந்தெடுத்துக் கொண்ட ஆடைகள் மற்றும் ஒப்பனை இவற்றின் மூலம் நீ மெஃபிஸ்டாஃபிலஸின் பாத்திரத்தை உருவாக்கி விட்டதாகவோ, உன்னையே அவனாக மாற்றிக் கொண்டு விட்டதாகவோ, அல்லது அவனுக்குள் ஒளிந்து கொண்டு விட்டதாகவோ நினைத்துக் கொள்ளாதே. இல்லை, அதுதான் உனது தவறு. நீ, நீயாகத்தான் - அதே பழைய அழகான இளைஞனாகத் தான் இருந்தாய். வெறுமனே ஒரு புதிய வெளித்தோற்றத்தையும் ஏற்கெனவே ஆயத்த நிலையில் இருந்த உடலசைவு பாவனைகளையும் மேலே பூசிக் கொண்டாய். அவை, கோதிக் (Gothic) அல்லது இடைப்பட்ட (Medieval) காலத்தைச் சேர்ந்த கதாபாத்திரங்களின் மரபுப்படி வடிவமைக்கப்பட்டு வைக்கப்பட்டுள்ளன என்று நமது நடிப்புக் கலையின் பேச்சு வழக்கில் குறிப்பிடுபவை ஆகும்.

''முன்னர், The Taming of the shrew என்ற நாடகத்திலும் உன்னை இதே ஆடையில் கண்டோம். அப்போது இது சோகமான தேவைக்காக அல்லாமல், கோமாளித்தனமான தேவைக்காக ஏற்றவாறு அமைக்கப்பட்டிருந்தது.

''மேலும், சமகாலத்தைய நகைச்சுவை நாடகங்களுக்கான - கவிதையோ, உரை நடையோ - உனது வழக்கமான நாகரிக உடையலங்காரம் பற்றியும் நாங்கள் நன்கறிவோம். ஆனால் உன் முகத்தின் மீது என்ன விதமான ஒப்பனை இருந்த போதும், உன் உடல் மீது என்ன விதமான ஆடைகள் இருந்தபோதும், உன் மேல் என்ன விதமான நடையுடை பாவனைகளை நீ ஏற்றுக் கொண்டு நடித்தாலும், நீ மேடைமீது உள்ளபோது, ''க்ரிஷா கோவோர்கோவ், ''நடிகன்'' என்னும் அடையாளத்திலிருந்து உன்னால் விலகிச் செல்லவே முடியாது. அதற்கு மாறாக, நீ பயன்படுத்துகிற வழிமுறைகள் எல்லாமே உன்னை மேலும்

அதிகமாக அவனுக்கு நெருக்கமாகவே கொண்டு வந்து விடுகின்றன.

இருந்தும் - இதுவும் முற்றிலும் உண்மை அல்ல - உனது மாதிரியைப் போன்ற ஆயத்த வழிகள் உன்னால் ‘‘க்ரிஷா கோவோர்கோவ், நடிகன்’’ என்ற நிஜத்தைக் காணமுடியாமல் குருடாக்கி விடுவதில்லை - மாறாக, அதே போல உள்ள எல்லாக் காலங்களையும் சேர்ந்த எல்லா நடிகர்களைப் பற்றியும் உன்னைக் குருடாக்கி விடுகின்றன.

‘‘உனது சைகைகள், நடை, பேச்சுமுறை இவை எல்லாமே உனக்குச் சொந்தமானவை என்று நீ கருதலாம். ஆனால் அவை அப்படிப்பட்டவை அல்ல. அவை மிகமிகப் பொதுப்படையானவை, பொதுப்படையாக்கப்பட்டவை. கலையைத் தொழிலுக்காகப் பண்டமாற்று செய்து கொண்டுள்ள நடிகர்களால் அவை இரும்பில் வடித்தது போல நிரந்தரமாக்கப்பட்ட நடையுடை பாவனைகள் ஆகும். இப்போது, நாங்கள் முன்னெப்போதுமே மேடையில் கண்டிராத ஏதேனும் ஒன்றை எங்களுக்குக் காட்ட வேண்டும் என்று உனக்கு எப்போதாவது தோன்றினால், நீ நிஜவாழ்வில் இருப்பதுபோல உன்னைக் காட்டிக் கொள்வாயானால் - ‘நடிகன்’ க்ரிஷா கோவோர்கோவ் அல்ல, நிஜமான ஆள் - அது மிக அற்புதமான ஒன்றாக இருக்கும். ஏனெனில், மனிதனாகிய நீ, நடிகனாகிய உன்னை விடவும் கூடுதலாக ஆர்வமூட்டு பவனாகவும், திறமைசாலியாகவும் இருக்கிறாய். அவனை நாங்கள் பார்க்கும்படி அனுமதி. ஏனெனில், நடிகன் கோவோர்கோவ் என்பவனை நாங்கள் எங்கள் வாழ்நாள் முழுவதும், எல்லா நாடகமேடைகளிலும் ஏற்கெனவே கண்டுள்ளோம்.

‘‘க்ரிஷா என்ற மனிதன், கதாபாத்திரங்களில் ஒரு முழுத் தலைமுறைக்குத் தந்தையாக இருப்பான் என்பது எனது திடமான நம்பிக்கை. ஆனால் நடிகன் க்ரிஷாவோ எதையுமே வெளிக் கொண்டு வரப் போவதில்லை. ஏனெனில், மேடை நாடகம் என்ற தொழிலின் ரப்பர்ஸ்டாம்ப்பின் செயல் பரப்பானது வெகு வியத்தகு அளவில் ஒரு எல்லைக்கு உட்பட்டதாகவும், கடைசி

நகல் வரையிலும் போட்டு அழுத்தி அழுத்தித் தேய்ந்து போனதாகவும் உள்ளது.''

க்ரிஷாவுக்கு அடுத்ததாக, டார்ட்சாவ், வான்யாவின் வேடத்தை எடுத்துக் கொண்டார். இயக்குனர் அவன்மீது வரவர மேலும் தீவிரமாகக் கடுமை காட்டத் தொடங்கியுள்ளார் என்பது வெகு தெளிவாக இருந்தது. அவனது சோம்பேறித்தனமான பழக்க வழக்கங்களிலிருந்து அவனை விடுவிப்பதற்காகத் தான் அவர் இதைச் செய்கிறார் என்பதில் சந்தேகமில்லை. மேலும் இது அவனுக்கு நல்லது என்றும், ஆரோக்கியமானது என்றும் நாங்கள் அறிவோம்.

''நீ எங்களுக்கு அளித்தது, ஒரு வடிவம் அல்ல, மாறாக, தவறான புரிதல்,'' என்றார் டார்ட்சாவ். ''அது ஒரு மனிதனுமல்ல, குரங்கும் அல்ல ஆனால் புகைபோக்கிகளைச் சுத்தம் செய்யும் ஒரு பணியாள். அவனுக்கு முகமே இல்லை - பிரஷ்களைத் துடைப்பதற்கான வெறும் ஒரு அழுக்குத் துணி மட்டுமே.

''மேலும், உனது நடையுடை பாவனைகள், அசைவுகள் மற்றும் நடிப்புப் பற்றிச் சொல்ல என்ன இருக்கிறது? அவை என்ன, ஒருவிதமான உடல் நடுக்கமா? ஒரு வயதான மனிதனின் புறத் தோற்றத்துக்குள் உன்னை மறைத்துக் கொள்ள நினைத்தாய். ஆனால் நீ அதில் வெற்றி பெறவில்லை. அதற்கு நேர் எதிராக, மேலும் மிகத் தெளிவாகவும், கண் கூடாகவும் நடிகன் வான்யாவ் யுன்சோவைத் தான் நீ வெளிப்படுத்தினாய். ஏனெனில் உனது ஆட்டபாட்டங்கள் யாவும் மிகவும் சர்வசாதாரணமாக இருந்தன - நீ நடித்துக் காட்ட வேண்டியது ஒரு வயோதிகனைப் போல அல்ல உன்னைப் போல.

''உனது மிகைப்படுத்தப்பட்ட நடிப்பு உன்னைத் தான் வெகு வலிமையாக வெளிக்காட்டியது - அது உனக்கு மட்டுமே சொந்தமானது, நீ வெளிக் கொண்டு வந்து காட்ட விரும்பிய முதியவனை அது ஒரு சமயத்தில் கூட பிரதிபலிக்கவே இல்லை.

''இத்தகைய ஒரு பாத்திரப் படைப்பு ஒரு நிஜமான மாற்றமே அல்ல. அது உன்னைத் தான் காட்டிக் கொடுத்து விடுகிறது, மேலும்

எடுத்துக் கொண்ட பாத்திரத்தை முழுவதுமாகக் குலைத்து விடுவதற்கான ஒரு வாய்ப்பையும் அது உண்டாக்கித் தருகிறது.

"நிஜமான பாத்திரப் படைப்பை நீ விரும்புவதில்லை - உன்னையே உனது பாத்திரத்தின் தோலுக்குள்ளே புகுத்திக் கொள்ளுதல். அது என்னவென்று கூட உனக்குத் தெரிவதில்லை, அதற்கான தேவையை உணர்வதில்லை. அதற்குப் பதிலாக நீ எங்களுக்குக் கொடுத்துள்ளதை எங்களால் தீவிரமாக விவாதம் செய்யக் கூட முடியவில்லை. எந்த ஒரு மேடையிலும், எந்த ஒரு சூழ்நிலையிலும் காணப்படவே கூடாத ஒன்றாகும் அது.

"உனது இந்தத் தோல்வியானது உனக்குப் புத்தி வரச் செய்திருக்கும் என்றும், பள்ளியில் உனது பணி பற்றியும், நான் உனக்குச் சொல்லும் விஷயங்கள் பற்றியும் நீ கொண்டுள்ள அலட்சியப் போக்கை மாற்றிக்கொள்ளுமாறு வலியுறுத்தும் என்றும் நம்பலாம். இல்லாவிட்டால் உன் நிலை மிகவும் மோசமாக இருக்கும்!"

துரதிருஷ்டவசமாக, இக்கட்டத்தில் டார்ட்சாவுக்கு எதிர்பாராதவிதமாக, வேறு ஒரு அழைப்பு வந்து விட்டதால் எங்கள் வேலை தடைப்பட்டது. எனவே நாங்கள் ரக்மனோவின் நடிப்புப் பயிற்சிகள் சிலவற்றைச் செய்யலானோம்.

2

இன்றும் டார்ட்சாவ் எங்களின் "மாறுவேட நிகழ்ச்சி பற்றிய தனது விமர்சனத்தைத் தொடர்ந்தார்.

"தமது சொந்தக் குணாதிசயத்தை முற்றிலும் மாற்றிக் கொள்ளும் அவசியத்தைக் கொண்ட ஒரு பாத்திரத்தை மேற்கொண்டு அதை உருவாக்குவதை முற்றிலும் வெறுத்து ஒதுக்கும் நடிகர்களைப் பற்றி நான் ஏற்கெனவே உங்களுக்குக் கூறியுள்ளேன்."

இப்போது, அதற்கு நேர் எதிராக, ஒரு பாத்திரத்தை உருவாக்குவதற்கான முயற்சிகளை முழுமையாக முனைந்து ஏற்றுக் கொள்கிற, வேறு விதமான நடிகர்களைப் பற்றி இங்கு கூறுகிறேன்.

இவர்கள் பல்வேறு காரணங்களுக்காக இதைச் செய்கிறார்கள். அதாவது தமது அகம் மற்றும் புறம் சார்ந்த திறன்களால் - வெளியழகு அல்லது வேறு ஆன்ம ரீதியிலான கவர்ச்சி என்று - பார்வையாளர்களைக் கட்டிப்போட்டுக் கிறங்க வைப்பது இவர்களால் முடியாத ஒரு செயலாகிறது. தனி நபர்கள் என்ற ரீதியில் அவர்களுக்கு நாடகத்திறனோ, நடிப்புத் திறனோ இருப்பதில்லை. இதனால் அவர்கள் உருவாகியுள்ள பாத்திரங்களுக்குள் ஒளிந்து கொள்வது அவசியமாகிறது. அப்போது, தம்மிடம் இல்லாத ஒரு கவர்ச்சியை அவர்கள் தமது பாத்திரங்களில் தேடி அடைய முயல்கிறார்கள்.

''இதைச் சாதிப்பதற்கு அவர்களுக்கு மிகவும் திறம்படப் பண்படுத்தப்பட்ட தொழில் நுட்பமும், வெகு கூர்மையான கலை உணர்வும் தேவைப்படுகிறது. துரதிருஷ்டவசமாக இந்த மகத்தான, மிகவும் அரிய திறமையானது வெகு ஆபூர்வமாகவே கிடைக்கக் கூடிய ஒன்றாக உள்ளது. இதனால், இது இல்லாத நடிகர்கள், மரபு சார்ந்த, செய்து செய்து பழகிப் போன நடிப்புமுறைகள் மற்றும் மிகைப்படுத்தப்பட்ட நடிப்பு ஆகிய தவறான பாதைகளில் சுலபமாக வழிதவறி வழுக்கிச் சென்றுவிட நேரிடுகிறது.

''எவை சரியான பாதைகள், எவை தவறான பாதைகள் என்று தெளிவாகச் சித்தரிப்பதற்காக நமக்கு முன்னரே நன்கு பழக்கமான சில பல அம்சங்களை இங்கு சுருக்கமாகக் கோடிட்டுக் காட்டுகிறேன். இதைச் செய்வதற்கு வேறு பல உதாரணங்களுக்குப் பதிலாக நேற்று மாறுவேடம் மற்றும் ஒப்பனை இவற்றின் மூலம் என்முன் நீங்கள் வைத்துள்ள விஷயங்களையே பயன்படுத்த உள்ளேன்.

''மேடையில் பொதுவான முறையில் ஒரு பாத்திரத்தைப் பிரதிபலிப்பது - ஒரு வியாபாரி, போர் வீரன், கனவான், விவசாயி, இன்னபிற - சாத்தியமே. மக்களின் பல வகைகளைப் பொதுப் படையாகச் சித்தரித்துக் காட்ட அவர்களை மேலோட்டமாகப் பிரித்துக் காட்டக்கூடிய நடையுடை பாவனைகளை வெளிக்காட்ட இதைச் சுலபமாகச் செய்யலாம். எடுத்துக்காட்டாக, ஒரு போர்வீரன் சாதாரணமாக நேராக நிமிர்ந்து நிற்பான்.

காண்ஸ்தன்தீன் ஸ்தனிஸ்லாவ்ஸ்கி

சாதாரணமாக எல்லோரையும் போல நடப்பதற்குப் பதிலாக, பீடுநடை போடுவான், தனது தோள்களில் உள்ள இலச்சினைகளைக் காட்டிக் கொள்வதற்காக அவற்றை அடிக்கடி குலுக்கிக் கொள்வான். தனது காலணிகளின் குதிகால்களை ஒன்றாகத் தட்டிச் சத்தமெழுப்புவான், பழக்கத்தின் காரணமாக உரத்த குரலில் கட்டளையிடும் தோரணையில் பேசுவான். ஒரு கிராமத்தவன் துப்புவான், கைக்குட்டையில்லாமல் மூக்கைச் சிந்திப்போடுவான், கோணல் மாணலாக நடப்பான், கொச்சையாகப் பேசுவான், தனது மேல் சட்டையில் வாயைத் துடைத்துக் கொள்வான். ஒரு கனவான், எப்போதுமே தொப்பியுடன் இருப்பார். கையுறைகளுடன் ஒற்றைக் கண்ணாடி அணிந்திருப்பார், அவரது பேச்சு பகட்டான உச்சரிப்புடன் இருக்கும். தனது பாக்கெட் கடிகாரத்தின் சங்கிலி அல்லது ஒற்றைக் கண்ணாடியின் ரிப்பன் இவற்றைச் சுழற்றி விளையாடுவதில் விருப்பமுள்ளவராக இருப்பார். இவை எல்லாமே குறிப்பிட்ட பாத்திரங்களை அடையாளம் காட்டவல்ல பழகிப் போன மரபுச் சின்னங்கள் ஆகும். அவை நிஜ வாழ்க்கையிலிருந்துதான் எடுக்கப்படுகின்றன, உண்மையிலேயே உள்ளவை. ஆனால், ஒருபாத்திரத்தின் உள்சாராம்சத்தை அவை கொண்டிருப்பதில்லை, தனித்தன்மை கொண்டவையாக இருப்பதில்லை.

"வான்யா தனது பிரச்சினையை எதிர்கொண்டது இந்த விதமாக அதீதமாக எளிமைப் படுத்தப்பட்ட அணுகுமுறையால் தான். ஒரு குறிப்பிட்ட வியாபாரியின் வடிவமாக ஏற்றுக் கொள்ளப்படக் கூடிய எல்லா அம்சங்களையும் அவன் நம் முன் வைத்தான். ஆனால் அது அந்தப் பாத்திரத்தின் குணாம்சம் அல்ல. மேலும் அது ஒரு சாதாரண வியாபாரியாகவும் இருக்கவில்லை மாறாக, ''வியாபாரி'' என்று மேற்கோள் காட்டப்படும் ஒரு நபராக இருந்தது.

"லியோவைப் பற்றியும் இதையே சொல்லலாம். அவனது கனவான் மிகவும் பொதுப்படையான ஒரு வடிவம். ஒரு சாதாரண அன்றாட வாழ்வுக்காக அவனால் தயாரிக்கப்பட்டதல்ல, குறிப்பாக மேடைக்கெனவே தயாரிக்கப்பட்ட ஒன்று.''

ஒரு கதாபாத்திரத்தை வடிவமைத்தல்

"இவை இரண்டுமே, சம்பிரதாயமான, உயிரற்ற செய்து காட்டி செய்துகாட்டிச் சலித்துப் போன வடிவங்களாகும். பெரும்பாலான நாடக அரங்குகளில் இவற்றை இவ்வாறு தான் நடித்துக் காட்ட வேண்டும் என்று நடிகர்களிடமிருந்து எதிர்பார்க்கப்படுகிறது. இவர்கள் உயிருள்ள மனிதர்களாக அல்லாமல், ஒரு சடங்கில் பங்குபெறும் உருவங்களாக இருந்தனர்.

மேலும் கூர்மையான கவனிக்கும் திறன் கொண்ட சில வேறு நடிகர்கள், மனிதரின் பொதுவான வகைகளுக்குள்ளே சிலபல சிறுசிறு பிரிவுகளைக் கண்டு கொள்கிறார்கள். இராணுவ வீரர்கள் என்ற பொதுப்பிரிவின் கீழ் பிரிவுகளைத் தேர்ந்தெடுக்க இவர்களால் முடிகிறது. ஒரு சாதாரணப் படைவீரன், காலாள், குதிரை வீரன், அதிகாரிகள், ஜெனரல்கள் இவர்களைத் தனித் தனியாக இவர்கள் அறிந்திருக்கிறார்கள். வியாபாரிகளிடையே சிறு கடை வைத்திருப்போர், பெரும் சூப்பர் மார்க்கெட் உரிமையாளர், வீதியில் பொருள்களை விற்றுச் செல்வோர் இன்ன பிற. ஒரு கனவானை இனம் காட்டுவது என்னென்ன என்றும், தலை நகரில் உள்ளவர்கள், கிராமப்புறக் கனவான்கள், ரஷ்யாவின் - உள்நாட்டு நபர்கள், மற்றும் வெளிநாட்டைச் சார்ந்தவர்கள் எனப் பல வகையினரைப் பிரித்தறிந்து கொள்கிறார்கள். இவ்வாறு பல்வேறு குழுக்களில் உள்ளவருக்கு அவர்களுக்கே உரிய அம்சங்களை வடித்துக் கொடுக்கிறார்கள்.

"இந்த விஷயத்தில் பால் ஒரு நல்ல வேலை செய்தான். இந்த மாறுவேட நிகழ்ச்சியில் காட்டப்பட்ட அத்தனை இராணுவ வகைகளிலும், அவன் மட்டுமே ஒருசில குறிப்பிட்ட, தனித்தன்மை கொண்ட அம்சங்களைச் சித்தரித்திருந்தான். இதனால் அவன் ஏற்றுக் கொண்டு நடித்துக் காட்டிய பாத்திரம் ஒரு பொதுவான இராணுவ நபராக இல்லாமல், மிகச் சரியான இராணுவ வீரனாக அமைந்திருந்தது."

"மூன்றாவது வகையிலான குணச்சித்திர நடிகர்களில், மேலும் உயர்வான, விவரமான கவனிப்புத் திறனை நாம் காண்கிறோம். இங்கு ஒரு இராணுவ வீரன் - ஒரு பெயரைக் கொண்டுள்ளவன் - ஐவன் ஐவனோவிச் ஐவனோவ் என்பவனைக் காண்கிறேன்.

இவனிடம் தென்படுகிற அம்சங்கள் வேறு எந்த இராணுவ வீரனிடம் காணப்படுவதில்லை. இத்தகைய ஒரு நபர் பொதுவாக இராணுவ நபராக இருப்பதோடு, ஒரு சாதாரண வீரனாக, மனிதனாக, தனிப்பட்ட பெயர் ஒன்றைத் தாங்கியவாறு இருக்கிறான்.

"ஒரு தனித்தன்மை கொண்ட தனி நபராக உள்ள பாத்திரத்தைப் படைப்பதில், கோஸ்ட்யா மட்டுமே வெற்றி பெற்றுள்ளான்."

"அவன் நமக்குக் கொடுத்தது ஒரு துணிச்சலான, கலை நயம் மிக்க படைப்பு - ஆகவே அதை நாம் வெகு விவரமாக விவாதிக்க வேண்டும்."

"அவனது விமர்சகன்" எவ்வாறு பரிணமித்து உருவாகி வளர்ந்தான் என்ற சரித்திரத்தை இங்கு நமக்கு விவரமாக எடுத்துக்குமாறு நான் கோஸ்ட்யாவைக் கேட்டுக் கொள்கிறேன். தனது பாத்திரத்தை உயிருடன் வாழ்வதற்கு அவனுக்கு உதவி செய்த படைக்கும் செயல்முறை என்ன என்று தெரிந்து கொள்வது நமக்கு மிகவும் சுவாரஸ்யமாக இருக்கும்.

நானும் டார்ட்சாவ் கேட்டுக் கொண்டதற்கிணங்க, அந்தப் பூஞ்சைக்காளான் பிடித்த கோட்டை அணிந்திருந்த அந்த மனிதன் எனக்குள் உருவாகி வளர்ந்து, முதிர்ச்சியடைந்தது பற்றி நான் எனது நாட்குறிப்பில் எழுதி வைத்த எல்லாவற்றையும் படிப்படியாக நினைவு கூர்ந்தேன். நான் சொன்னதையெல்லாம் கவனமாகக் கேட்டுக் கொண்ட இயக்குனர் என்னை மேலும் தொடர்ந்து பேசுமாறு கேட்டுக் கொண்டார்.

"இப்போது, அந்த மனிதனின் வடிவத்தில் நீ திடமாக நிலைபெற்றபோது நீ என்ன உணர்ந்தாய் என்பதை நினைவுபடுத்திக் கொள்ள முயற்சி செய்," என்றார் அவர்.

"எனக்குள் ஒரு குறிப்பிடத்தக்க திருப்தி உணர்வு எழுந்தது. அதுபோல நான் முன்னெப்போதும் உணர்ந்ததில்லை," என்று நான் ஆர்வத்துடன் பதில் சொன்னேன். "முன்பு ஒருமுறை நமது முதல் நடிப்புப் பயிற்சியின்போது இயாகோவுடன்

ஒதெல்லோவாக நடித்த அந்த ஒரு சமயத்தில் நான் உணர்ந்ததுக்கு ஒப்பாக இதைச் சொல்லக் கூடும். பிற சமயங்களில் மற்ற பல்வேறு பயிற்சிகளின் போது, இதை நான் ஒருசில நொடிகள் பளிச்சிடும் அனுபவங்களாக மட்டுமே உணர்ந்துள்ளேன்.''

"நீ என்ன சொல்கிறாய் என்பதை மேலும் தெளிவாக, சரியாக வார்த்தைகளால் வரையறுத்துக் கூற முடியுமா?''

''முதலாவதாக, நான் செய்து கொண்டிருந்ததன், உணர்ந்து கொண்டிருந்ததன் நிதர்சனத்தில் முழுமையாகவும், உண்மையாகவும் நம்பிக்கை கொண்டிருந்தேன். இந்த உணர்விலிருந்து என் மீதான ஒரு தன்னம்பிக்கை உணர்வும், நான் உருவாக்கிய உருவம் சரியானது என்ற நம்பிக்கையும் தோன்றின. இந்த உணர்வு, தனக்குள்ளே மூழ்கிப் போய் இருக்கும் ஒருவரின், தன்னைப் பற்றியே சிந்தித்துக் கொண்டிருக்கும் ஒரு நடிகனின் தன்னம்பிக்கை உணர்வு அல்ல. மாறாக, இது முற்றிலும் வேறுபட்ட இயல்புடையதாக, தனக்கே சொந்தமான ஒரு முழுமை உணர்வின் மீதான நம்பிக்கையைப் போல இது இருந்தது.

''சற்றே யோசித்துப் பாருங்கள் - நான் உங்களுடன் எவ்வளவு தீவிரமாக நடந்து கொண்டேன் என்று'' உங்கள் மீது நான் கொண்டுள்ள மதிப்பும், மரியாதை கலந்த அபிமானமும் அன்பும் மிகமிக அதிகமானவை. சாதாரண, அன்றாட வாழ்வில் என் கருத்துகளைச் சுதந்திரமாக வெளிக்காட்டுவதிலிருந்து என்னை ஏதோ தடுக்கிறது. நான் இயக்குனரிடம் பேசிக் கொண்டிருக்கிறேன் என்பதை என்னால் மறக்க முடிவதில்லை. எல்லாக்கட்டுகளையும் விட்டு விலக்கி விடுதலையாகி, கடிவாளமற்ற குதிரை போலக் கட்டற்று என் உணர்வுகளைக் கொட்ட என்னால் முடிவதேயில்லை. ஆனால் இந்த மற்றொரு மனிதனின் தோலுக்குள் நான் புகுந்து கொண்டுவிட்ட உடனேயே உங்கள்பால் உள்ள எனது கருத்து அடிப்படையான ஒரு மாற்றத்தை அடைந்தது. நான் பேசிக் கொண்டிருந்தது உங்களுடன் அல்ல, முற்றிலும் வேறுபட்ட ஒரு நபருடன் என்றும், நீங்களும் நானும் அவரைக் கவனித்துக் கொண்டிருந்தோம் என்றும் கூட எனக்குத் தோன்றியது.

அதனால் தான் உங்களது அண்மையும், உங்கள் பார்வை எனது உயிரையே துளைத்துச் சென்றாலும் கூட, என்னைச் சங்கடப்படுத்தாமல், வெட்கப்படுத்தாமல், நேர்மாறாக, மேலும் பேசுமாறு என்னை உந்தித் தள்ளியது. உங்கள் முகத்தை நேருக்கு நேர் முறைத்துப் பார்ப்பதைப் பெரிதும் ரசித்து அனுபவித்தேன் அதை அச்சமின்றி செய்வதற்கான உரிமை எனக்கு இருந்தது என்றும் அதே சமயத்தில் உணர்ந்தேன். இதையே, நான் நானாக இருக்கும்போது என்னால் செய்திருக்க முடியும் என்று நீங்கள் கருதுகிறீர்களா? இல்லை, எந்தச் சந்தர்ப்பத்திலும் இல்லவே இல்லை. அந்த மற்றொரு மனிதனின் தோலுக்குள்ளே, நான் விரும்பிய தூரத்துக்கு என்னால் போக முடிந்தது. உங்களுடன் நேருக்கு நேர் அதைச் செய்வதற்கான துணிவு எனக்கு இருந்தால், மேடை விளக்குகளுக்கு அப்பால் உள்ள பார்வையாளர்களையும் அதேபோல நடத்துவதில் எனக்கு எந்த விதமான தயக்கமோ குற்ற உணர்வோ ஏற்படவே ஏற்படாது.''

''சரி, ஆனால், பார்வையாளர் இருக்கும் பகுதியின் இருட்டுக் குழியை எதிர் கொண்ட போது, நீ என்ன உணர்கிறாய்?'' என்று மாணவர்களில் ஒருவன் கேட்டான்.

''நான் அதைக் கவனிக்க கூட இல்லை. அதை விடவும் மிகமிக மேலும் சுவாரஸ்யமான ஏதோ ஒன்றால் நான் பீடிக்கப்பட்டிருந்தேன். அது என் உயிருரு முழுமையையும் ஈர்த்துக் கொண்டிருந்தது.''

''எனவே, கோஸ்ட்யா, தனது ஒத்துப் போகாத, முரண்படும் விமர்சகனின் உருவத்தில் நிஜமாகவே வாழ்ந்தான். ஆக, நீங்கள் காண்பது போல, ஒருவர் தனக்கே சொந்தமான உணர்ச்சிகள், உணர்வுகள், உள்ளுணர்வுகள் ஆகியவற்றை மற்றொரு பாத்திரத்துக்கு உள்ளே இருக்கும்போது கூடப் பயன்படுத்த முடியும் ஏனெனில், கோஸ்ட்யாவின் உணர்ச்சிகள், அவனது பாத்திரத்தின் உள்ளே இருக்கும்போது, அவனுக்கே சொந்தமானவை ஆகும்.

"இப்போதும் இங்கு எழும் கேள்வி இதுதான்: ஒரு உருவாக்கப்பட்ட வடிவத்தால் தன்னை மூடியிட்டு மறைத்துக் கொள்ளாமல் இதே உணர்ச்சிகளை நமக்குக் காட்ட அவன் துணிவானா? ஒருக்கால் அவனது உயிருருவின் அடி ஆழத்தில், மற்றொரு வெறுக்கத்தக்க குணாம்சம் கொண்ட நபர் வளர்வதற்கான விதைகள் இருக்கக் கூடுமோ? ஒருவேளை, இங்கே இப்போதே, ஆடை மற்றும் ஒப்பனை இல்லாமல் அதைக் காட்டும்படி செய்தால்... அதைச் செய்யும் துணிவு அவனுக்கு இருக்கிறது என்று நீங்கள் கருதுகிறீர்களா?"

இந்தக் கேள்வியை டார்ட்சாவ் ஒரு சவாலைப் போன்ற தொனியில் கேட்டார்.

"ஏன் கூடாது?" என்று நான் சட்டென்று பதில் கேள்வி கேட்டேன். "என்ன இருந்தாலும், அந்தப் பாத்திரத்தை ஒப்பனை ஏதுமின்றிச் செய்ய நான் அடிக்கடி முயற்சித்துள்ளேன்."

"ஆனால் நீ அதற்கு ஏற்றதான முகபாவங்கள், கை அசைவுகள் மற்றும் நடை இவற்றைப் பயன்படுத்தினாயே?" என்று டார்ட்சாவ் விடாமல் கேட்டார்.

"அது இயல்பு தானே!" என்றேன் நான்.

"அப்படியானால் சரி, அது ஒப்பனைக்குச் சமமானது தான். அது இங்கு முக்கியமல்ல. ஒப்பனை இல்லாமலே கூட ஒருவரால் முகமூடியைத் தயார் செய்து கொள்ள முடியும். இல்லை, இப்போது நீ செய்ய வேண்டும் என்று நான் விரும்புவது உனது சொந்தக் குணங்களை எங்களுக்குக் காட்டுவது தான் - அவை என்னவாக இருந்தாலும் -நல்லவையோ, தீயவையோ - ஆனால் உன்னுடைய மிகமிக அந்தரங்கமான, ரகசியமான குணங்கள். இவற்றை, வேறு எந்த வடிவத்தின் பின்னாலும் ஒளிந்து கொள்ளாமல் நீ, நீயாகவே இருந்து, உனது சொந்த வடிவத்தில் இருந்து எங்களுக்குக் காட்ட வேண்டும்," என்று டார்ட்சாவ் வற்புறுத்தினார்.

"அதைச் செய்வதற்கு நான் வெட்கப்படுவேன்," என்று நான் ஒப்புக் கொண்டேன்.

"ஆனால், ஒரு பாத்திரத்தின் வடிவத்தின் பின்னால் நீ ஒளிந்து கொண்டால், அப்போதும் நீ வெட்கப்படுவாயா?"

"இல்லை, அப்போது நீங்கள் கேட்டதை என்னால் செய்ய முடியும்."

"ஆகா, பார்த்தீர்களா?" என்று டார்ட்சாவ் மகிழ்வுடன் கூவினார். "இதே தான் மாறுவேடத்தின் போதும் நடந்தது ஒரு பணிவுள்ள இளைஞன், பெண்களிடம் முன்வந்து பேசவும் தயங்குபவன், திடீரென்று திமிர் பிடித்தவனாக மாறி, ஒரு முகமூடிக்குப் பின்னால் இருந்தவாறு தனது மிகமிக அந்தரங்கமான, ரகசியமான உள்ளுணர்வுகளையும், குணாம்சங்களையும் துணிவுடன் வெளிப்படுத்துகிறான் - சாதாரண அன்றாட வாழ்வில் எவருடனும் கிசுகிசுப்பாகக் கூடப் பரிமாறிக் கொள்ளலாமே என்று கனவிலும் கருதாத விஷயங்கள் அவை.

"எது அவனுக்குத் துணிவைத் தருகிறது? அவன் ஒளிந்து கொண்டுள்ள முகமூடியும் மாறுவேட ஆடைகளும் இந்த மற்றொரு நபரின் பாத்திரத்தில் பேசுவது போல் அவன் தானாக இருக்கையில் ஒருபோதும் பேசத் துணிய மாட்டான். ஏனெனில் அந்த நபரின் வார்த்தைகளுக்குத் தான் பொறுப்பில்லை என்று அவன் உணர்கிறான்.

"இதே போல, பாத்திரப் படைப்பு என்பது நடிகனாகிய தனிநபரை மறைக்கும் முகமூடியாகும். அதனால் பாதுகாக்கப்பட்டவனாக, தனது அடி ஆழத்தில் உள்ள ஆன்மாவையே அவனால் திறந்து காட்ட முடியும். பாத்திரப் படைப்பின் ஒரு முக்கியமான அங்கம் இதுவாகும்."

"தங்களைப் பிற பாத்திரங்களாக மாற்றிக் கொள்ள விரும்பாத நடிகர்களும், குறிப்பாக நடிகைகளும் அதாவது, தாம், தாமாகவே இருப்பது போல நடிக்கும் நடிக நடிகையர் - மேடையில் தோன்றும் போது அழகுள்ளவராக, மேல்குடியில் பிறந்தவராக, கனிவான மனம் கொண்டவராக, உணர்ச்சி மிக்கவராகத் தோன்றுவதையே எப்போதும் விரும்புகிறார்கள் என்பதை நீங்கள்

கவனித்திருக்கிறீர்களா? மேலும் இதற்கு நேர் எதிராக குணச்சித்திர நடிகர்களை எடுத்துக் கொண்டால், மோசமான போக்கிரிகள், உடல் ஊனமுற்றோர் மற்றும் அவலட்சமான நபர்களைச் சித்தரிப்பதிலே விருப்பமுள்ளவர்களாக இருக்கிறார்கள் என்று காணலாம். இதற்குக் காரணம், இந்தப் பாத்திரங்களிலே மேலும் தெளிவான வடிவங்கள், பளிச்சிடும் குணாம்சங்கள், துணிவான, மனதில் நிற்கும் விசித்திரத் தன்மைகள் இவற்றைக் காட்டுவதற்கான வாய்ப்புகள் உள்ளன என்பதுதான். இவை எல்லாமே நாடக பாணியில் மேலும் திறனுள்ளவையாகவும் அசாதாரணமான விளைவுகளை நிச்சயமாக ஏற்படுத்துபவையாகவும், பொதுமக்களின் நினைவில் ஆழமான தாக்கங்களை உண்டாக்குபவையாகவும் உள்ளன. இதையும் நீங்கள் கவனித்திருக்கலாம், அல்லவா?

'பாத்திரப் படைப்புடன் ஒரு நிஜமான மாற்றம் தோன்றும் போது, அது ஒரு மறுபிறவி போல இருக்கும் போது, மகத்தானதொரு விஷயமாக அது அமைகிறது. ஒரு நடிகன் மேடையில் தோன்றும் போது சும்மா தன்னைத் தானே பகட்டாக வெளிக்காட்டிக் கொள்ளாமல், ஒரு உருவத்தை, படிமத்தை உருவாக்குவது நிச்சயமாக வேண்டி இருப்பதால், இது நம் எல்லோருக்கும் அத்தியாவசியமான ஒன்றாக ஆகி விடுகிறது. வேறு விதமாகச் சொல்வதானால், கலைஞர்களாக இருக்கக் கூடிய நடிகர்கள் அனைவரும், உருவங்களை, பாத்திரங்களைப் படைப்பவர்கள் எல்லோரும், தாம் ஏற்று நடிக்கும் கதாபாத்திரங்களாக அவர்கள் பிறவி எடுத்து அல்லது அவதாரம் எடுத்து வருவதற்குச் சாதகமாக, நிச்சயம் பாத்திரப் படைப்பைப் பயன்படுத்திக் கொண்டே ஆக வேண்டும்.''

3

இன்று டார்ட்சாவ் பள்ளியின் மேடைக்கு வந்தபோது, வான்யாவைக் கட்டி அணைத்தவாறு தன்னுடன் அழைத்து வந்தார். வான்யாவின் கண்கள் சிவந்து போயிருந்தன, அவன் மிகுந்த வருத்தத்தில் இருந்தது தெளிவாகத் தெரிந்தது.

தமது உரையாடலைத் தொடர்ந்தவராக, இயக்குனர் அவனிடம், "போய் அதை முயன்று பார்," என்றார்.

ஒரு நிமிடத்துக்குள், வான்யா, பக்கவாதத்தால் பாதிக்கப்பட்டவன் போல அறை முழுவதும் தட்டுத்தடுமாறியபடி சுற்றி வரலானான்.

"இல்லை," என்று சொல்லி அவனை நிறுத்திய டார்ட்சாவ்," இது ஒரு மனிதனைப் போல இல்லை, ஒரு சிப்பி மீனைப் போல (10 கைகள் கொண்டது) உள்ளது அல்லது ஏதோ ஒரு கொடூரமான விலங்கைப் போல உள்ளது. மிகைப் படுத்தாதே," என்றார்.

அடுத்த நிமிடம், வான்யா வெகு வேகமாகத் தடுமாறியபடி' சுற்றி வரலானான்

"இது மிகவும் துள்ளல் நிறைந்ததாக உள்ளது," என்றார் டார்ட்சாவ், மறுபடியும் அவனை நிறுத்தி "உன் தவறு, மிகவும் சுலபமாகச் செயல்பட முயற்சிப்பதில் உள்ளது. சும்மா புறத்தோற்றத்தில் காப்பியடிப்பதை நீ செய்கிறாய் ஆனால் காப்பிகள், படைக்கப்படும் வேலைகள் அல்ல. பின்பற்றுவதற்கு அது ஒரு மோசமான வழியாகும். முதுமையின் இயல்பை நன்கு படித்தறியும் வேலையில் நீ இறங்குவது உனக்கு நல்லதொரு துவக்கமாக இருக்கும். இவ்வாறு செய்தால் உனது சொந்த இயல்பினுள் நீ எதைத் தேட வேண்டும் என்று உனக்குத் தெளிவாகத் தெரியும்.

"ஒரு முதியவனால் செய்ய முடியாதவாறு, இளைஞன் ஒருவனால் முன்னதான தயாரிப்புகள் ஏதுமின்றி உடனடியாகக் குதித்து எழவும், பக்கவாட்டில் திரும்பவும், ஓடவும், உட்காரவும், எழுந்திருக்கவும் முடிகிறது?

"ஏனென்றால் முதியவனுக்கு வயதாகி விட்டது, அவ்வளவு தான்!" என்றான் வான்யா.

"இது சரியான விளக்கமல்ல. உடல்ரீதியான வேறு பல காரணங்கள் உள்ளன."

"உதாரணமாக, என்னென்ன?"

‘‘தசைகள் இறுகுவதாலும், காலம் செல்லச் செல்ல மனித உடலின் அமைப்பு பாதிக்கப்படுவதாலும், உப்புச் சத்துகள் படிவதாலும் மூட்டுகளால் முன்போல இலகுவாக அசைய முடிவதில்லை. அவை துருப்பிடித்த இரும்பு போல கரகரவென்று நகர்ந்து கீச்சிடுகின்றன. இதனால் அந்த முதியவனின் அசைவுகள் சுருங்கி விடுகின்றன. உடல் மற்றும் கழுத்தின் இலகுத்தன்மை குறைந்து விடுகிறது. எனவே தன் உடலில் செய்ய வேண்டிய பெரிய அசைவுகளைச் சிறுசிறு பகுதிகளாகப் பிரித்து, அவற்றுக்காகப் படிப்படியாகத் தயார் செய்து ஒன்றன் பின் ஒன்றாக வரிசையாக அவன் செய்ய வேண்டியுள்ளது.

‘‘ஒரு இளைஞனால் 50-60 டிகிரி அளவிலான கோணங்களில் தன் இடுப்பை வேகமாகத் திருப்ப முடியும். வயதாகும் போது இது 20 டிகிரி அளவுக்குக் குறைவதோடு, வேகமாகச் செய்ய முடியாமல் சிறுசிறு அசைவுகளாக மிக மெதுவாகத்தான் செய்ய முடியும். இதனால் தான் முதியவர்களின் உடல் அசைவுகள் மிக மெதுவாகவும், தளர்ந்தும் உள்ளன.

‘‘இவ்வாறு நிதானப்படுத்தும் அம்சங்கள் எல்லாமே கதாபாத்திரங்களை ஏற்று நடிக்கும் உங்களுக்கு, ஒரு நாடகத்தின் கருவில் ‘‘தரப்பட்டுள்ள சுற்றுச் சூழல்’’ மற்றும் மந்திரத் திருப்பம் ஆகியவற்றுடன் பிரிக்க முடியாதவாறு பின்னிப் பிணைந்து காணப்படும். இப்போது தொடங்கு வான்யா! ஆனால் உன் ஒவ்வொரு அசைவையும் விடாமல் கவனித்த வண்ணம் இரு. ஒரு முதியவனால் என்ன செய்ய முடியும், முடியாது என்பதை மனதில் வைத்துக் கொள்,’’ என்றார் இயக்குனர்.

இப்போது வான்யா மட்டுமன்றி நாங்கள் அனைவருமே ‘‘தரப்பட்டுள்ள சுற்றுச் சூழலில்’’ என்று டார்ட்சாவினால் விளக்கப்பட்டுள்ள விவரத்தின்படி முதியவர்கள் போல, நடிக்கத் தொடங்கினோம். உடனடியாக, அந்த இடம் ஒரு முதியவர் இல்லம் போல மாறிவிட்டது.

இதைச் செய்வதில், கவனிக்கப்பட வேண்டிய முக்கிய விஷயம் உணர்வது என்பது தான்: ஒரு வயது முதிர்ந்த நபரின் உடல்

நிலையுடன் தொடர்புள்ள குறிப்பிட்ட கட்டுப்பாடுகளின் வரையறைக்குள் நான் செயல்பட்டுக் கொண்டிருக்கிறேன். நான் சும்மா நடிக்கவில்லை, மிமிக்ரி செய்யவுமில்லை.

இருந்தாலும், எங்கள் ஒவ்வொருவரையும் அடுத்தடுத்து டார்ட்சாவும், ரக்மனோவும் பிடித்து நிறுத்திச் சுட்டிக்காட்டுவது அவசியமாயிருந்தது சரியாகச் செய்யவில்லை, அல்லது தவறாகச் செய்தோம், என்று அவர்கள் கூறினார்கள் - எப்போதெல்லாம் எங்கள் அசைவுகள் வேகமாக இருந்தனவோ, வெகு சுதந்திரமாக இருந்தனவோ அல்லது உடல்ரீதியாகத் தவறுதலாக இருந்தனவோ அப்போதெல்லாம் அவர்கள் எங்களை நிறுத்திச் சுட்டிக் காட்டியவாறு இருந்தனர்.

இறுதியில் வெகு முனைப்புடன் கவனித்து முயன்று செயல்பட்டதில் ஓரளவு வெற்றியை நாங்கள் பெற்றோம்.

''இப்போது நீங்கள் நேர் எதிரான எல்லைக்குச் சென்று கொண்டிருக்கிறீர்கள்'' என்றார் டார்ட்சாவ், ஒருமுறை. ''ஒரே விதமான மெதுவான லயத்துடனும் வேகத்துடனும் நீங்கள் நடக்கிறீர்கள்; மேலும் ஒரு மிகைப்படுத்தப்பட்ட ஜாக்கிரதை உணர்வை உங்கள் அசைவுகளில் வெளிப்படுத்துகிறீர்கள். முதியவர்கள் அவ்வாறு இருப்பதில்லை. நான் சொல்வதை உங்களுக்குப் புரியுமாறு விளக்குவதற்காக, என் சொந்த அனுபவத்திலிருந்து இதோ ஒரு எடுத்துக் காட்டு.

''நூறு வயதான, ஒரு பெண்மணி - இந்த அறையின் நீளத்தை ஓடிக் கடக்கும் திறன் பெற்றவர் அவர் - அவரை நான் அறிந்திருந்தேன். சற்றுநேரம் பாதங்களைத் தரையில் தட்டித் தன் கால்களுக்கு பயிற்சி தந்தபின், சிறிய அடிகளை எடுத்து வைக்கத் தொடங்குவார். இந்தச் சமயத்தில் ஒரு ஒருவயதுக் குழந்தையைப் போல, மிகவும் கவனத்துடன் தனது கருத்தை ஒருங்கிணைத்தவாறு அவர் தென்படுவார். குழந்தை, முதல் காலடியை எடுத்து வைக்க முயலும்போது எவ்வாறு இருக்குமோ அவ்வாறு இருப்பார்.

''பின், அந்த மூதாட்டியின் கால்கள் போதுமான வலுப்பெற்று ஓடுவதற்குத் தயாரானபின், அவராலேயே கட்டுப்படுத்திக்

கொள்ள முடியாதவாறு அவரது அசைவுகள் உத்வேகம் கொள்ளும். மேலும் மேலும் வேகமாக அசைந்து அசைந்து கடைசியில் ஓடத் தொடங்குவார். ஓடி முடித்து இறுதி இலக்கை எட்டும் போது அவரால் நிற்க முடியாது. எனினும், அங்கு சென்று சேர்ந்தவுடன், அவர் அசைவற்று நின்றார் - நீராவி முழுவதும் காலியாகிவிட்ட ஒரு எஞ்சினைப் போல.

''அடுத்ததானதும் மேலும் கடினமானதானதுமான பணியை எடுத்துக் கொள்ளும் முன்பு - அதாவது, திரும்ப வருதல் - வெகு நீண்ட நேரம் அவர் ஓய்வு எடுத்துக் கொள்வார். பின்னர் மறுபடி ஒரு முறை அந்த நீண்ட தயாரிப்புத் தொடங்கும் - ஒரே இடத்தில் நின்றவாறு கால்களை அசைத்தல், முகத்தில் கவலையின் அறிகுறிகள் எல்லாவிதமான முன் ஜாக்கிரதை ஏற்பாடுகள். இறுதியில் திரும்ப வரும் பயணம் எவ்வளவு மெதுவாகச் செய்யப்பட முடியுமோ அவ்வளவு மெதுவாக நிகழும். பின்னர் மொத்தச் செயல்பாடும் மறுபடியும் தொடங்கும்''

இந்த விளக்கத்துக்குப் பிறகு நாங்கள் அனைவரும் பயிற்சிகளை மீண்டும் புதிதாகச் செய்யத் தொடங்கினோம். அறையின் மறுகோடி வரையில் சிறுசிறு அடிகளை எடுத்து வைத்து ஓடினோம். பின் மிக மெதுவாகத் திரும்ப வந்தோம்.

தரப்பட்டுள்ள சுற்றுச்சூழலான ''முதுமை'' என்பதில் சரியான நடத்தையை நான் செய்யவில்லை என்றுதான் நான் முதலில் நினைத்தேன். நான் செய்ததெல்லாம் டார்ட்சாவ் கொடுத்த வர்ணனையின்படி, ஒரு நூறு வயதான மூதாட்டியின் அசைவுகளின் புறத்தோற்றத்தாலாகிய நகல் ஒன்றை மறுஉருவாக்கம் செய்தது மட்டுமே. எனினும், கடைசியில் நான் அதைச் சரியாகச் செய்ய முடிவுசெய்து, ஒரு வயதான நபரைப் போல உட்கார முயற்சி செய்யலானேன். இதுவும் கூட, பெரும்பாலும் நான் களைப்படைந்து போனதனால் இருக்கலாம்.

இங்கு டார்ட்சாவ் என்னைத் தடுத்து, மிக அதிகமான எண்ணிக்கையிலான தவறுகளை நான் செய்துள்ளேன் என்று கூறினார்.

"என்ன விதமான தவறுகள்?" என்று நான் கேட்டேன்.

"இளம் வயதுடையவர்கள் மட்டும்தான் அப்படி உட்காருவார்கள்," என்று விளக்கினார் டார்ட்சாவ். "நீ உட்கார வேண்டும் என்று முடிவு செய்தாய், எனவே சட்டென்று உட்கார்ந்து விட்டாய், முன்னதான எண்ணம் அல்லது தயார்ப் படுத்துதல் ஏதுமின்றி" மேலும், நீ உட்கார்ந்தபோது உன் முழங்கால்களை என்ன கோணத்தில் மடக்கினாய் என்பதை நீயே கவனித்துப்பார். அது கிட்டத்தட்ட 50 டிகிரிகளா? ஆம், ஒரு வயோதிகனாக, உன்னால் உனது முழங்கால்களை 20 டிகிரி கோணத்துக்கும் அதிகமாக மடக்க முடியாது. இல்லை, இல்லை, அது ரொம்ப அதிகம்! அதைவிடக் குறைவாக..... இன்னும் குறைவாக... மேலும் குறைவாக. ஆ, இது சரி! இப்போது உட்கார்."

நான் பின்னுக்குச் சாய்ந்து, ஒரு சாக்குமூட்டை வண்டியிலிருந்து விழுவது போல நாற்காலியிலிருந்து விழுந்தேன்.

"பார்த்தாயா, இப்போது உன் வயோதிகன் இரண்டாக உடைந்து விட்டிருப்பான் அல்லது பயங்கரமான இடுப்பு வலி அவனுக்கு வந்திருக்கும்!"

எனது முழங்கால்களை மடக்காமல் கீழே உட்காரப் பழகுவதற்குப் பல வகைகளிலும் முயற்சி செய்யத் தொடங்கினேன். இதைச் செய்வதற்கு, எனது இடுப்பு மூட்டை நான் வளைக்க வேண்டியிருந்தது. மேலும் பக்க உதவிக்கு என் கைகளையும் பயன்படுத்த வேண்டியதாயிற்று. நாற்காலியின் பக்கவாட்டுக் கட்டைகளைப் பற்றிக் கொண்டு அதன் மீது என் எடையைச் சுமத்தி விட்டு முழங்கைகளை மடக்கி என் உடலைக் கவனமாக நாற்காலியில் இருத்தினேன்.

"மெதுவாக, மேலும் மெதுவாக... கவனமாக!" என்றார் டார்ட்சாவ் என்னைக் கவனித்தபடி. "ஒரு உண்மையான வயோதிகனுக்குக் கண்ணும் சரியாகத் தெரியாது என்பதை மறந்து விடாதே. தன் கைகளை நாற்காலி மீது வைப்பதற்கு முன், அவற்றை எங்கே வைக்கிறோம் என்றும் எதன் மீது சாய்ந்து கொண்டுள்ளோம் என்றும் அவன் கவனிக்க வேண்டியுள்ளது. இது

சரி, இப்போது மெதுவாக அசை - இல்லாவிட்டால் உன் முதுகில் இன்னுமொரு சுளுக்கு ஏற்பட்டுவிடும். உனது மூட்டுகள் எல்லாம் துருப்பிடித்துக் கெட்டியாகவும், முறுக்கிக் கொண்டும் உள்ளன என்பதை மறந்துவிடாதே. மேலும் மெதுவாக, இது தான் சரி! நல்லது.''

''நிறுத்து, நிறுத்து, நீ என்ன நினைத்துக் கொண்டிருக்கிறாய்? இதை நீ ஒரேயடியாகச் செய்துவிட முடியாது!'' என்று டார்ட்சாவ் இப்போது மறுத்தார். ஏனெனில், நாற்காலியில் உட்கார்ந்த உடனேயே நான் அதில் பின்னால் சாய்ந்து உட்கார்ந்து கொண்டேன்.

''ஒருவர் ஓய்வு எடுத்தாக வேண்டும்,'' என்று அவர் எனக்கு விளக்கினார்.'' ஒருவரது இரத்த ஓட்டம் உடலில் நன்கு சுற்றிவர நேரம் தர வேண்டும். வயதான காலத்தில் எதுவுமே வேகமாகச் செய்யப்படுவதில்லை, ஆ, அப்படித் தான், இப்போது மெதுவாகப் பின்னுக்குச் சாய்ந்து கொள். நல்லது, ஒரு கையை முதலில், பின் அடுத்ததையும் எடுத்து உன் முழங்கால்கள் மீது வைத்துக் கொள். ஓய்வு எடு - இப்போது நீ சரியாகச் செய்துள்ளாய்.''

''எனினும் நீ ஏன் இப்போது இவ்வளவு ஜாக்கிரதையாக இருக்கிறாய்? மிகவும் கடினமான பாகத்தை நீ செய்து முடித்து விட்டாய். இப்போது உடனே நீ மறுபடி இளமையடையலாம். மேலும் செயலூக்கத்துடன், சக்திமிக்கவனாய், இலகுவாகச் செயல்படுபவனாய் ஆகலாம். உனது வேகத்தை, லயத்தை மாற்றிக் கொண்டு, மேலும் துணிவுடன் அசையலாம், குனியலாம், நிமிரலாம், ஒரு இளைஞனைப் போல உன் செயல்களில் சக்தியைப் புகுத்தலாம். ஆனால், இதையெல்லாம் உனது வழக்கமான அசைவுகளிலிருந்து 15-20 டிகிரி. வரையிலும் குறைவான அளவுக்கு உள்ளேயே செய். இப்போதிலிருந்து அந்தக் கட்டுப்பாட்டை மீறாதே, மீறினால், மிக மிகக் கவனமாகச் செய் இல்லாவிட்டால் உனக்குச் சுளுக்கு வந்து விடும்.

''இவ்வாறு, ஒரு முதியவனின் பாத்திரத்தை ஏற்று நடிக்கும் ஒரு இளைஞன் இவ்வாறு வயதானவர்களின் செயல்பாடுகளின்

சிரமத்தையும், மெதுவான அசைவுகளையும் கவனத்தில் வைத்துக் கொண்டு, முழுமன ஈடுபாட்டுடன், நேர்மையாகவும், தடுமாற்றங்கள் இன்றியும், மிகைப்படுத்துதல் இன்றியும், அந்தக் கதாபாத்திரத்தின் வரையறைக்குள்ளும், நாடகத்தின் எல்லைக்குள்ளும் அந்த, ''முதியவனைச் சுற்றியுள்ள கொடுக்கப் பட்டுள்ள சுற்றுச் சூழலின்'' பின்னணிக்குள்ளும் தன்னைப் பொருத்திக் கொண்டு நடித்தால், அவன் வெற்றி பெறுவான். மேற்சொன்ன விதிமுறைகள் எல்லாமே ஒரு பாத்திரத்தை மேடைமீது நடித்துக் காட்டுவதற்கு அத்தியாவசியமான அம்சங்களாகும்.

''வயதான முதுமையின், கொடுக்கப்பட்டுள்ள சுற்றுச் சூழல்'' என்ன என்று கண்டுபிடிப்பதும், அதை உணர்ந்து கொள்வதும் சிரமமான விஷயம் தான். ஆனால் அதை ஒரு முறை கண்டு கொண்டு விட்டால் அதன்பின் செயல் நுட்பத்தின் வாயிலாக அதைத் தக்க வைத்துக் கொள்வது சுலபமான விஷயமே.''

4

உடலால் உணர்ச்சிகளை வெளிப்படுத்தல்

பள்ளியின் வராந்தாவில் இருந்த மூடப்பட்ட கதவுகளுக்குப் பின்னாலிருந்த அறையில் அருங்காட்சியகம் ஒன்று அமைக்கப்பட உள்ளது என்று பலரும் பேசிக் கொண்டனர். அதுவே உரை, நிகழ்த்துவதற்கும் பயன்பட உள்ளது என்றும் சொல்லப்பட்டது. உலகெங்கிலும் உள்ள மிகச் சிறந்த ஓவியங்கள் மற்றும் சிலைகளின் புகைப் படங்களும், சில அசலான கலைப் பொருள்களும் சில நகல்களும் இங்கு வைக்கப்படுவதற்காகச் சேமிக்கப்படுகின்றன என்றும், சிறந்த நடிகர்களின் மகத்தான கதாபாத்திரங்களைச் சித்திரிக்கும் காட்சிகளும் அங்கே வைக்கப்பட உள்ளன என்றும் சிலர் பேசிக் கொண்டனர். இத்தகைய பொருட்களால் சூழப்பட்டிருக்கும்போது ஓரளவேனும் எழிலுணர்வை வளர்த்துக் கொள்ளாமல் எங்களால் இருக்க முடியாது என்பது இதன் பின்னால் உள்ள தத்துவமாகும்.

ஆனால், வேறு ஒரு வதந்தியும் பரவிக் கொண்டிருந்தது - அதாவது, போலியான கலையின் சிறிய கண்காட்சி ஒன்றை எமது பயிற்சியாளர்கள் திட்டமிட்டுக் கொண்டிருந்தனர் என்பது தான் அது. வேறு பல பொருள்களுடன், மிகவும் சலிப்பூட்டுகிற, அடைசலான அரங்க அமைப்புகள், மிகவும் நாடக பாணியிலான உடைகளில் நடிகர்கள், மிகைப்படுத்தப்பட்ட ஒப்பனைகளுடன் உள்ளவர்கள் அருவருக்கத்தக்க முகபாவங்களையும், செயற்கையான பாவங்களையும் காட்டும் நடிகர்கள் ஆகியோரின் புகைப்படங்கள் - அதாவது நாங்கள் தவிர்க்க வேண்டிய

விஷயங்கள் பற்றியவை கூட இங்கு இடம்பெறவுள்ளன என்றும் பேசிக் கொள்ளப்பட்டது இந்தப் பொருள்கள், ரக்மனோவின் அலுவலகத்துக்கு அடுத்த அறையில் வைக்கப்பட உள்ளது என்றும் நாங்கள் கேள்விப்பட்டோம். சாதாரணமாக இது ஒரு திரைச்சீலையால் மறைக்கப்பட்டு, ஏதேனும் ஒரு கருத்தை வலியுறுத்த வேண்டி மட்டும் எங்களுக்குக் காட்டப்படும் என்றும் தெரிய வந்தது. இவ்விரண்டு முயற்சிகளுமே ரக்மனோவின் கற்பித்துக் கொடுக்கும் இலட்சிய வேகத்தின் நிரூபணங்களாக இருந்தன. இது பற்றிய அவரது பெருமிதமும், உற்சாகமுமே இவ்விஷயங்கள் பற்றிய வதந்திகள் இவ்வளவு விவரமாக வெளிவருவதற்குக் காரணமாக இருந்தன.

இன்று, இதுவரையில் மூடிவைக்கப்பட்டிருந்த அந்த மர்ம அறை எங்களுக்குத் திறந்து விடப்பட்டது. ஆனால், ''அருங்காட்சியகம்'' இன்னமும் தயாராகாத நிலையிலேயே இருந்தது. சிறிய, பெரிய பிளாஸ்டர் இலைகள், ஒரு சில ஓவியங்கள், சட்டமிடப்பட்ட புகைப்படங்கள், கலை பற்றிய தடிமனான நூல்கள், - ஆடையணிகள், காட்சி வகைகள், பாலே மற்றும் நவீன நடனங்கள், எனப் பல்வேறு பொருள்கள் பற்றியவை - இங்கும் அங்கும், சன்னல் சட்டங்களில், மேசைகளில், நாற்காலிகளில் ஏன், தரையிலும் கூடச் சிதறிக் கிடந்தன. கண்காட்சி முழுமையானதாகவும், திறனுள்ளதாகவும் இருக்க வேண்டுமே என்ற கவலையில், பொருள்களை ஒழுங்காக அடுக்கி வைப்பதற்குப் போதுமான நேரத்துக்கு ரக்மனோவ் திட்டமிட வில்லை.

ஒரு சுவரின் மீது மாஸ்கோவிலும் அதன் சுற்றுப் புறங்களிலும் இருந்த அருங்காட்சியகங்கள், பிற கலை சம்பந்தமான இடங்கள் இவற்றின் பட்டியல் ஒன்று, அவை திறந்திருக்கும் நாட்கள் மற்றும் நேரங்கள் ஆகியவையுடன் தொங்கிக் கொண்டிருக்கக் கண்டேன். அந்தப் பட்டியலில் பென்சிலால் எழுதப்பட்ட தொலைபேசி எண்கள் மற்றும் பொறுப்பாளர்களின் பெயர்களைக் கொண்டு மேற்கண்ட இடங்களுக்கு நாங்கள் அழைத்துப் போகப்பட இருக்கிறோம் என்றும் இந்தப் பயணங்களோடு கூடவே

இடையிடையே எங்களது கலையான நடிப்புக் கலையுடன் தொடர்பு கொண்ட கலைகள் பற்றிய உரைகளும் திட்டமிடப்பட்டு உள்ளன என்றும் நான் ஊகித்துக் கொண்டேன்.

ஒரு மூலையில் கத்திகள், பிச்சுவாக்கள், கட்டாரிகள், மெல்லிய வாள்கள், முகமூடிகள், பாக்ஸிங் கையுறைகள், மற்றும் கூடவே பாலே காலணிகள் மற்றும் பல உடல் விளையாட்டு உபகரணங்கள் ஆகியன குவிந்திருந்தன. இதனால் உடற்பயிற்சி பற்றிய எங்களது புதிய வகுப்புகளும் கூட ஒரு கலையாகக் கருதப்பட உள்ளது என்றும் நான் ஊகித்தேன்.

2

இன்று ஸ்வீடன் நாட்டு கழை வித்தைகள் பற்றிய எங்கள் வகுப்புக்கு முதல் முறையாக டார்ட்சாவ் வந்திருந்தார். வகுப்பின் பாதி நேரம் வரையில் எங்களைப் பார்த்துக் கொண்டிருந்து விட்டு, இடைமறித்து எங்களைப் புதிய அருங்காட்சியக வகுப்பறைக்கு அழைத்துச் சென்று அங்கே எங்களிடம் பேசினார்.

"நமக்கு இயற்கை அளித்துள்ள உடலாகிய கருவியை எவ்வாறு பயன்படுத்துவது என்று மக்களுக்குப் பொதுவாகத் தெரிந்திருப்பதில்லை," என்று அவர் தொடங்கினார். "இந்தக் கருவியை எப்படி வளர்த்துக் கொள்வது என்றும் அவர்களுக்குத் தெரிவதில்லை, அதை எவ்வாறு சரியாகப் பராமரித்துக் கொள்வது என்றும் அவர்களுக்குத் தெரிவதில்லை. தொளதொளவென்று தொங்கும் தசைகள், மோசமான நிற்கும் - நடக்கும் நிலை, கூனிப்போன மார்பு இவையெல்லாம் நாம் நம்மைச் சுற்றிலும் தொடர்ந்து காணும் விஷயங்களாகும். இந்த உடலாகிய கருவிக்குப் போதுமான அளவு பயிற்சி தருவதில்லை என்பதையும் திறம்படப் பயன்படுத்துவதில்லை என்பதையுமே இவை தெளிவுபடுத்துகின்றன.

"தவறான இடங்களில் குண்டாக உள்ள ஒரு உடல், சரியாக நடக்க முடியாமல் தடுமாறச் செய்யும் குச்சி குச்சியான கால்கள், கூன் விழுந்ததுபோலக் குனிந்து தோன்றும் தோள்கள் இவை

சாதாரண வாழ்வில் அவ்வளவு முக்கியமானவை அல்ல. சொல்லப்போனால் இத்தகைய குறைபாடுகள் நமக்குப் பழகிப் போய் விடுவதால், அவற்றைச் சர்வசாதாரணமாக நாம் ஏற்றுக் கொண்டு விடுகிறோம்.

''ஆனால், நாம் மேடைமீது ஏறும் போது, பல சாதாரண, சிறுசிறு குறைபாடுகளும் கூட உடனடியாகப் பார்ப்பவரின் கவனத்தை ஈர்க்கின்றன. அங்கே, ஆயிரக்கணக்கான பார்வையாளர்களால் பூதக் கண்ணாடியின் வழியாகப் பார்க்கப்படுவது போல ஒரு நடிகன் மிகவும் கூர்ந்து கவனிக்கப்படுகின்றான். ஒரு உடல் ஊனமுற்ற கதாபாத்திரத்தைச் சித்தரித்துக் காட்டுவது அவனது குறிக்கோளாக இருந்தால் ஒழிய - அவ்வாறு எனின் அதையும் அவன் மிகச் சரியாகச் செய்து காட்ட வேண்டும் - மிகவும் நன்றாகவும் இலகுவாகவும் அவன் அசைந்து நடந்து பழக வேண்டும். இதைச் செய்ய வேண்டுமானால், நல்ல நிலையில் உள்ள ஒரு ஆரோக்கியமான உடலை, அசாதாரணமாகக் கட்டுப்படுத்தப்படக் கூடிய ஒரு உடலை அவன் பெற்றிருக்க வேண்டும்.

''இந்த வகுப்புத் தொடங்கிய நாளிலிருந்து நீங்கள் வெகு தூரம் வந்து விட்டீர்கள். அன்றாட ஒழுங்கான பயிற்சிகள் நீங்கள் தினசரி பயன்படுத்தும் சாதாரண தசைகளையும், மூட்டுகளையும் இளக்கி விட்டது மட்டுமின்றி, உங்களுக்கே தெரியாத பிற தசைகள் மற்றும் மூட்டுகளையும் கூட அசைத்து வலுவேற்றத் தொடங்கியுள்ளன. பயிற்சிகள் இல்லையென்றால் தசைகள் சும்மா சுருங்கிப் போய் விடுகின்றன. அவற்றின் செயல்பாடுகளை மறுபடியும் தூண்டிவிடுவதன் மூலம், வலுவேற்றுவதன் மூலம் நாம் புதிய அசைவுகளைச் செய்யத் தொடங்குகிறோம், புதிய உணர்வுகளை அனுபவிக்கவும், அசைவு மற்றும் வெளிப்பாடு இவற்றுக்கான நுண்ணிய சாத்தியப்பாடுகளை உருவாக்கவும் செய்கிறோம். உங்களது உடல் என்னும் கருவியை மேலும் அசைய வல்லதாகவும், இளகியதாகவும், உணர்வு மிக்கதாகவும், உணர்ச்சிகளை வெளிக்காட்டிக் கொள்ள வல்லதாகவும் செய்வதில் பயிற்சிகள் பெரும் பங்கு வகிக்கின்றன.

''உங்கள் பயிற்சிகளின் வாயிலாக, மற்றொரு, மேலும் முக்கியமானதொரு விளைவைப் பற்றிச் சிந்திப்பதற்கான நேரம் இப்போது வந்துள்ளது.''

ஒரு சிறிய மௌனத்திற்குப் பின், ''சர்க்கஸில் தோன்றும் பலசாலி பயில்வானின் உடலை நீங்கள் ரசிக்கிறீர்களா?'' என்று கேட்டார். ''என்னைப் பொறுத்தவரை, ஒரு காளை மாட்டுக்கு இணையாக மிகப் பொருத்தமான தோள்களையும், உடலெங்கும் கயிறு போல முறுக்கிக் கொண்டு தோன்றும் தசைகளையும் கொண்ட மனிதனைக் காட்டிலும் எனக்கு அதிக வெறுப்பூட்டுவது வேறு எதுவும் கிடையாது. இந்தப் பலசாலிகள், தமது பளுதூக்கும் காட்சிகளுக்குப் பின்னர், சூட்டும் கோட்டும் அணிந்து அழகிய குதிரைகளைக் கைகளில் பிடித்து ஊர்வலமாகக் கொண்டு வருவதைப் பார்த்திருக்கிறீர்களா? ஒருவிதத்தில் அவர்கள் சர்க்கஸ் கோமாளிகளைப் போலவே நகைப்பூட்டுபவர்களாக இருக்கிறார்கள். இந்த உடல்கள், வெனிஸ் நகரத்து அழகிய உடலோடு ஒட்டித் தோன்றும் ஆடைகளிலோ, ரோமியோ ஜூலியட் நாடகத்தில் தோன்றும் ஆண்கள் அணியும் உடைகளிலோ தோன்றுவதை உங்களால் கற்பனை செய்து காண முடிகிறதா? அவை எவ்வளவு முட்டாள்தனமாகத் தோற்றமளிக்கும்!

''விளையாட்டுத் துறையில் இவ்வாறு உடலின் தசைகளை வளர்த்துக் கொள்வது என்பது எவ்வளவு தூரம் தேவையாக உள்ளது என்பதைப் பற்றி மதிப்பீடு செய்யவும் கருத்துரைக்கவும் எனக்கு உரிமையில்லை. ஆனால், இவ்வாறு அளவுக்கதிகமாக உடலை வளர்த்துக் கொள்வது நாடக உலகில் ஏற்றுக் கொள்ளப்படுகிற ஒரு விஷயம் அல்ல என்று உங்களை எச்சரிக்கை செய்வது மட்டுமே என் கடமையாகிறது. நமக்கு நல்ல, வலிமையான உடல்கள் தேவை. அவை சரியான அளவில் வடிவமைக்கப்பட்டு அசாதாரணமான மிகைப்படுத்துதல் ஏதுமின்றி இருக்க வேண்டும். நமது உடற் பயிற்சிகளின் நோக்கம் உடலமைப்பைச் சரி செய்வதாகும், வீங்கச் செய்வதல்ல.

"இப்போது நீங்கள் ஒரு நாற்சந்தியில் நின்று கொண்டிருக்கிறீர்கள். எந்தத் திசையில் நீங்கள் திரும்பப் போகிறீர்கள்? ஒரு பளுதூக்கும் பயில்வானின் பாதையில் சென்று தசைகளை வளர்த்துக் கொள்வதிலா, அல்ல நமது கலையின் தேவைகளைப் பின்பற்றிச் செல்வதிலா?

"இப்போது உங்களது உடற்பயிற்சியில் நாம் சிலைகளின் பாற்பட்ட தேவைகளைச் சேர்த்துக் கொள்கிறோம். ஒரு உளிகொண்டு சிலை வடிக்கும் கலைஞன் எவ்வாறு சரியான வடிவத்தை, உடல்பகுதிகளில் அழகான சமநிலையைத் தேடித் தேடிச் சென்று தனது கற்சிலைகளைச் செதுக்க முற்படுகிறானோ, அதேபோல, உடற்பயிற்சியைக் கற்றுத் தரும் ஆசிரியரும், உயிருள்ள உடல்களில் அதே விளைவுகளைச் சாதிக்க முயல வேண்டும். மிகச் சரியான இலட்சிய மனித உடல் என்று எதுவுமே இல்லை. அதை நாம் உருவாக்கியாக வேண்டும். அந்த இறுதி நோக்கத்துக்காக, உடலை நன்கு ஆராய்ந்து அதன் பல்வேறு பகுதிகள் ஒன்றுடன் ஒன்று என்ன விகிதாசாரத்தில் அமைந்துள்ளன என்று புரிந்து கொள்ள வேண்டும். அதில் குறைகள் கண்டறியப்பட்டால் அவை திருத்தப்பட வேண்டும். இயற்கை செய்யாமல் விட்டு விட்ட அம்சங்கள் வளர்த்தெடுக்கப்பட்டு தோள்கள் மற்றும் மார்பு ஆகியவற்றின் தசைகள் விரிவடையச் செய்யப்பட வேண்டும். வேறு சிலரோ, விரிந்த தோள்களுடன், பீப்பாய் போன்ற மார்பைக் கொண்டுள்ளனர். இந்தக் குறைபாடுகளை, பயிற்சி செய்து ஏன் மேலும் பெரிதாக்க வேண்டும்? அவற்றை அப்படியே விட்டுவிட்டு, கால்கள் சிறியவையாக குச்சிகுச்சியாக இருந்தால் அவற்றின் மீது கூடுதல் கவனம் செலுத்துவது தானே இங்கு மேலான செயல்? அங்குள்ள தசைகளை வளர்த்தெடுப்பதன் மூலம் ஒரு சரியான முழு உருவத்தைப் பெறமுடியும். இத்தகைய நோக்கங்களுக்காக, உடற்பயிற்சிகள் உதவிகரமாக இருக்கக் கூடும். மீதமுள்ள குறைகள் ஒரு நல்ல உடை தயாரிப்பாளர், ஆடை வடிவமைப்பாளர், தையல்காரர் மற்றும் காலணிகள் செய்பவர் இவர்களால் சரி செய்யப்படலாம்."

3

இன்று டார்ட்சாவ் ஒரு பிரபல சர்க்கஸ் கோமாளியை எங்கள் உடற்பயிற்சி வகுப்புக்குக் கூட்டி வந்திருந்தார். அவரை வரவேற்றுப் பேசுகையில்,

"இன்று நமது செயல்பாடுகளுடன் பல்டி அடிக்கும் பயிற்சியைச் சேர்த்துக் கொள்ளவிருக்கிறோம். இது வினோதமாகத் தோன்றினாலும், ஒரு நடிகர் தனது உணர்ச்சிகளின் உச்சக்கட்டத்தில் இருக்கும்போது, படைக்கும் உத்வேகத்தை உசுப்பி எழுப்புவதற்கும் பல்டியடித்தல் உதவியாக உள்ளது. இது வியப்பூட்டுவதாக உள்ளது இல்லையா? இதற்கான காரணம் என்னவென்றால், உடற்பயிற்சிகள் தீர்மானிக்கும் தரத்தை வளர்த்துக் கொள்ள உதவுகின்றன என்பதாகும்.

"ஒரு நடிகர் உயிருக்கு அஞ்சாமல் தலைகீழாகக் குதித்தல் அல்லது அதுபோன்ற வேறு ஏதேனும் கழுத்தை உடைக்கக் கூடிய சாகசச் செயலில் (stunt) இறங்குவதற்கு முன் அவர் தன் கவனத்தை எங்கோ மேயவிடுவது மிக மிக ஆபத்தானதாகும்! அத்தகைய சமயங்களில் முடிவெடுக்காமல் தயங்குவது என்ற விஷயத்திற்கே இடமில்லை. யோசிப்பதற்காகத் தயங்கி நிற்காமல், தன்னை முழுவதுமாகத் தன் திறமையின் கையிலும், விதி அல்லது வாய்ப்பின் கையிலும் ஒப்படைத்துவிட வேண்டும். வருவது எதுவானாலும் அவன் குதித்தாக வேண்டும்.

'தனது பாத்திரம் இறுதியாகக் கூடி வரும்போதும் ஒரு நடிகன் இதைத் தான் செய்ய வேண்டும். "ஏன், அடிபட்ட மான் சென்று அழட்டுமே!" என்று ஹாம்லெட்டும் கூறும்பொழுதும், "ஓ, இரத்தம், இரத்தம், இரத்தம்!" என்று ஒதெல்லோ கூவும் போதும், நடிகன் நின்று நிதானித்து, யோசித்து, நிலமையைச் சீர்தூக்கிப் பார்த்து, தன்னைத் தானே தயார் செய்து கொண்டு பரிசோதித்துப் பார்ப்பதையெல்லாம் செய்து கொண்டிருக்க முடியாது. அவன் நடித்தாக வேண்டும், வேகவேகமாக ஓடிச் சென்று தடையைத் தாண்டிக் குதிக்க வேண்டும். இருந்த போதிலும் பெரும்பாலான நடிகர்கள் இதைப் பற்றி முற்றிலும் மாறுபட்ட கருத்தைக்

கொண்டுள்ளனர். மிகப் பெரிய தருணங்களைக் கண்டு அஞ்சி நடுநடுங்கியவர்களாக, வெகு நேரத்துக்கு முன்னதாகவே மிகவும் சிரமம் எடுத்து அவற்றுக்காகத் தயார்ப்படுத்திக் கொள்ள முயல்கிறார்கள். இதனால் பயமும், அழுத்தமும் உண்டாகிறது. இவை, தமது பாத்திரங்களுடன் முழுமையாக ஒன்றிப்போக வேண்டிய அந்த உயர்மட்டத் தருணங்களில் தம்மைத் தாமே கட்டவிழ்த்துக் கொள்வதிலிருந்து அவர்களைத் தடுத்துவிடுகின்றன.

‘‘சில சமயங்களில், உங்கள் நெற்றியில் ஒரு காயம் அல்லது புடைப்பு ஏற்படக்கூடும். இவை மிகப் பெரியவையாக இல்லாதவாறு உங்கள் பயிற்சியாளர் பார்த்துக் கொள்வார். ஆனால், கல்விக்காக, அறிவுக்காக ஏற்படும் ஒரு சிறிய காயம் உங்களை ஒன்றும் பெரிதும் பாதித்து விடப் போவதில்லை. அடுத்த முறை முயற்சி செய்யும்போது அதிகமாகச் சிந்திக்காமலும், தயங்கி மயங்காமலும், திடமான முடிவுகளை எடுக்கவும், உங்கள் உடலின் உள்ளுணர்வையும், உத்வேகத்தையும் சரியாகப் பயன்படுத்தவும் உங்களுக்கு அது கற்றுக் கொடுக்கும்.

‘‘உங்கள் உடல்ரீதியான அசைவுகளிலும், செயல்பாடுகளிலும் நீங்கள் மனவலிமையை வளர்த்துக் கொண்டு விட்டவுடன், உங்களது பாத்திரத்தை உயிருடன் வாழ்ந்து காட்டுவதற்குள் அதை எடுத்துச் செல்வது உங்களுக்குச் சுலபமான விஷயமாகி விடும். மேலும், உள்ளுணர்வு மற்றும் உத்வேகத்துக்கு எந்தச் சிந்தனையுமின்றி உடனடியாகவும் முழுமையாகவும் சரணாகதியாவது எவ்வாறு என்று நீங்கள் கற்றுக் கொள்வீர்கள். ஒவ்வொரு கதாபாத்திரத்திலும் இதுபோன்ற கடினமான கட்டங்கள் இருக்கத் தான் செய்கின்றன. எனவே, அவற்றைக் கடந்து செல்வதற்குத் தம்மால் இயன்ற அளவு இந்த உடற்பயிற்சி வித்தைகள் உங்களுக்கு உதவட்டும்.

‘‘தவிரவும், உடற்பயிற்சி வித்தை என்பது உங்களுக்கு மற்றொரு உதவியும் செய்யக் கூடும். அவை உங்களை மேலும் இலகுவாக அசையச் செய்யும். உடல்ரீதியாக, மேலும் திறம்படச் செயல்பட உதவி, மேடையில் நீங்கள் உட்கார்ந்து, எழுந்து, குனிந்து, திரும்பி, ஓடி எனப் பல்வேறு கடினமான மற்றும் வேகமான அசைவுகளைச்

செய்யவும் உதவும். ஒரு பயிற்சியற்ற உடலால் செய்யவே முடியாதவாறு வேகமாகவும் லயத்துடனும் செயல்படுவது எவ்வாறு என்று உங்களுக்குக் கற்றுக் கொடுக்கும்.

டார்ட்சாவ் அறையை விட்டு வெளியேறிச் சென்றவுடன், வெறும் தரையில் பல்டியடிக்குமாறு நாங்கள் கேட்டுக் கொள்ளப்பட்டோம். இதைச் செய்வதற்கு முதலில் முன் வந்தவன் நான்தான். ஏனெனில் அவரது சொற்கள் என் மீது மிக ஆழமான பதிவை ஏற்படுத்தி இருந்தன. ஒரு கதாபாத்திரத்தின் சோகமான தருணங்களில் உள்ளூர அமைந்துள்ள சிரமங்களைத் தனக்குள்ளிருந்து விலக்கி விடுவதற்கு ஏங்கிக் கொண்டிருப்பவன் நானன்றி வேறு யார்?

சிந்திப்பதற்கு இடம் தராமல், தலைகுப்புறக் கவிழ்ந்த நான் ஒரு பெருத்த ஓசையுடன் தடாலென்று விழுந்தேன். என் தலை மீது ஒரு பெரிய வீக்கம் தான் எனக்குக் கிடைத்த பரிசு. இதனால் கோபம் கொண்ட நான், மற்றொன்று, மற்றொன்று என்று நான்கு பல்டிகளை அடித்தேன். இம்முறை, வீக்கம் என் நெற்றியில் ஏற்பட்டது.

4

பள்ளி தொடங்கியதிலிருந்து நாங்கள் பங்குபெற்று வந்த நடனவகுப்பில் இன்று டார்ட்சாவ் வந்து அமர்ந்தார். தனது விமர்சனத்தை இங்கேயும் தொடர்ந்தார்.

பிற விஷயங்களோடு கூட, அவர் கூறியது இதுதான். அதாவது, எங்கள் உடல்ரீதியான பணியில் இந்த வகுப்பு ஒரு அடிப்படை அங்கமல்ல உடற்பயிற்சி வகுப்பைப் போலவே இதன் பங்கும் எங்களைப் பிற, மேலும் முக்கியமான பயிற்சிகளுக்காகத் தயார்ப்படுத்துவதில் பங்களிப்பதாக இருந்தது எனினும் உடலின் வளர்ச்சிக்கு நடனத்தின் உதவி என்பது மிகவும் முக்கியமானது என்ற டார்ட்சாவின் கருத்தை இது எந்தளவும் மாற்றுவதாக இல்லை. அது உடலை மேலும் நேராக அமையச் செய்வதோடு, அசைவுகளைத் திறந்து அகலப்படுத்தி அவற்றுக்கு ஒரு நிச்சயத்

தன்மையையும், முழுமையையும் தருகிறது. இது மிகவும் முக்கியமான ஒன்றாகும். ஏனெனில் துண்டு துண்டான, தொடர்பற்ற அசைவுகள் மேடைக்கு ஏற்றவை அல்ல.

"நடனத்துக்கு நான் மதிப்பளிக்கிறேன்," என்று டார்ட்சாவ் மேலும் விளக்கினார். "ஏனெனில் கைகள், கால்கள், முதுகு ஆகியவற்றின் நிலையைச் சரிசெய்வதற்கு அது மிகச் சிறந்தது ஆகும்.

"ஒரு சிலர், குழிந்த மார்பையும், கூனிய தோள்களையும் கொண்டிருப்பதால் தமது கரங்களைத் தமக்கு முன்பாகத் தொங்க விடுகிறார்கள். இவை, அவர்கள் நடக்கும்போது அவர்களது வயிறு அல்லது தொடைகளின் முன்புறத்தின் மீது மோதுகின்றன. வேறு சிலரோ, கோழிகளைப் போன்ற மார்புகளைக் கொண்டுள்ளதால் தமது தோள்கள் மிகவும் பின்னால் தள்ளியும், வயிறு முன்னால் தள்ளித் துருத்திக் கொண்டும் தோற்றமளிக்கின்றனர். இவர்கள் தமது கரங்களை உடலுக்குப் பின்னால் தொங்க விடுகின்றனர். இவற்றில் எந்தத் தோற்றமும் சரியானதல்ல. கரங்கள் ஒருவரின் உடலின் பக்கவாட்டில் தொங்க வேண்டும்.

"பலசமயங்களில், கரங்களின் முழங்கைகள் உட்புறமாகத் திரும்பிவாறு வைத்துக் கொள்ளப்படுகின்றன. இதற்கு மாறாக முழங்கைகள் வெளிப்புறமாக உள்ளவாறு வைக்கப் படவேண்டும் - ஆனால் இதுவும் கூட ஓரளவு கட்டுக்குள் தான் செய்யப்பட வேண்டும். ஏனெனில் மிகைப்படுத்திச் செய்யப்படும் எதுவுமே உடலின் நிலையைக் குலைத்து, நமது நோக்கம் நிறைவேறாதபடி செய்துவிடும்.

"கால்களின் அமைப்பும் அதே அளவு முக்கியத்துவம் கொண்டதுதான். அது தவறுதலாக அமைந்து விட்டால் முழு உருவமும் அதனால் பாதிக்கப்படும். அந்த நபர் கனமாக உணர்ந்து சமநிலையின்றி அசிங்கமாகத் தோற்றமளிக்கிறார்.

"பெண்களைப் பொறுத்த வரையில் அவர்களில் பெரும்பாலோரின் கால்கள், இடுப்பிலிருந்து முழங்கால் வரையிலும் உட்புறமாகத் திரும்பி அமைந்துள்ளன. பாதங்களும்

அவ்வாறே - குதிகால்கள் வெளிப்புறமாகவும், கால்விரல்கள் உட்புறமாகவும் திரும்பியுள்ளன.

“இந்தக் குறைகளைச் சரி செய்வதற்கு, சுவரில் பதிக்கப்பட்டுள்ள நீளமான உலோகக் கட்டையைப் பயன்படுத்திச் செய்யப்படும் பாலே (Ballet) நடனப்பயிற்சிகள் மிகச் சிறந்தவையாகும். இடுப்புப் பகுதியில் கால்களை வெளிப்புறமாகத் திருப்பிச் சரியான கோணத்தில் அவை இருத்துகின்றன. இதனால் கால்கள் ஒல்லியாக இருப்பது போலத் தோன்றுகின்றன இவ்வாறு இடுப்புப்பகுதியில் கால்கள் சரியாகப் பொருத்தப்படுவதால் அதன் விளைவு பாதங்களிலும், குதிக்கால்களிலும் உணரப்படுகிறது. எல்லாமே நேர் கோட்டில் பொருந்தி, கால்கள் சரியாக வைத்துக் கொள்ளப்படும்போது இருப்பதைப் போல கால் விரல்களும் வெளிப்புறமாகத் திரும்பி அமைகின்றன.

“இவ்வாறு மேற்சொன்ன பயிற்சிகள் மட்டுமல்லாது பிற நடன அசைவுகளும் இதே விளைவை உருவாக்குகின்றன. கால்கள், இடுப்புப் பகுதியில் வெளிப்புறமாகத் திரும்பி இருப்பதுடன், பாதங்கள் சரிவரத் தரையில் பதியச் செய்யவும் இவை உதவுகின்றன.

இதைக் கருத்தில் கொண்டுதான், தினசரிப் பயிற்சிக்கு வேறு ஒரு வழிமுறையையும் சிபாரிசு செய்கிறேன். இப்பயிற்சி மிக எளிமையானது. உங்கள் இடது பாதத்தின் விரல்களை எவ்வளவு முடியுமோ அவ்வளவு வெளிப்புறமாகத் திருப்புங்கள். பின், வலது பாதத்தை விரல்கள் வெளிப்புறமாக உள்ளவாறு திருப்பி, இடது பாதத்தின் முன் வையுங்கள். இதைச் செய்யும்போது வலது பாதத்தின் விரல்கள் இடது பாதத்தின் குதிகாலையும், இடது பாதத்தின் விரல்கள் வலது பாதத்தின் குதிகாலையும் தொடுமாறு நெருங்கி இருக்க வேண்டும். ஆரம்பத்தில், கீழே விழுந்து விடாமல் இருக்க நீங்கள் ஒரு நாற்காலியைப் பிடித்துக் கொள்ள நேரிடலாம். அதோடு கூட, உங்கள் முழங்கால்களை நன்கு அசைத்து, உடலையும் திருக வேண்டி வரும். ஆனால் உங்கள் உடலையும் கால்களையும் நேராக்கிக் கொள்ள முயல வேண்டும். இவ்வாறு நேராக்கிக் கொள்வதால் உங்கள் கால்கள் இடுப்புப் பகுதியில்

வெளிப்புறமாக வலுக்கட்டாயமாகத் திருப்பப்படும். ஆரம்பத்தில், உங்கள் பாதங்கள் நெருக்கமாக வரமாட்டா-ஆனால் அவை அவ்வாறு வரும் வரையில் உங்களால் நேராக நிமிர்ந்து நிற்க முடியாது. காலப்போக்கில், உங்கள் கால்கள் வெளிப்புறமாகத் திரும்பும்போது, நான் சுட்டிக் காட்டியுள்ள உடல் நிலையை நீங்கள் எட்டுவீர்கள். ஒருமுறை அதை உங்களால் செய்ய முடிந்தவுடன், தினமும் அதைச் செய்யுங்கள். நேரம் கிடைக்கும் போதெல்லாம், அதற்கான பொறுமையும், வலிமையும் இருக்கும் போதெல்லாம் அதை அடிக்கடி செய்யுங்கள். எவ்வளவு நேரம் உங்களால் அந்த நிலையில் நிற்க முடிகிறதோ அவ்வளவு விரைவாகவும், திடமாகவும் உங்கள் கால்கள் இடுப்புப் பகுதியிலும் பாதங்களிலும் வெளிப்புறமாகத் திரும்பி நிற்கும்.

''உடலின் இளகிய தன்மை மற்றும், உணர்ச்சிகளையும் கருத்துக்களையும் வெளிப்படுத்தும் திறன் ஆகியவற்றைப் பொறுத்தமட்டில், கை, கால்களின் இறுதிப் பகுதிகளாகிய மணிக்கட்டுகள், கணுக்கால்கள் மற்றும் விரல்கள் ஆகியவற்றின் வளர்ச்சியும் முக்கியமானவையே.

''இந்தப் பணியிலும் பாலே மற்றும் பிற நடனப் பயிற்சிகளால் நமக்கு நிறைய உதவ முடியும். நடனமாடும்போது பாதங்களும், கால்விரல்களும் உணர்ச்சிகளை வெகு நயமாக எடுத்துச் சொல்ல முடியும் - தரையில் வழுக்கிச் செல்லல், பல்வேறு அடிகளை வைத்தல் இவற்றால், ஒரு காகிதத்தில் சிக்கலான படம் ஒன்றை வரைகிற கூரிய பேனாவைப் போல அவை செயல்படுகின்றன. ஒருவர் கால் விரல் நுனிகளில் மேலே உயர்ந்து நிற்கும் போது, வானத்தில் உயரப் பறப்பது சுட்டிக்காட்டப்படுகிறது. பாதங்களும் விரல்களும் வெடுக்வெடுக்கென நடையசைவை மாற்றி மிதந்து செல்வது போல ஆக்கிப் புதியதொரு நளினத்தை உருவாக்கு கின்றன. இது நடனத்தில் தாளலயத்துக்கு மெருகேற்றுகிறது. எனவே தான் பாலே நடனப் பயிற்சியில் பாதங்களுக்கும், கால் விரல்களுக்கும் அவற்றின் வளர்ச்சிக்கும் அதிக கவனம் செலுத்தப்படுகிறது. இதில் வியப்புக்கு ஏதும் இடமில்லை. எனவே,

பாலேயினால் முன்னதாக அமைக்கப்பட்டுள்ள வழிமுறைகளை நாம் பயன்படுத்திக் கொள்ள வேண்டும்.

"மணிக்கட்டுகள் மற்றும் விரல்களைப் பொறுத்தமட்டில், பாலே வழிமுறைகளைச் சிபாரிசு செய்யலாகாது என்று நான் நினைக்கிறேன். பாலே நடனக் கலைஞர்கள் தமது மணிக்கட்டுகளைப் பயன்படுத்தும் முறை எனக்கு அவ்வளவாகப் பிடிப்பதில்லை. அது ஒழுங்கானது, பாரம்பரியமானது, செயற்கையானது, உணர்ச்சி வசப்பட்டு இருப்பது அங்கு ஆழமான எழிலை விடவும் மேம்போக்கான இனிமை மட்டுமே உள்ளது. பல பாலே நடனமணிகளும் உயிரற்ற அல்லது தசைப்பிடிப்பில் இறுகிப் போன மணிக் கட்டுகளுடனே நடனமாடுகின்றனர்.

"உங்கள் உடலை இலகுவாக்கிக் கொள்வதற்கும், பொதுவான நிற்கும், நடக்கும் நிலைகளை மேலும் வளர்த்துக் கொள்வதற்கும் உதவிகரமாக உள்ள மற்றொரு விஷயம் பாலே பயிற்சியில் உள்ளது.

"நமது முதுகெலும்பானது பல்வேறு திசைகளிலும் மடங்கித் திரும்ப வல்லது. ஒரு சுருள் கம்பியைப் போல இருக்கும் அது தனது அடித்தளத்தில் திடமாக நிறுத்தப்படவேண்டியது அவசியமாகிறது. கடைசியில் கீழே உள்ள முதுகெலும்புத் துணுக்கில் அது திருகிப் பொருத்தப்பட வேண்டும். இந்தத் "திருகானது" வலிமையுடன் உள்ளதாக ஒருவர் உணர்ந்தால் அவரது உடலின் மேற்பாகத்துக்கு ஒரு நல்ல ஆதாரமும், புவியீர்ப்பு விசைக்கான நடு மையமும், திடமான நிலைத்த மற்றும் நேரான தன்மைகள் கிடைக்கும். ஆனால் இதற்கு மாறாக, அந்தத் திருகு கழன்று விட்டதாக அவர் உணர்ந்தால், அதனால் அவரது முதுகெலும்புத் தொடரும், அதனைத் தொடர்ந்து அவரது முழு உடலும் தன் திடத்தன்மையை, நேராக நிற்கும் தன்மையை, அழகிய வடிவத்தை இழப்பதோடு கூடவே உடலசைவின் அழகையும், இலகுவான இளகிய தன்மையையும் இழந்து விடுகிறது.

"இந்தக் கற்பனைத் திருகானது முதுகெலும்பைத் தாங்கும் மையப்புள்ளியானது, பாலே நடனக்கலையில் ஒரு முக்கியப்

பங்கை வகிக்கிறது. உங்கள் நடன வகுப்புகளில் இதைச் சாதகமாக எடுத்துக் கொண்டு உங்கள் முதுகெலும்புத் தொடரை மேம்படுத்திக் கொள்ளவும், வலுப்படுத்திக் கொள்ளவும், அதைச் சரியாகப் பொருத்தவுமான வழிகளைக் கற்றுக் கொள்ளுங்கள்.

''இதற்காக, கூடுதலான ஒரு பழைய பாணியிலான முறையையும் உங்களுக்குத் தரவுள்ளேன். உங்கள் முதுகெலும்புக்கான சரிசெய்யும் பயிற்சிகளைச் செய்யும்போது இதை நீங்கள் தினந்தோறும் பயன்படுத்தலாம்.''

''முன்னாட்களில் சிறுபிள்ளைகளைப் பராமரிக்கும் செவிலியர்-குறிப்பாக, ஃபிரெஞ்சு நாட்டைச் சேர்ந்த செவிலியர் - தம் பொறுப்பில் உள்ள பிள்ளைகளின் தோள்கள் வளையாமல் நேராக இருக்கும் பொருட்டு ஒரு கடினமான மேசை அல்லது தரைமீது முதுகெலும்புகள் முழுவதும், தலையின் பின்புறமும் அழுத்தமாகப் படியுமாறு படுக்கச் செய்வது வழக்கம். இவ்வாறு பிள்ளைகள் பல மணிநேரம் படுத்துக் கிடக்க, செவிலியர் அவர்களுக்கு நூல்களை உரக்க வாசித்து காட்டுவது வழக்கம்.

''கூன் போடும் பழக்கமுள்ள சிறுவர்களை நேர்ப்படுத்த இதோ மற்றொரு முறை. செவிலியர் இப்பிள்ளைகளின் கைகளை மடிக்கச் செய்து முழங்கைகளின் உட்புறமாக, முதுகுக்குப் பின்னால் ஒரு கம்பை நுழைத்து விடுவது வழக்கம். பிள்ளை குனிய முற்பட்டால் கம்பு முதுகில் அழுத்தி அதைத் தடுத்து விடும். எனவே, முதுகை நேராக நிமிர்த்தியவாறு இருப்பதைத் தவிர அப்பிள்ளையால் வேறு எதுவும் செய்ய இயலாது. இதே நிலையில் செவிலியரின் கண்டிப்பான கண்காணிப்பின் கீழ், பிள்ளைகள் நாள் முழுவதும் நடந்து திரிவது உண்டு. இறுதியில் முதுகெலும்புகள், கம்பு இல்லாமலே நேராக இருக்குமாறு பழக்கப் படுத்தப்பட்டு விடும்.

''ஜிம்னாஸ்டிக்ஸ் போன்ற உடற்பயிற்சிகள் சட்டென்று மாறும் தெளிவான அசைவுகளைக் கொண்டுள்ளன. அதன் இசை, இராணுவத்தின் மிடுக்கோடு கண்டிப்பான லயத்தோடு உள்ளது. ஆனால், நடனத்தில், லாவகம், பரப்பு, அசைவுகளில் நீரோட்டம் போன்ற ஒழுங்கு ஆகியவை தென்படுகின்றன. இவ்விரண்டு

பயிற்சி முறைகளும் சேர்ந்து ஒரு கையசைவை விரியச் செய்து அதற்கு வடிவம், திசை மற்றும் கற்றோட்டமான தெளிவு இவற்றைத் தருகின்றன.

"ஜிம்னாஸ்டிக் அசைவுகள் நேர்க்கோடுகளாக அமைகின்றன. நடனத்தில் அவை மேலும் சிக்கலாகவும் வேறுபட்டும் உள்ளன."

"இருந்தும் பாலே மற்றும் நடனத்தில், உருவத்தின் வெகு அதீதமான ஒழுங்கமைத்தல், மிகவும் மிகைப்படுத்தப்பட்ட நளினம், போலித் தன்மை இவையெல்லாம் ஏற்பட்டு விடுகின்றன. இது நல்லதல்ல. ஒரு பாலே நடனக்கலைஞர், மேடைக்கு வருகிற அல்லது வெளியேறுகிற ஒருவரையோ அல்லது ஏதேனும் ஒரு பொருளையோ தன் கரத்தால் சுட்டிக்காட்ட நேரிடும்போது அதைச் சும்மா கையை நீட்டிக் காட்டுவதுடன் நின்று விடமாட்டார். மாறாக, மேடையின் ஒரு கோடியிலிருந்து மறுகோடிக்கு அதை இட்டுச் செல்வார் - இதனால் தன் சைகையை மிக மிக அதிகமாக நீட்டிப்பது அவர் நோக்கம். இவ்வாறு அளவுக்கதிகமான தேவைக்கு மீறிய அசைவுகளைச் செய்வதன் வாயிலாக, ஆண் மற்றும் பெண் பாலே நடனக் கலைஞர்கள் தேவைக்கும் அதிகமான எழில் மற்றும் படாடோபத்தைச் சாதிக்க எண்ணுகிறார்கள். இதனால், போஸ் கொடுத்தல், செயற்கைத் தனம், இயல்பாக இல்லாமல் கோமாளித்தனமாக உள்ள மிகைப்படுத்துதல் ஆகியன உருவாக ஏதுவாகிறது.

"ஒரு நியாயமான நாடக மேடையில் இவற்றைத் திரும்பச் செய்வதைத் தவிர்க்க வேண்டுமானால், நான் முன்பே பலமுறை கூறியுள்ள ஒன்றை நீங்கள் நினைவில் கொள்ள வேண்டும். நடித்தலில், சைகை செய்யப்பட வேண்டும் என்பதற்காக மட்டுமே ஒரு சைகை செய்யப்படக் கூடாது. உங்கள் அசைவுகளுக்கு எப்போதுமே ஒரு காரணம் இருந்ததாக வேண்டும். அது உங்கள் கதாபாத்திரத்தின் உட்பொருளுடன் தொடர்புடையதாக இருக்க வேண்டும். நோக்கத்துடன் கூடிய பொருள் உள்ள நடிப்புச் செயலால் செயற்கைத் தன்மை, போஸ் கொடுத்தல் மற்றும் இது போன்ற ஆபத்தான விளைவுகள் என்பன தானாகவே வெளியேறிவிடும்.

5

இன்று, பால் ஷூஸ்டோவ், தனது மாமாவையும் அவர்களது பழைய நண்பரான ஒரு புகழ் பெற்ற நடிகரையும் சந்திப்பதற்காக என்னையும் இழுத்துச் சென்றான். இந்த வாய்ப்பைப் பயன்படுத்திக் கொண்டு நான் அவரை நன்றாகப் பார்க்க வேண்டும் என்று பால் வற்புறுத்தினான். அவன் சொன்னது முற்றிலும் சரி. தனது விழிகள், வாய், காது, மூக்கின் நுனி, விரல்கள் இவற்றை வெகு நுணுக்கமாக அசைத்தலின் மூலம் பேசுகிற ஒரு குறிப்பிடத்தக்க நடிகரின் நட்பை நான் இன்று பெற்றேன்.

ஒரு நபரின் வெளி உருவத்தை, ஒரு பொருளின் வடிவத்தை ஒரு நிலப்பரப்பின் விவரங்களை வர்ணிப்பதில், தனது மனதில் இருந்ததை வெளிப்படுத்துவதில் ஒரு அற்புதமான, தெளிவான முறையை அவர் பெற்றிருந்தார் எடுத்துக் காட்டாக, தன்னை விடவும் பருமனாக இருந்த ஒரு நண்பரின் வீட்டுச் சூழலை அவர் வர்ணித்தபோது உங்கள் கண்களுக்கு எதிரே தன்னைத் தானே ஒரு அகலமான பீரோவாக, துணிகள் நிறைந்து பிதுங்கும் அலமாரியாக, அல்லது மிகவும் தடியாக மெத்தை இடப்பட்டிருந்த ஒரு நாற்காலியாக மாற்றிக் கொள்வதை உங்களால் காண முடிந்தது. இதைச் செய்வதில் இவர் அந்தப் பொருள்களைப் போல ஆகவில்லை, மாறாக, திணித்துப் பிதுங்கித் திணறும் உணர்வைப் பிரதிபலித்துக் காட்டினார்.

தானும் தனது பருமனான நண்பரும் இந்த மரச் சாமான்களுக்கு நடுவில் சுற்றி வந்ததைப் பற்றி அவர் கூறிய போது ஒரு குகைக்குள் இரு கரடிகள் இருக்கும் ஒரு அற்புதமான மனக்காட்சி எங்கள் கண்முன் விரிந்தது.

இக்காட்சியைச் சித்தரிக்க, அவர் தனது இருக்கையிலிருந்து எழக் கூடவில்லை. அங்கே உட்கார்ந்தவாறே பக்கவாட்டில் சற்றுச் சாய்ந்தாடினார், முன்னே குனிந்தார், தனது பருத்த வயிறைச் சற்றே உயர்த்தினார் - ஒரு மரச்சாமானைத் தாண்டி, தன்னைத் தானே இறுக்கமாக நசுக்கிக் கொண்டு போவதைச் சித்தரிக்க அது போதுமானதாக இருந்தது.

மற்றொரு முறை, வேகமாகச் சென்று கொண்டிருந்த ஒரு பேருந்திலிருந்து குதித்தபோது விளக்குக் கம்பத்தில் மோதி விழுந்த ஒருவரைப் பற்றி அவர் விவரித்தபோது, அக்காட்சி அவ்வளவு தத்ரூபமாக இருந்ததால் நாங்கள் அனைவரும் ஒரே குரலில் கூவிவிட்டோம்.

இதைவிடவும் வியப்பூட்டித் திகைக்க வைக்கும் ஒரு சம்பவமும் அங்கே நிகழ்ந்தது. அதாவது, பாலின் மாமாவும், இந்த நடிகரும், இளமைக்காலத்தில் ஒரு பெண்ணைக் காதலித்தார்களாம். இந்தப் பெண்ணுடனான காதல் போட்டியில் தான் எவ்வாறு வெற்றி பெற்றார் என்று மிகவும் பெருமையுடன் மார்தட்டிக் கொண்டார் மாமா ஷூஸ்டோவ்! அதைவிடவும் ரசிக்கும்படியாக இருந்தது அவர் அந்த நடிகரின் தோல்வியை வர்ணித்த விதம்.

ஆனால் அந்த நடிகரோ, ஒரு வார்த்தை கூடப் பேசவில்லை. ஆனால் கதை சுவாரஸ்யமாகப் போய்க் கொண்டிருந்த போது, சில இடங்களில் மாமா கூறியதை மறுத்துப் பேசுவதற்குப் பதிலாக, அவர் தன் பார்வையை அங்கு கூடியிருந்த மற்றவர்கள் மீது ஓட விட்டார்-அவரது கண்கள் பேசிய மொழி இதோ:

“என்ன திமிர்! இவன் பொய் சொல்கிறான், முட்டாள்களாகிய நீங்கள் இங்கே உட்கார்ந்து இதையெல்லாம் கேட்டுக் கொண்டும் நம்பிக் கொண்டும் இருக்கிறீர்கள்!”

ஒரு கட்டத்தில், அந்தப் பருமனான மனிதர் தன் கண்களை மூடிக் கொண்டார். பொறுமையின்மை மற்றும் நம்பிக்கையிழத்தல் ஆகிய உணர்ச்சிகளைச் சித்தரிக்குமாறு, அசைவற்று உட்கார்ந்து, தன் தலையைப் பின்னால் சாய்த்து, காதுகளை மட்டும் மேலும் கீழும் அசைத்தார். விடாமல் சளசளக்கும் தன் நண்பரின் பேச்சைத் தவிர்க்கத் தன் கைகளுக்குப் பதிலாகக் காதுகளைப் பயன்படுத்தியது போல அது இருந்தது.

மாமா ஷூஸ்டோவ் மேலும் தம்பட்டமடித்துக் கொண்டே போக இவரோ தன் மூக்கு நுனியை இடது புறமும் வலதுபுறமும் அசைத்தார். பின் தனது ஒரு புருவத்தை மேலே உயர்த்தினார், பின் மற்றதை உயர்த்தினார். அவரது தடித்த உதடுகளில் ஒரு சிறிய

புன்னகை தவழ்ந்து விளையாடியது. இந்தச் சிறிய, கவனிப்பதற்கரிய அசைவுகள், தனது நண்பன் தன்னைத் தாங்கிப் பேசிய வார்த்தைகளை, பதில் வார்த்தைகளை விடவும் மேலும் திறம்பட உடைத்து அழித்தன.

இந்த இரு நண்பர்களும் செய்த மற்றொரு கேளிக்கை, தமது விரல்களை மட்டுமே பயன்படுத்தி விவாதித்தது ஒரு வார்த்தை கூடப் பேசாமல் அவர்கள் விரல்களால் விவாதித்த போதும், அவர்கள் பேசியது ஏதோ காதல் விவகாரம் பற்றி என்றும், ஒருவர் செய்த குறும்பைப் பற்றி மற்றவர் குற்றம் சாட்டுகிறார், என்றும் எங்களுக்கு மிகத் தெளிவாகப் புரிந்தது.

இரவு உணவுக்குப்பின், ஆஸ்ட்ரோவ்ஸ்கியின் "புயல்" (The Storm) என்ற நாடகத்தில் பிரபலமான சொற்களற்ற காட்சியைத் தமது நண்பர் நடித்துக் காட்டுமாறு பணித்தார். அவரது விளக்கமான நடிப்பு, வெகு தெளிவாகவும், உயிர்த்துடிப்புடனும், முகபாவங்களாலும் கண் பார்வையாலும் மட்டுமே சித்தரிக்கப் பட்டாலும் உளவியல் விஷயங்களைத் தெள்ளத் தெளிவாக வெளிப்படுத்துவதாகவும் இருந்தது.

5

உடல் அசைவின் நெகிழும் இலகுத் தன்மை (இலாவகம்)

1

உடல் அசைவின் லயம் பற்றிக் கற்றுக் கொள்ளத் தேவையான ஜிம்னாஸ்டிக் வகுப்புகளுக்கு இணையாக இப்போது நாங்கள் நெகிழ்வு அசைவு பற்றிய வகுப்பு ஒன்றையும் துவங்கியுள்ளோம். இதை நடத்துபவர் மாடம் சோனோவா ஆவார். இன்று இந்த வகுப்புக்கு டார்ட்சாவ் வந்தார்.

''இந்த புதிய விஷயம் பற்றிய உங்கள் அணுகுமுறை பற்றி நீங்கள் முழுத் தெளிவுடன் இருக்க வேண்டும் என்று விரும்புகிறேன்,'' என்று அவர் தொடங்கினார்.

''நெகிழ்வு அசைவு என்பது வழக்கமாக நடனம் சொல்லித்தரும் ஆசிரியரால் கற்றுத் தரப்பட வேண்டும் என்பது பொதுவான கருத்து. மேலும், பாலே மற்றும் நவீன நடனங்களில் உள்ள பாரம்பரியமான அடிகளும் நிலைகளும், சாதாரணமான நாடகக் கலைஞர்களாகிய நமக்குத் தேவையான நெகிழ்வு அசைவைக் கற்றுத் தந்துவிடும் என்றும் பலர் கருதுகின்றனர்.

''ஆனால் இது உண்மையா?''

''பிரபல பாலரீனாக்கள் மற்றும் ஆண் நடனக் கலைஞர்கள் ஆகியோரின் நிற்கும் மற்றும் நடக்கும் பாங்கு அளவுக்கு மீறியும், பகட்டாகவும் ஆகி விடுகின்றன என்று நான் முன்னரே சுட்டிக்

காட்டியுள்ளேன். அவர்கள், நெகிழ்வு மற்றும் அசைவை, அவற்றுக்காகவே பயன்படுத்துகின்றனர். அசைவுகளின் உள்ளார்ந்த பொருளுடன் எந்த விதத் தொடர்பும் இல்லாமலேயே அவர்கள் அவற்றைக் கற்றுக் கொள்கின்றனர். இதன் காரணமாக, பொருளை இழந்து விட்ட உருவங்களை அவர்கள் உருவாக்குகின்றனர்.

"இத்தகைய புறத்தோற்றமாகிய, காலியான அசைவுகள் ஒரு நடிகருக்குத் தேவையா? அவை அவனது சாதாரண அசைவுகளுக்கு மென்மையையும், நளினத்தையும் தருமா?

"இந்த நடனக் கலைஞர்கள், மேடைக்கு வெளியே சாதாரண ஆடைகளில் இருக்கும்போது அவர்களைப் பார்த்திருப்பீர்கள். நாம் நிஜவாழ்வின் நபர்களைப் பிரதிபலிக்க விரும்பும்போது நடந்து கொள்ள வேண்டிய முறையில் அவர்கள் நடந்து கொள்கிறார்களா? அவர்களின் மிக நுணுக்கமான முறையில் தனித் தன்மையுடன் விளங்கும் நளினமும், எழிலும் நமது படைக்கும் நோக்கங்களுக்கு ஏற்றவையா?"

"நாடகக் கலைஞர்களில் சில குணச்சித்திர நடிகர்கள், எதிர்ப்பாலினத்தைக் கவர்வதற்காகவே இத்தகைய நெகிழ்வு அசைவுகளைப் பயன்படுத்துவதை நாம் அறிவோம். இவர்கள் தம் உடலமைப்பின் எழிலைப் பயன்படுத்தி உடலின் நிலைப் பாங்குகள் சிலவற்றைக் கோர்த்து இணைத்துப் பயன்படுத்துகின்றனர். புறரீதியாகச் சிந்தித்து உருவாக்கப்படும் அசைவுகளை அவர்களது கரங்கள் காற்றில் படமாக வரைகின்றன. இந்தச் சைகைகள் அவர்களது தோள்களில் தொடங்கி, இடுப்பு முதுகெலும்பு என்று சென்று, கரங்களின் மற்றும் கால்களின் வெளிப்புறங்கள் வழியாக மீண்டும் தாம் தொடங்கிய இடத்திலேயே சென்று முடிந்து விடுகின்றன. படைக்கும் தொடர்ச்சி, அசைவுக்காக உள் தூண்டுதல், அடையப் படவேண்டிய நோக்கம் பற்றிய உந்துதல் ஆகிய இவை ஏதுமின்றி அவை செய்யப்படுகின்றன. இவை, கடிதங்களின் உட்பொருள் பற்றி ஏதும் அறிந்து கொள்ள விரும்பாமல் அவற்றைத் தூக்கிச் செல்லும் வண்டிகளைப் போலச் செயல்படுகின்றன.

''இந்த அசைவுகள் சரளமாக உள்ளன என்றும் நாம் ஏற்றுக் கொள்ளலாம். ஆனால் அவை காலியாக, அறிவு நிலை ஏதுமின்றி உள்ளன. பாலரீனாக்கள், அழகாக உள்ள தமது கரங்களை, அவற்றின் அழகைக் காட்டுவதற்காக மட்டுமே அசைத்துக் காட்டுவதைப் போல அவை உள்ளன. இத்தகைய அசைவுகளால் நமக்குப் பயன் ஏதுமில்லை. ஒதெல்லோ அல்லது ஹாம்லெட்டின் மனித உணர்வை அவை வெளிப்படுத்துவதில்லை.

''ஏதேனும் ஒரு உயிரோட்டமுள்ள நோக்கத்தை, உள்ளார்ந்த அனுபவத்தை வெளிக்காட்டுவதற்காக இவற்றை மாற்றியமைக்க நாம் முயல வேண்டும். அப்போது அந்தச் சைகையானது வெறும் சைகையாக நின்று விடாமல், நோக்கமும் உள்ளர்த்தமும் கொண்டுள்ள நிஜச் செயலாக மாற்றப்பட்டு விடுகிறது.

''ஆகவே, உள்ளர்த்தமுள்ள எளிமையான, உணர்ச்சிகளை வெளிப்படுத்தக்கூடிய அசைவுகள்தான் நமக்குத் தேவை. இவற்றை நாம் எங்கே கண்டுபிடிக்கலாம்?

''நாம் இப்போது குறிப்பிட்டுப் பேசிய நடன மற்றும் நடிப்புக் கலைஞர்களை விடவும் வேறுபட்டவிதமான நபர்களும் உள்ளனர். இவர்கள் தமக்கென ஒரு நிரந்தரமாக நிலை நிறுத்தப்பட்ட நெகிழ்வு அசைவுகளை பயிற்சி செய்து முடிவு செய்து கொண்டுள்ளனர். அதன் பின்னர், தமது உடல்ரீதியான செயல்பாடுகள் பற்றி மேற்கொண்டு அக்கறை செலுத்துவதில்லை. அவர்களைப் பொறுத்தமட்டில் அவர்களின் உடலசைவு என்பது அவர்களின் உயிருருவின், ஒரு அங்கமாக, தனித்தன்மையின் பகுதியாக, இயல்பாக அமைந்துவிட்ட ஒன்றாகும். இந்த வகையிலான பாலரீனாக்கள் மற்றும் நடிகர்களால் இலகுவாக லாவகமாக அன்றி வேறு எந்த விதமாகவும் அசைய முடியாது.

''தமது செயல்பாட்டு முறைகளைச் சற்றே கவனித்தாலும் போதும், அவர்களது இதயத்திலிருந்து, உயிருருவின் அடி ஆழத்திலிருந்து ஒரு சக்தி ஊற்றுப் போல் வெளிவருவதை அவர்களால் உணர முடியும். இது ஒன்றும் ஒரு காலியான சக்தி அல்ல - மாறாக, உணர்ச்சிகள், ஆசைகள், குறிக்கோள்கள்

ஆகியவற்றால் தூண்டப்பட்டு ஏதேனும் ஒரு செயலைத் தூண்டுவதற்காக அகரீதியில் செலுத்தப்படும் உந்து விசையாக இது உள்ளது.

''சக்தியானது உணர்ச்சியில் சூடேற்றப்பட்டு, மன உறுதியால் வலுவூட்டப்பட்டு, அறிவினால் செலுத்தப்பட்டு, ஒரு முக்கியமான களப் பணிக்காகச் செல்லும் அரசு தூதுவன் போல, நம்பிக்கையுடனும் பெருமிதத்துடனும் முன்னே செல்கிறது. உணர்ச்சிகள் நிரம்பியுள்ளதாக, உட்பொருள் மற்றும் நோக்கம் கொண்டதாக இது உணர்நிலையில் உள்ள செயல்பாடாகத் தன்னை வெளிப்படுத்திக் கொள்கிறது. இப்பணி, ஏனோ தானோ வென்று செய்யப்பட முடியாதது - தனது ஆன்மீகத் தூண்டுதலுக்கு ஏற்றவாறு அது நிறைவேற்றப்பட வேண்டும்.''

''உங்கள் தசைகளின் வலைப்பின்னல் வழியாக இச்சக்தி ஒழுகிச் செல்லும் போது உங்களது அகரீதியிலான அசைவு மையங்களைத் தூண்டிவிட்டு, புறத்திலான செயல்பாட்டுக்கு அது இட்டுச் செல்கிறது.

''உங்கள் முதுகெலும்பு, கழுத்து மற்றும் கைகளின் வழியாக மட்டுமன்றி கால்களின் வழியாகவும் அது செல்கிறது. கால் தசைகளைத் தூண்டி, ஒரு குறிப்பிட்ட வகையில் உங்களை நடக்கச் செய்கிறது. மேடையில் உள்ளபோது இது ஒரு மிக முக்கியமான அம்சம் ஆகும்.

''நீங்கள் தெருவில் நடந்து செல்வதைக் காட்டிலும், மேடையில் நடக்கும் விதம் வேறுபட்டதாக உள்ளதா என்று கேட்கிறீர்களா?''

''ஆம், நிச்சயமாக உள்ளது. இந்த வேறுபாட்டுக்கான காரணம் என்னவென்றால், வாழ்க்கையில் நாம் தவறாக நடக்கிறோம், மேடையில் இயற்கை விதித்தபடி, அதன் விதிமுறைகளுக்கு ஏற்றவாறு சரியாக நடக்கும்படி கட்டாயப்படுத்தப் படுகிறோம். இங்குதான் பெரும் பிரச்சினை ஒன்று இருக்கிறது.

''இயற்கையில் ஒரு நல்ல, சாதாரணமான நடை இல்லாதவர்கள், அதை மேம்படுத்திக் கொள்ளும் வழிமுறைகளும்

பெறாதவர்கள், மேடையேறும்போது இந்தக் குறைபாட்டை மறைக்க எல்லாவிதமான முயற்சிகளிலும் ஈடுபடுகிறார்கள். செயற்கையான வடிவமும் அழகும் கொண்ட ஒரு தனிச்சிறப்பான முறையில் நடைபோடுவதற்கு அவர்கள் கற்றுக் கொள்கிறார்கள். எனினும் அந்த விதமான நாடக பாணியிலான மேடை-நடையை, இயற்கை விதிகளுக்கு உட்பட்டதான நிஜமான மேடை-நடையுடன் குழப்பிக் கொள்ளக் கூடாது.

''இந்த நிஜமான மேடை நடைகளைப் பற்றியும் அதை எவ்வாறு வளர்த்துக் கொள்வது என்றும் இப்போது பார்க்கலாம். ஏனெனில் இதைச் செய்தால் இப்போது பல நடிகர்களாலும் பயன்படுத்தப்படும் செயற்கையான நடையை ஒரேயடியாக ஒழித்துக் கட்டிவிடலாம். வேறு விதமாகச் சொல்வதானால், மேடை மீதும் அதற்கு வெளியேயும் மறுபடி ஒருமுறை நாம் புதிதாக நடக்கக் கற்றுக் கொள்வோமாக.''

டார்ட்சாவ் பேசி முடித்து வாய் மூடுவதற்கு முன், சோன்யா குதித்தெழுந்து தனது நடையழகைக் காட்டியவாறு நடந்து அவரைக் கடந்து சென்றாள். அவளைப் பொறுத்தவரையில் அதுவே இலட்சியரீதியிலான, மிகச் சரியான நடையாகும் என்பது தெளிவாகத் தெரிந்தது.

அவளது சின்னஞ்சிறு பாதங்களைக் கவனித்தவாறு, டார்ட்சாவ், ஆம்...ம்ம்'' என்று இழுத்தார். ''தமது மனிதப் பாதங்களை பசுக்களின் குளம்பு போல மாற்றுவதற்காகச் சீனப் பெண்கள் இறுக்கமான காலணிகளை அணிவது பண்டைய வழக்கம். ஆனால் இன்றைய பெண்களின் கதை தான் என்ன? நமது உடலாகிய கருவியின் மிகவும் சிக்கலான, மேன்மையான பகுதியைச் சீரழித்துக் கெடுப்பதில் சீனர்களைவிடவும் வித்தியாசமானவர்களாகவா அவர்கள் இருக்கிறார்கள்? மனிதப் பாதம் - என்ன ஒரு அதிமுக்கியமான பங்கை அது வகிக்கிறது! என்ன ஒரு காட்டுமிராண்டித்தனத்தில் இவர்கள் ஈடுபடுகிறார்கள் - குறிப்பாகப் பெண்கள், நடிகைகள்'' மிக அழகிய நடை என்பது கருத்தைக் கவரும் வசீகரங்களில் ஒன்று. நாகரிகம் மற்றும் குதி உயர்ந்த காலணிகளின் பலிபீடத்தில் அது பலிகொடுக்கப்படுகிறது.

"இன்று முதல், நமது மாணவிகள் குதி தாழ்ந்த காலணிகள் அல்லது அதைவிடவும் மேலாக, குதிகளே இல்லாத ஒரே மட்டமான காலணிகளை அணிந்து வகுப்புக்கு வரவேண்டும் என்று நான் சொல்லப் போகிறேன். நமது அரங்கத்தின் ஆடையணிகலன்களைக் கவனித்துக் கொள்ளும் பெண்மணி உங்களுக்குத் தேவையானவற்றை எல்லாம் ஏற்பாடு செய்து தருவார்."

சோன்யாவின் அழகு நடைக்குப்பின், வாஸ்யா தனது லேசான நடையைக் காட்டினான். அதைக் காணும்போது அவன் நடக்கவில்லை, மிதக்கிறான் என்று சொல்வதே சரி என்று தோன்றியது.

"சோன்யாவின் பாதங்கள் தமது பணியை நிறைவேற்றவில்லை என்று கூறினால், உன்னுடையவை, தமது பணியை வெகு அதிகமாகச் செய்கின்றன என்றே சொல்ல வேண்டும்," என்றார் டார்ட்சாவ். "இதில் தவறு ஏதுமில்லை. ஒரு மிக நன்றாக வடிவமைத்த பாதத்தை உருவாக்கிக் கொள்வது சிரமம். ஆனால் அதன் செயல்பாட்டைக் குறைப்பது என்பது வெகு வெகு சுலபம். உன்னைப் பற்றி எனக்குக் கவலைகள் ஏதுமில்லை."

தன்னைத் தாண்டிப் பெரும் பளுவுடன் சிரமப்பட்டு நடந்து சென்ற லியோவைப் பார்த்து,

"நோய் அல்லது விபத்தினால் உனது முழங்கால் அசைக்க முடியாதபடி ஆகிவிட்டால் அதைச் சரி செய்வதற்கு நீ பல மருத்துவர்களைத் தேடிச் செல்வாய். ஆனால், ஒன்றல்ல, இரண்டு செயலற்று சூம்பிப் போன முழங்கால்களை வைத்துக் கொண்டு, உனது ஊனத்தைப் பற்றிக் கவலையின்றி இருப்பது ஏன்? முழங்கால் மூட்டு அசைவது என்பது நடப்பதற்கு மிக மிக அதிகமான முக்கியத்துவம் கொண்டதாகும். இறுகிப் போன, மடங்காத கால்களைக் கொண்டு ஒருவரால் நடக்கவே முடியாது!"

க்ரிஷாவின் பிரச்சினை, ஒருவரின் நடையில் பெரும்பங்கு வகிக்கும் முதுகெலும்பின் வளையாத இறுகிய தன்மையாக இருந்தது.

பாலுக்கு டார்ட்சாவ் சிபாரிசு செய்தது இது - மிகவும் துருப்பிடித்துப் போனது போல அசைக்க முடியாமல் இருந்த அவனது இடுப்பு மூட்டுக்கு எண்ணெய் இட்டுச் சரி செய்வதுதான் அது. இத்தகைய இடுப்பு மூட்டினால் அவனால் காலை வீசி நடக்க முடியவில்லை. இதனால் அவனது நடையின் எட்டு குறுகி விட்டது, அவனது உயரத்துக்குப் பொருத்தமற்றதாக அது இருந்தது.

அன்னா பெண்களுக்கே உரித்தான ஒரு குறையின் எடுத்துக்காட்டாக விளங்கினாள். அவளது இடுப்பிலிருந்து முழங்கால் வரையில் அவளது கால்கள் உட்புறமாகத் திரும்பியிருந்தன. அவற்றை வெளிப்புறமாகத் திருப்புவதற்கு பாலேயின் சுவர்-கட்டையில் கூடுதல் பயிற்சிகளை அவள் செய்ய வேண்டியிருக்கும்.

மரியாவின் பாதங்களோ அவை ஒன்றை ஒன்று தடுக்கிக் கொள்ளுமளவு உட்புறமாகத் திரும்பியிருந்தன. இதற்கு நேர் எதிராக நிக்கோலஸின் பாதங்கள் வெளிப்புறமாக அதிகம் திரும்பியிருந்தன.

நான் எனது கால்களைப் பயன்படுத்திய விதம் லயமின்றித் தாறுமாறாக இருந்ததாக டார்ட்சாவ் விமர்சித்தார்.

"சில பேர் பேசுவது போல நீ நடக்கிறாய். அவர்கள் சில சொற்களை இழுத்து இழுத்துப் பேசி, பின் திடீரென்று அவற்றை ஏனோ கடகடவென்று பொரி கடலையைப் போலக் கொட்டுவார்கள். உனது காலடிகளில் ஒரு குழு நிதானமாக இருக்கின்றன. பின் சட்டென்று ஏதோ பறக்கும் காலணியை அணிந்துள்ளவன் போல நீ வெகு வேகமாக நடக்கிறாய். குறைபாடுள்ள இதயங்கள், தமது துடிப்பை நழுவ விடுவது போல நீ காலடிகளை நழுவ விடுகிறாய்."

இந்த விமர்சனம் மற்றும் மறுபார்வையின் விளைவாக நாங்கள் எங்களது நடையின் குறைகளையும் மற்றவரது குறைகளையும் கண்டு கொண்டோம். இதனால் எங்களுக்கு நடக்கவே தெரிய வில்லை என்று உணர்ந்து கொண்டோம். சிறுபிள்ளைகளைப்

போல, இந்த முக்கியமான, கடினமான திறனை மறுபடியும் பெற்றுக் கொள்ள வேண்டியவர்களாக இருந்தோம் என்றும் கண்டு கொண்டோம். இந்தப் பணியில் எங்களுக்கு உதவ வேண்டி, மனிதக்கால் மற்றும் பாதத்தின் அமைப்பை விளக்கியதோடு சரியாக நடப்பதற்கான அடிப்படை பற்றியும் டார்ட்சாவ் எங்களுக்கு எடுத்துரைத்தார்.

''நமது உடலின் அசைவு எந்திரத்தைப் புரிந்து கொள்வதற்கு நாம் ஒரு என்ஜினியராகவோ, மெக்கானிக்காகவோ இருக்க வேண்டிய அவசியம் இல்லை,'' என்று அவர் தொடங்கினார். ''மனிதக் காலானது இடுப்பிலிருந்து பாதம் வரையில் ஒரு மோட்டார் காரின் அடிப்பகுதியை எனக்கு நினைவுபடுத்துகிறது. அதில் உள்ள பல்வேறு சுருள் கம்பிகள், ஸ்பிரிங்குகளின் செயல்பாடு அதிர்ச்சிகளை உள்வாங்கிக் கொள்வதால், மனிதர்கள் அமர்ந்து செல்லும் மேல்பகுதி ஏறத்தாழ அசைவேயின்றி இருக்க முடிகிறது. ஒரு மனிதன் நடந்தாலும் ஓடினாலும் இதுதான் நிகழ வேண்டும். அப்போது அவனது மார்பு, தோள்கள், கழுத்து மற்றும் தலை அசைவு, அதிர்வின்றி அமைதியாக ரயில்ல் முதல் வகுப்பில் பயணம் செய்யும் பணியைப் போல இருக்க வேண்டும். பெருமளவில், ஒருவரது முதுகெலும்பினால் இது சாத்தியமாகிறது.

''முதுகெலும்பின் பணி, ஒரு சுருள் கம்பியைப் போல, எந்த ஒரு சிறு அசைவின் போதும் எந்தத் திசையிலும் வளைந்து கொடுத்து தோள் மற்றும் தலை இவற்றின் சமநிலையை அசையாமல் வைத்துக் கொள்வதைச் சாத்தியமாக்க வேண்டும்.

''ஒரு ரயில்பெட்டியில் ஸ்பிரிங்குகள் கீழ்ப்பகுதியில் உள்ளது போலவே நமது உடலிலும், இடுப்பு, முழங்கால்கள் கணுக்கால்கள் மற்றும் நமது கால்விரல்களின் அனைத்து மூட்டுகள் ஆகிய இடங்களிலும் ஸ்பிரிங்குகள் அமைத்துள்ளன. அவற்றின் பணி, நாம் நடக்கும் போதும் ஓடும்போதும் மற்றும் உடலை முன்புறமாக, பின்புறமாக, பக்கவாட்டில் அசைக்கும் போதும் ஏற்படக்கூடிய அதிர்ச்சிகளைக் குறைப்பதாகும்.''

ஒரு கதாபாத்திரத்தை வடிவமைத்தல்

"இவை, மற்றொரு வேலையும் செய்கின்றன - அதாவது, தாம் சுமந்து கொண்டுள்ள உடலை முன்னால் எடுத்துச் செல்வதாகும். இந்த உடல், ஒரு நேர்கோட்டில், அதிகம் மேலே கீழே அசையாமல் எவ்வளவு மிருதுவாக, இலகுவாக முடியுமோ அவ்வளவு நன்றாக முன்னே செல்லுமாறு இவ்வேலை செய்யப்படுகிறது."

"இவ்விதமாக நடப்பது மற்றும் ஓடுவதைப் பற்றி விவரிக்கும் போது என்னை மிகவும் பாதித்த ஒரு சம்பவம் என் நினைவுக்கு வருகிறது. ஒரு சமயம் நான் ஒரு சில இராணுவ வீரர்கள் நடந்து செல்வதைக் கவனித்துக் கொண்டிருந்தேன். எனக்கும் அவர்களுக்கும் இடையே ஒரு தடுப்புச் சுவர் இருந்தது - இதனால் அவர்களது தலை, தோள்கள் மற்றும் மார்புப் பகுதி மட்டுமே எனக்குத் தெரிந்தது. அப்போது அவர்கள் நடப்பது போலவே தோன்றவில்லை - மாறாக, ரோலர் ஸ்கேட்டுகள் அல்லது பஸ்கி கட்டைகள் மீது உருண்டு செல்வதுபோலத் தோன்றியது. மேலும் கீழுமாக அடியெடுத்து வைத்து நடக்காமல், வழுவழுப்பான ஒரு சமதளத்தின் மீது மிதந்தும், சரிந்தும் செல்வது போல அக்காட்சி இருந்தது.

அந்த வீரர்களின் இடுப்பு, முழங்கால், கணுக்கால் மற்றும் கால்விரல்கள் ஆகியவற்றில் இருந்த ஸ்பிரிங்குகள் தமது பணியைச் சரிவர, செம்மையாக நிறைவேற்றிக் கொண்டிருந்ததாலேயே இது சாத்தியமாயிற்று. இதன் விளைவாக அவர்களது உடலின் மேல்பாகங்கள், சுவருக்குப் பின்னால் நேர்கோட்டில் மிதந்து சென்றன.

"ஒரு வண்டியின் ஸ்பிரிங்குகளுக்கு ஒப்பான வகையில் செயல்படுகிற ஒவ்வொரு பகுதியின் வேலையையும் பற்றி உங்களுக்கு மேலும் தெளிவாகச் சித்தரிப்பதற்காக அவற்றைப் பற்றி ஒவ்வொன்றாக உங்களுக்கு எடுத்துச் சொல்கிறேன்."

"மேலேயிருந்து துவங்குவதற்கு முதலில் இடுப்பு மற்றும் தொடை மூட்டுகளை எடுத்துக் கொள்ளலாம். அவற்றுக்கு இரண்டு வேலைகள் உள்ளன. முதலாவதாக, முதுகெலும்பைப்

போலவே, நாம் நடக்கும் போது பக்கவாட்டில் அசையும் உடலில் ஏற்படும் அதிர்ச்சிகளை அவை சரி செய்கின்றன. குறைக்கின்றன. இரண்டாவதாக, ஒவ்வொரு முறை நாம் ஒரு அடி எடுத்து வைக்கும் போதும் அந்த முழுக்காலையும் அவை முன்னே தள்ளுகின்றன. இந்த அசைவானது, அகலமாகவும், சுதந்திரமாகவும், இருக்க வேண்டும். மேலும், நமது உயரம், கால்களின் நீளம், அடியின் அளவு, வேண்டிய வேகம், மற்றும் நடையின் தன்மை இவற்றுக்கு ஏற்றவாறு இது இருக்க வேண்டும்."

"இடுப்பிலிருந்து முன்னால் கால் வீசப்படும்போது, அது எவ்வளவு நன்றாக வீசப்படுகிறதோ அவ்வளவு இலகுவாகவும், சுதந்திரமாகவும் அது மறுபடி பின்னால் வரும் - அப்போது எடுக்கப்படும் அடி பெரியதாகவும் வேகமானதாகவும் அமையும். இப்போதிலிருந்து, இடுப்பிலிருந்து உள்ள கால்களின் வீச்சானது - முன்னுக்கு ஆனாலும் சரி, பின்னுக்கு ஆனாலும் சரி, நமது உடலின் மேற்பாகத்தைப் பொறுத்ததாக இருக்கக் கூடாது. ஆனால், உடலின் மேல்பாகம் இந்த வீச்சின் குறுக்கே நுழைவதற்கு முயலத்தான் செய்கிறது - அதாவது முன்னுக்கு குனிந்தோ அல்லது பின்னுக்கு வளைந்தோ, நமது நடையின் வேகத்தை அதிகரிக்கச் செய்ய அது முயல்கிறது. ஆனால் இந்த வேகமானது முற்றிலும் நமது கால்களால் மட்டுமே சாதிக்கப்பட வேண்டிய ஒன்றாகும்.

"நமது காலடிகளை மேம்படுத்திக் கொள்ளவும், கால்களின் ஒரு அகலமான, சுதந்திரமான வீச்சைப் பழக்கப்படுத்திக் கொள்ளவும் தனிப்பட்ட பயிற்சிகள் தேவைப்படுகின்றன.

"இங்கு எழும் கேள்வி என்னவென்றால், என்ன விதமான பயிற்சிகள் என்பது தான். எழுந்து நின்று ஒரு தூண் அல்லது கதவின் சட்டத்தின் மீது முதலில் வலது தோள் கொண்டும், பின்னர் இடது தோள் கொண்டும் சாய்ந்து நில்லுங்கள். இந்த ஆதரவானது உங்கள் உடல் செங்குத்தாக நிற்கும் நிலையை நிரந்தரப்படுத்திக் கொள்ளத் தேவைப்படுகிறது. உங்கள் உடல் எந்த நிலையிலும் குனிவதை இது தவிர்க்கிறது. இவ்வாறு செங்குத்து நிலையை உறுதி

செய்து கொண்ட பின்னர், இப்போது தூணின் அருகில் உள்ள காலின் மீது உங்கள் முழு எடையையும் இருத்துங்கள். லேசாக கால்விரல்கள் மீது எழும்பி நின்று, மற்றக் காலை, நேராக வீசுங்கள் - முழங்காலை மடக்காமல், முதலில் முன் பக்கமாகவும், பின்னர் பின்பக்கமாகவும் தள்ளுங்கள். இதைச் செய்யும்போது முடிந்த அளவு நேர்கோணத்தை எட்டுவதற்கு முயலுங்கள். முதலில் இதைக் குறைவான நேரத்துக்கும், மெதுவாகவும் மட்டுமே செய்ய வேண்டும். மெல்ல மெல்ல, எல்லாத் தசைகளையும் இதில் ஈடுபடுத்திப் பயிற்சி தந்து நேரத்தை அதிகரிக்க வேண்டும். நிச்சயம், உடனடியாக இந்த நேர்கோண எல்லையை உங்களால் எட்டமுடியாது. வெகு நிதானமாகவும், படிப்படியாகவும், ஒரு ஒழுங்குடனும் இது செய்யப்பட வேண்டும்.

"இந்தப் பயிற்சியை, ஒரு காலில் நின்று செய்து முடித்தபின், மறுகாலிலும் அதே போலச் செய்ய வேண்டும்.

"மேலும், உங்களது காலை வீசிப் போடும்போது பாதமானது அதனுடன் நேர் கோணத்தில் அமையாமல், கால் திரும்பியுள்ள திசையிலேயே இருக்குமாறு பார்த்துக் கொள்ளவும்.

"நடக்கும் போது, நான் முன்னரே கூறியுள்ளபடி, இடுப்புகள் உயரவும், தாழவும் செய்கின்றன. இடுப்பின் வலது புறம் உயரும்போது வலது கால் முன்னே அசைகிறது. இடது கால் பின்னே அசையும்போது இடது இடுப்பு கீழே தாழ்கிறது. இவ்வாறு நிகழும்போது உங்களது இடுப்பு இணைப்புகளில் ஒரு சுழலும் அசைவை நீங்கள் உணர்கிறீர்கள்.

"இடுப்புக்குக் கீழே உள்ள அடுத்த ஸ்பிரிங் முழங்கால் ஆகும். அதற்கும் இரண்டு செயல்பாடுகள் உள்ளன. அவை உடலை முன்னோக்கி அசைப்பதுடன், உடலின் எடையானது ஒரு காலிலிருந்து மற்றொரு காலுக்கு மாற்றப்படும்போது ஏற்படுகிற செங்குத்தான அதிர்வுகளையும் தாங்கிக் கொள்கின்றன. இந்தச் சமயத்தில், எடையை ஏற்றுக் கொள்ளும் கால், தோள்கள் மற்றும் தலையைச் சமநிலையில் வைப்பதற்காக சற்றே மடங்குகிறது.

உடலின் சமநிலை சீர்செய்யப்பட்டவுடன், முழங்கால்கள் நிமிர்ந்து நேராகி, உடலை மேலும் முன்புறமாக அசையச் செய்கின்றன."

மூன்றாவது ஸ்பிரிங் அமைப்புகள் - இவை ஒரு கொத்தாக அமைந்துள்ளன - நமது கணுக்கால்கள், பாதங்கள் மற்றும் கால் விரல் மூட்டுகள் இவற்றில் உள்ளன. இவை நம் உடலின் அசைவுகளை ஏற்றவாறு மாற்றி மாற்றி அமைத்துச் செயல்படுகின்றன. நடக்கும் செயல்பாட்டுடன் தொடர்புள்ளதாக அமையும்போது இந்த ஸ்பிரிங் கொத்தானது மிகவும் சிக்கலாகவும், சமயோசித புத்தியுடனும் செயல்படுகிற மிக முக்கியமான எந்திரமாகும். இதனைச் சிறப்பாகக் கவனிக்குமாறு நான் உங்களைக் கேட்டுக் கொள்கிறேன்.

"கணுக்காலின் அசைவு உடலை மேலும் முன்னோக்கித் தள்ளுகிறது. பாதமும், கால்விரல்களும் கூட இச்செயலில் உடன் உழைக்கின்றன, ஆனால் அவற்றுக்கு மற்றுமொரு வேலையும் உள்ளது. தமது சுழலும் அசைவு அமைப்பினால், அசைவின் அதிர்வுகளை அவை தாங்கிக் கொள்கின்றன."

"நம் பாதங்கள் மற்றும் கால்விரல்களில் உள்ள இவ்வமைப்பை மூன்று விதமாகப் பயன்படுத்திக் கொள்ளலாம். இதனால் மூன்று வகையான நடைகள் விளைகின்றன."

"முதலாவது வகையில், காலடியைக் குதிகால் தொடக்கி வைக்கிறது."

"இரண்டாவதில், முழுப்பாதமும் ஒரே நேரத்தில் தரைமீது பதிக்கப்படுகிறது."

"மூன்றாவதில் - இது கிரேக்கமுறை அல்லது ஐஸடோரா டங்கன் (பிரபல மேற்கத்திய நடனக் கலைஞர், பெண்) முறை நடை என்று அழைக்கப்படுகிறது - முதலில் கால் விரல்கள் கீழே வைக்கப்படுகின்றன. பின்னர் முழுப் பாதமும் குதிகால் வரையில் கீழே பதிக்கப்படுகிறது. பின், உடலின் எடையானது ஒருவித உருளும் அசைவில் மீண்டும் கால் விரல்களைச் சென்று அடைகிறது.

"இப்போதைக்கு, முதல் வகை நடையை நான் இங்கு எடுத்துக் கொள்கிறேன். காலணிகளில், குதிகால் உயர்ந்து உள்ளவற்றை அணிகிற இன்றையப் பெரும்பான்மை மனிதரின் நடை இதுவாகும். ஒருவர் இவ்வாறு நடக்கும் போது உங்கள் உடலின் எடையானது முதலில் குதிகாலினால் தாங்கப்பட்டு பின்னர் கால் விரல்களுக்கு எடுத்துச் செல்லப்படுகிறது. ஆனால் அச்சமயத்தில் இவை பின்புறமாக மடங்குவதில்லை; அதற்குப் பதிலாக, ஒரு விலங்கின் கூர்நகங்களைப் போல அவை தரையைப் பற்றிக் கொள்கின்றன.

"உடலின் எடையானது கால்விரல்களின் மூட்டுகளை அழுத்தத் தொடங்கும்போது அவை தம்மை நேராக்கிக் கொள்கின்றன. இவ்விதமாக அவை தரையிலிருந்து விலகிச் சென்று விடுகின்றன. இந்த அசைவு கால் பெருவிரலை எட்டும்போது உடலின் எடை சற்றே அங்கு நிதானிக்கிறது. ஒரு பாலரீனா தனது கால் விரல்களின் நுனியில் நடனமிடும்போது நிகழ்வதை இது ஒத்துள்ளது. ஆனால் உடலானது முன்னே நகர்ந்து செல்லும் வேகத்தை இது தடுப்பதில்லை. கணுக்காலிலிருந்து கால் பெருவிரல் வரையில் உள்ளவையும், உடலின் மிகவும் கீழ்ப்பகுதியில் உள்ளவையுமான இந்த ஸ்பிரிங் தொகுப்பு இங்கு ஒரு பெரிய மற்றும் முக்கியமான பணியை ஆற்றுகின்றன. ஒருவரது காலடியின் அளவையும் நடையின் வேகத்தையும் அதிகப்படுத்துவதில், கால்விரல்களின் தாக்கம் பற்றி எனது சொந்த அனுபவத்திலிருந்து ஒரு எடுத்துக்காட்டு இதோ:

"வீட்டுக்கோ, நடன அரங்குக்கோ நடந்து செல்லும்போது, எனது கால்விரல்கள் தமது பணியைச் சரிவரச் செய்யும்போது சாதாரணமாக நடப்பதைக் காட்டிலும் கூடுதல் வேகத்துடன் என்னால் நடக்க முடிகிறது.

எனவே, உங்கள் கால் விரல்கள், நீங்கள் எடுத்து வைக்கும் காலடிகளைத் தமது நுனிகள் வரையிலும் கொண்டு செல்ல வேண்டியது மிகவும் முக்கியமான ஒரு விஷயமாகும்.

''அதே போல அதிர்வுகளைச் சமன் செய்வதிலும் கால் விரல்களின் பங்கு முக்கியமானதாகும். நடக்கும்போது ஒரு காலிலிருந்து மற்றொரு காலுக்கு எடையை மாற்றும் போதுதான் இந்த அதிர்வுகள் அதிகமாக ஏற்படுகின்றன. இச்சமயத்தில், நிதானமான, சமநிலை தவறாத நடை என்பது சிரமமானதாகி விடுகிறது. இங்கு எல்லாமே உங்கள் கால் விரல்களை - சிறப்பாக, பெருவிரலைப் பொறுத்தே உள்ளது. பிற எல்லா ஸ்பிரிங்குகளையும் விட உடலின் எடை மாற்றத்தை ஏற்று நகர்த்துவதில் மிக வலிமை படைத்தவையாக இவை உள்ளன.

''உங்கள் காலின் பல்வேறு பகுதிகளின் வேலைகளைப் பற்றி விளக்க இங்கு நான் முயன்றுள்ளேன். எனவேதான் அவை ஒவ்வொன்றின் பணி பற்றியும் வெகு விவரமாக நாம் அலசி ஆராய்ந்துள்ளோம். ஆனால், உண்மையில் அவை தனித்தனியாக இவ்வாறு இயங்குவதில்லை. மாறாக, ஒரே சமயத்திலும், ஒன்றை மற்றொன்று சார்ந்தும்தான் அவை இயங்குகின்றன. எடுத்துக்காட்டாக, உடலின் எடை ஒரு காலிலிருந்து மற்றொரு காலுக்கு மாற்றப்படுகிற சமயத்தைக் கவனித்தால், அதன் அடுத்த கட்டமாக உடல் முன்னோக்கிச் செலுத்தப்படுதலும், தொடர்ந்து மூன்றாவது கட்டமாக, உடலின் எடை மறுபடியும் அடுத்த காலுக்கு மாற்றப் படுவதுமாக இவ்வாறு நடைச் செயல்பாடு தொடரும்போது, ஓரளவுக்குக் காலின் அனைத்து அசையும் பகுதிகளும் ஒருசேர இணைந்துதான் செயல்பட்டுக் கொண்டு உள்ளன. அவற்றின் பரஸ்பரத் தொடர்புகள், இயைந்து உதவி செய்தல் இவை பற்றி மேலும் விரிவாக, தனித்தனியாக விவரிப்பது முற்றிலும் இயலாத செயலாகும். நீங்கள் அசைந்து நடை பழகும் போது உங்களது சொந்த உணர்வுகளைக் கொண்டு இவற்றை நீங்களாகவே கண்டுணர்ந்து கொள்ள வேண்டும். மனிதக் கால் எனப்படும் இந்த அற்புதமான சிக்கலான கருவியின் செயல்திட்டம் பற்றி சொற்களால், உங்களுக்குச் சற்றே உணர்த்தத்தான் என்னால் முடியும்.''

டார்ட்சாவ் தனது விளக்கத்தைச் சொல்லி முடித்தவுடன், மாணவர்கள் நடை பழகிப் பயிலத் தொடங்கினர். ஆனால்

முன்பைக் காட்டிலும் மோசமாகத்தான் அவர்களால் நடக்க முடிந்தது. அவர்களது நடை, பழைய பழக்கத்தைப் போலவும் இல்லை, புதிய கருத்துக்களுக்கு ஏற்றவாறும் இல்லை. எனது நடையில் ஏதோ ஓரளவு மேம்பாட்டை அவர் கண்டார், ஆனால் மேற்கொண்டு அவர் கூறியதாவது,

"ஆம், உனது தோள்களும் தலையும் குலுக்கலிலிருந்து விடுபட்டுள்ளன. நீ சரிந்து செல்வது தெரிகிறது. ஆனால் அது தரைமட்டத்தில் தான் உள்ளது. காற்றில் பறப்பது போல இல்லை. இதன் விளைவாக உனது நடை ஊர்ந்து செல்வது போலவும், தவழ்ந்து செல்வது போலவும் உள்ளது. கையில் உள்ள உணவைக் கொட்டிவிடுவோமோ என்ற அச்சத்துடன் ஒரு உணவு விடுதியில் பரிமாறும் பணியாளர் நடப்பதைப் போல நீ நடக்கிறாய். அவர்கள் தமது உடல்கள், கரங்கள் இவற்றுடன் கூடவே கையில் உள்ள தட்டுகளும் அசையாதவாறு பாதுகாத்தவாறு நடக்கிறார்கள்.

"எனினும். இவ்வாறு நடந்து செல்வது என்பது ஓரளவுக்கு மட்டும் தான் நல்லது. உணவு விடுதியின் பணியாளரிடம் நாம் காண்பது போல இதுவும் மிகைப்பட்டுத்தான் தோன்றும். உடலில் ஓரளவு மேலும் கீழுமான அசைவு தேவையான ஒன்றாகும். உங்களது தோள்கள், மற்றும் தலை, நேர்கோட்டில் செல்லாமல் சற்றே வளைந்து நெளிந்து செல்வது நன்று.

"ஒருவரது நடையானது ஊர்ந்து செல்வது போல் அல்லாமல் பறந்து செல்வது போல இருக்க வேண்டும்."

இவ்விரண்டு வகையான நடைகளுக்கும் இடையில் உள்ள வேறுபாட்டைச் சரியாக விளக்குமாறு நான் அவரிடம் வேண்டிக் கேட்டுக் கொண்டேன்.

அவரது விளக்கம் பின்வருமாறு: அதாவது, தவழ்ந்து செல்லும் நடையில், உடலின் எடையானது வலது புறத்திலிருந்து இடது புறமாக மாற்றப்படும்போது, முதல் கால் தனது பணியை முடிக்கும்போது அடுத்தகால் அதேசமயத்தில் தனது பணியைத் தொடங்குகிறது. அதாவது, இடது கால், உடலின் எடையை

மாற்றித் தருகிற அதே நேரத்தில், வலது கால் அதை ஏற்றுக் கொள்கிறது. இதன் விளைவாக, ஊர்வது அல்லது தவழ்வது போன்ற நடையில், உடலானது காற்றில் மிதப்பது போன்று தோற்றமளிப்பதான இடைவெளி ஒரு வினாடி நேரம் கூட இருப்பதில்லை. ஆனால் பறப்பது போன்ற நடையில், ஒருவர், நடனக் கலைஞரைப் போல, தரையை விட்டு விலகி நிற்பது போன்ற தோற்றம் ஒரு வினாடி நேரம் நின்று நிலைக்கிறது. இந்தக் காற்றில் மிதக்கும் கணத்துக்குப் பின்பு, மீண்டும் தரையில் இறங்குவது அதிர்வற்ற, உணர்வதற்கும் அரியதான ஒரு அசைவாகத் தொடங்குகிறது - அப்போது உடலின் எடை ஒரு காலிலிருந்து மற்றொரு காலுக்கு மாற்றப்படுகிறது.

டார்ட்சாவின் கருத்துப்படி, இந்த இரு அசைவுகளும் - காற்றில் எழும்புவதும், ஒரு காலிலிருந்து மற்றொரு காலுக்கு மாற்றிக் கொள்வதுமானவை - முக்கியமானவை - ஏனெனில் வெகு லேசான, தடங்கலற்ற, காற்றில் மிதப்பது போன்ற தன்மை கொண்ட நடைக்கான இரகசியம் இவற்றில் தான் உள்ளது.

ஆனால், நடக்கும்போது மிதப்பது போலத் தோற்றமளிப்பது என்பது அவ்வளவு ஒன்றும் எளிதான விஷயமல்ல.

முதலாவதாக, அது நிகழ்கிற அந்தக் கணத்தைக் கண்டு கொள்வது கடினம். அதிர்ஷ்டவசமாக, என்னால் அதை உணர முடிந்தது. ஆனால், டார்ட்சாவோ, நான் ஒரு செங்குத்துக் கோட்டில் தாவிக் குதிப்பதாகக் குறைகூறினார்.

"ஆனால் அதைச் செய்யாமல் நான் எப்படி மேலே எழும்ப முடியும்?" என்று நான் கேட்டேன்.

"தரையை விட்டு விலகுவதை நீ மேல்நோக்கிச் செய்யாமல் முன்புறமாகப் படுக்கைக் கோட்டில் செய்ய வேண்டும்," என்று அவர் விளக்கினார்.

மேலும், ஒரு காலடி எடுத்து வைக்கப்படும் போது, உடலின் அசைவில் இடைவெளியோ அல்லது வேகம் மட்டுப்படுதலோ இருக்கக் கூடாது என்றும் அவர் வலியுறுத்திக் கூறினார்.

முன்னோக்கிச் செல்லும் உந்துதல் ஒரு வினாடிக்கும் குறைவான கால அளவில் கூட தடைப்படக் கூடாது. முதல் காலின் கட்டை விரல் (பெருவிரல்) மீது நின்றவாறு, அந்தக் காலடியின் தொடக்கத்தில் இருந்த அதே வேகத்தில் முன்னே செல்ல வேண்டும். அப்படி எடுக்கப்படுகிற காலடி பூமியின் மீது தடவிக் கொண்டு செல்லும். தடாலென்று செங்குத்தாக மேலே எழுவதில்லை; மாறாக, படுக்கைக் கோட்டில் மேலும் மேலும் தூர தூரமாகச் செல்கிறது. தரையை விட்டு விலகுவதே உணரப்பட முடியாதவாறு, ஒரு விமானம் தரையை விட்டு எழும்புவதும், பின் மறுபடி கீழே இறங்குவதும் போல் மேலும் கீழுமான குதியாட்டம் எதுவுமின்றி அந்த நடை செல்லும். இந்த கிடைமட்டத்திலான முன்னோக்கிச் செல்லும் அசைவு ஒரு லேசாக வளைந்துள்ள அலை போன்ற கோட்டை உருவாக்குகிறது. ஆனால் மேலும் கீழும் செங்குத்தாகக் குதித்துச் செல்லும் அசைவானது ஒரு கோணல்மாணலான, கூராக மடியும் கோணங்களைக் கொண்டதான ஒரு கோட்டை உருவாக்குகிறது.

இன்று எங்கள் வகுப்புக்கு ஒரு அன்னியர் வந்திருந்தால், முடுக்குவாத நோயினால் பாதிக்கப் பட்டுள்ளவர்களின் மருத்துவமனை வார்டுக்குள் நுழைந்து விட்டோமோ என்று மலைத்துப் போவார். மாணவர்கள் அனைவரும் தமக்குள்ளே முற்றிலும் மூழ்கிப் போனவர்களாக, தமது தசைகளிலே மனதை ஒருங்கிணைத்தவாறு ஏதோ ஒரு சிக்கலான பிரச்சினைக்கு விடை தேடுபவர்களைப்போல நடை பழகிக் கொண்டிருந்தனர்.

இந்த ஆழமான ஈடுபாட்டினால் அவர்களது உடலின் இயங்கு மையங்கள் சிக்குண்டு போனது போலத் தோன்றியது. தாம் வழக்கமாக இயல்பாகச் செய்து வந்த செயல்களுக்கு இப்போது மிகமிக அதிகமான உணர்நிலையிலான மேற்பார்வை தேவைப்பட்டது. மேலும், நடக்க உதவும் தசைகளின் அமைப்பு மற்றும் செயல்பாடு பற்றி எவ்வளவு அறியாமையில் அவர்கள் இருந்தனர் என்பதையும் இது வெளிப்படுத்தியது. நிஜமாகவே, நாங்கள் எல்லாவிதமான தவறான தசைகளை இழுத்து அசைக்கலானோம். இதனால், கயிறுகள் முறுக்கிக் கொண்டு

உள்ளபோது ஒரு பொம்மலாட்டப் பாவை எவ்வாறு எதிர்பாராத அசைவுகளை உருவாக்குமோ அத்தகைய அசைவுகள் எங்கள் உடலிலும் ஏற்பட்டன.

எங்களது அசைவுகள் மீது நாங்கள் செலுத்திய கவனத்தால், எங்கள் கால்களின் சிக்கலான அமைப்பு பற்றிய ஒரு நல்ல மரியாதையை எங்களுக்குள் உருவாக்கியது என்னவோ ஒரு நல்ல விஷயம் தான். இவையெல்லாமே எவ்வளவு தூரம் ஒன்றுடன் ஒன்று பின்னிப் பிணைந்தும் ஒன்றுக்கு மற்றொன்று ஆதரவாகவும் உள்ளன என்பதை நாங்கள் திடீரென்று உணர்ந்து கொண்டோம்.

ஒவ்வொரு காலடியையும் முற்றிலும் முழுமையாகச் செய்து முடிக்குமாறு டார்ட்சாவ் எங்களிடம் கூறினார். அவரது உடனடிக் கவனிப்பு மற்றும் வழிகாட்டுதலின் கீழ், நாங்கள் ஒவ்வொரு காலடியாக எடுத்து வைத்து அந்தச் செயல் முறையின் உணர்வுகளைக் கூர்ந்து கவனித்தோம்.

தன் கையில் வைத்திருந்த ஒரு குச்சியால் என் வலது காலில் எங்கே எப்போது தசைகள் இறுகித் தோன்றின என்று அவர் மிகச் சரியாகச் சுட்டிக்காட்டினார். அதே சமயத்தில் ரக்மனோவ் எனது மற்றொரு பக்கத்தில் கூடவே நடந்து வந்து என் இடது காலின் தசை இறுக்கங்களைத் தன் குச்சியால் சுட்டிக் காட்டினார்.

"என் குச்சி உனது வலது காலில் மேல்புறமாக அசைந்து சுட்டிக் காட்டும் இடங்களைக் கவனி. அது முன்னால் நீட்டப்பட்டு உன் உடலின் எடையை ஏற்றுக் கொள்ளும்போது, ரக்மனோவின் குச்சி உன் இடது காலில் கீழ்ப்புறமாகச் செல்கிறது. உன் இடது கால், உன் உடலையும் அதன் எடையையும் வலது காலின் மீதாகச் செலுத்திக் கொண்டு இருப்பதைப் பார். இப்போது, பின்னோக்கிய அசைவு தொடங்குகிறது - என் குச்சி கீழே அசைகிறது, அவருடையது மேலே செல்கிறது. இவ்வாறு எங்கள் குச்சிகளின் மாறி மாறி வரும் அசைவு - உன் கால்விரல்களிலிருந்து இடுப்புக்கும், இடுப்பிலிருந்து கால் விரல்களுக்குமாக எதிரெதிர் திசைகளில் செல்கிறது என்பதைக் கவனித்தாயா? எனது மேலே செல்லும் போது அவருடையது கீழேயும் அவருடையது மேலே

செல்லும் போது என்னுடையது கீழேயும் செல்கின்றன. ஒரு நீராவி எந்திரத்தில் பிஸ்டன்கள் இப்படித் தான் செயல்படுகின்றன. அதேபோல, மூட்டுகளின் இறுக்கமும் தளர்வும் எவ்வாறு மேலிருந்து கீழும், கீழிருந்து மேலுமாக ஒன்றை ஒன்று பின் தொடர்ந்து வருகின்றன என்பதையும் நன்கு கவனி.

''நம்மிடம் மூன்றாவது குச்சி ஒன்று இருந்தால், இந்தச் சக்தியின் பகுதி எவ்வாறு உனது முதுகெலும்பின் வழியாக மேலே சென்று அதிர்வுகளை மென்மையாக்கியும், சமநிலையை நிலை நிறுத்தியும் செயல்படுகிறது என்பதை நம்மால் சுட்டிக்காட்ட முடியும். முதுகெலும்புத் தண்டில் தன் பணியை முடித்துவிட்டு அந்த இறுக்க சக்தியானது தான் தொடங்கிய இடமாகிய கால் விரல்களுக்கே மறுபடி வந்து சேர்கிறது.

''நீங்கள் கவனிக்க வேண்டிய மற்றொரு விவரமும் இங்கு உள்ளது,'' என்று தொடர்ந்தார் டார்ட்சாவ். ''எங்கள் குச்சிகள் உனது இடுப்புக்கு வரும்போது அங்கு அவை திருப்பு முனையில் திரும்பி மறுபடி கீழே வரத் தொடங்குமுன், ஒரு வினாடி கால அளவிலான தற்காலிக நிறுத்தம் ஏற்படுகிறது.''

''ஆம், நாங்கள் அதைக் கவனித்தோம்.'' என்றோம். ''ஆனால் குச்சி மறுபடி திரும்புவதன் பொருள் என்ன?''

''உங்களது இடுப்பு எலும்புகளின் மூட்டினுள் ஒரு சக்கர வட்டமாகச் சுழலும் அசைவை நீங்களே உணர்வதில்லையா? மறுபடியும் காலின் வழியாகக் கீழே வரத் தொடங்குவதற்கு முன்பு அங்கே ஏதோ உண்மையிலேயே சுழலுவது போலத் தோன்றுகிறது. ஒரு ரயில் வண்டி, கடைசி ரயில் நிலையத்தை எட்டியவுடன், எதிர்த்திசையிலான தனது பயணத்தைத் தொடங்குவதற்காக மீண்டும் திருப்பப்படுவதை இது எனக்கு நினைவூட்டுகிறது. நமது இடுப்பு மூட்டுகளிலும் இதே போன்ற அமைப்புத் தான் உள்ளது. இந்த அசைவு பற்றி நான் நன்கு உணர்ந்துள்ளேன்.

''மேலும் ஒரு குறிப்பு: இறுக்கத்தை மேலேற்றும் போதும், கீழிறக்கும் போதும் நமது இடுப்பு மூட்டுகள் எவ்வளவு திறம்படச் செயல்படுகின்றன என்று நீங்கள் அறிந்துள்ளீர்களா? நீராவி

எந்திரத்தின் பாலன்ஸ் சக்கரங்களைப்போல இருந்து கொண்டு அவை ஆபத்தான சமயங்களில் அதிர்வை மாற்றியமைக்கின்றன. இச்சமயங்களில் தான் நம் இடுப்புகள் மேலிலிருந்து கீழாகவும், கீழிருந்து மேலாகவும் அசைகின்றன."

2

இன்று நான் வீடு நோக்கி நடந்து சென்றபோது தெருவில் சென்று கொண்டிருந்தவர்கள் நான் ஒரு குடிகாரன் என்றோ பைத்தியம் என்றோ எண்ணியிருப்பார்கள்.

நடப்பது எப்படி என்று நான் கற்றுக் கொண்டிருந்தேன்.

ஆனால் அது மிகவும் சிரமமான செயலாக இருந்தது.

எனது எடை ஒரு காலிலிருந்து மற்ற காலுக்கு மாற்றப்படுகிற தருணம் மிகவும் சிக்கலானதாக இருந்தது.

வீட்டை நெருங்கிய போதும், என் உடலை ஒரு காலிலிருந்து மற்ற காலுக்கு மாற்றியபோது ஏற்பட்ட அதிர்வைத் தவிர்ப்பதில் வெற்றிக்கண்டு விட்டேன் என்றே தோன்றியது. மேலும், என் சொந்த அனுபவத்திலிருந்தே நான் கண்டு கொண்டது என்னவென்றால், முன்னோக்கிச் செல்லும் அசைவின் லாவகமும், உடையாத தொடர்கோடும் கால்களின் ஸ்பிரிங்குகளின் ஒருங்கிணைந்த செயலுடன், இடுப்பு, முழங்கால்கள், கணுக்கால்கள், குதிகால்கள் மற்றும் கால்விரல்களின் இணக்கமான ஒத்துழைப்பு சேர்வதால் உருவாகும் என்பதுதான்.

எப்போதுமே கோகோல் நினைவுச் சின்னத்தை எட்டும்போது நான் சற்று நிற்பது வழக்கம். அங்குள்ள பெஞ்ச் ஒன்றில் உட்கார்ந்து கொண்டு, பாதையில் செல்பவர்களையும் அவர்கள் நடக்கும் விதத்தையும் கவனித்தேன். அப்போது நான் கண்டுபிடித்தது என்ன? அவர்களில் ஒருவர் கூட தமது கால் விரல்களின் முடிவு வரையிலும் சென்ற முழுக்காலடியை எடுத்து வைக்கவில்லை; மேலும், சென்ற அடியின் முடிவில் ஒரு கணம் கூட நிற்கவில்லை. ஒரே ஒரு சிறுமியிடம் மட்டுமே மிதக்கும்

நடையை நான் கண்டேன். பிறர் அனைவருமே ஊர்ந்து செல்லும் நடையையே கொண்டிருந்தனர்.

டார்ட்சாவ் கூறியது உண்மை - தமது கால்களாகிய மகத்தான கருவியை எவ்வாறு பயன்படுத்துவது என்று மக்களுக்குத் தெரியவேயில்லை.

எனவே நாம் கற்றுக் கொள்ள வேண்டும். தொடக்கத்திலிருந்து துவங்கி கற்றுக் கொள்ள வேண்டும் - நடக்க, பேச, பார்க்க, செயல்பட.

முதலிலேயே இதை டார்ட்சாவ் எங்களிடம் சொல்லிவிட்டார். அப்போது நான் எனக்குள் சிரித்துக் கொண்டேன். ஒரு தெளிவான கருத்தை முன்வைப்பதற்காக அவர் இவ்வாறெல்லாம் பேசுகிறார் என்று நான் நினைத்தேன். இப்போது அவரது சொற்களின் சரியான உண்மைப் பொருளை நான் புரிந்து கொண்டு விட்டேன் - எங்களது உடல்ரீதியான மேம்பாட்டைப் பொறுத்தவரையில் அதை நன்கு உணர்ந்து கொண்டுவிட்டேன்.

இந்தப் புரிதல் என்பது போரில் பாதி வெற்றி கண்டு விட்டதற்குச் சமம்.

3

டார்ட்சாவ் மறுபடியும் எங்களின் நெகிழ்வு பற்றிய வகுப்புக்கு வந்தார். இம்முறை அவர் பின்வருமாறு கூறினார்:

''அசைவு மற்றும் செயல் - ஒருவரது ஆன்மாவின் உள்ளறைகளில் தொடங்கி ஒரு அகவடிவத்தைப் பின்பற்றி வருவன - நாடகம், பாலே நடனம் மற்றும் பிற நாடக மற்றும் நெகிழ்வுக் கலைகளில் ஈடுபட்டுள்ள உண்மையான கலைஞர்களுக்கு அத்தியாவசியமானவை ஆகும்.

''நாம், உடல்ரீதியான பாத்திரப் படைப்பை உருவாக்கும் போது நமக்குப் பயனுள்ளவை இந்த வகையான அசைவுகள் மட்டுமே.

''இதை எவ்வாறு சாதிப்பது?'' என்று மாணவர்களில் ஒருவர் கேட்டார்.

''இப்பிரச்சினையைத் தீர்க்க மேடம் சொனோவா நமக்கு உதவுவார்'' என்று கூறிய டார்ட்சாவ், தற்காலிகமாக வகுப்பை மேடம் சொனோவா வசம் ஒப்படைத்தார்.''

''இதோ பாருங்கள்,'' என்று அவர் தொடங்கினார். ''இங்கே என் கையில் ஒரு சொட்டு பாதரசம் உள்ளது. இப்போது அதை என் ஆள்காட்டி விரலின் நுனிமீது வெகு கவனமாக ஊற்றப் போகிறேன்.''

பேசியவாறே, கற்பனைப் பாதரசத் துளியை தனது விரலுக்குள் - அதன் தசைக்குள்ளேயே புகுத்தி விடுவது போல அவர் நடித்தார்.

''இப்போது நீங்களும் அதைச் செய்யுங்கள், பின் உங்கள் உடல் முழுவதும் அதை ஓட விடுங்கள்'' என்று உத்தரவிட்டார். ''அவசரப்படாதீர்கள். நிதானமாக அதைச் செய்யுங்கள். முதலில் அதை உங்கள் விரல்களைத் தாண்டி, நேராக உள்ளங்கைக்குள் ஓட விடுங்கள். பின் மணிக்கட்டு, முன்னங்கை, முழங்கை. அது அங்கே சென்று சேர்ந்து விட்டதா? உருண்டு சென்றதா? அதைத் தெளிவாக உணர்ந்தீர்களா? அவசரப்பட வேண்டாம் - அது செல்லும் பாதையை உணருங்கள். அற்புதம்! இப்போது மெதுவாக, அது உங்கள் தோளின் மேலேறிச் செல்வதை உணருங்கள். அதுதான் சரி! பிரமாதம்! உங்கள் கரம் முழுவதும் விரிந்து, நீட்டிக்கப்பட்டு, மூட்டு மூட்டாக உயர்ந்துள்ளது. இல்லை, இல்லை, இல்லை! இப்போது ஏன் உங்கள் கரத்தை மரக்கட்டை போலக் கீழே போடுகிறீர்கள்? அந்தப் பாதரசத்துளி கீழே நகர்ந்து வெளியே விழுந்து விடும். அதை மெல்ல மெல்ல முதலில் தோள்களிலிருந்து முழங்கை வரையில் ஒழுக விட வேண்டும். இப்போது முழங்கையை மடியுங்கள். ஆம்.. அப்படித்தான். ஆனால் இப்போதைக்கு உங்கள் மீதிக் கரத்தைக் கீழே விட்டுவிடாதீர்கள். எந்தக் காரணத்துக்காகவும் பாதரசத்தை நீங்கள் இழந்து விடக் கூடாது. அப்படித்தான் இப்போது தொடர்ந்து செயல்படுங்கள். அது உங்கள் மணிக்கட்டுக்கு

உருண்டு செல்லட்டும். வேகமாக அல்ல, மெதுவாக, மெதுவாக. அதை நன்கு கவனியுங்கள். ஏன் உங்கள் மணிக்கட்டைத் தொங்க விடுகிறீர்கள்? அதை உயரத் தூக்கிப் பிடியுங்கள். பாதரசத் துளியைக் கவனியுங்கள் மெல்ல, மெல்ல... ஆம், அதுதான் சரி. இப்போது அதை உங்கள் கை, மற்றும் விரல்கள் ஒவ்வொன்றின் மூட்டுகள் வழியாகவும் வரிசையாக ஓட விடுங்கள். இவ்வாறு, மெல்ல மெல்லக் கீழே நகரும்படி செய்யுங்கள். மெதுவாக ஆம், அப்படித்தான். இதுதான் இறுதி அசைவு. கை இப்போது காலியாக உள்ளது. பாதரசம் வெளியே ஓடி விட்டது.

''இப்போது அந்தப் பாதரசத்தை உன் உச்சந் தலையில் ஊற்றப் போகிறேன்,'' என்று அவர் பால் ஷூஸ்டோவைப் பார்த்துச் சொன்னார். ''நீ அதை உன் கழுத்து வழியாக ஓடவிட்டு, உன் முதுகெலும்புகள் பின் இடுப்பு, வலது கால், மீண்டும் மேலே, பின் மறுபடி இடுப்பு, பின் உன் இடதுகால் வழியாக இடது கால் பெருவிரலைச் சென்று அடையுமாறு செய். பின்னர், மறுபடியும் அதை உன் இடுப்புக்குக் கொண்டு வந்து முதுகெலும்பின் வழியாக மேலே ஏற்றிக் கழுத்துக்கும் பின் தலை வழியாகத் தலை உச்சிக்கும் கொண்டு செல்.''

பின்னர் நாங்கள் அனைவரும் இந்தப் பயிற்சியைச் செய்தோம் - கற்பனைப் பாதரசத் துளியை எங்கள் உடலெங்கிலும் - கைகால்கள், தோள்கள், முகவாய், மூக்கு இங்கெல்லாம் ஓடவிட்டுப் பின் மறுபடி வெளியே ஓடச் செய்தோம்.

நிஜமாகவே அது எங்கள் தசைகள் வழியாகச் சென்றதை உணர்ந்தோமா அல்லது கற்பனைப் பாதரசம் எங்கள் உடலில் பாய்ந்து சென்றதைக் கற்பனை செய்து கொண்டோமா?

இதைப் பற்றி நிறுத்தி நிதானமாகச் சிந்திப்பதற்கான நேரத்தை எங்கள் ஆசிரியர் எங்களுக்குத் தரவில்லை. மாறாக, ஆய்வு செய்யும் சிந்தனைக்கே இடமின்றி இந்தப் பயிற்சிகளில் அவர் எங்களை ஈடுபடுத்தினார்.

''நீங்கள் கற்றுக் கொள்ளத் தேவையானதையெல்லாம் உங்கள் இயக்குனர் உங்களுக்குக் கற்றுத் தருவார்,'' என்றார் மேடம்

சொனோவா.'' ஆனால், நீங்கள் தொடர்ந்து இந்தப் பயிற்சிகளைக் கவனமாக, மிகக் கவனமாகத் திரும்பத் திரும்பச் செய்ய வேண்டும். அவற்றை நிஜமாக உணர்ந்து முழுமையாகக் கற்றுக் கொள்ள வேண்டுமானால் நெடுங்காலம் பயிற்சி செய்ய வேண்டும்.''

''கோஸ்ட்யா, இங்கே வா,'' என்றார் டார்ட்சாவ். ''வந்து என் கேள்விக்கான பதிலை வெளிப்படையாகச் சொல். உனது சகமாணவர்களின் உடல் அசைவுகள் முன்பை விடவும் மேலும் சரளமாக இருப்பதாக நீ உணர்கிறாயா இல்லையா?''

என் பார்வை, குண்டு லியோவின் பக்கம் திரும்பியது அவனது அசைவுகளின் மொழுமொழுவென்ற இலகுத் தன்மையைக் கண்டு நான் நிஜமாகவே வியப்புற்றேன். ஆனால், ஒரு வேளை அவனது உடல்வாகு அவ்வாறு குண்டாக இருந்ததால் அது அவ்வாறு தோன்றியிருக்கலாம் என்று நினைத்தேன்.

ஆனால், அன்னாவைப் பற்றி அவ்வாறு நினைக்க முடியவில்லை - ஏனெனில் அவளது தோள்கள், முழங்கை, முழங்கால்கள் ஆகியன கூராக, குச்சி குச்சியாக இருந்தன. ஆனால் அவளது அசைவுகள் இப்படி நீரோட்டம் போல ஓடுகின்றனவே, இதை எங்கு பெற்றாள் இவள்? கற்பனைப் பாதரசம் அவளுக்குள் கட்டற்று ஓடியதால் இந்த விளைவு ஏற்பட்டதா?

மீதமுள்ள பாடம் டார்ட்சாவினால் நடத்தப்பட்டது.

''தசைகளின் வலைப்பின்னல் வழியாக சக்தியின் ஓட்டத்தை உடலியல் ரீதியாக நீங்கள் உணருமாறு மேடம் சொனோவா செய்துள்ளார். நமது தசைகளைத் தளர்த்துவதிலும், இறுக்கப் புள்ளிகளைத் தேடிக் கண்டுபிடிப்பதிலும் இதே மாதிரியான கவனம் ஒரு நிலைப்படுத்தப்பட வேண்டும். இதைப் பற்றி நாம் முன்பே விவரமாகப் பார்த்துள்ளோம். தசை இறுக்கம் அல்லது பிடிப்பு என்பது அசைகிற சக்தியானது தடுக்கப்படுவதால் விளையும் ஒன்று தானே!

''சென்ற ஆண்டு நீங்கள் செய்த பயிற்சிகளான - சில கதிர்களை அனுப்புதல் அல்லது சொற்களற்றுத் தொடர்பு கொள்ளல் (An Actor

Prepares பார்க்க) இவற்றிலிருந்து சக்தியானது நமக்கு உள்ளே மட்டுமல்லாது வெளியிலும் வேலை செய்கிறது என்றும், அது நமது ஆன்மாவின் உள்ளிருந்து ஊற்றுப் போலப் பொங்கி நமக்கு வெளியே உள்ள பொருள்மீது செலுத்தப்படுகிறது என்றும் நீங்கள் அறிவீர்கள்.

''அந்தச் செயல்பாட்டைப் போலவே இப்போது நாம் நமது கவனத்தை நெகிழ்வான அசைவு என்ற விஷயத்திலும் செலுத்த வேண்டும். இங்கும் அது ஒரு முக்கிய இடத்தை வகிக்கிறது. சக்தியின் ஓட்டத்துடன் நமது கவனமும் விடாமல் ஒன்றாகச் சென்று செயல்பட வேண்டும். ஏனெனில் இவ்வாறு ஒருங்கிணைந்து செயல்படுவதால் உடையாத முடிவற்ற ஒரு நேர்க்கோடு உருவாக்கப்படுகிறது. இது நமது நடிப்புக் கலைக்கு மிகவும் அத்தியாவசியமான ஒன்றாகும்.

''மேலும் சொல்வதானால், பிற கலைகளுக்கும் கூட இது உண்மையாகும். இசையில் கூட இதே போன்ற உடையாத நேர்க்கோடான ஒலி இருக்க வேண்டும் என்று நீங்கள் கருதவில்லையா? ஒரு வயலினின் தந்திக் கம்பிகள்மீது அதன் வில்லானது நிதானமாகவும், தடங்கலின்றியும் வழுக்கிச் செல்லா விட்டால் அதனால் இசையைப் பிறப்பிக்க முடியாது என்பது தெரிந்த விஷயம் தானே!

''மேலும், ஒரு ஓவியனின் வரைவிலிருந்து அதே உடையாத நேர்க்கோடு நீக்கப்பட்டு விட்டால் என்னாகும்?'' என்று டார்ட்சாவ் மேலும் தூண்டித் துருவிக் கேட்டார். ''ஒரு படத்தின் எளிமையான கோடுகளைக்கூட அது இல்லாமல் அவனால் வரைய முடியுமா? நிச்சயமாக முடியாது. ஓவியனுக்குக் கூட அந்த உடையாத நேர்கோடு மிகவும் அத்தியாவசியமானதாகும்.

''தொடர்ந்த, தடைப்படாத கானத்துக்குப் பதிலாக துண்டுதுண்டான ஒலிச் சிதறல்களை வெளிப்படுத்தும் ஒரு இசைக் கலைஞனைப் பற்றி நீங்கள் என்ன நினைப்பீர்கள்?''

"மேடை மீது செல்வதற்குப் பதிலாக அவர் ஒரு மருத்துவ மனைக்குச் செல்ல வேண்டும் என்று நான் பரிந்துரைப்பேன்," என்று நான் விளையாட்டாகக் கூறினேன்.

"அடுத்ததாக, ஒரு நடனக் கலைஞனிடமிருந்து நடனத்தின் வீச்சான அந்த நேர்கோட்டை எடுத்து விடுங்கள் - அது இல்லாமல் அவனால் தனது நடனத்தை உருவாக்க முடியுமா?" என்று டார்ட்சாவ் கேட்டார்.

"கண்டிப்பாக முடியாது," என்று நான் பதிலளித்தேன்.

"வேறு எந்த ஒரு கலைஞனையும் போலவே, நடிகனுக்கும் அந்த உடையாத நேர்கோடு தேவையாக உள்ளது. அல்லது, அது இல்லாமல் நம்மால் செயல்படக் கூடும் என்று உங்களுக்குத் தோன்றுகிறதா?"

நம்மால் அது முடியாது என்று நாங்கள் அனைவரும் டார்ட்சாவ் கூறியதை ஒப்புக் கொண்டோம்.

"ஆகவே, எல்லாக் கலைகளுக்கும் அது அவசியம் என்று நாம் தீர்மானித்துக் கொள்ளலாம்," என்றார் டார்ட்சாவ், முடிவாக. மீண்டும் தொடர்ந்த அவர்,

"அதுமட்டுமல்ல இங்கு விஷயம்," என்றார்.

"ஒலி, குரல், வரைவு அல்லது அசைவு என எதுவாக இருப்பினும், அந்த உடையாத கோடு நிலை நிறுத்தப்படும் அந்தத் தருணத்தில் தான் கலை என்பதே உருவாகத் தொடங்குகிறது. இசைக்குப் பதிலாக தனித்தனி ஒலிகள், ஓசைகள், ஸ்வரங்கள் ஆகியன துண்டு துண்டாக இருக்கும் வரை; ஒரு படத்துக்குப் பதிலாக தனித்தனிக் கோடுகள், புள்ளிகள் அல்லது துணுக்குகள் ஆகியன இருக்கும் வரை; தொடர்ந்த அசைவுக்குப் பதிலாகத் தனித்தனியான ஆட்டங்கள் ஆகியன இருக்கும் வரை; அங்கே இசையோ, பாடலோ, வரைவோ, ஓவியமோ, நடனமோ, கட்டிடக் கலையோ, சிற்பங்களோ - இறுதியாக, நாடகக் கலையோ இருக்கவே முடியாது.

"அசைவின் உடையாத நேர்கோடு எவ்வாறு நிலை நிறுத்தப்படுகிறது என்பதை நீங்கள் கவனிக்க வேண்டும்."

"என்னைப் பார்த்து நான் செய்வதைத் திரும்பச் செய்யுங்கள். நீங்கள் காண்பது போல, கற்பனைப் பாதரசத் துளியை விரல்களில் கொண்ட எனது கரம் என் உடலின் பக்கவாட்டில் கீழே தொங்கிக் கொண்டுள்ளது. நான் அதை உயர்த்த விரும்புகிறேன். எனவே METRONOME மிகவும் மந்தமான கதியில் - எண் 10ல் வைக்கவும். ஒவ்வொரு தட்டும் ஒரு கால் அளவிலான சுரத்தில் ஒலிக்கட்டும். நான்கு தட்டுகள் ஒரு அளவீடாகவும் நன்னான்கு கால அளவு (4-4) என் கரத்தை உயர்த்த நான் எடுத்துக் கொள்ளும் நேரமாகவும் இருக்கட்டும்."

பின் டார்ட்சாவ் Metronome ஓடவிட்டு, தன் அமர்வைத் துவங்கவுள்ளதாக எச்சரித்தார்.

"முதல் எண்ணிக்கை - ஒரு கால் அளவு ஸ்வரம் - அதன் போது நான் என் அசைவுகளில் ஒன்றைச் செய்வேன் - கரத்தை உயர்த்துதல். இதில் அசைவின் சக்தி தோளிலிருந்து முழங்கைக்குச் செல்லும்."

"இதுவரையிலும் உயர்த்தப்படாத கரத்தின் பகுதி தளர்வாக, இறுக்கம் ஏதுமின்றி, தொய்ந்து தொங்க வேண்டும். தளர்வான தசைகள் கரத்தை எளிதில் அசையுமாறு வைக்கின்றன - இதனால் அது நீட்டப்படும்போது மடங்கியுள்ள நிலையிலிருந்து தானாகப் பிரியலாம் - ஒரு அன்னப்பறவையின் கழுத்தைப் போல."

"கரத்தை உயர்த்துதல் அல்லது தாழ்த்துதலில், பிற அசைவுகளைப் போலவே, அது உடலுக்கு அருகிலேயே வைத்துக் கொள்ளப்பட வேண்டும். உடலிலிருந்து விலகி வைக்கப்படும் கை, ஒரு நுனியில் பிடிக்கப்பட்டு உயர்த்தப்படுகிற குச்சியைப் போல இருக்கும். கரத்தை உயர்த்தும் அசைவு தோளில் தொடங்கி கரத்தின்" இறுதிப் பகுதிக்குச் சென்று பின் மீண்டும், தோளில் உள்ள துவக்கப் புள்ளிக்குத் திரும்புகிறது.

"நாம் மேலே தொடரலாம். எண்ணிக்கை இரண்டு இது. அளவீட்டின் இரண்டாவது கால் பாகமாகும். இதன் போது

தொடர்ந்த மற்றொரு அசைவு செய்யப்படுகிறது. இதில் கற்பனைப் பாதரசத்துளி முழங்கையிலிருந்து மணிக்கட்டு வரையிலும் செல்கிறது - அதாவது கரத்தின் அப்பகுதி உயர்த்தப்படும் பொழுது.

"அடுத்தது எண்ணிக்கை மூன்று. இந்த மூன்றாவது கால் பகுதி மணிக்கட்டையும், விரல்களின் மூட்டுகள் ஒவ்வொன்றையும் தனித்தனியாக உயர்த்துவதற்குச் செலவிடப்படுகிறது."

"இறுதியாக, நான்காவது எண்ணிக்கையில் - உங்களது கடைசிக் கால் ஸ்வரத்தில், உங்கள் விரல்கள் அனைத்தையும் நீங்கள் உயர்த்துகிறீர்கள்."

"இப்போது அதே முறையில் நான் எனது கையைக் கீழே தாழ்த்துகிறேன் - நான்கு அசையும் செயல்கள் ஒவ்வொன்றுக்கும் ஒரு கால் ஸ்வரத்தை ஒதுக்கி வைத்தவாறு இதைச் செய்கிறேன்."

"ஒன்று, இரண்டு, மூன்று, நான்கு..." ஒரு இராணுவக் கட்டளையைப் போல டார்ட்சாவ் இதைச் சட்சட்டென்று சொன்னார்."

"ஒன்று!" பின் ஒரு சிறு நிறுத்தம், பின் அடுத்த எண்ணிக்கை, "இரண்டு!" மற்றொரு மௌனம். "மூன்று!" புதியதொரு நிறுத்தம். "நான்கு!" ஒரு தாமதம் என்று மேலும் மேலும், திரும்பத் திரும்ப.

தட்டுதலின் வேகம் மிகவும் மந்தகதியில் இருந்ததால், ஒவ்வொரு கட்டளைக்கும் இடையில் இருந்த நிறுத்தங்கள் சற்றே நீண்டதாகவே இருந்தன. ஒலிக்கப்பட்ட தட்டுகள், அவற்றுக்கு இடையே அமைதியான செயலற்ற நிலை ஆகியன, அசைவின் ஓட்டத்துடன் குறுக்கிட்டன. குண்டும் குழியுமான பாதையில் தட்டுத் தடுமாறிக் குலுங்கியவாறு செல்லும் வண்டிகளைப் போலவே எங்களது அசைவுகளும் வெட்டுவெட்டென்று அதிர்ந்தன."

"இப்போது இதே பயிற்சியை இரு மடங்கு வேகத்தில் செய்யலாம். ஒவ்வொரு கால் ஸ்வரத்திலும் இரண்டு தட்டுகள் ஒலிக்கட்டும். ஒன்று மற்றும் ஒன்று - இசையில் வரும் இரட்டைத் தட்டுகள் போல - பின் இரண்டு - இரண்டு, மூன்று - மூன்று,

நான்கு - நான்கு என்று ஒலிக்கட்டும். இதன் விளைவாக அதே நான்கு கால் ஸ்வரங்கள் இருக்கும்போது, அது எட்டு ஸ்வரங்களாகப் பிரிந்து ஒலிக்கும்."

இவ்வாறாக நாங்கள் பயிற்சியை மறுபடியும் செய்தோம்.

"இங்கு நீங்கள் கண்டு கொண்டவாறு, எண்ணிக்கைகளின் இடையிலான இடைவெளிகள் குறுகலாக இருந்தன. இதனால் அசைவில் சற்று தடங்கலற்ற ஓட்டம் தென்பட்டது."

"இது வினோதமானது. வெறுமனே எண்ணிக்கையை உரக்கச் சொல்வதால் மட்டுமே கரத்தை உயர்த்துவதும் தாழ்த்துவதும் இலகுவாக, தடங்கலின்றிச் செய்ய வைக்கிறதா? நிச்சயமாக இதன் ரகசியம் அந்தச் சொற்களில் இல்லை - மாறாக, ஒருவரது சக்தியைச் செலுத்துவதில் அவர் தனது கவனத்தைப் பொருத்துவதில் உள்ளது. தட்டுதலின் பிரிவு சிறியதாக உள்ளபோது அவை கூடுதலான எண்ணிக்கையில் குறைவான நேரத்துக்குள்ளே திணித்து அடக்கப்படுகின்றன. ஆகவே ஒவ்வொரு சிறிய அசைவின் புள்ளியையும் உங்கள் கவனம் நெருக்கமாகப் பின்பற்றுகிறது - உடையாத நேர்கோட்டில் அது பின்பற்றிச் செல்கிறது. இதனால் கவனம் மற்றும் சக்தியின் அசைவு இவை இரண்டுமே மேலும் அதிகமாக நெருங்கிவிடுகின்றன - இடைவிடாமல் தொடர்கின்றன, இதனால் கரத்தின் அசைவும் அதே போல ஆகி விடுகிறது.

"இப்போது நான் சொன்னதைப் பரிசீலித்துப் பார்த்து விடலாம்."

இதன்பின், கால் ஸ்வர அளவு மூன்றாக, நான்காக, ஆறாக, பனிரெண்டாக, பதினாறாக, இருபத்து நான்காக, இன்றும் சிறுசிறு பின்னங்களாகப் பிரிக்கப்பட்டது. இதனால் அசைவுகள் ஒன்றுடன் ஒன்று இணைந்து இடைவிடாத, உடையாத ஒரே அசைவு போல ஆயின. தட்டுகள் நிறுத்தாமல் ஒலித்து ரீங்கரித்தது போலவே - ஒன்று - ஒன்று - ஒன்று - ஒன்று - ஒன்று - ஒன்று - ஒன்று - ஒன்று - இரண்டு - இரண்டு - இரண்டு - இரண்டு - இரண்டு - இரண்டு

- இரண்டு - இரண்டு - மூன்று - மூன்று - மூன்று - மூன்று - மூன்று - மூன்று - மூன்று - மூன்று - நான்கு - நான்கு - நான்கு - நான்கு - நான்கு - நான்கு - நான்கு - நான்கு.

இறுதியில் என்னால் எண்ணவே முடியவில்லை, ஏனெனில் அதற்கு வெகு வேகமான உச்சரிப்புத் தேவையாக இருந்தது. என் நாவு ரீங்கரித்தது, சுழன்றது ஆனால் வார்த்தைகள் தெளிவற்றவையாக இருந்தன. இந்த துரிதகதியில் என் கரம் இடைவெளியின்றியும், மிகமிக மெதுவாகவும் அசைந்தது - ஏனெனில் Metronome கதி இன்னமும் பத்திலேயே நிறுத்தப்பட்டிருந்தது.

இதன் விளைவு ஒரு அற்புதமான வழுக்கிச் செல்லும் நிதானம் - தடங்கலற்ற ஓட்டம். என் கரம் நிஜமாகவே ஒரு அன்னப்பறவையின் கழுத்தைப் போல சுருண்டது, பின் விரிந்தது.

பின்னர், டார்ட்சாவ் எங்களிடம் பின்வருமாறு கூறினார்:

"இதற்கு இணையாக நாம் மற்றொன்றையும் பற்றிக் கூறலாம். இம்முறை, இதை ஒரு படகின் மோட்டாருக்கு ஒப்பிடலாம். தொடக்கத்தில் அது சிறுசிறு வெடிப்புச் சத்தங்களை உண்டுபண்ணுகிறது. பின் அவை இடைவிடாமல் தொடர்கின்றன - (புரொபல்லரின்) சுக்கானின் அசைவுக்கு ஏற்ப இந்த ஓசையும் ஒலிக்கிறது.

"உங்களைப் பற்றி எடுத்துக் கொண்டாலும், இது தான் உண்மை. முதலில், எண்ணிக்கையிலான உத்தரவுகளை நீங்கள் கடித்துக் குதறித் துப்பினீர்கள். இப்போதோ அதே எண்ணிக்கைகளை உச்சரித்தல் ஒரு இடைவிடாத ரீங்கரிப்பாக ஆகியுள்ளது. அசைவுகளும் அதோடு கூட நெகிழ்வான, தொய்வான மெதுவான விஷயங்களாக மாறிவிட்டுள்ளன. இந்த வடிவத்தில் அவை கலையின் தேவைக்கேற்ப மாற்றியமைக்கப் படலாம். ஏனெனில், நின்று நிலைத்துள்ள ஒரு இன்னிசையோடு கூடிய தடைப்படாத அசைவுகளை நீங்கள் இங்கு சாதித்துள்ளீர்கள்."

''இதே பயிற்சியை இசையுடன் இணைத்துச் செய்யும்போது இதுபற்றிய மேலும் விவரமான தெளிவுணர்வுடன் நீங்கள் இருப்பீர்கள். ஏனெனில் உங்களது சொந்தக் குரலால் எண்களை எண்ணும்போது எழும்பும் ரீங்கார ஓசைக்குப் பதிலாக, இனிமையான தடங்கலற்ற இசையை நீங்கள் பெற்றிருப்பீர்கள்.

இப்போது ரக்மனோவ் பியானோவின் முன்னால் உட்கார்ந்து மெதுவான, தாலாட்டுப் போன்ற ராகம் ஒன்றை வாசிக்கலானார். அதற்கேற்ப நாங்கள் எங்கள் கைகள், கால்கள் மற்றும் முதுகெலும்புகள் ஆகியவற்றை நீட்டி அசைக்கலானோம்.

''ஒரு உடையாத நேர்கோட்டில் உங்கள் சக்தி ராஜகம்பீரத்துடன் பயணித்து முன் செல்வதை உங்களால் உணரமுடிந்ததா?''

இந்த அசைவுதான் நமக்கு மிகவும் அவசியமான சரளமான, நெகிழ்வான உடலசைவை உருவாக்கும் ஒன்றாகும்.

''இந்த அகக்கோடு நம் உயிருருவின் அடியாழமான பகுதியிலிருந்து வருகிறது. அது உருவாக்கும் சக்தியானது உணர்ச்சிகள், மனஉறுதி மற்றும் அறிவு இவற்றின் தூண்டுதல்களால் ஊறிப் போய் உள்ளது.''

''இவ்விதமாக, முறையாக உள்ள உடற்பயிற்சிகளின் உதவியுடன் உங்கள் அசைவுகளை புறரீதியிலான கோட்டுடன் அல்லாமல் அகரீதியிலான கோட்டுடன் இணைத்து அதன் அடிப்படையில் ரசித்து அனுபவிக்கக் கற்றுக் கொள்ளும்போது ஒரு அசைவின் உணர்ச்சி என்பது என்ன என்று நீங்கள் புரிந்து கொள்வீர்கள்.''

பயிற்சிகளை நாங்கள் செய்து முடித்த பின்னர், டார்ட்சாவ் தொடர்ந்து பேசலானார்:

''நமது கலையைப் பொறுத்தமட்டில் அசைவின் திடமான, தடைப்படாத கோடு என்பது தான் நெகிழும் அசைவுகளின் அமைப்பை உருவாக்க உதவும் கச்சாப் பொருளாக உள்ளது.

‘‘நீளமாகத் தொடர்ந்து வருகிற ஒரு நூலானது, பின்னல் எந்திரத்துக்குள் செலுத்தப்பட்டு எவ்வாறு ஆடையாக வெளிவருகிறதோ அதேபோல நமது செயலின் கோடானது கலையின் வடிவாக்கத்துக்கு ஏற்ற பொருளாக (நூல்) உள்ளது. ஒரு இடத்தில் நாம் அதை லேசாக ஆக்கலாம், மற்றொரு இடத்தில் கனமானதாக ஆக்கலாம். வேறொரு இடத்தில் வேகமாக்கலாம், மற்றுமோர் இடத்தில் மெதுவாக ஆக்கலாம். விட்டுவிட்டு, தாளலயத்துடன் செயல் புரிய வைக்கலாம்.’’

‘‘நமது மனதின் தாள அளவுகளுக்கு ஏற்ப இந்த நடிப்பானது எவ்விதமாகப் பொருந்தி அமையக் கூடும்?’’

‘‘இது, புலனுக்குத் தென்படாதவாறு நுணுக்கமாக அமைந்துள்ளது. சிறு சிறு துணுக்குகளாக உடையும் கணப்பொழுதில் இச்செயல் அசைவுகள் சக்தியின் ஓட்டமாக ஓடி மறைகின்றன.’’

‘‘இந்த விநாடிக்கும் குறைவான தருணங்கள் நமது கவனத்தால் கவனிக்கப்படுகின்றன. கற்பனைப் பாதரசத் துளியால் உருவகப்படுத்தப்படுகிற சக்தியானது நம் தோள்கள், முழங்கை, மணிக்கட்டு, பின் விரல்கள் என்று ஓடிச் செல்லும் தருணங்களை நாம் கவனிக்கின்றோம். இதையே தான் இசையின் துணையுடன் நாம் செய்தோம்.

‘‘இந்தக் கவனிப்பானது உடனடியாக வந்திருக்காமல் போகலாம். எதிர்பாராத சமயத்தில் வந்திருக்கலாம். இங்கு முக்கியமான விஷயம் என்னவென்றால், தாளலயத்தால் பிளவு செய்யப்பட்ட செயல் அசைவு உங்களை அதனால் நிரப்பி அதோடு கூடவே உங்கள் கவனமும் ஒடுமாறு செய்தது. ஒலியின் தட்டுகளை எண்ணும்போது வார்த்தைகளை முழுமையான வேகத்துடன் உச்சரிக்க உங்கள் நாவினால் முடியாமல் போனபோது இசையின் லயம் அங்கு உங்களுக்கு உதவியது. இதனால் கவனம் சிதறாமல், சிதையாமல் தொடர்ந்து ஒரு ஓட்டமாகச் சென்று செயலின் அசைவுடன் பொருந்தி இணைந்தது இதுதான் நாம் வேண்டுகிற தரம் ஆகும்.’’

இங்கு மிகவும் இனிமையாகத் தோன்றிய விஷயம், சக்தியின் அக அசைவை, ஒரு இன்னிசையுடன் தொடர்புபடுத்திப் பார்ப்பது தான்.

என்னருகில் நின்று கடுமையாகப் பயிற்சி செய்து கொண்டிருந்த வான்யா, "இசையானது நமது அசைவுகளையெல்லாம் வழுவழுப்பாக்கி, அவற்றை எண்ணெய் அல்லது உயவுப் பொருள் தடவிய மின்னலைப் போலச் சறுக்கிக் கொண்டு போக வைத்தது," என்று கண்டான்.

ஒலியும் தாளலயமும் ஒரு தடங்கலற்ற தொடர்ச்சியையும் லேசான தன்மையையும் மேம்படச் செய்கின்றன. இதனால், கரமானது உடலிலிருந்து தானாகவே பறந்து வெளியேறுவதைப் போலத் தோன்றுகிறது.

இதே போன்ற பயிற்சிகளை, கால்கள், முதுகுத்தண்டு மற்றும் கழுத்தைக் கொண்டு நாங்கள் செய்தோம். இங்கு சக்தியானது, தசைகளைத் தளர்த்தும் பயிற்சியில் ஈடுபட்டபோது எப்படி தசைகளின் வழியாகச் சென்றதோ அதே போல முதுகெலும்பின் வழியாகவும் ஊடுருவிச் சென்றது.

சக்தியானது கீழ்நோக்கிச் சென்றபோது நாங்கள் பாதாள உலகத்துக்குள் புகுந்து அமிழ்ந்து விட்டது போல உணர்ந்தோம். அது முதுகுத்தண்டு வழியாக மேலே ஏறிச் சென்ற போது பூமியை விட்டு மேலே பறப்பது போல உணர்ந்தோம்.

இதே போன்ற பயிற்சியைக் கால்களைப் பயன்படுத்திச் செய்த போது அது நடப்பதற்கு உதவியாக, கால் மற்றும் பாதத்தின் தசைகளைத் தூண்டியது.

எப்போதெல்லாம் தடங்கலற்ற ஒழுங்கான சக்தி ஓட்டத்தை எங்களால் நிலைநிறுத்த முடிந்ததோ அப்போதெல்லாம் தடங்கலற்ற, அளவான, நெகிழ்வுடைய காலடிகளை எங்களால் எடுத்து வைக்க முடிந்தது. சக்தியானது விட்டு விட்டு வந்தபோதும், அசைவின் புள்ளிகளில் தடைப்பட்டு நின்று விட்டபோதும், எங்களது நடை சமனற்று அழகற்று, கரடுமுரடாக இருந்தது.

''நடையில் அதற்கே. உரிய தடங்கலற்ற அசைவின் நேர்க்கோடு இருப்பதால், அதற்கான தாளலயம் ஒன்றும் அதற்குள்ளே பொதிந்துள்ளது என்பது உண்மையாகும்,'' என்றார் டார்ட்சாவ்.

''உங்கள் கரங்களைப் போலவே, அங்கு ஏற்படும் எந்த அசைவும் சிறுசிறு தருணத் துணுக்குகளின் ஒன்று சேர்ந்த கோர்வையால் உருவாகி அமைந்துள்ளது. சக்தியானது அசைவுகளின் வழியாக (காலை நீட்டுதல், உடலை முன்னோக்கிச் செலுத்துதல், கால்களை மாற்றியமைத்தல், அதிர்வுகளைச் சமன் செய்தல் என்று உள்ளவை) ஓடிச் செல்கிறது.

''எனவே, உங்கள் உடற்பயிற்சிகளைத் தொடரும்போது புறரீதியிலான தாளலயத்துடன் அகரீதியிலான சக்தியின் அசைவை நீங்கள் பொருத்த வேண்டும்.''

சக்தியின் ஒழுங்கான, லயத்துடன் கூடிய அசைவைக் கவனிப்பதற்குத் தான் எவ்வளவு கூர்மையான கவனம் தேவைப்படுகிறது! சற்றே லேசாக அது சிதறினாலும் கூட விரும்பத்தகாத ஒரு குலுக்கல் தோன்றி, அசைவின் தடங்கலற்ற போக்கு உடைந்துவிடுகிறது, ஒரு மாற்றம் ஏற்பட்டு விடுகிறது.

சக்தியின் ஓட்டத்தைத் தடுத்து நிறுத்தவும் நாங்கள் கற்பிக்கப்பட்டோம். அதே போலத் தாளலயத்தையும் நிறுத்தினோம். இதன் விளைவு ஒரு அசைவற்ற நிலையாக இருந்தது. அகரீதியிலான ஒரு தூண்டுதலால் இது தேவை என்று உணரப்பட்டபோது இதன் நிஜத்தன்மை மீது நாங்கள் நம்பிக்கை கொண்டோம். அத்தகைய ஒரு நிலை, சட்டென நிறுத்தப்பட்ட அசைவாக, உயிருள்ள சிலைத் தோற்றமாக மாறியது. ஆகவே, அகரீதியிலான தாளலயத்துடன் அசைவது மட்டுமின்றி, அசையாமல் நிற்பது கூட இனிமையான ஒரு அனுபவமாக இருந்தது.

வகுப்பின் முடிவில், டார்ட்சாவ் விஷயங்களைத் தொகுத்துப் பேசினார்:

''உடற்பயிற்சி மற்றும் நடனம் பற்றிய வகுப்புகளில், கைகால்கள் மற்றும் உடலின் வெளிப்புற அசைவுகளில் நீங்கள்

கவனம் செலுத்தினீர்கள். இன்று, நெகிழ்வு அசைவின் அடிப்படையான அகரீதியிலான அசைவு பற்றி மேலும் புதிதாகக் கற்றுக் கொண்டுள்ளீர்கள்.

இந்த இரு கோடுகளில், அகம் மற்றும் புறம், எது மிகமுக்கியமானது என்று தீர்மானிப்பது உங்கள் கையில் தான் உள்ளது. ஒரு மனித உயிரின், கதாபாத்திரத்தை உருவாக்கி அதை மேடையில் உலவவிடும்போது அதன் உருவ வடிவத்தைப் படைப்பதற்கு இவ்விரண்டில் எது அதிகம் ஏற்றதாக உள்ளது என்று நீங்கள் தான் கண்டுகொள்ள வேண்டும்.''

அகரீதியிலான கோடுதான் ஏற்றது என்று எங்களது ஒருமித்த கருத்தைக் கேட்டுக் கொண்டபின் டார்ட்சாவ் தொடர்ந்து பேசலானார்.

''ஆக, அகரீதியிலான சக்தி ஓட்டத்தை நிறுவவேண்டும் என்று நீங்கள் உணர்ந்துள்ளீர்கள். இது, தாளலயத்துடன் ஒத்துப் போகுமாறு செய்யப்பட வேண்டும். இவ்வாறு, அகரீதியிலான சக்தி உடலின் வழியாகப் பாய்ந்து செல்வதைத் தான் நாம் அசைவு பற்றிய உணர்வு என்று அழைக்கிறோம்.''

இப்போது என் சொந்த உணர்வுகளால், அசையும் சக்தியின் முக்கியத்துவம் பற்றி நான் புரிந்து கொண்டுள்ளேன். நான் மேடையில் உள்ளபோது அது என் உடலில் பாய்ந்து செல்லும் போது எவ்வாறு இருக்கும் என்று என்னால் தெளிவாகக் கற்பனை செய்து கொள்ள முடிகிறது. ஒரு தடங்கலற்ற அகக்கோடு இல்லாமல் அழகான அசைவுகள் இருக்க முடியாது என்றும் என்னால் உணர முடிகிறது. அரைகுறையான, துண்டுபட்ட என் அசைவுகளைக் கண்டு நான் இப்போது வெறுப்படைகிறேன். உள்ளார்ந்த உணர்ச்சியின் வெளித் தோற்றமான, ஒரு பரந்துபட்ட சைகையைச் செய்ய இப்போது என்னால் முடியாவிட்டாலும், அந்தத் திறன் எனக்குள் உள்ளது, இருக்க வேண்டும் என்று நம்புகிறேன்.

வேறு விதமாகச் சொல்வதானால் அசைவின் நெகிழ்வுத் தன்மை மற்றும் உணர்வை நான் இன்னும் பெறவில்லை என்ற போதிலும்,

அவை எனக்குள் தோன்றும் என்று நம்புகிறேன். மேலும், புறரீதியிலான நெகிழ்வு என்பது அகரீதியிலான சக்தியின் அசைவு பற்றிய ஒரு உள்ளுணர்வின் அடிப்படையில் இருக்கும் ஒன்று என்று நான் உணர்ந்து கொண்டுவிட்டேன்.

6

அடக்கிக் கொள்ளல் மற்றும் கட்டுப்பாடு

இன்று, எங்கள் அருங்காட்சியக வகுப்பறையின் முன் பெரிய அறிவிப்பு தொங்கிக் கொண்டிருந்தது. அதில் அடக்கிக் கொள்ளல் மற்றும் கட்டுப்பாடு'' என்ற சொற்கள் பெரியதாக எழுதப்பட்டிருந்தன.

ஆனால் டார்ட்சாவ், உடனடியாக அதைப் பற்றி ஏதும் குறிப்பிடவில்லை. பைத்தியக்காரனுடனான பயிற்சி என்ற (From An Actor Prepares - நூலிலிருந்து - ஆசிரியர்) எங்களுக்கு நினைவில் உள்ளதா என்று அவர் கேட்டார். அதாவது, மூடிய கதவு ஒன்றின் பின்னால் மனநல விடுதியிலிருந்து தப்பித்து வந்து விட்ட ஒரு பைத்தியக்காரன் இருக்கிறான் என்று நம்பியவாறு நடிக்க வேண்டிய ஒரு காட்சி அது. அதில் நடித்துக் கொண்டிருந்த நான் அப்போது ஒரு மேசைக்குக் கீழே பதுங்கியவாறு தற்காப்புக்காகக் கையில் ஒரு கனமான ஆஷ்-ட்ரேயுடன் இருந்தது உண்டு. அந்தப் பயிற்சியின் தரப்பட்ட சுற்றுச்சூழல் பற்றி விளக்கிய பின், அதை மறுபடியும் நடித்துக் காட்டுமாறு எங்களுக்கு உத்தரவிட்டார்.

மீண்டும் நடிப்பில் இறங்குவதற்கு நாங்கள் அனைவரும் துடித்துக் கொண்டிருந்தபடியால், இந்த உத்தரவு எங்களுக்குப் பெரு மகிழ்ச்சியை ஊட்டியது. எனவே பெரும் உற்சாகத்துடன் இந்தக் காட்சியை நடிப்பதில் நாங்கள் இறங்கினோம். இப்போது நிஜமாகவே மரியாவின் இல்லமான அந்த அடுக்கு மாடிக் குடியிருப்பு ஒன்றில் நாங்கள் இருந்தது போலத் தோன்றியது. அவளுக்கு முன்னால் அங்கு வசித்து வந்தவர் மனநோயால் பாதிக்கப்பட்டவராய் வன்முறையில் ஈடுபடும் குணம்

கொண்டவராய் இருந்தார்; மனநல விடுதியிலிருந்து தப்பி விட்ட அவர் பாதுகாப்பு வேண்டி அந்தக் குடியிருப்புக்குள் சரண் புகுந்துள்ளார். மறுபடியும் மனநல விடுதிப் பணியாளர் கையில் பிடிபடுவதைத் தவிர்க்க அவர் எவ்வாறெல்லாம் முயற்சிப்பார் என்ற கற்பனைப் பிரச்சினை இப்போது எங்களைப் பொறுத்தவரையில் நிஜமாகிற்று. கதவை மூடி இறுகப் பிடித்திருந்த வான்யா, சட்டென்று அதை விட்டு விலகித் துள்ளி ஓடவும், பெண்கள் பயத்தால் அலறிக் கூச்சலிட, நாங்கள் அங்கிருந்து தலை தெறிக்க ஓடலானோம். தற்காப்புக்கான எங்கள் உள்ளுணர்வைச் சற்றே சமன் செய்து கதவை முட்டுக் கொடுத்துத் திறக்க முடியாதபடி செய்து விட்டுப் பின் மனநலவிடுதிக்கு டெலிபோன் செய்ய எங்களுக்குக் கணிசமான நேரம் பிடித்தது.

டார்ட்சாவ் எங்களைப் பாராட்டினார். ஆனால் அந்தப் பாராட்டில் உற்சாகம் தென்படவில்லை. இந்தக் காட்சியை நடித்து நீண்டகாலம் ஆகிவிட்டது என்றும் அதனால் நிறைய விவரங்களை மறந்து விட்டோம் என்று சொல்லி எங்களது குறைகளை நியாயப்படுத்த நாங்கள் முயன்றோம். மறுபடியும் காட்சியை நடித்துக் காட்டிய போதும் அவரது அதிருப்தி உணர்வும் அதன் தோரணையும் மாறவேயில்லை.

"ஏன், என்ன விஷயம்?" என்று அவரை நாங்கள் கேட்டோம். "நாங்கள் என்ன செய்ய வேண்டும் என்று நீங்கள் எதிர்பார்க்கிறீர்கள்?" எப்போதும் போல, எங்கள் கேள்விக்கு அவர் விவரமான எடுத்துக்காட்டுடன் பதிலளித்தார்:

"உங்கள் முன் ஒரு காகிதம் உள்ளது என்று கற்பனை செய்து கொள்ளுங்கள். அதில் குறுக்கும் நெடுக்குமாகக் கோடுகளும், அள்ளித் தெறித்தாற் போல நிறையக் கறைகளும் உள்ளன. மேலும் அவற்றின் மீதே, அதே காகிதத்தில் ஒரு மென்மையான பென்சில் படத்தை வரைய வேண்டி உள்ளது - அது ஒரு இயற்கைக் காட்சியாகவோ அல்லது ஒருவரின் உருவப் படமாகவோ இருக்கலாம். இதைச் செய்ய வேண்டுமானால் காகிதத்தில் ஏற்கெனவே உள்ள கோடுகளையும் கறைகளையும் நீங்கள் நீக்க வேண்டும். ஏனெனில் அப்படியே விட்டுவிடப்பட்டால் அவை

உங்கள் படத்தைத் தெளிவற்றுப் போகச் செய்து அதை நாசம் செய்து விடும். உங்கள் புதிய படத்துக்காகவேனும் ஒரு சுத்தமான காகிதம் உங்களுக்குத் தேவையாக உள்ளது.

"நமது பணியிலும் இதே போன்ற நிலைதான் ஏற்படுகிறது. தேவைக்கும் அதிகமான கூடுதல் சைகைகள் குப்பை, அழுக்கு மற்றும் கறைகளுக்குச் சமமானவை."

"பல்வேறு கூடுதலான சைகைகளால் நிறைந்து அடைசலாக உள்ள நடிப்பு அந்த அழுக்கான காகிதத்தைப் போன்றது. எனவே தனது கதாபாத்திரத்தின் புறத்தோற்றத்தை வடிவமைக்கும் பணியில் இறங்குவதற்கு முன் - அதை உடல்ரீதியாகப் புரிந்து கொள்ளல், அதன் அகவாழ்வை, உள்ளுணர்வை அதன் திடமான வடிவத்துக்கு மாற்றியமைத்தல் ஆகியவற்றைச் செய்யத் தொடங்கும் முன், தன்னிடமுள்ள எல்லாக் கூடுதலான தேவையற்ற சைகைகளை அவன் விலக்கிவிட வேண்டும். அப்போது தான் அந்தப் பாத்திரத்தின் உடல்ரீதியான வடிவமைப்பை அவனால் தெள்ளத் தெளிவாக உருவாக்க முடியும். கட்டுப்படுத்தப் படாத அசைவுகள், அந்த நடிகனுக்கே சொந்தமானவையாக இயல்பானவையாக, இருந்தாலும், அவனது பாத்திரத்தின் வடிமைப்பை அவை தெளிவின்றிப் போகும்படி செய்துவிடும். இதனால் அவனது நடிப்பும் கூடத் தெளிவற்றும், ஒரே மாதிரியானதாகவும், கட்டுப்பாடு எதுவும் இல்லாததாகவும் ஆகிவிடும்.

"ஒவ்வொரு நடிகனும் தன் சைகைகளைக் கடிவாளமிட்டு அடக்க வேண்டும். அவற்றைத் தன் கட்டுப்பாட்டில் அவன் வைத்துக் கொள்ள வேண்டுமேயன்றி, தான் அவற்றின் கட்டுப்பாட்டுக்குள் சென்றுவிடக் கூடாது.

"நெஞ்சை வருடக் கூடிய உணர்ச்சிக் குவியலான ஒரு அனுபவத்தின் நடுவில் உள்ள ஒருவரால் அதைப் பற்றித் தெளிவாகப் பேச முடியாது. ஏனெனில் அவரது தொண்டை சோகத்தால் அடைத்துக் கொள்ளும், கண்ணீர் பெருகும், உணர்ச்சி வெள்ளம் அவரது சிந்தனைகளைக் குலைத்துவிடும். அவரது

பரிதாபகரமான நிலை, பார்ப்போர் மனதை நெகிழச் செய்யும் - இதனால் அவரது சோகத்தின் காரணத்தையே அவர்களால் புரிந்து கொள்ள முடியாதவாறு செய்துவிடும். ஆனால், காலமானது எந்தக் காயத்தையும் ஆற்ற வல்லது. எனவே அது ஒருவரது உள்ளக் கொந்தளிப்பைக் குறைத்து மட்டுப்படுத்தி விடுகிறது. இதனால் கடந்தகால நிகழ்ச்சிகளைப் பற்றிய அவரது எண்ணங்கள் அமைதியுற்று. அவற்றை அவரால் நிதானமாக எதிர்கொள்ள முடிகிறது. அவற்றைப் பற்றித் தெளிவாகவும், நிதானமாகவும், பிறர் புரிந்து கொள்ளத் தக்கதாகவும் அவரால் இப்போது பேச முடிகிறது. பழைய கதையைக் கூறும்போது கேட்பவர் கண்ணீர் விடலாம், ஆனால் அவரோ அமைதியாகத் தான் இருக்கிறார்.

"நமது கலை, இந்த விளைவைத் தான் சாதிக்க விழைகிறது. இதற்காக, ஒரு நடிகர் தனது பாத்திரத்தின் வேதனையை முற்றிலும் அனுபவித்துணர்ந்து, வீட்டிலோ, ஒத்திகைகளின் போதோ கண்ணீர் விட்டு நெஞ்சுவெடிக்க அழுது கதறித் தீர்த்து விட்டுப் பின்னர் தன்னைத் தானே ஆசுவாசப்படுத்திக் கொண்டு, தனது பாத்திரப்படைப்புக்கு அன்னியமான தடை செய்யவல்ல எல்லா உணர்ச்சிகளையும் விலக்கிவிட வேண்டியது அவசியமாகிறது. இதற்குப் பின்பு அவர் மேடையேறும்போது தான் அனுபவித்து, உணர்ந்தது என்ன என்பதைப் பற்றித் தெளிவாக, ஆழமாக, புரிந்து கொள்ளத்தக்க வகையில் அழகுற எடுத்துச் சொல்லிப் பார்வையாளருக்குத் தெரியப்படுத்த முடிகிறது. இத்தகைய ஒரு சந்தர்ப்பத்தில் நடிகரை விடவும் பார்வையாளர்கள் அதிகம் பாதிக்கப்படுவார்கள். நடிகரோ, தனக்கு மிகவும் தேவையான சமயத்தில் - அதாவது தான் ஏற்றுக் கொண்டுள்ள பாத்திரத்தின் அகரீதியிலான வாழ்வை பிரதிபலிப்பதற்காக - தேவையானவாறு செலுத்தவும் பயன்படுத்தவும் தன் சக்திகளைப் பாதுகாத்துச் சேமித்து வைத்துக் கொள்வார்.

"பெரும்பாலான சமயங்களில் தேவைக்கு அதிகமான, நடிப்பில் குறுக்கிட்டுத் தடங்கல் செய்யும் பல சைகைகளை நடிகர்கள் பயன்படுத்துவது கண்கூடு. இதனால் தமது பாத்திரப் படைப்பைப் பிரதிபலிக்க வேண்டிய அவர்களின் நடிப்பானது மழுங்கிப் போய்.

திசைமாறித் தடுமாறுவது இயல்பு. பல நேரங்களில் தனது முகபாவத்தால் உணர்ச்சிகளைத் தெளிவாகச் சித்தரிக்கும் வல்லமை பெற்ற ஒரு நடிகர், கரம் மற்றும் உடலின் பிற பாகங்கள் வெளிப்படுத்துகிற தேவையற்ற சைகைகளால், தனது பார்வையாளர்களைத் திசை திருப்பி, முகபாவத்தை முற்றிலும் கண்டு ரசிக்க இயலாதவாறு செய்து விடுகிறார். தம்மிடம் உள்ள அற்புதமான திறமைகளைப் பிறர் பார்க்க முடியாதவாறு தாமே தடுத்து விடுவதால், இந்த வகை நடிகர்கள் தமக்குத் தாமே பெரும் எதிரிகளாக ஆகிவிடுகின்றனர்.

"மிகவும் அதிகமான சைகைகள், நல்ல ஒயினைத் தண்ணீரானது நீர்த்துப் போகச் செய்வதுபோல ஒரு நல்ல பாத்திரத்தின் தன்மையைச் சாரமிழக்கச் செய்து விடுகின்றன. ஒரு கோப்பையில் நல்ல திடமான சிவப்பு ஒயினை ஊற்றுங்கள்; பின் நீர் கொண்டு அக்கோப்பையை நிறைத்து விடுங்கள். இப்போது கோப்பையில் இளஞ்சிவப்பு வண்ணம் கொண்ட திரவமே நிரம்பியிருக்கும். இவ்வாறே ஒரு பாத்திரத்தின் நிஜமான செயல்பாட்டுக் கோடானது, அதன் மேல் போடப்படும் கிறுக்கல்கள் போன்ற கூடுதல் அசைவுகள், சைகைகள் இவற்றால் தெளிவற்றுப் போய் விடுகிறது."

"எந்த ஒரு சைகையும் - நடிகர் ஏற்றுள்ள பாத்திரத்துக்கு அடிப்படைத் தொடர்பற்ற எந்த ஒரு அசைவும் - முற்றிலும் தேவையற்ற ஒன்றாகும். ஒரு சாதாரணமான சிறிய சைகையைப் பயன்படுத்தி, ஒரு பாத்திரத்தின் அக உணர்வையோ அல்லது அதன் முழுமையில் தொடர்ந்து ஓடிக் கொண்டிருக்கும் உடையாத நேர்க்கோட்டையோ ஒரு நடிகரால் தனது பார்வையாளருக்குத் தெரியப்படுத்த முடியாது. இதைச் செய்வதற்கு அவன்தன் முழு உடலையும் அசைக்கவல்ல அசைவுகளைப் பயன்படுத்த வேண்டும். இவையே அவரது பாத்திரத்தின் அக உணர்வுகளைத் தெளிவாக வெளிப்படுத்த வல்லன."

"சிறு சைகைகள் என்பன, தமது உடல் அழகை வெளிக்காட்டிக் கொள்ள விரும்பும் நடிகர்களின் தனிச் சொத்தாகும். அவை, போஸ் கொடுத்தல், தேவையற்ற முகபாவங்களை

வெளிப்படுத்துதல் என்று கேவலமான தன்னைத் தானே காட்சிப் பொருளாக்கிக் கொள்ளும் நிலைக்கு அவர்களைத் தள்ளிவிடும்.''

இவ்விதமான சைகைகளுடன், நடிகர்கள் வேறு சில தன்னிச்சையான அசைவுகளையும் செய்கிறார்கள். தமது கதாபாத்திரங்களில் தென்படும் சில நெருடலான தருணங்களைத் தவிர்க்கவோ, தாண்டிச் செல்லவோ வேண்டி அவர்கள் இவற்றைப் பயன்படுத்துகின்றனர். நடிகர்கள் மேலோட்டமாகச் செயல்படும் போது வெகுவாகப் புறத்தோற்றத்தால் அமைந்துள்ள உணர்ச்சி விளைவுகளை மட்டுமே இவை உருவாக்கக் கூடும். இவை, ''விலுக் விலுக்'' கென்ற அசைவுகளாக இருக்கும். தசைகளில் தேவையற்ற இறுக்கத்தை உண்டு பண்ணி, தீங்கான விளைவுகளைக் கூட ஏற்படுத்தக் கூடும். இதனால் ஒரு பாத்திரப் படைப்பில் குளறுபடிகளை உண்டாக்குவதோடு ஒரு நடிகன் மேடையில் தோன்றும்போது அவன் இருக்க வேண்டிய இயல்பு நிலைக்கும் இடையூறாக அமைகின்றன.

''உங்களில் பலரும் இத்தவறைச் செய்கிறீர்கள் - சிறப்பாக, வான்யா இதை அதிகம் செய்கிறான்.''

''ஒரு நடிகன் மேடையில் உள்ளபோது அடக்கிக் கொள்ளலைப் பின்பற்றி இத்தகைய ''விலுக் விலுக்'' கென்ற செயற்கைத்தனமான சைகைகளில் ஈடுபாமல் இருப்பதைக் காணும்போது எவ்வளவு மகிழ்ச்சியாக உள்ளது! அத்தகைய அடக்கிக் கொள்ளல் மற்றும் கட்டுப்பாட்டின் காரணமாக அவர் ஏற்றுக் கொண்ட பாத்திரத்தின் வடிவமைப்பு தெளிவாக வெளிவருவதை நாம் காண்கிறோம். இதனால், பிரதிபலிக்கப்படுகிற அசைவுகள் - கதாபாத்திரத்துக்கு மட்டுமே உரியவை - கூடுதல் முக்கியத்துவத்தைப் பெறுகின்றன. தேவையற்ற அதிகப்படியான, தொடர்பற்ற, சுத்தமாக நாடக பாணியில் அமைந்துள்ள உடலசைவுகள் மற்றும் ஆரவார சைகைகளால் மறைத்து மூடப்படாமல் உள்ளபோது அவற்றின் கவர்ச்சியும் கூடுகின்றது.

''மிக அதிகமான உடலசைவுக்கு எதிராக, பின் வரும் கருத்து ஒன்றையும் நாம் கூறலாம். அதாவது ஒரு கதாபாத்திரத்தின் உயிர்

நாடியாகத் துவக்கத்திலிருந்து முடிவு வரை ஓடும் பிரதான ஓட்டத்துடன் பின்னிப் பிணைந்துள்ள நோக்கங்களுக்காகப் பயன்படுத்தப்பட வேண்டிய சக்தியானது இந்த அசைவுகளால் வீணே விரயம் செய்யப்படுகிறது."

"இந்த அடக்கிக் கொள்ளல் மற்றும் கட்டுப்படுத்திக் கொள்ளலை நீங்களாகவே பயிற்சி செய்து பார்க்கும்போது இதனால் உங்களது உடல்ரீதியலான உணர்ச்சி வெளிப்பாடு எவ்வளவு அதிகமாக விரிவடைந்து, முழுமை பெற்று, சரியான வடிவம் பெற்றுத் தெளிவடையும் என்பதை நீங்களே உணர்ந்து கொள்வீர்கள். மேலும், உங்கள் உடலசைவுச் சைகைகளைக் குறைத்துக் கொள்வதன் வாயிலாக, உங்கள் குரல் வளம், முகபாவங்கள், ஆகியன வளம்பெறுவதையும் காண்பீர்கள். ஒரு கதாபாத்திரத்தின் அகவாழ்வின் மென்மையான உணர்வுகளைச் சரிவரச் சித்தரிப்பதற்கு இவை மிக முக்கியமானவை ஆகும்.

"பாத்திரப்படைப்புக்கு சைகைகளை அடக்கிக் கொள்ளல் என்பது மிக முக்கியமான ஒரு அம்சமாகும். ஒரு நடிகர் தனது சொந்தமான இயல்பிலிருந்து விலகிச் செல்லவும், ஒவ்வொரு பாத்திரத்திலும் ஒரே மாதிரியான புறத்தோற்ற வெளிப்பாடுகளை மறுபடி மறுபடி சித்தரிப்பதைத் தவிர்க்கவும், சைகைகளைப் போக்கி விடுவது என்பது கட்டாயமாகத் தேவைப்படுகிற ஒரு விஷயமாகும். மேடைக்கு வெளியே சாதாரண வாழ்வில் ஒரு நடிகனுக்கு இயல்பாக அமைந்துள்ள ஒவ்வொரு உடல் அசைவும் அவர் ஏற்று நடிக்கும் பாத்திரத்திலிருந்து அவரைப் பிரித்துவிடுகிறது. அவருக்கே கூட அவரையே நினைவுபடுத்துவதாக இது அமைந்து விடுகிறது. ஒரு நடிகரால் தன்னைவிட்டு விலகிச் செல்ல முடியாவிட்டால், புறரீதியாகவேனும் அந்தப் பாத்திரத்தைச் சித்தரிக்கக் கூடிய உடல் அசைவுகளால் அவர் தன்னைத் தானே மூடி மறைத்துக் கொள்வதையாவது குறைந்தபட்சம் செய்தாக வேண்டும்."

"இதற்காக முயலும்போது, பெரும்பாலும் மூன்று அல்லது நான்கு உடல் அசைவுகள் மற்றும் சைகைகளை மட்டுமே தன் பாத்திரப் படைப்புக்கு ஏற்றவையாக அவர் கண்டு கொள்ள

முடியும். ஒரு நாடகம் முழுவதும் இந்த ஒரு சில சைகைகளை மட்டுமே பயன்படுத்துவதில் திருப்தியடைய வேண்டுமானால் அவரது உடலசைவுகள் மிகமிகச் சிக்கனமானவையாகவே இருந்தாக வேண்டும். அடக்கிக் கொள்ளல் என்பது இங்கு மகத்தான உதவியை ஆற்றக் கூடும். ஆனால் இந்த இரண்டு-மூன்று சைகைகள், நடிகரின் சொந்த ஆளுமைக்கு உரித்தான பற்பல சிறுசிறு அசைவுகள் மற்றும் சைகைகளினால் மூழ்கடிக்கப்பட்டுக் காணாமல் போகும் போது, அவர் ஏற்றுக் கொண்டுள்ள முகமூடி நழுவி அவரது சொந்த முகம், அன்றாட முகம், வெளியே தெரிந்து விடுவது சாத்தியமாகிவிடும். மேலும், அவர் ஏற்று நடிக்கும் ஒவ்வொரு பாத்திரத்திலும் இது நிகழக்கூடும் என்றால், பொதுமக்களின் பார்வையில் அது சலிப்பூட்டுவதாக, ஒரே மாதிரியாகத் தென்பட்டுவிடும்.

''ஒரு கதாபாத்திரத்துக்குரிய சரியான சைகை ஒரு நடிகரான தன்னை அதற்கு மேலும் நெருக்கமாகக் கொண்டு வரும் என்பதையும், சொந்த அசைவுகளின் குறுக்கீடானது அதனிடமிருந்து தன்னைப் பிரித்துவிடும் என்பதையும் இதனால் சுத்தமாகச் சொந்தமான தன் தனிப்பட்ட உணர்ச்சிகளின் வசம் தான் தள்ளப்பட்டு விடலாம் என்பதையும் ஒரு நடிகர் ஒரு போதும் மறந்துவிடக் கூடாது. இவ்வாறு நடந்து விட்டால் நாடகத்தின் நோக்கமும், கதாபாத்திரத்தின் நோக்கமும் கூட நிறைவேறாமல் போய்விடும். ஏனெனில் நடிப்புக் கலையில் தேவையானது சொந்த உணர்ச்சிகள் அல்ல, மாறாக, பாத்திரத்துக்கு ஏற்றவாறு ஒத்த நிலையில் உள்ள உணர்ச்சிகள் மட்டுமே.

''கதாபாத்திரத்துக்கு ஏற்றவை என்று பதிவு செய்யப்பட்டு முத்திரை குத்தப்பட்ட சைகைகளை அடிக்கடி திரும்பத் திரும்பச் செய்வதும் சரியாகாது. ஏனெனில் அவ்வாறு செய்யப்பட்டால் அவை தமது விளைவை இழந்து விடுகின்றன, சலிப்பூட்டுபவையாக ஆகி விடுகின்றன.''

''ஒரு நடிகர், இந்த உருவாக்கும் செய்முறையில் எந்த அளவுக்கு அடக்கி வைத்துக் கொள்ளலையும், சுய-கட்டுப்பாட்டையும்

பயன்படுத்துகிறாரோ அந்த அளவுக்கு அவரது கதாபாத்திரத்தின் வடிவமும் அமைப்பும் தெளிவாக இருக்கும்; பொதுமக்கள் மீதான அதன் தாக்கமும் வலிமை வாய்ந்ததாக இருக்கும். அவரது வெற்றியும், அந்த நாடகாசிரியரது வெற்றியும் மகத்தானதாக இருக்கும். ஏனெனில் நாடகாசிரியரின் சொற்கள் நடிகர்கள், இயக்குனர்கள் மற்றும் ஒட்டுமொத்தக் கலைக்குழுவின் வெற்றியின் வாயிலாகத்தான் பரந்துபட்ட பொதுமக்களைச் சென்றடைய முடியும்.

"பிரபல ஓவியரான ப்ரைலோவ், தனது மாணவர் ஒருவரின் ஓவியத்தை விமர்சனம் செய்து கொண்டிருந்தார் அப்போது ஒரு தூரிகையை எடுத்து, அந்த ஓவியத்தில் ஒரே ஒரு முறை வண்ணம் பூசவே, உடனடியாக அவ்வோவியம் உயிர் பெற்றது. இந்த அற்புதமாற்றத்தைக் கண்ட மாணவர் பெருவியப்படைந்தார்.

"இதற்கு ப்ரைலோவ் விளக்கம் தருமாறு," "கலை என்பது வெகு லேசான தீண்டலில் தான் தொடங்குகிறது," என்றார்.

"இதே சொற்களை நமது கலைக்கும் நாம் பயன்படுத்தலாம். ஒரு கதாபாத்திரமானது உயிருடன் வருவதற்கு ஒன்றிரண்டு லேசான தீண்டல்கள் மட்டுமே போதுமானது. ஆனால் இந்த லேசான தீண்டல்கள் இல்லையென்றால் ஒரு மிகச்சரியான இறுதி வடிவத்தையும், அற்புதமாகப் பிரகாசிக்கும் கலை நயத்தையும் அதனால் பெற முடியாது.

"இருந்த போதிலும், மேடையில் சில பாத்திரங்கள் அந்த லேசான தீண்டல் இல்லாமல் தோன்றுவதை நாம் அடிக்கடி காண்பதுண்டு. அது மிகச் சரியாக உருவாக்கப் பட்டிருக்கலாம். ஆனால் மிக முக்கியமான கூறு அங்கு இருப்பதில்லை. ஒரு திறமைசாலியான இயக்குனர் அங்கு வந்து ஒரே ஒரு சொல்லை மட்டும் கூறலாம். உடனே நடிகன் சட்டென்று சுடர் விட்டுப் பிரகாசிப்பதை நாம் காண முடியும்.

"இது மற்றொரு விஷயத்தை எனக்கு நினைவுபடுத்துகிறது. ஒரு இராணுவ இசைக் குழுவின் நடத்துனர் தன் குழுவினர் இசைக்கும் இசைக்கு ஏற்றவாறு தன் கைகளை அசைத்தவாறே தினந்தோறும்

வீதிகளில் நடந்து செல்வது வழக்கம். தனது குழுவினரை நிஜமாகவே வழி நடத்திச் செல்லும் போதும் இதே தாள வேகத்தை அவர் பயன்படுத்துவார். தொடக்கத்தில் உங்கள் கவனம் அந்த இசையால் கவரப்படும் போது, நீங்கள் கவனித்துக் கேட்பீர்கள். ஆனால் ஐந்து நிமிடத்துக்குள், அவரது கையில் உள்ள கோலின் தன்னிச்சையான வீச்சையும், தனது இசை எழுதப்பட்டுள்ள காகிதங்களை இடது கையால் பக்கம், பக்கமாகத் திருப்புவதையும் மட்டுமே நீங்கள் கவனித்துக் கொண்டிருப்பீர்கள். அவரது இசை ஒன்றும் மோசமானதல்ல. அவரது இசைக்குழு சிறப்பானது, ஊர் முழுவதும் பிரபலமானது. இருந்த போதிலும் அவரது இசை அவ்வளவு ஈர்ப்பதாக இல்லை. ஏனெனில் அதன் மிக முக்கியக் கூறாகிய உட்பொருள், ஒருபோதும் வெளிப்படுத்தப் படவில்லை, எனவே அது கேட்பவர்களைச் சென்று சேரவில்லை. இசைக்கப்பட்ட ஒவ்வொரு இராகத்தின் ஒவ்வொரு சிறு பகுதியும் மிகச் சரியாகவும், தடங்கலின்றியும் இசைக்கப்பட்டன. ஆனால் தனித்தனியாகப் பிரித்துணர முடியாதவாறு அவை ஒன்றன் பின் ஒன்றாக நிற்காமல் தொடர்ந்ததால், கேட்போர் அவற்றைப் புரிந்து கொள்ள முடியாமல் போனது. ஒவ்வொரு பகுதிக்கும் அதை முழுமையாக்கக் கூடிய அந்தப் பூச்சும், முத்தாய்ப்பும் இல்லாமல் போய்விட்டது.

"இதே போல, தமது கதாபாத்திரங்களை எந்திரத்தனமாக நடித்து நகர்த்திக் கொண்டு போகும் நடிகர்கள் பலர் நம் மேடைகளிலே உள்ளனர். இவர்களும் கூட, முழு நாடகங்களையும் நிறுத்தாமல் ஒரே வீச்சில் நடித்து முடிப்பது உண்டு - தனிப்பட்ட கவனம் எதுவும் செலுத்தாமலேயே!

"இந்தக் கோல் வீசும்" நடத்துனருக்கு நேர் எதிராக எனக்கு மற்றொருவரும் நினைவுக்கு வருகிறார் - அவர்தான் ஆர்தர் நிகிஷ் - சிறிய உருவம் படைத்தவர் ஆனால் பலரும் சொற்களால் சொல்வதைக் காட்டிலும் அதிகமாக ஒலியினாலே சொல்லி விளக்க வல்ல ஒரு மகத்தான இசைக் கலைஞர்.

‘‘தனது கோலின் சின்னஞ்சிறு நுனியால், தனது இசைக் குழுவினரிடமிருந்து அலைகடல் போல ஆர்ப்பரிக்கும் ஒலிகளை அவர் இழுத்து வந்தார். அதைக் கொண்டு மாபெரும் இசை ஓவியங்களை அவர் தீட்டினார்.

மேலும், இசை நிகழ்ச்சி தொடங்குவதற்கு முன், தன் குழுவினர் ஒவ்வொருவரையும் அவர் கவனமாகப் பார்ப்பார். பின்னர், அரங்கத்தில் நிறைந்திருக்கும் பார்வையாளர் மத்தியில் முழுமையான நிசப்தம் நிலைப்பதற்காகக் காத்திருப்பார். அதன் பின்பே தமது கோலை உயர்த்துவார் - இப்போது பார்வையாளர் கூட்டம் மற்றும் மொத்த இசைக் குழுவினர் இவர்களின் கவனம் முழுவதும் அந்தக் கோலின் நுனியிலே லயித்திருக்கும். அந்தத் தருணத்திலே அவரது கோல் - ‘‘கவனியுங்கள், கேளுங்கள், நான் இப்போது தொடங்கப் போகிறேன்!’’ என்று சொல்லும்.

‘‘இவ்வாறு, நிகழ்ச்சி தொடங்குவதற்காகத் தயாராகும் இந்தத் தருணத்தில்கூட அவரது ஒவ்வொரு அசைவையும் எழிலுற நிறைவடையச் செய்த அந்த தொடு உணர்வுக்கு அப்பாற்பட்ட ‘‘தொடு உணர்வான’’ ஒன்றை நிகிஷ் கொண்டிருந்தார். அவருக்குத் தன் இசையின் ஒவ்வொரு ஸ்வரமும் விலை மதிக்க முடியாத பொக்கிஷமாக இருந்தது. இசை என்பது அவரால் பெருமகிழ்வுடன் உருவாக்கப்பட்டது - அச்சமின்றி, துணிவுடன் எடுத்துச் செல்லப்பட்டது. ஒரு சிறு ஒலியைக் கூட நிகிஷ் கவனிக்காமல் விட்டு விடவில்லை - அதற்கான முழுமையான மதிப்பை அளிக்கத் தவறவில்லை. தனது வலதுகரத்தில், உள்ள கோலின் உதவியால், இசைக்குழுவின் ஒவ்வொரு கலைஞரின் ஆன்மாவிலிருந்தும், ஒவ்வொரு இசைக் கருவியிடமிருந்தும் வெளிக் கொண்டுவரக் கூடிய அனைத்து அம்சங்களையும் அவர் வெளிக் கொணர்ந்தார். இதற்கிடையில் அவரது இடது கரம் ஒரு ஓவியனின் தூரிகையைப் போல அசைந்து, குழுவின் இசையை ஒரு சமயம் சமன் செய்தும், நிதானப்படுத்தியும், மறுசமயம் உயரத்தூக்கி அதிகப்படுத்தியும் செயல்பட்டவாறு இருந்தது. என்னவொரு குறிப்பிடத்தக்க அடக்குதல் அவரிடம் இருந்தது! தவிரவும், எள்ளளவும் பிசகாத கணிதத்திறனால்

வடிவமைக்கப்பட்ட இசைக் கலையும் அவரிடம் இருந்தது. இத்திறன் அவரது கலையை வெகுவாக ஊக்குவித்தது. அவரது இசையின் வேகமானது மிகவும் உயர் மட்டத்தில் இருந்தது. அவரது நிதானமான இசையோ ஒரே மாதிரியானதாக, சலிப்பூட்டுவதாக, நீண்டு ஒலிப்பதாக இல்லாமல், நன்றாக ஒலித்தது. இராணுவ இசைக் குழுவின் நடத்துனர், இதற்கு மாறாக, தாளத்தை எந்திரத்தனமாகத் தட்டிக் கொண்டிருந்தார். நிகிஷ்ஷின் மெதுவான வேகத்திலும், வேகமான ஒலிகள் இடம் பெற்றிருந்தன. இசையை அவர் அவசரமாக நடத்திச் செல்லவுமில்லை, பின்னின்று இழுத்து நிறுத்தவும் இல்லை. இறுதியில் மட்டுமே, எல்லாம் இசைத்து முடிக்கப்பட்டபின் அவர் வேகமாகவோ, நிதானமாகவோ செயல்படுவது வழக்கம். இதற்காக ஒரு புதிய தாளலயத்துடன் கூடிய ஒரு இசையை அவர் தயாரித்திருந்தார். அது, "ஒருபோதும் அவசரப் படாதே! இசையினுள் ஒளிந்திருக்கும் எல்லாவற்றையும் வெளிப்படுத்திவிடு!" என்று சொல்லாமல் சொல்வது போல இருந்தது. இப்போது அந்தச் சொற்றொடரின் உச்சத்திற்கு நாம் வந்து விடுகிறோம் - இங்கு, அதற்குச் சிகரம் வைத்தாற்போல அவர் என்ன சொல்லப் போகிறார்? எவரால் முன்கூட்டியே கூறமுடியும்? இது ஒரு புதிய, மகத்தான நிதானம் கொண்ட இசையின் அசைவாக இருக்குமோ? அல்லது நேர் எதிராக, எவரும் எதிர்பாராத வகையில் துணிச்சலான, வேகமான, "நச்"சென்று அமையும் முடிவாக இருக்குமோ?

"ஒவ்வொரு இசையமைக்கப்பட்ட தயாரிப்பின் உள்ளேயும் புகுந்து நுழைந்து அதன் சாயல்கள் ஒவ்வொன்றையும் பற்றிக் கொண்டு வர்ணிப்பது எவ்வாறு என்று அறிந்து கொண்டுள்ள இசை நடத்துனர்கள் எத்தனை பேரை நமக்குத் தெரியும்? நிகிஷ் செய்தது போல அத்தனை நுண்ணிய தெரிவுணர்வுடன் அவற்றை வெளிக் கொண்டு வருவது மட்டுமன்றி, பொது மக்களுக்கு அவற்றை வெளிச்சம் போட்டுக் காட்டுவதையும் வெளிப்படுத்துவதையும், அதை அவர்களைப் புரிந்து கொள்ளுமாறு செய்வதையும் எத்தனை பேரால் செய்ய முடியும்? நிகிஷ் அதைச் செய்தார் - ஏனென்றால் அவரது பணி மகத்தான

கட்டுப்பாட்டுடன் மட்டுமல்லாமல் வெகு அற்புதமாகக் கூர்மையாகவுள்ள முடிவுடன், பூச்சு பொலிவுடன் அமைந்திருந்தது.

"சில சமயங்களில் எதிர்மறை விஷயங்களைக் கொண்டு விளக்கம் தருவது வெகு தீர்வானதாக இருக்கும். நமது துறையில், இத்தகைய பொலிவுடன் கூடிய நடிப்புக் கலையின் பொருள் மற்றும் மதிப்பு ஆகியவற்றை உங்களுக்குச் சுட்டிக் காட்டுவதற்காக அத்தகைய ஒரு எடுத்துக்காட்டை நான் இங்கு பயன்படுத்தப் போகிறேன். வெகுவேகமாக, துரித கதியில் நடிக்கின்ற நடிகர்களைப் பற்றி உங்களுக்கெல்லாம் நன்றாகத் தெரியும் - இவர்களை, நகைச்சுவை நாடகங்கள், பொழுது போக்கும் நடனங்கள் இவற்றில் பொதுவாகக் கண்டிருப்பீர்கள். அவர்கள் எப்போதுமே கேளிக்கை நிறைந்து சிரிப்பும் கலகலப்புமாக, மக்களைச் சிரிக்க வைத்துக்கொண்டு வேகவேகமாகக் காலடி எடுத்து வைத்தவாறு நடனமாடிக் கொண்டிருக்கவும் பேசவும், பாடவும் வேண்டியது அவசியமாகும். ஆனால், உள்ளுக்குள் சோகமாக உணரும்போது அவ்வாறு கலகலப்பாகத் தோன்றுவது என்பது மிகவும் சிரமமான ஒரு காரியமாகும். ஆகவே, ஒரிரு வெளிப்படையான, புறத்தோற்றமாகிய செயல்முறையில் அவர்கள் ஈடுபட வேண்டியது அவசியமாகிறது. இதைச் செய்வதற்கு மிகமிகச் சுலபமான வழி வேகமான தாளலயத்தைப் பயன்படுத்துவதாகும். இத்தகைய வகையிலான நடிகர்கள் தமது வசனங்களை வேகவேகமாகப் பேசுவதுடன், நாடகத்தின் நடிப்பையும் அசாதாரணமாக மிகைப்படுத்தப்பட்ட வேகத்தில் செய்யத் தலைப்படுகிறார்கள். அந்த முழு நாடகமும் குழப்பமான ஒரு முழுமையாகப் பின்னப்பட்டு விடுகிறது. இதைப் பகுதி பகுதியாகப் பிரித்தறிவது, பார்வையாளருக்கு முற்றிலும் இயலாத செயலாகி விடுகிறது. இங்கே நிறுத்தங்களோ, கட்டுப்பாடுகளோ, பொலிவைத் தரும் தீர்மானமான முடிவுகளோ இருப்பதில்லை.

"நாடக உலகில், நடிப்புக் கலையின் மிக உயர்ந்த இடங்களை எட்டியுள்ள நடிகர்களின் மிகவும் சிறப்பான தன்மைகளுள் ஒன்று அவர்களிடம் உள்ள கட்டுப்பாடு மற்றும் பொலிவைத் தரும் முடிவுகளே ஆகும். உங்கள் கண்ணெதிரே, ஒரு பாத்திரத்தை

வெளிப்படுத்தி வளரச் செய்வதை நீங்கள் பார்க்கலாம். அப்போதெல்லாம் ஏதோ ஒரு அதியற்புதமான கலைப் பொருள் ஒன்று உயிர்பெற்று எழுவது போலவே நீங்கள் உணர்வீர்கள்.

"தாமஸோ சால்வினியைப் போன்ற, நாடகத்துறையின் மேதைகளின் இத்தகைய உருவாக்கங்கள் என்றென்றும் நிலைத்து நிற்கும் நினைவுச் சின்னங்களாக அழியாமல் உள்ளன. இவர்களைப் போன்ற மகத்தான கலைஞர்கள், ஒரு நாடகத்தில் முதல் காட்சியில் ஒரு பாத்திரத்தின் ஆரம்ப வடிவத்தை மிகமிக அமைதியாக உருவமைப்பார்கள். பின் தொடர்ந்து வருகிற காட்சிகளில், ஒவ்வொரு துணுக்காக அம்சங்களைச் சேர்த்துச் சேர்த்து படிப்படியாகவும், நிதானமாகவும், சர்வ நிச்சயமாகவும் அதைக் கட்டி எழுப்புவார்கள். இவ்வாறு அந்தப் பாத்திரத்தின் பகுதிகள் ஒவ்வொன்றாக ஒருங்கிணைக்கப்பட்டு விட்ட பின்னர், நாம் காணும் போது, மனித உணர்வுகளாகிய பொறாமை, காதல், பழிவாங்கும் உணர்வு, கோபம் ஆகியவற்றால் கட்டி அமைக்கப்பட்ட ஒரு இறவாக் காவியமானது அங்கு இருப்பதைப் பார்க்கலாம். கட்டுப்பாடும், தன்னைத் தானே அடக்கிக் கொள்ளலும் இல்லாமல் இதைச் செய்வது சாத்தியமாகாது. ஒரு சிற்பக் கலைஞன் தனது கனவைச் செப்பு உலோகத்தால் வடிக்கிறான். ஒரு நடிகனோ, ஒரு பாத்திரம் பற்றிய தன் கனவை எடுத்துக் கொண்டு தனது உள்ளுணர்வு மூலமாகவும், உள்ளார்ந்த படைக்கும் நிலையின் வாயிலாகவும் அதை உணர்ந்து வடிவமைத்து, தனது குரல், உடலசைவுகள், உணர்ச்சிகளின் சக்தி இவற்றைத் தனது புத்திக் கூர்மையால் இயக்கி வெளிப்படுத்துகிறான்.

2

"எனது முந்தைய நூலாகிய "நடிப்புக் கலையில் என் வாழ்வு" என்பதில் சால்வினியின் நடிப்புத் திறன் பற்றிய வர்ணனை ஒன்று உள்ளது. அதை நீங்கள் மறுபடியும் வாசிப்பதால் பயன்பெறலாம்," என்று டார்ட்சாவ் கூறினார்.

அன்று மாலை, நானும் நண்பன் பாலும் அந்த நூலின் ஒரு பதிப்பை எடுத்து அந்தப் பகுதியை வாசித்தோம். அது பின்வருமாறு:

"நான் சால்வினியை முதன் முதலாகப் பார்த்தது போல்ஷாய் தியேட்டரில் (ரஷ்யா) தான். புனித விரத காலத்தின்போது அவரும் அவரது இத்தாலிய நாடகக் குழுவும் அங்கு தமது நாடகங்களை நடத்திக் கொண்டிருந்தனர்.

"அன்று அவர்கள் அரங்கேற்றிய நாடகம் ஒதெல்லோ இது எப்படி நிகழ்ந்தது என்று எனக்குத் தெரியவில்லை - ஆனால், ஏதோ ஒரு காரணத்தால் சால்வினி இயாகோவின் பாத்திரத்தை ஏற்று நடித்திருப்பார் என்ற ஊகத்தால் நான் இயாகோவின் மீதே என் கவனத்தைச் செலுத்தினேன்.

"ம், சரி, அவருக்கு நல்ல குரல் வளம் உள்ளது" என்று நான் எனக்குள் கூறிக் கொண்டேன். "ஒரு நல்ல நடிகருக்கான அம்சங்கள் - அழகும் ஆளுமையும் - அவரிடம் உள்ளன. பொதுவான இத்தாலிய முறையில் அவர் நடிக்கிறார். ஆனால் இதைத் தவிர வேறு எதையும் சிறப்பாக அவரிடத்தில் என்னால் காண முடியவில்லை. ஒதெல்லோவாக நடிப்பவரும் நன்றாகத் தான் நடித்துக் கொண்டிருக்கிறார். அவரிடமும் நல்ல நடிப்புத் திறனும், குரல் வளமும், உச்சரிப்பும் உடல்வாகும் உள்ளன," என்றெல்லாம் நான் எண்ணமிட்டுக் கொண்டிருந்தேன். மேலும் சால்வினி தன் முதல் வசனத்தைப் பேசியவுடனே மயக்கமடைந்து விடும் விமர்சகர்களின் கருத்தை நான் சற்றே அலட்சியம் செய்தேன்.

"நாடகத்தின் தொடக்கத்தில், பார்வையாளர்களின் கவனத்தைக் கவருவதற்கு அந்த மகத்தான நடிகர் விரும்பவில்லை என்பது போலத் தோன்றியது. அவர் அவ்வாறு விரும்பியிருந்தால், ஒரு திறமையான நிறுத்தத்தால் அதைச் செய்திருக்க வாய்ப்பிருந்தது. ஆனால், பின்னர் செனட் சபையிலான காட்சியில் இதைத்தான் அவர் செய்தார். இக்காட்சியின் முதல் பகுதியில் சால்வினியின் முகம், ஆடையணிகள் மற்றும் ஒப்பனை

இவற்றை என்னால் கவனிக்க முடிந்தது. இவற்றிலும் கூட எதையும் புதிதாகவோ அசாதாரணமாகவோ என்னால் கவனிக்க முடியவில்லை. இன்னும் சொல்வதானால் அப்போதும், பிற்பாடும் கூட அவரது ஆடையணிகளை எனக்குப் பிடிக்கவில்லை. ஒப்பனை? ஏதும் அங்கே இல்லை என்றே சொல்லலாம். அவரது சொந்த முகமே அது - ஒரு பெரிய மீசையையும் போலித் தலைமுடியையும் அவர் அணிந்திருந்தார். அவரது முகம் அகலமாக, குண்டாக இருந்தது. அவரது இடுப்பின் கச்சையிலிருந்து ஒரு பெரிய கத்தி தொங்கியது. மூரின மக்களின் வழக்கமான உடையிலும் தலைப்பாகையிலும் அவர் மேலும் கூடுதல் பருமனாகத் தென்பட்டார். இது, போர்வீரனாகிய ஒதெல்லோவுக்குப் பொருத்தமற்றதாகத் தோன்றியது.

''இருந்தாலும்.....

''மேடையின் முன்புறத்துக்கு அருகில் நெருங்கினார் - தீவிர சிந்தனையில் அவர் ஆழ்ந்திருந்தது போலத் தென்பட்டது. பின், போல்ஷாய் ஒபரா அரங்கில் அன்று இருந்த பார்வையாளர்கள் அனைவரையும் ஒரு வினாடியில் தன் கைக்குள் இருத்திக்கொண்டார். ஒரே ஒரு சிறிய அசைவில் அவர் இதைச் செய்தார் என்றே தோன்றியது - தனது கரத்தை நீட்டி, ஏதோ எறும்புகளையோ ஈக்களையோ பிடிப்பது போல அவர் எங்களைப் பற்றிக் கொண்டார். தன் முஷ்டியை இறுக்கினார் - நாங்கள் அச்சத்தால் உறைந்து போனோம்; கையை விரித்தார்-உடனே ஒரு இனிய சொர்க்கம் அங்கு தோன்றியது. அவரது வலிமையான கட்டுப்பாட்டுக்குள் நாங்கள் இருந்தோம். நாடகத்தின் இறுதி வரையிலும் அதற்கப்பாலும் கூட நாங்கள் அவ்வாறே இருந்தோம். இப்போது தான் இந்த மகத்தான பேரறிஞர் யார் என்றும் அவரிடமிருந்து எதையெல்லாம் நாங்கள் எதிர்பார்க்கலாம் என்றும் நாங்கள் அறிந்து கொண்டோம். தொடக்கத்தில் அவரது ஒதெல்லோ, ஒதெல்லோவே அல்ல, மாறாக ரோமியோ என்பது போல எங்களுக்குத் தோன்றியது. அவரது பார்வை டெஸ்டிமோனாவைத் தவிர வேறு எதன் மீதும் படரவில்லை; அவளைப் பற்றி மட்டுமே அவர் சிந்தித்தார்; அவள்பால் அவர்

கொண்டிருந்த நம்பிக்கை அளப்பரியதாக இருந்தது. இந்த விதமான காதல் கொண்டிருந்த ரோமியோவை ஒரு பொறாமைபிடித்த ஒதெல்லோவாக இயாகோ மாற்றக்கூடும் என்பதை எண்ணி நாங்கள் வியந்து போனோம்.

"சால்வினியின் சக்தி வாய்ந்த தாக்கத்தை என்னால் உங்களுக்கு எப்படி எடுத்துரைக்க முடியும்? "படைத்தல் என்பது நிரந்தரமானது" என்று ஒரு கவிஞர் கூறினார் - சால்வினியின் நடிப்பு அப்படித்தான் இருந்தது.

7

உச்சரிப்புத் தெளிவும் இசை பாடுதலும்...

1

எங்கள் நடிப்புப் பள்ளியுடன் இணைந்துள்ள நாடக அரங்கில் இன்று நிகழவிருந்த நாடகத்தில், ஒலி அமைப்பின் பொறுப்பு என்வசம் இருந்தது. நாடகத்தின் இடைவேளையின்போது, அரங்கின் பக்கவாட்டில் டார்ட்சாவும் சில நடிகர்களும் பேசிக் கொண்டிருந்ததை நான் கேட்க நேர்ந்தது.

ஒரு நடிகனின் நடிப்பைப் பற்றி டார்ட்சாவ் தமது விமர்சனத்தைச் சொல்லியிருக்கிறார். ஆனால் துரதிருஷ்டவசமாக, அவரது கருத்தையும் அதற்கான பதிலையும் நான் கேட்காமல் விட்டுவிட்டேன். இந்த உரையாடலைக் கவனிக்கத் தொடங்கிய போது இயக்குனர் தமது சொந்த அனுபவங்கள் சிலவற்றைப் பற்றிப் பேசிக் கொண்டிருந்தார். தனது வழக்கப்படி, இந்த அனுபவங்களின் வாயிலாகவும் அவற்றிலிருந்து தாம் எடுத்த முடிவுகளின் வாயிலாகவும் மாணவர்களுக்கு அவர் பாடம் புகட்டிக் கொண்டிருந்தார்.

அவர் சொன்னவற்றின் சாராம்சம் இதுதான்:

"அதை (ஒரு கவிதை) நான் ஒப்பித்தபோது வெகு எளிமையாகப் பேச நான் முயற்சித்தேன். போலியான உணர்வுகளோ, பாசாங்கான ஒலி எழுப்புதலோ, மிகைப்படுத்தப்பட்ட வசனங்களோ இன்றி வாசித்தேன். அந்தக் கவிதையின் இதயத்தைப் படம் பிடிக்க நான் முயன்றேன். இதனால் ஏற்பட்ட விளைவு என்னவென்றால், ஒரு

சொற்றொடரில் இருந்த சொற்கள், எதிரொலித்தன, இசை பாடின. இதனால் எனது வாசிப்புக்கு ஒரு இன்னிசை ஒலியும் உயர் பண்பும் வந்து சேர்ந்தன.

''இவ்வாறு பேசுகிற முறையை நான் மேடைக்கு எடுத்துச் சென்றபோது, என் குரல் மற்றும் உச்சரிப்பில் ஏற்பட்ட மாற்றத்தையும், உணர்ச்சிகள் மற்றும் கருத்துகளை வெளிப்படுத்திய இந்தப் புதிய முறையையும் கண்டு எனது சகநடிகர்கள் அசந்து போனார்கள். ஆனால், இவ்விஷயத்தின் எல்லாக் கோணங்களையும் நான் சரியாகச் சமாளித்து விட்டேன் என்று கூறிவிட முடியாது. ஒரு நடிகன் தன் குரலின் ஒலியைக் கேட்டுத் தானே இன்புற்றால் மட்டும் போதாது. அந்த அரங்கில் உள்ள பார்வையாளர்களும் அதைக் கேட்டுப் புரிந்து கொள்ளுமாறும் செய்ய வேண்டும். சொற்களும் அவற்றின் ஒலிகளும் அவர்களது காதுகளைச் சுலபமாகச் சென்று எட்ட வேண்டும்.

''இதைச் செய்வதற்கு மிக அதிகமான திறமை வேண்டும். அதை நான் வளர்த்துக் கொண்ட போது, ''சொற்களின் உணர்வு'' என்று நாம் குறிப்பிடுவதன் பொருளை நான் உணர்ந்து கொண்டேன்.

''பேச்சு, இசையாகும். ஒரு பாத்திரம் பேசவேண்டிய வசனமானது ஒரு ஒபரா அல்லது சிம்ஃபொனியின் இன்னிசையை ஒத்ததாகும். மேடையில் உச்சரிப்பு என்பது பாடுவதைப் போலவே மிகமிகச் சிரமமானதொரு கலையாகும். இதை வளர்த்துக் கொள்வதற்குப் பயிற்சியும், அசாதாரணமான நுட்பமும் தேவைப்படுகிறது. ஒரு நடிகர், நல்ல பயிற்சி பெற்ற குரலில் அற்புதமான குரல் நுட்பத்துடன் தனது வசனங்களைப் பேசும்போது அவரது உன்னதமான கலையைக் கண்டு நான் மெய் மறந்து போகிறேன். அவரது வசன உச்சரிப்பு லயத்துடன் இருந்தால் என்னையுமறியாமல் நான் அந்த லயத்துடன் மிதந்து செல்லத் தலைப்பட்டு விடுகிறேன்; அவரது குரலின் தொனி என்னை உசுப்பிவிடுகிறது. தனது பாத்திரத்தின் சொற்களின் அடியாழத்தை அவர் ஊடுருவிச் சென்றால், அந்த நாடகாசிரியரின் கருத்துச் செல்கிற இரகசிய இடங்களுக்கும் அவரது சொந்த ஆன்மாவின்

ஆழத்துக்கும் அவர் என்னைக் கூடவே இட்டுச் செல்கிறார். அந்தச் சொற்களின் உயிர் நாடியுடன் தனது குரல் என்னும் துடிப்பான அழகைச் சேர்க்கும்போது, தனது கற்பனை வளத்தால் வடிவமைத்துள்ள உருவங்களின் அகத்தோற்றத்தைச் சற்றே என் கண்களாலும் நான் காண வழி செய்கிறது.''

''ஒரு நடிகர் தன் உடலசைவுகளைக் கட்டுப்படுத்தி அவற்றுக்குச் சொற்களையும் குரலையும் சேர்க்கும்போது அது இனிமையான பாடலுடன் இசையும் இணைந்து ஒலிப்பது போலத் தோன்றுகிறது. ஒரு ஆணின் சிறப்பான குரல் காட்சிக்குள் புகும் போது அது பாஸ் இசையைப் போல செல்லோ அல்லது ஒபோ போல ஒலிக்கிறது. ஒரு பெண்ணின் இனிமையான கீச்சுக் குரலோ எனக்கு ஒரு வயலினையோ, புல்லாங்குழலையோ நினைவூட்டுகிறது. ஒரு பழம்பெரும் குணச்சித்திர நடிகையின் ஆழமான குரல் மற்றொரு இசைக்கருவியான ''வயோலாவை நினைவூட்டுகிறது. ஒரு தந்தையின் கனமான, கண்ணியமான குரல் ஒரு பாஸ்ஸூனைப் போல எதிரொலி செய்கிறது. ஒரு வில்லனின் குரல் கோபம் நிறைந்தும், உமிழ்நீர் நிரம்பிய வாயிலிருந்து வெளிவருவது போலக் குழம்பியும் ஒலிக்கிறது - ட்ராம்போன் போல!

''ஒரு சிறிய சொற்றொடரில் - உதாரணமாக, *திரும்பி வா - நீ இல்லாமல் என்னால் வாழ முடியாது!*'' என்பது போன்ற ஏழே ஏழு சொற்களைக் கொண்ட சொற்றொடரில் ஒரு முழு இசைக்குழுவையும் உணராமல் இருப்பது எப்படி நடிகர்களுக்குச் சாத்தியமாகக் கூடும்?

''அந்தச் சொற்றொடரைத் தான் எத்தனை எத்தனை விதங்களில் வெவ்வேறு வகையாகச் சொல்ல முடியும்! அதனுள் எத்தனை விதமான பொருள்களைப் பொதிந்து வைக்க முடியும்! எத்தனை வெவ்வேறு விதமான மனநிலைகளைக் காட்ட முடியும்! அதனுள் இருக்கும் நிறுத்தங்களின் இடங்களைச் சொல்லுக்குச் சொல் உள்ள இடைவெளிகளை மாற்றிப் பாருங்கள், புதிய புதிய அர்த்தங்களை உங்களால் பெற முடியும். முக்கிய சொல்லை அழுத்தமாக உச்சரித்து ஒரு நிறுத்தம் கொடுக்கும்போது அது பிற

சொற்களிலிருந்து தனித்துத் தென்படும். ஒலிகளே இல்லாத நீளமான நிறுத்தங்களால் சொற்களின் உள்ளார்ந்த பொருளையே முற்றிலுமாக மாற்றியமைக்க முடியும். இதோடு கூட உடலசைவுகள் மற்றும் முகபாவங்கள் மற்றும் உச்சரிப்பும் இணையும்போது புதுப்புது மனநிலைகள் உருவாகி ஒரு சொற்றொடருக்குப் புதிய பொருளைத் தந்து உதவுகின்றது.''

"எடுத்துக்காட்டாக, முதலிரண்டு சொற்களான *திரும்பி வா* என்பதை எடுத்துக் கொள்ளலாம். அவற்றைத் தொடர்ந்து, ஒரு உதவியற்ற உணர்வால் நிரம்பிய நிறுத்தம் ஒன்று வந்தால் - அதாவது போனவன் திரும்ப வரப்போவதில்லை - அது ஒரு சோக கீதத்தின் தொடக்கமாக அமைகிறது.

"*என்னால் வாழ* என்று சொல்லி, ஆழமாக மூச்சுவிட்டு, *முடியாது* என்று சொல்லும் போது அது முக்கியமான சொல்லாக ஆகிறது, உச்ச கட்டமாக அமைகிறது. இதை மேலும் உச்சத்திற்குக் கொண்டு செல்ல, அதைத் தொடர்ந்து மற்றொரு ஆழமான மூச்சு பின் வந்து, *நீ இல்லாமல்* என்ற சொற்கள் முத்தாய்ப்பாக அமைகின்றன.''

"*வாழ* என்ற சொல் தான் அங்கு முக்கியமானது - அதற்காகத் தான் அந்த முழுச் சொற்றொடரும் உருவாக்கப்பட்டது - அச்சொல் உயிருள்ளது. ஒரு ஆண் மகனுக்குத் தன்னையே முழுவதுமாகத் தந்துவிட்ட ஒரு பெண் அவனால் தூக்கியெறியப் படும்போது தன் சக்தி முழுவதையும் ஒன்று திரட்டி அவனைப் போக விடாமல் இறுகப் பற்றிக் கொள்வதை அச்சொல் உணர்த்துகிறது. வஞ்சிக்கப்பட்ட ஒரு பெண்ணின் நைந்துபோன உயிரின் கருவை அது வெளிப்படுத்துகிறது. ஆனால், ஒரு பெண்ணின் தனிப்பட்ட தேவையைப் பிரதிபலிக்க வேண்டுமானால், நிறுத்தங்களும் அழுத்தங்களும் வேறு விதமாகக் கொடுக்கப்பட வேண்டும். பின்வருவது போல:

"*திரும்பி வா - நிறுத்தம் - நீ இல்லாமல் - ஆழ் மூச்சு - என்னால் - ஆழ்மூச்சு - வாழமுடியாது!*

"இப்போது என்னால் வாழ முடியாது என்ற இருசொற்களுக்கு அழுத்தம் தரப்படுகிறது. அவற்றின் மூலம், தன் வாழ்வின் அர்த்தத்தையே இழந்துவிட்ட ஒரு பெண்ணின் நம்பிக்கையிழந்த சோகத்தை நாம் உணர்கிறோம். இதனால், சொற்றொடர் வேறு ஒரு பொருளை உணர்த்துகிறது - கைவிடப்பட்ட அப்பெண், ஒரு எல்லையை எட்டிவிட்டாள், அவள் கண்முன்பாக ஒரு அதலபாதாளம் அகல விரிகிறது என்பது நமக்குத் தெரிகிறது.

"ஒரு சொல் அல்லது சொற்றொடரினுள் எவ்வளவு அர்த்தங்களைப் புகுத்த முடியும் என்று எண்ணிப் பாருங்கள், மொழியின் வளமை எத்தகையது என்று புரிந்து கொள்ளுங்கள். அது, தானாகவே சக்தி வாய்ந்ததாக இருக்கவில்லை - மாறாக ஒரு மனித ஆன்மாவை, மனித மனதை வெளிப்படுத்துவதில் அது தன் சக்தியைப் பெறுகிறது. அந்தச் சின்னஞ்சிறு சொற்களில், உண்மையிலேயே ஆன்மீக மற்றும் உணர்ச்சி பூர்வமான பொருள் உள்ளடங்கியுள்ளது - திரும்பி வா, நீ இல்லாமல் என்னால் வாழ முடியாது. ஒரு மனித வாழ்வின் சோகம் முழுவதும் அவற்றுள் அடங்கியுள்ளன.

"இருந்தாலும், ஒரு முழு நாடகம், காட்சி, அங்கம் இவற்றை எடுத்துக் கொண்டால், ஒரே ஒரு சொற்றொடரின் இடம் தான் என்ன? அது ஒரு சின்னஞ்சிறு துணுக்கு மட்டுமே - ஒரு சிறு தருணம் - ஒரு மகத்தான, பெரிய முழுமையில், முக்கியத்துவமற்ற ஒரு சிறு பகுதி.

"ஆனால், பிரபஞ்சமானது அணுக்களால் உருவாக்கப்படுவது போலவே, தனித்தனியான ஒலிகள் சொற்களைப் பொருள்படுத்துகின்றன, சொற்கள் சொற்றொடர்களையும், சொற்றொடர்கள் எண்ணங்களையும் பொருள்படுத்துகின்றன. இந்த எண்ணங்களிலிருந்து காட்சிகளும், அங்கங்களும், முழு நாடகங்களும் உருவாகின்றன. ஒரு மனித உயிரின் சோகத்தைக் காட்டும் அற்புதக் காவியங்கள் - ஹாம்லெட், ஒதெல்லோ, ஹெடா காப்ளர், செல்வி ரானேவ்ஸ்க்யா போன்றவை - வடிவம் பெறுகின்றன. இந்த ஒலிகள் ஒரு முழு சிம்பொனியை அமைக்கின்றன!"

2

''ஸ்டிம் ட ஒப்ன வைடோர் ட்யான் ப்னஸ்!''

இன்று டார்ட்சாவ் வகுப்பினுள் நுழைந்தபோது, அவரது வாயிலிருந்து வெளிவந்த எதிர்பாராத ஒலிகள் இவை. நாங்கள் அவரை வியப்புடன் நோக்கி, திருதிருவென்று விழித்தோம். சற்று நேரம் காத்திருந்து விட்டு,

''இது உங்களுக்குப் புரியவில்லையா?'' என்றார் அவர்.

''ஒரு வார்த்தை கூடப் புரியவில்லை,'' என்று நாங்கள் ஒப்புக் கொண்டோம். ''ஏன் எங்களை இப்படிக் கண்டபடி திட்டுகிறீர்கள்?''

''இட் இஸ் டைம் டு ஓபன் வைட் தி டோர் டு யுவர் ஓன் ஹாப்பினெஸ்'' என்பது தான் அது. ஒரு குறிப்பிட்ட நாடகத்தில் இந்த வசனத்தைப் பேசிய நடிகருக்கு நல்ல பலமான குரல் இருந்தது. அரங்கின் அனைத்துப் பகுதிகளிலும் அதை நன்றாகக் கேட்க முடிந்தது. இருந்தாலும், எங்களால் அதைப் புரிந்து கொள்ள முடியவில்லை. நீங்கள் நினைத்தைப் போலவே நாங்களும் அவர் எங்களைத் திட்டினார் என்றே நினைத்தோம்,'' என்று டார்ட்சாவ் விளக்கினார்.

''இந்த வேடிக்கையான உதாரணம் எனக்கு நல்லதொரு பாடத்தைக் கற்றுக் கொடுத்தது. எனவே நான் அதைச் சற்று அதிகமாகவே விளக்க வேண்டும்.'' என்று அவர் மேலும் தொடர்ந்தார்.

''பல ஆண்டுகள் நடிப்பு மற்றும் இயக்குதல் ஆகியவற்றில் அனுபவம் பெற்ற பின், ஒவ்வொரு நடிகனுக்கும் நல்ல உச்சரிப்புத் திறன் தேவை என்ற உண்மையை நான் முழுவதுமாக உணர்ந்துள்ளேன். சொற்றொடர்கள் மற்றும் சொற்களை மட்டுமல்லாமல் ஒவ்வொரு எழுத்தையும், ஒவ்வொரு ஒலியையும் அவன் உணர்ந்து உச்சரிக்க வேண்டும். இங்கு விஷயம் என்னவென்றால், ஒரு உண்மையானது எவ்வளவு

எளிமையானதாக உள்ளதோ அதை எட்டுவதற்கான நேரம் மிக அதிகமானதாக இருக்கும்."

"நமது சொந்த மொழியை, அதன் சொற்றொடர்களை, எழுத்துகளை, ஒலிகளை நாம் புரிந்து கொள்வதில்லை. அதனால் தான் அதைச் சிதைப்பது நமக்கு அவ்வளவு சுலபமாகி விடுகிறது. 'வா' என்பதற்குப் பதிலாக, நாம் "ஃபா" என்று சொல்கிறோம். 'கா' என்பதற்குப் பதிலாக 'க்வா' என்கிறோம். இத்துடன் கூட திக்குவாய், கட்டைக் குரல், மூக்கால் பேசுவது போன்ற சிதைவுகளையும் சேர்த்துக் கொள்ளலாம் - நல்ல பேச்சை அழிப்பதற்கு இவை போதும்."

"இவ்வாறு, பொருத்தமற்ற ஒலிகளைக் கொண்டுள்ள சொற்களைக் கேட்கும் போது, முகத்தில் வாய் இருக்க வேண்டிய இடத்தில் காதும், காது இருக்க வேண்டிய இடத்தில் கண்ணும் மூக்கு இருக்க வேண்டிய இடத்தில் விரலும் உள்ள ஒரு மனிதனைக் காண்பது போல எனக்குத் தோன்றுகிறது.

"குறுக்கப்பட்ட தொடக்கத்தைக் கொண்ட ஒரு சொல், அடித்துச் சப்பையாக்கப்பட்ட மூக்கைக் கொண்ட ஒரு முகம் போல உள்ளது. ஒரு சொல்லின் இறுதிப் பகுதி விழுங்கப்பட்டு விட்டால், கை - கால் இழந்த மனிதனை எனக்கு நினைவூட்டுகிறது."

"எழுத்துகள் அல்லது ஒலிகளை உச்சரிக்காமல் விட்டு விடுவதால் பல் இல்லாத கண் இல்லாத குறைபாட்டைப் போல வெளிப்படையாகத் தெரிகிறது."

"ஒரு நபர், சோம்பலினால் அல்லது கவனக்குறைவான பழக்க வழக்கங்களால் தனது சொற்களை ஒட்டு மொத்தமாகச் சேர்த்து வடிவமற்ற ஒரு மொத்தையாக, வேக வேகமாக ஓட்டிக் கொண்டு செல்லும் போது, தேன் ஜாடியில் விழுந்து விட்டுத் தத்தளிக்கும் ஈ என் நினைவுக்கு வருகிறது. அல்லது, இலையுதிர் காலத்தில், ஈரக் காற்றும் பனிமூட்டமும் எல்லாவற்றையும் மங்கிப் போய்த் தோற்றமளிக்கச் செய்வது போல அது உள்ளது."

"பேச்சில் லயமின்மை - மெதுவாகத் தொடங்கப்பட்ட ஒரு சொற்றொடர், நடுவில் சட்டென்று வேகமாகித் தடாலென்று முடிவடையும் போது, அது ஒரு குடிகாரனின் நடையைப் போல இருக்கிறது. இதற்கு மாறாக, வெகு வேகமாகப் பேசும் பேச்சானது செயின்ட் வைட்டஸ் டான்ஸ் என்று அழைக்கப்படும், நரம்புத் தளர்ச்சியால் நடுங்கும் உடலைப் போல உள்ளது.

"சில சமயங்களில், மோசமாக அச்சடிக்கப்பட்டும், எழுத்துகள் காணாமலும் உள்ள நூலை நீங்கள் படித்திருக்கலாம். இதை வாசிப்பது எவ்வளவு சிரமமான செயல்? எழுத்துகளையும், சொற்களையும் ஊகித்து உணர்வதால் எவ்வளவு நேரம் விரயமாகிறது?"

"இதோ, வேறு ஒரு விதமான சித்திரவதை! ஒரு பரப்பின் மீது க்ரீஸைத் தேய்த்துத் தடவுவது போல எழுதப்பட்டுள்ள சொற்களை வாசித்தல் - யார், யாரை, எங்கே, எப்போது வருமாறு அழைக்கிறார்கள் என்று கண்டுபிடிக்க முயலுங்களேன். முற்றிலும் இயலாத செயல் இது. "D.... D...." என்று அவர்கள் எழுதியிருக்கலாம் - உங்களை டார்லிங் என்கிறார்களா, டம்ப் (Dumb) என்கிறார்களா என்று உங்களால் கண்டு கொள்ளவே முடியாது.

"மோசமாக அச்சடிக்கப்பட்ட அல்லது எழுதப்பட்ட விஷயத்தை வாசிப்பது சிரமம்தான் என்றாலும், சற்றே முயன்றால் அதில் உள்ள பொருளை உங்களால் கிரகித்துக் கொள்ள முடியும். அச்சடிக்கப்பட்ட அல்லது எழுதப்பட்ட விஷயம் உங்கள் கண்முன்னே உள்ளது. போதுமான நேரம் எடுத்துக் கொண்டால் அதை மறுபடி மறுபடி படித்து, புரியாததை உங்களால் புரிந்து கொள்ள முடியும்."

"ஆனால் ஒரு நாடக அரங்கில், நடிகர்கள் தமது வசனங்களைப் பேசும் போது, மோசமாக அச்சடிக்கப்பட்ட நூலைப் போல, முழுசாக எழுத்துகளையும், சொற்களையும், சொற்றொடர்களையும் விட்டு விட்டுப் பேசினால் உங்களால் என்ன செய்ய முடியும்? வசனங்கள் நாடகத்துக்கு மிகமிக முக்கியமான, இன்றியமையாத அம்சங்கள் ஆகும். ஒருமுறை பேசப்பட்ட

சொல்லை உங்களால் மறுபடியும் திரும்பக் கொண்டுவர முடியாது. நாடகம் தன் முடிவை நோக்கி முன்னே பாய்ந்து செல்கிறது - உங்களால் புரிந்து கொள்ள முடியாத விஷயங்களைப் பற்றி நிறுத்தி நிதானமாகச் சிந்திப்பதற்கு உங்களுக்கு நேரம் இருப்பதில்லை. மோசமான உச்சரிப்பினால் தவறான புரிதல்கள் ஒன்றன்பின் ஒன்றாகத் தொடர்ந்து ஏற்படுகின்றன. நாடகத்தின் கருவாக அமைந்துள்ள கருத்துகளையும், அவற்றின் சாராம்சத்தையும், தவறான உச்சரிப்பு கொண்ட பேச்சு சிக்கலாக்கி, குழப்பமூட்டி, சில சமயம் முழுவதுமாக மறைத்தே விடுகிறது. இதனால், நாடகத்தின் தொடக்கத்தில், தமது காதுகளைத் தீட்டிக் கொண்டு கவனத்தையும் மனதையும் ஒருங்கிணைத்து கவனிப்பார்கள். மேடையில் நடைபெறும் எதையும் விட்டுவிடக் கூடாது என்ற அக்கறையுடன் இருப்பார்கள். ஆனால், வசனங்கள் புரியாவிட்டால், சலனமுற்று ஒருவருக்கொருவர் கிசுகிசுக்கத் தொடங்கி, பின் கடைசியில் இருமத் தொடங்கி விடுவார்கள்.

"இருமல் என்ற அந்தச் சொல்லின் தவிர்க்க முடியாத விளைவு, ஒரு நடிகனைப் பொறுத்த மட்டில், என்ன என்று உங்களால் உணர்ந்து கொள்ள முடிகிறதா? ஆயிரம் பேர் கொண்ட ஒரு பார்வையாளர் கூட்டம், மேடையில் நிகழும் சம்பவங்களிலிருந்து தொடர்பற்றுப் போனவர்களாகத் தம் பொறுமையை இழந்துவிட நேரிடும் போது, நடிகர்கள், நாடகம் என மொத்தத்தையும், தமது இருமலினால் அரங்கத்தை விட்டே வெளியே துரத்தி விட முடியும். இது நாடகத்துக்கும், அந்த நிகழ்ச்சிக்கும் சர்வநாசமாக அமையும். இத்தகைய நிலை ஏற்படாமல் தவிர்ப்பதற்கு ஒரு சரியான வழி தெளிவாகவும், அழகாகவும், கவர்ச்சிகரமாகவும் பேசுவதாகும்."

"எனக்குப் புரிய வந்த மற்றொரு விஷயம் - நமது வீடு மற்றும் சுற்றுப்புறத்தில் மோசமான பேச்சு என்பது ஒருவிதமாக ஏற்றுக் கொள்ளப்படக் கூடும். ஆனால், மேடைமீது அவ்வாறு கண்ணியமின்றியோ கவனமின்றியோ பேசுவது என்பது முற்றிலும் தகாதது, முட்டாள்தனமானது ஏற்றுக் கொள்ள இயலாதது. ஏனெனில், பொதுவாக மேடையில் பேசப்படும் விஷயங்கள்

மேன்மையானவையாக சுதந்திரம், இலட்சியம், தூய்மையான காதல், வீரம் என்பனவாக - உள்ளன. எழுத்துகள், ஒலிகள், சொற்கள் ஆகியன மனிதனால் சுயமாகக் கண்டுபிடிக்கப்பட்டவை அல்ல. மாறாக அவனது உள்ளுணர்வு, தூண்டுதல்கள் மற்றும் இயற்கையாலேயே, காலம் மற்றும் இடம் இவற்றுக்கு ஏற்ப இவை அவனுக்கு உணர்த்தப்பட்டு வந்துள்ளன.

"எழுத்துகளாவன ஒலியின் குறியீடுகள் மட்டுமே என்று நான் புரிந்து கொண்ட பின்னர் மட்டுமே, அதாவது, ஒரு பொருளின் - அர்த்தத்தைத் தாங்கி வரும் வாகனங்களாக அவை பயன்படுகின்றன என்பதை உணர்ந்து கொண்ட பின்பே அவற்றைச் சரியான ஒலி வடிவங்களாகக் கற்றுக் கொள்ள வேண்டிய பிரச்சினை என்னை எதிர்கொண்டது."

"எனவே நான் மறுபடியும் எழுத்துக்களுக்குத் திரும்பச் சென்று, ஒவ்வொரு எழுத்தையும் தனித்தனியாகக் கற்றுக் கொள்ள ஆரம்பித்தேன். இவற்றுள் உயிர் எழுத்துக்களைக் கொண்டு துவங்குவது எனக்கு எளிதாக இருந்தது. ஏனெனில், பாடல் பயிற்சியின் வாயிலாக அவற்றில் நல்ல தேர்ச்சி எனக்கு இருந்தது."

3

"அ என்ற எழுத்தின் தெளிவான ஒலியின் வாயிலாக ஒரு உள் உணர்ச்சியானது விடுவிக்கப்பட்டு வெளி வருகிறது என்பதை நீங்கள் உணர்ந்துள்ளீர்களா? அந்த ஒலியானது, வெளிவரத் துடித்துக் கொண்டுள்ள ஒருசில குறிப்பிட்ட அக அனுபவங்களுடன் பின்னிப் பிணைந்து உள்ளன - இதனால் அவை ஒருவரது மார்புக் கூட்டிலிருந்து வெகு சுலபமாக மிதந்து வெளி வருகின்றன."

"ஆனால் இங்கு மற்றொரு A ஒலியும் உள்ளது. அது மந்தமானது, அடங்கியது சுலபமாக மிதந்து வெளி வராமல் உள்ளேயே உருண்டு புரண்டு ஒலிக்கின்றன. மேலும் மற்றொரு ஆபத்தான AAA என்ற ஒலியோ, அதைக் கேட்பவரின் உள்ளே புகுந்து நுழைந்து செல்லும் சக்தி பெற்றதாக உள்ளது.

மகிழ்ச்சிகரமான ஒரு A ஒலி ஒருவரின் உள்ளேயிருந்து ஒரு ராக்கெட்டைப் போலக் கிளம்பி எழுகிறது. கனமான ஒலியுள்ள மற்றொரு A இரும்புத் துண்டு போல அவருக்குள்ளே அமிழ்ந்து போகிறது.

''இந்தக் குரல் ஒலிகளின் வாயிலாக உங்களின் சிறு துணுக்குகள் வெளியே செல்கின்றன என்பதை நீங்கள் உணரவில்லையா? இவை வெறும் காலியான உயிரெழுத்துகள் அல்ல - அவற்றுக்கு ஒரு ஆன்மீக உட்பொருள் உள்ளது.''

''உயிரெழுத்துகளின் ஒலி வடிவங்களைப் பற்றி நான் புரிந்து கொண்டது இதுதான். இதற்குப் பின்னர், நான் மெய்யெழுத்துகளைப் பற்றிப் பயிலலானேன்.

''இந்த ஒலிகள் எனது பாடல் பயிற்சியால் என்னுள் பக்குவப்படுத்தப்படவில்லை. எனவே அவை மீதான எனது பணி சற்றே சிக்கலானதாக இருந்தது. "The Expressive Word" என்ற தனது நூலில் S.M.வோல்கோன்ஸ்கி பின்வருமாறு கூறுகிறார்: ''உயிர் எழுத்துக்களாவன ஒரு ஆறாக இருந்து, மெய் எழுத்துகள் அதன் கரைகளாக இருந்தால், வெள்ளம் பெருக்கெடுத்து ஓடுவதைத் தவிர்ப்பதற்காகக் கரைகளை வலுப்படுத்த வேண்டியது அவசியமாகிறது!''

''இத்தகைய நெறிப்படுத்தி வழிப்படுத்தும் பணியுடன் கூட, மெய் எழுத்துகளுக்கு ஒரு கனத்த முழங்கும் தன்மையும் உள்ளது. இவற்றுள் அந்த முழங்கும் தன்மை கூடுதலாக உள்ளவை M.N.L.R.V,Z,N,G மற்றும் TH என்பனவாகும். நிறுத்தும் ஒலியுள்ளவை B,D,G,W, ஆகியவையாகும்.''

''இவற்றைக் கொண்டுதான் நான் எனது ஆய்வைத் தொடங்கினேன்.''

''இந்த ஒலிகளுள், எவற்றின் தொனி ஏறத்தாழ உயிர் எழுத்துகளின் தொனியை ஒத்துள்ளன என்று உங்களால் தெளிவாகப் பிரித்தறிய முடியும். இவை, தடைப்படாமல் வெளிவருவன. குறிப்பிட்ட இடங்களில் (வாயினுள்) அழுத்தம் ஏற்படுவதால் சற்றே நிறுத்தப்பட்டுத் தனித் தன்மையுடன் இவை

உள்ளன. எடுத்துக்காட்டாக, B என்ற எழுத்து. இதை உச்சரிக்கும்போது சேமித்து வைக்கப்படும் அழுத்தமானது உங்களது மூடிய இதழ்களுக்குள்ளே பிடித்து நிறுத்தப்படுகிறது. இதுவே இதற்கான ஒரு தனித்தன்மையைத் தருகிறது. அந்தத் தடை திறக்கப்பட்டவுடன் வெடித்துக் கிளம்பும் ஒரு ஒலி வேகமாகவும், சுதந்திரமாகவும் வெளிவருகிறது. இத்தகைய ஒலிகளை நிறுத்தும் மெய்யெழுத்துகள் என்று அழைப்பதற்கு நிஜமான அடிப்படை உள்ளது.''

"B என்ற எழுத்தை உச்சரிப்பதில் வெடித்தல் உடனடியாகவும், தடாலென்றும் ஏற்படுகிறது. அப்போது, சேமித்துவைக்கப் பட்டுள்ள சுவாசமும், குரலும் வேகமாக வெளிவருகின்றன. M,N மற்றும் L ஆகிய எழுத்துகளை உச்சரிப்பதில் இதே செயல்பாடுதான் நடைபெறுகிறது; ஆனால் அது சற்றே மாற்றத்துடன், மேலும் மென்மையாகவும் சிறியதொரு தாமதத்துடன் ஏற்படுகிறது. இது, இதழ்கள் திறக்கப்படும் போதும் (M), நாக்கு, மேற்பற்களின் ஈறுகளைத் தொடும் போதும் (N மற்றும் L) நிகழ்கிறது.

"தொனி ஏதுமின்றி நீண்டு ஒலிக்கும் மெய்யெழுத்துகளும் உள்ளன. இவற்றுள் F மற்றும் S அடங்கும்.

"இவற்றுடன் கூட, சுத்தியலின் அடி போல திடும் என்று விழும் ஒலிகளைக் கொண்டவையும் உள்ளன. அவை P,T மற்றும் K ஆகும். மேலும் அவை தமக்குப் பின்னால் உள்ள மெய்யெழுத்து ஒலிகளை அடித்துப் புறம் தள்ளிக் கொண்டு வருகின்றன.

"இந்த ஒலிகள் ஒன்று கூடி சொற்கள் மற்றும் சொற் றொடர்களை உருவாக்கும்போது, அவற்றில் குரல் வடிவமானது மேலும் விரிவடைந்து காண்கிறது. இப்போது, முதல் எழுத்துகளான A,Bயை ஒன்றாக. ஆனால் முன்னுக்குப் பின்னாக உச்சரியுங்கள்!''

'அடக்கடவுளே!' என்று நினைத்தேன் நான் - 'நாம் மறுபடியும் எழுத்துத் தொகுதியிலிருந்து பாடத்தைத் துவங்க வேண்டுமா

என்ன?' இது நமக்கு இரண்டாவது பிள்ளைப் பருவம் போலும்! இச்சமயம், கலையைச் சார்ந்தது.

Ba, Ba, Ba.... என்று ஆடுகளின் மந்தையைப் போல நாங்கள் ஒன்றாகக் கூச்சல் போடலானோம்.

"இதோ பாருங்கள்!" என்று இடைமறித்து எங்களை நிறுத்தினார் டார்ட்சாவ். "வேறுவிதமான ஒலி இங்கு தேவை - தெளிவானது, பரந்து விரிந்தது, வெளிப்படையானது - Ba, a, a இதனால் வியப்பு, மகிழ்ச்சி, உற்சாகமான வரவேற்பு, இதைக் கேட்டதும் என் இதயம் கூடுதல் பலத்துடனும், களிப்புடனும் துடிக்க வேண்டும். கேளுங்கள்: Ba...... எனக்குள் அடி ஆழத்தில் இந்த B ஒலி உயிர்பெற்று எழுவதை நீங்கள் உணரலாம். என் உதடுகளால் அந்த வேகத்தைத் தடுக்க முடியாமல், அவை விரிந்து அந்த ஒலி வெளியே வருகிறது. ஒரு இனிய இல்லத்தின் கதவுகள் திறந்து அதிலிருந்துதான் அதன் உரிமையாளர் தம் கரங்களை அகல விரிந்தவாறு வந்து உங்களை அன்புடன் வரவேற்பது போல, Bயைத் தொடர்ந்து A வருகிறது. நான் உண்டாக்கிய ஒலியைக் காகிதத்தில் எழுதுவதானால் அது இவ்வாறு இருக்கும்... g-m B...Aa. இந்த மகிழ்ச்சிகரமான ஒலியுடன் சேர்ந்து என்னிலிருந்து ஒரு பகுதி உங்களை வந்து அடைவதை உங்களால் உணர முடிகிறதா?" என்று அவர் விளக்கி நிறுத்தினார்."

"இதோ, அதே BA ஒலி, ஆனால் முற்றிலும் மாறுபட்ட தன்மையுடன்..." என்று கூறிய டார்ட்சாவ், Bயின் ஒலியை, பூமிக்கடியிலிருந்து ஒலிக்கும் நிலநடுக்கத்தின் உறுமலைப் போல உச்சரித்தார். அவரது உதடுகள் ஒரு வரவேற்பைத் தெரிவிப்பது போல திறக்கவில்லை. மாறாக, ஏதோ குழப்பத்தில் உள்ளது போல மெல்ல மெல்லத் திறந்தன. A ஒலிகூட, முன்னர் இருந்தது போல மகிழ்ச்சியுடன் இருக்கவில்லை. மந்தமான ஒலியுடன், உயிர்த்துடிப்பு இல்லாமல், விடுதலை பெறாமல் இன்னமும் சிறையில் இருப்பது போல வெளி வந்தது. அவரது குரலும் சன்னமாக, மூச்சு வெளிவருதல் போல ஒலித்தது.

"B, A ஆகிய இந்த இரு எழுத்துகளும் இணைந்த ஒலிக்கு பல்வேறு விதமான உச்சரிப்புகளை நீங்கள் கண்டுபிடிக்கலாம். இவை ஒவ்வொன்றிலும் மனித ஆன்மாவின் சின்னஞ்சிறு துணுக்கு ஒன்று வெளிப்படுத்தப் படலாம். இவ்வாறு ஒலிகளுக்கு மேடையிலே ஒரு உயிர் உள்ளது. இவற்றை மந்தமாகவும், உயிரின்றியும், எந்திரத்தனமாகவும், உச்சரித்தால், அது உயிரைக் குறிப்பதாகாது. மாறாக, மரணத்தைக் குறிப்பதாகும்."

"இப்போது அந்த ஈரெழுத்து ஒலியுடன் மற்றொரு எழுத்தையும் சேர்த்துச் சொற்களாக மாற்றுங்கள்: bar, bar, ban, bat, bag இவ்வாறு ஒவ்வொரு எழுத்துகூடும் போதும், அங்குள்ள மனநிலை மாறுகிறது. நமது அக உணர்விலிருந்து அவை புதிது புதிதாகச் சிறுசிறு துணுக்குகளைக் கவர்ந்து இழுத்துச் சேர்த்துக் கொள்கின்றன. இவ்வாறு எழுத்துகள் அதிகரித்து இரண்டு அசைகளாக மாறும்போது அதன் உணர்ச்சி வெளிப்பாடும் விரிவடைகிறது - Baba, babu, bana, banu, balu, bali, barbar, banyan, batman, bagrag....

4

சென்ற வகுப்பில் டார்ட்சாவுடன் செய்த ஒலிப்பயிற்சியை இப்போது மறுபடியும் செய்து விட்டு அத்துடன் கூடவே எங்களது புதிய கண்டுபிடிப்புகளையும் சேர்த்துக் கொள்ளத் துவங்கினோம் என் வாழ்விலேயே முதன் முறையாக, எழுத்துகளின் ஒலிகளை நிஜமாகக் காது கொடுத்துக் கேட்டேன் என்றே சொல்லலாம். எங்கள் வாயில் அவை எவ்வளவு தவறாக இருந்தன என்றும், டார்ட்சாவின் வாயில் எவ்வளவு முழுமையாக ஒலித்தன என்றும் நான் உணர்ந்து கொண்டேன். அவர் ஒலிகளை ருசித்து ரசிப்பவராக, ஒவ்வொரு அசை மற்றும் ஒலியின் மணத்தையும் அனுபவித்து மகிழ்பவராக இருந்தார்.

வகுப்பு அறை முழுவதும் பல்வேறு ஒலிகளால் நிறைந்து தோன்றியது. ஒன்றுடன் ஒன்று மல்லுக்கு நின்றபடி, தடுமாறி விழச் செய்தபடி, ஒலித்துக் கொண்டிருந்தன. ஆனால் எவ்வளவு ஆர்வத்துடன் நாங்கள் முயன்ற போதும் எந்த ஒரு நல்ல

கான்ஸ்தன்தீன் ஸ்தனிஸ்லாவ்ஸ்கி

தொனியையும் எங்களால் சாதிக்க முடியவில்லை. எங்களது மந்தமான குரல்களுக்கு நேர்மாறாக டார்ட்சாவின் உயிரெழுத்து ஒலிகள் இசைபாடின, மெய்யெழுத்து ஒலிகள் தாளமிட்டன. வகுப்பறை முழுவதும் எதிரொலித்தன.

இந்தப் பிரச்சினை எவ்வளவு சாதாரணமானதாகவும் அதே சமயத்தில் எவ்வளவு சிரமமானதாகவும் இருக்கிறது என்று நான் எனக்குள்ளே சிந்தித்துக் கொண்டேன். இயல்பாகவும், எளிமையாகவும் தோன்றிய போதும், அந்தளவு கடினமானதாகவும் அது இருந்தது.

நான் டார்ட்சாவின் முகத்தைக் கவனித்தேன். ஒலிகள் மிகவும் இனிமையானவை என்று உணர்ந்து அவற்றின் அழகை ரசித்து மகிழ்பவர் போல அது ஒளிவிட்டுப் பிரகாசித்தது. பின் என் சகமாணவர்களைப் பார்த்தேன். அவர்களது முகங்கள் களையிழந்தும், இறுகிப் போயும் இருந்ததைக் கண்டு எனக்குச் சிரிப்பே வந்து விட்டது.

டார்ட்சாவ் உருவாக்கிய ஒலிகள் அவருக்கும் அதைக் கேட்ட எங்களுக்கும் இன்பம் தந்தன. ஆனால், எங்களிடமிருந்து நாங்கள் வலிய வெளிப்படுத்திய கடூரமான, கரடுமுரடான ஒலிகளோ, எங்களுக்கும் கேட்பவர்களுக்கும் பெருத்த வேதனையை ஊட்டின.

டார்ட்சாவ், இனிய பொழுதுபோக்கு ஒன்றில் ஈடுபட்டவராக, அசைகளைச் சேர்த்துச் சொற்களை - எங்களுக்குப் பழக்கமானவையும், அவரால் கண்டறியப்பட்ட பிற புதியவற்றையும் - சொல்லிச் சொல்லிப் பெருமகிழ்ச்சி கொண்டார். இந்தச் சொற்களிலிருந்து புதிய சொற்றொடர்களை உருவாக்கினார் - பின், தனிமொழியாகத் தானாகவே பேசினார், அதன் பின்னர் மறுபடியும் தனித்தனி ஒலிகளுக்குச் சென்று, அவற்றைச் சொற்களாக உருவாக்கலானார்.

அவர் எழுப்பிய ஒலிகளை ரசித்து அனுபவித்தவாறு நான் என் பார்வையை அவரது உதடுகள் மீது செலுத்தினேன். ஒரு காற்று இசைக்கருவியின் கவனமாக வடிவமைக்கப்பட்ட வால்வுகளை

அவை எனக்கு நினைவூட்டின. அவை திறந்து, திறந்து மூடியபோது சிறிதளவு காற்றுக் கூட இடைவெளிகளில் வீணாக்கப் படவில்லை. இந்த மிகச் சரியான வடிவமைப்பின் காரணமாக அவர் உருவாக்கிய ஒலிகள் வெகு தெளிவாகவும், சுத்தமாகவும் இருந்தன. பேச்சுப் பற்றிய இந்தக் கருவி (உதடுகள் இன்னபிற), டார்ட்சாவினால் மிகச் சரியாக ஏற்பாடு செய்யப்பட்டிருந்ததால், அவரது உதடுகளின் அசைவு வெகு லேசானதாகவும், வேகமானதாகவும், சரியானதாகவும் இருந்தது.

என்னைப் பொறுத்தமட்டில் இதுவல்ல உண்மை நிலை - என் உதடுகள், மலிவான இசைக்கருவியில் உள்ளது போல, போதுமான அளவு திடத்துடன் மூடுவதில்லை. அவை காற்றை வெளியே செல்லவிட்டு விடுகின்றன, மோசமாகப் பொருந்தியுள்ளன. இதன் விளைவாக எனது மெய்யெழுத்து உச்சரிப்பில் தேவையான தெளிவோ, சுத்தமோ இருப்பதில்லை.

என் உதடுகளின் அசைவு மிக மோசமாக உருவாகி இருப்பதால், அவற்றால் வேகமாகப் பேசக்கூட முடிவதில்லை. ஒலிகளும் சொற்களும் ஒன்றுடன் ஒன்று முட்டி மோதிக் கொண்டு கட்டற்று ஓடுகிற காட்டாற்றின் உடைபட்ட கரைகள் போல விழுகின்றன. இதனால், உயிரெழுத்துகள் நீண்டு ஒலிப்பதுடன், நாக்கும் குளறுகிறது.

"பிரபல பாடகியும் ஆசிரியையுமான பாலின் வயர்டாட், தனது மாணவர்களிடம் கூறியது இதுதான் - தமது உதடுகளின் முன்பகுதியைப் பயன்படுத்திப் பாட வேண்டும் என்பதுதான் அது."

"எனவே, உங்கள் உதடுகளின் அசைவுகளை நன்கு செம்மைப்படுத்திக் கொள்ளக் கடினமாக உழையுங்கள். கூடவே, நாவு மற்றும் வாயின் பிற பகுதிகளையும், எழுத்துக்களின் ஒலிகளைத் தெளிவாக வெளிப்படுத்துவதற்குப் பயிற்சி தாருங்கள்."

"இந்த வேலையின் விவரங்களுக்குள் நான் நுழையப் போவதில்லை. இதற்கான பயிற்சி உங்களுக்குத் தரப்படும்.

5

இன்று டார்ட்சாவ் ஒரு பெண்மணியை வகுப்புக்கு அழைத்து வந்திருந்தார் - மேடம் ஜாரெம்போ அகலமாகப் புன்னகைத்தவாறு அவர்கள் இருவரும் அறையின் நட்ட நடுவில் நின்றனர்.

''எங்களை வாழ்த்துங்கள்,'' என்றார் டார்ட்சாவ், ''நாங்கள் இருவரும் ஒன்றாக இணைந்துள்ளோம்.''

மாணவர்கள், இயல்பாகவே, அவர் திருமணத்தைப் பற்றித் தான் பேசுகிறார் என்று கருதினர். அவர் தொடர்ந்து பேசினார்.

''மெய்யெழுத்து மற்றும் உயிரெழுத்து இவற்றின் தொடர்பாக உங்கள் குரல்களுக்குப் பயிற்சியளிப்பதில் மேடம் ஜாரெம்போ நமக்கு உதவ இருக்கிறார். நானோ, அல்லது வேறு யாராவதோ அதே சமயத்தில், உங்கள் உச்சரிப்பைச் சரி செய்வோம்.''

''உயிரெழுத்துகளுக்கு எனது குறுக்கீடு தேவைப்படாது - ஏனெனில், பாடுவதால், அவை தாமாகவே சரியாகி விடும். ஆனால் மெய்யெழுத்துகளோ, பாடுதல் மற்றும் பேசுதல் இவை இரண்டிலுமாகப் பயிற்சி செய்யப்பட வேண்டும்.''

''துரதிருஷ்டவசமாக, சொற்களிலும், சிறப்பாக மெய்யெழுத்துகளிலும் ஆர்வம் காட்டுபவர்கள் வெகு சிலரே. மேலும் உச்சரிப்பைக் கற்பிக்கும் ஆசிரியரில் பலருக்கும் தொனியை உருவாக்குவது பற்றிய தெளிவான புரிதல் இருப்பதில்லை. இதன் விளைவாக, இசைக் கலைஞர்களின் குரல்களில், உயிரெழுத்துகள் சரியாகவும், மெய்யெழுத்துகள் தவறாகவும் உருவாகின்றன. ஆனால், உச்சரிப்பைக் கற்றுக் கொடுக்கும் ஆசிரியர்களின் மாணவர்களோ, மெய்யெழுத்துகளைக் கூடுதல் வலிமையுடன் உச்சரிப்பதுடன், உயிரெழுத்துகளைத் தவறாக உச்சரிக்கவும் செய்கிறார்கள்.''

''இத்தகைய நிலையில், ஒரே சமயத்தில் பாடுதல் மற்றும் உச்சரித்தலை உள்ளடக்கிய பாடங்கள், நன்மையுடன் தீமையையும் விளைவிக்கின்றன. இத்தகைய நிலவரம், சாதாரணமானதல்ல. எனவே, இதற்கான குற்றச்சாட்டு, சரியாகப் புரிந்து கொள்ளாமல்

முன்னதாக உருவாக்கிக் கொள்ளும் கருத்தையே சென்று சேரும். இங்கு உண்மை என்னவென்றால், குரலின் வளமானது மூச்சுப் பயிற்சி மற்றும் ஸ்ருதிகளை நிறுத்தாமல் தொடர்ந்து ஒலிக்கச் செய்யும் பயிற்சி இவற்றையே முதன்மையமாகக் கொண்டுள்ளதாகும். பொதுவாக, உயிர் எழுத்துகளை மட்டுமே நிறுத்தி நிதானமாக ஒலிக்கச் செய்ய முடியும் என்ற கருத்து நிலவி வருகிறது. ஆனால், சில மெய்யெழுத்துகளுக்கும் இந்தக் குணம் உண்டல்லவா? அவற்றையும் ஏன் உயிரெழுத்துகளைப் போலவே நின்று நிதானமாக அதிரும்படி செய்யக் கூடாது?"

"பாட்டுக் கற்றுக் கொடுக்கும் ஆசிரியர்கள், உச்சரிப்பையும், உச்சரிப்பைக் கற்றுத் தருபவர்கள் பாட்டையும் கற்றுக் கொடுத்தால் எவ்வளவு நன்றாக இருக்கும்! ஆனால் இது முற்றிலும் இயலாத காரியமாதலால் இப்போது நாம் இந்த இரு துறைகளிலும் வல்லுனராக உள்ள இவரை ஒன்றாகப் பணிபுரியுமாறு ஏற்பாடு செய்துள்ளோம்."

"எனவே மேடம் ஜாரெம்போவும் நானும் இதை ஒரு பரிசோதனையாகச் செய்து பார்க்க முடிவெடுத்தோம்."

"வழக்கமான மேடைப் பேச்சான நாடக பாணியில் பேசுவதை. நான் விரும்பவில்லை. பாடமுடியாத குரல்களைக் கொண்டவர்களுக்கு நாம் அதை விட்டுவிடலாம். தமது குரல்களை ஓங்கி ஒலிக்குமாறு செய்ய வேண்டி இவர்கள் அவற்றை முறுக்கியும், முடுக்கியும் பல்வேறு விதமான வித்தைகளைச் செய்கிறார்கள். எடுத்துக்காட்டாக, தீவிரமாகப் பேசுவதைக் காட்ட, தமது குரலைப் படிப்படியாகத் தாழ்த்தித் தாழ்த்தி அவர்கள் பேசுகிறார்கள். அல்லது, சலிப்பூட்டுவதைத் தவிர்க்க திடீர் திடீரென்று கத்திப் பேசுகிறார்கள் - இதைத் தவிர, பிற சமயங்களில் அவர்களது குரல் மந்தமாக ஒரே மாதிரியே ஒலிப்பது வழக்கம்."

"இவ்வாறு குரலை ஏற்றி இறக்கி வித்தைகள் காட்டுவதற்குப் பதிலாக, ஒலிகளைத் தாமாக ஒலிக்குமாறு இவர்கள்

அனுமதித்தால் இத்தகைய குறுக்கு வழிகளை நாடுவதற்கு அவசியமே இருக்காது அல்லவா?''

''எனினும், பொதுவாகப் பேச்சுவழக்கில் நல்ல குரல்கள் வெகு அபூர்வமாகத் தான் தென்படுகின்றன. அவ்வாறு தென்பட்டாலும், அவை பெரும்பாலும் சக்தியின்றியும், தொலைதூரம் எட்டாதவாறு தொனியிழந்தும் காணப்படுகின்றன. தொலைதூரம் எட்ட முடியாவிட்டால், ஒரு நபரின் முழு உயிர்த்துடிப்பையும் அந்தக் குரலால் காட்ட முடியாமல் போய்விடும்.''

''தாமஸோ சால்வினி, அற்புதமான இத்தாலிய நடிகர், சோக பாத்திரத்தில் சிறந்து விளங்க ஒரு நடிகனுக்கு என்ன தேவை என்று கேட்கப்பட்டபோது அவர் சொன்ன பதில் இதுதான்: ''குரல், குரல், மேலும் அதிகமான குரல்!'' சால்வினியும் பிறரும் வலியுறுத்திச் சொன்ன இக்கருத்தின் முழு தாத்பரியத்தையும் புரிந்து கொள்வது இப்போது உங்களால் முடியாது. எனவே நான் இதை மேலும் விளக்குவது சாத்தியமில்லை. உங்களது சொந்தப் பயிற்சியின் வாயிலாகவும், சொந்த அனுபவத்தின் வாயிலாகவும் மட்டுமே இச்சொற்களின் அடிப்படை உண்மையை உணர்ச்சிகளால் மட்டுமல்லாது, அறிவினாலும் முழுமையாகப் புரிந்து கொள்ள உங்களால் முடியும். ஒரு நல்ல குரல் தனக்கு விதிக்கப்பட்ட பணிகளைச் சரிவரச் செய்யும் வளம் படைத்த ஒரு குரலால் உங்களுக்குக் கிடைக்கும் சாத்தியப்பாடுகளை நேரடியாக நீங்கள் உணரும்போது சால்வினியின் கூற்று, தனது ஆழமான உண்மையை உங்களுக்கு வெளிப்படுத்தும்.''

6

''ஒரு 'நல்ல குரலைக்' கொண்டிருத்தல் என்பது ஒரு ஓபரா பாடகிக்கு மட்டுமல்லாது, நாடக நடிகனுக்கும் ஒரு வரப்பிரசாதமாகும். உங்கள் ஒலிகளைச் சரிவர இயக்க முடியும், அவற்றைக் கட்டுப்படுத்த முடியும், உங்கள் பேச்சை, உருவாக்கத்தை அதன் மிக நுண்ணிய விவரங்களை, அசைவுகளை, மாற்றங்களை, சாயல்களை, ஒன்றுவிடாமல் சக்தியுடன்

தெரியப்படுத்த வைக்க உங்களால் முடியும் என்ற உணர்வைக் கொண்டிருப்பது எத்தனை அற்புதமானது!"

"'நல்ல குரல்' இனிமை என்பது ஒரு பாடகனுக்கும் நடிகனுக்கும் எத்தகைய சித்திரவதையாக அமையக் கூடும்! நீங்கள் எழுப்பும் ஒலிகளை உங்களால் கட்டுப் படுத்த முடியாது. அவை நிறைந்த பார்வையாளரைச் சென்று சேருமாறு அவற்றை உங்களால் செலுத்த முடியாது என்ற உணர்வுதான் எவ்வளவு துன்பமானது! உங்கள் உள்ளார்ந்த படைக்கும் திறன் உங்களுக்குத் தெளிவாகவும் ஆழமாகவும் எடுத்துரைக்கும் விஷயங்களை வெளிப்படுத்த முடியாமல் இருப்பது என்பது ஒரு கொடுமையான நிலை. இந்தச் சித்திரவதைகளை அந்த நடிகரால் மட்டுமே நன்குணர முடியும். தனது ஆன்மாவின் அடி ஆழத்தின் உலையில் வடித்தமைக்கப்பட்டுள்ளது என்ன என்றும் அது சொல்லாலும் குரலாலும் எவ்விதமாக எடுத்துரைக்கப்பட வேண்டும் என்றும் அவருக்கு மட்டுமே நன்கு தெரியும். அவரது குரல் உடைந்து விட்டால், அவருக்குத்தான் அது அவமானம் - ஏனெனில் தனக்குள்ளே அவர் உருவாக்கியுள்ள ஒரு அம்சம் அப்போது வெளி உருவத்தில் சிதைக்கப்பட்டுச் சின்னாபின்னமாகி விடுகிறது.

"சில நடிகர்கள், வழக்கமாகவே "நல்ல குரலைக்" கொண்டிருப்பதில்லை. இதன் விளைவாக அவர்கள் கரகரப்பான குரலில் பேசுகிறார்கள் - இதனால் அவர்கள் பேசுவது உருவிழந்து போகிறது. எனினும் அவர்களது ஆன்மாக்களில் அழகிய இசை நிறைந்து காணப்படுகிறது. ஒரு ஊமை, தன் உள்ளத்தில் உள்ள கவிமயமான காதலைத் தான் நேசிக்கும் ஒரு பெண்ணிடம் தெரியப்படுத்துவதைக் கற்பனை செய்து பாருங்கள். இனிய காதல் நிரம்பிய குரலுக்குப் பதிலாக அவனது குரலோ வெறுப்பூட்டுகிற, நாயின் குரைப்பைப் போல ஒலிக்கிறது. தனக்குள்ளே அருமையானதாகவும் அழகானதாகவும் உள்ள ஒன்றை அவன் பொலிவிழக்கச் செய்து விடுகிறான். இது அவனைத் துயரத்திற்குள், நிராசைக்குள் தள்ளி விடுகிறது. ஒரு நடிகருக்கும் இந்த நிலைதான் ஏற்படுகிறது.

"பெரும்பாலான சமயங்களில், இயல்பாகவே நல்ல குரல் வளம் கொண்ட ஒரு நடிகரின் குரலில் ஒலி அளவானது குறைவாக இருப்பதால், அரங்கின் ஐந்தாவது வரிசையைத் தாண்டி அது எட்டாமல் போய் விடுவதும் உண்டு. அவரது குரலின் செறிவு, அருமையான உச்சரிப்பு மற்றும் அழகுறத் திட்டமிடப்பட்டுப் பேசப்படும் வசனத்தை அரங்கின் முன் வரிசைகளில் அமர்ந்திருப்பவர்களால் நன்றாகக் கேட்டு ரசிக்க முடியும். ஆனால் பின்னால் இருப்பவர்களோ, அவர் பேசுவதைத் தெளிவாகக் கேட்க முடியாமல் சலிப்படைந்து விடுகிறார்கள். இதனால் அவர்கள் இருமத் தொடங்கி விடுகிறார்கள். நடிகரால் தொடர்ந்து இயல்பாக நடிக்க முடியாமல் போய்விடுகிறது. வசனத்தை மேலும் உரத்த குரலில் பேசுமாறு அவர் தள்ளப்படுகிறார் - இந்த வன்முறையானது அவரது குரலின் ஒலியை மட்டும் அல்லாது உச்சரிப்பு, பேச்சுத் தெளிவு மற்றும் பாத்திரத்தின் உணர்ச்சி அனுபவத்தையே கூடக் குலைத்து விடுகிறது."

"தவிரவும், உச்சஸ்தாயியிலும், கீழ்ஸ்தாயியிலும் அரங்கத்தின் எல்லை வரையிலும் நன்கு தெளிவாகவும் உரக்கவும் கேட்கக் கூடிய, ஆனால் நடுஸ்தாயியில் சுத்தமாக ஒலி எழும்பாத குரல்களைக் கொண்டவர்களைப் பற்றியும் சிந்தித்துப் பாருங்கள். இவர்கள், தமது குரல்களை உரத்து ஒலிக்குமாறு செய்ய முயலும் போது ஒன்று, அது கீச்சிடும் குரலாகவோ, அல்லது இடிபோல உறுமுவதாகவோ தான் வெளிவரும். இவ்வாறு வலிய உரத்துப் பேச முயற்சி செய்வதால் குரலின் வளம் நாசமாவதுடன், ஐந்து கட்டைகளுக்கு உட்பட்டு மட்டுமே பேச முடிவதால், உணர்ச்சிகளை வெளிப்படுத்தும் திறன் வெகுவாகக் கட்டுப்படுத்தப்பட்டு விடுகிறது.

"மற்றுமொரு நிலையும் இங்கு கவனிக்கப்பட வேண்டிய ஒன்றாகும் - ஒரு நடிகரின் குரல் எல்லா விதங்களிலும் - ஒலியளவு, தேவைக்கு ஏற்ப மாறிக் கொள்ளும் திறன், உணர்ச்சிகளை வெளிப்படுத்தும் திறன், ஒரு பாத்திரத்தின் பல்வேறு சிக்கலான அக இயல்புகளை வெளிப்படுத்தும் திறன் ஆகியவற்றிலும் - சிறந்து விளங்குவதாக இருக்கலாம். ஆனால் அதன் ஒலியின் தன்மை,

விரும்பத் தகாததாக, இனிமையற்றதாக உள்ளது. பொதுமக்களின் செவிகளும், இதயங்களும் அவர்பால் நாட்டமின்றி மூடிக் கொண்டுவிட்டால், அவரது குரல் வளம் எத்தகைய சிறப்புடையதாக இருந்தும் என்ன பயன்?

"இக் குறைபாடுகள் தவிர்க்கப்படக் கூடியவையாக இருக்கலாம். இவற்றுக்கான காரணம், அவரது குணாதிசயத்தின் வினோதத் தன்மையாலோ, அல்லது நோய் காரணமாக, குரல் வளையில் ஏற்பட்ட பாதிப்பினாலோ இருக்கலாம். பெரும்பாலும், நான் மேலே குறிப்பிட்ட குறைபாடுகளைச் சரிசெய்யலாம் - ஒலிகளை வாயினுள் சரியாகப் பொருத்தி அமைப்பதாலும், அழுத்தங்களையும் இறுக்கங்களையும் நீக்கி விடுவதாலும், வலிய உச்சரித்தல், தவறான மூச்சுவிடும் பழக்கங்கள் மற்றும் உதடுகளைத் தவறாக அசைத்தல் ஆகியவற்றைப் போக்கி விடுவதாலும் இவற்றைச் சரிசெய்து விடலாம்."

"இங்கு நாம் காண்கிற இறுதிக் கருத்தானது இதுதான் - இயல்பாகவே சிறப்பாக அமைந்துள்ள ஒரு குரலைப் பாடுவதற்கு மட்டுமல்லாது, பேசுவதற்கும் பயிற்றுவித்து வளப்படுத்திக் கொள்ள வேண்டும் என்பது தான் அது."

"இங்கு செய்யப்பட வேண்டிய பணி என்ன? ஒபரா போன்ற பாடல் பணிகளுக்குத் தேவைப்படுவது போன்றதுதானா இதுவும்? இல்லாவிட்டால், நாடகத்துக்கு என்றே வேறுவிதமான தேவைகள் இதற்கு உள்ளனவா?"

"இது முற்றிலும் வேறுபட்டது என்றே சிலர் கூறுகின்றனர். உரையாடல்களுக்காக, திறந்து தோன்றும் ஒலிகள் ஒருவருக்குத் தேவை. ஆனால், மேடைக்கு அது உகந்தது அல்ல. ஏனெனில், இத்தகைய ஒரு விரிவான குரலானது பண்பற்றது போலவும், சலிப்பூட்டுவதாகவும், தெளிவற்றதாகவும் இருக்கும் என்பது எனது அனுபவம். எல்லாவற்றுக்கும் மேலாக, இது பேசப் பேச ஒலியளவில் கூடிக் கொண்டே போகும் தன்மை கொண்டதாகவும்

உள்ளது. இது மேடையின் வசனத்துக்குச் சற்றும் விரும்பத்தக்கது அல்ல.''

''இது ஒருசிலரின் கருத்து. ஆனால் வேறு சிலரோ, 'என்ன அபத்தம்!' என்று மறுக்கின்றனர். உரையாடலில் ஒலிகள் கருக்கமாகவும், முடிவடைவனவாகவும் இருக்க வேண்டும் என்று அவர்கள் வலியுறுத்துகின்றனர்.''

''எனினும், எனது அனுபவத்தின்படி, இவ்வாறு பேசுவதால் ஒருவரின் குரல் மட்டுப்படுத்தப் பட்டதாகவும், அடக்கப்பட்டு மங்கி ஒலிப்பதாகவும், வெகு குறுகிய தூரமே செல்லக் கூடியதாகவும் மட்டுமே இருக்கும் என்பது உண்மையாகும். குடத்துக்குள்ளிருந்து ஒலிப்பது போல அது தோன்றும். அக்குரலின் ஒலிகள், வாயிலிருந்து வெளிவந்து உயர உயரப் பறப்பதற்குப் பதிலாக, பொத்துப்பொத்தென்று பேசுபவரின் காலடியிலே விழுந்து விடுகின்றன.

''நாம் இங்கு செய்ய வேண்டியது தான் என்ன?''

''இந்தக் கேள்விக்குப் பதிலளிப்பதற்குப் பதிலாக, ஒலி மற்றும் உச்சரிப்புப் பற்றி நடிப்புப் பணியில் நான் செய்த பயிற்சிகள் மற்றும் வேலையைப் பற்றி உங்களுடன் பகிர்ந்து கொள்ளலாம் என்று நினைக்கிறேன்.''

''நான் இளைஞனாக இருந்தபோது ஒரு ஓபரா பாடகனாக வர வேண்டும் என்று என்னைத் தயார்ப்படுத்திக் கொண்டிருந்தேன்,'' என்று டார்ட்சாவ் தனது கதையைத் தொடங்கினார்.

''எனவே, பாடுவதற்கு ஏதுவாக, சுவாசத்தையும் ஒலியையும் சரிவரப் பொருத்துவதற்குத் தேவையான வழிமுறைகளைப் பற்றிய அறிவு எனக்கு இருந்தது. இதற்கு அந்தப் பாடுவதற்கான பயிற்சிக்குத் தான் நன்றி சொல்ல வேண்டும். இப்போது, பாடுவதற்காக அது எனக்குத் தேவையில்லை. ஆனால், இயல்பான, அழகான, ஆழமாகப் பொருள் பொதிந்த பேச்சு. ஒன்றை உருவாக்குவதற்கு மிகச் சிறந்த வழிமுறைகளைத் தேடிக் கண்டுபிடிப்பதற்கு அது எனக்கு உதவியாக உள்ளது. ஒரு சோகமயமான சம்பவத்தின் உணர்வுகளையோ, அல்லது

நகைச்சுவையின் ருசிகரமான உணர்வுகளையோ சொற்களின் வாயிலாக வெளிப்படுத்துவது அந்தப் பேச்சின் பணியாகும். ஒபராவின் இசைத்துறையில் சிலபல ஆண்டுகள் பணிபுரிந்து வந்துள்ளதால் எனது இந்த ஆய்வானது வெகுவாக முன்னேறியுள்ளது எனலாம்.'' பாடகர்களுடன் தொடர்பு கொள்ள நேர்ந்ததால், வாய்ப்பாட்டுக் கலை பற்றி அவர்களுடன் நான் உரையாடியிருக்கிறேன். நன்கு தேர்ச்சி பெற்ற குரல்களின் ஒலியைக் கேட்டிருக்கிறேன். பல்வேறு விதமான ஒலி அளவுகளைச் சந்தித்திருக்கிறேன். ஒரு தொனியின் பல்வேறு சாயல்களை - தொண்டை, மூக்கு, தலை, மார்பு, வாய், குரல்வளை இவற்றின் பாறபட்டவை - உணர்ந்து கொண்டு அவற்றுக்கு இடையே உள்ள வேறுபாடுகளைக் கண்டறியக் கற்றுக் கொண்டுள்ளேன். இவை எல்லாமே எனது சக்தியின் ஒளிவட்டத்தின் நினைவாற்றலில் பதிவு செய்யப்பட்டுள்ளது. ஆனால், இங்கு நான் புரிந்து கொண்டுள்ள ஒரு முக்கிய விஷயம்,'' முகமூடியினுள் வைக்கப்பட்டுள்ள குரல் ஒலிகள். இந்த முகமூடியினுள்ளே தான் மேலண்ணம், மூக்கின் உட்புறம் உள்ள பொந்துகள் மற்றும் குரலை எதிரொலிக்கவல்ல பிற அறைகள் ஆகியன அமைந்துள்ளன.

''பல்லின் மீது படியவைக்கப்படும் ஒரு ஒலி அல்லது எலும்பினுள் விரட்டியடிக்கப்படும் ஒரு ஒலி ஆகியன ஒரு விதமான நாதத்தையும், சக்தியையும் பெறுகிறது,'' என்று பாடகர்கள் என்னிடம் கூறினர் மாறாக, வாயினுள் உள்ள மென்திசுப் பகுதிகளில் சென்று விழுகிற ஒரு ஒலியானது பஞ்சினுள் பொதிந்து வைக்கப்பட்டுள்ளதைப் போல எதிரொலி செய்கிறது.''

''மற்றொரு பாடகர் பின்வருமாறு என்னிடம் சொன்னார்: ''உறங்குகிற ஒரு நபர் பெருமூச்சு விடும்போது அவரது வாய் மூடியிருக்கும். இதே போன்று நானும் என் சுவாசத்தை முகத்தின் முன்புறம் உள்ள மூக்குப்பகுதியின் பின்புறம் உள்ள வெற்றிடங்களுக்குக் கொண்டு செல்வேன். பின் என் வாயைத் திறந்து அந்தச் சுவாசத்தை ஒலியாக வெளிப்படுத்துவேன். இதனால் ஒலி சுதந்திரமாக வெளிவந்து நன்கு எதிரொலிக்கும்.''

"நான் மேற்கண்ட அனைத்து முறைகளையும் என் சொந்த அனுபவத்தில் முயன்று பார்த்துள்ளேன். இதனால் நான் என் மனதில் கற்பனை செய்து கனவு கண்டு வந்துள்ள கதாபாத்திரத்தின் பேச்சின் ஒலிகளைக் கண்டு கொள்ள முடியும் என்று நினைத்தேன்."

7

"தற்செயலாக, விபத்துப்போல ஏற்பட்ட நிகழ்வுகளும் எனக்குப் பெரும் உதவி செய்துள்ளன. வெளிநாடு சென்றிருந்த போது ஒரு பிரபல இத்தாலியப் பாடகருடன் நாள் பழக நேர்ந்தது. ஒருநாள், தனது குரல் அன்று சரியாக இருக்கவில்லை என்றும் அதனால் தன்னால் அன்றுமாலை நிகழ்ச்சியில் பாட இயலாது என்றும் அவர் எண்ணினார். எனவே என்னைத் தன்னோடு கூட வந்து தனக்கு உதவுமாறு கேட்டுக் கொண்டார். அவரது கரங்கள் சில்லிட்டுப் போயிருந்தன, முகம் வெளுத்து விட்டது. மேடையேறியபோது மிகுந்த கலக்கத்தில் இருந்த அவர், மிகப் பிரமாதமாகப் பாடத் தொடங்கினார். முதல் பாடல் முடிவடைந்த பின்னர் மேடையின் பக்கவாட்டுப் பகுதிக்கு வந்து, மிகுந்த மகிழ்ச்சியுடன் தாழ்ந்த குரலில்,

"அது வந்து விட்டது, வந்து விட்டது, வந்து விட்டது!" என்றார்.

"என்ன வந்து விட்டது?" என்று நான் வியப்புடன் கேட்டேன்.

"அதுதான், அந்த ஒலி!" என்று கூறிவிட்டுத் தன் அடுத்த பாடலுக்கான இசையின் தாளைக் கையில் எடுத்தார்.

"அது எங்கே வந்தது?" என்று நான் கேட்டேன், இன்னும் குழப்பத்திலிருந்து விடுபடாமலே.

"அது இங்கே வந்தது," என்று கூறிய அந்தப் பாடகர் தன் முகத்தின் முன் புறத்தை - தன் மூக்கு மற்றும் உதடுகளைச் சுட்டிக் காட்டினார்.

"மற்றொரு சந்தர்ப்பத்தில், ஒரு பிரபல இசை ஆசிரியரின் மாணவர்கள் அளித்த நிகழ்ச்சிக்குச் சென்றிருந்தேன் அப்போது

அந்த ஆசிரியைக்குப் பக்கத்தில் அமர நேர்ந்தது. இதனால், அவரது மாணவர்களைப் பற்றி அவருக்குள் ஏற்பட்ட கிளர்ச்சியை என்னால் வெகு அருகாமையிலிருந்து கவனிக்க முடிந்தது. அவர்களில் ஒருவர் ஏதேனும் தவறுதலாகப் பாட நேர்ந்தபோதெல்லாம் அந்த மூதாட்டி என் கையைப் பற்றுவதும், முழங்கையால் இடிப்பதுமாக இருந்தார். இதற்கிடையில், மிகுந்த துன்பத்துடன்,

''போச்சு, போச்சு!'' என்றோ, மிகுந்த மகிழ்ச்சியுடன், ''அது வந்து விட்டது, வந்து விட்டது! என்றோ திரும்பத் திரும்பச் சொல்லிக் கொண்டிருந்தார்.

''என்ன எங்கே, போய்விட்டது?'' என்று நான் குழப்பத்துடன் கேட்டேன்.

''அந்த ஒலி (ஸ்வரம்) அவரது மண்டையின் பின்பகுதிக்குள் சென்றுவிட்டது!'' என்றோ, ''அது அவரது, வாய்க்குள் (முகத்தின் முன்புறம், முகமூடிக்குள்) வந்து விட்டது'' என்றோ அவர் விளக்கினார்.

''இந்த இரு சம்பவங்களையும் நினைவில் வைத்துக் கொண்டு, ஒலி அல்லது ஸ்வரமானது அந்தப் பாடகர்களின் தலையின் பின்புறமாகச் சென்று விடுவது மிக அச்சமூட்டுவதாகவும், முகமூடியின் முன்புறமாக வரும்போது அதிக மகிழ்வூட்டுவதாகவும் ஏன் இருக்கிறது என்று கண்டுபிடிக்க நான் முயன்றேன்.''

''இதைத் தோண்டிக் கண்டுபிடிப்பதற்கு, நான் பாடலில் இறங்கி உழைக்க வேண்டியிருந்தது. ஆனால் என் வீட்டில் தங்கியிருந்த மற்றவர்களைத் தொந்தரவு செய்யாமலிருக்க வேண்டி என் வாயை மூடியவாறு, தாழ்ந்த குரலில் பாடிப் பயிற்சி செய்தேன். இந்த எனது கவனம் நிறையவே பலன் அளித்தது. அதாவது, ஒரு ஒலியைப் பயிலும்போது குரலுக்கான சரியான ஆதரவைக் கண்டு கொள்ளும் வரையில், அதை மென்மையாக ''ஹம்மிங்'' செய்வது தான் மிகச் சிறப்பான செயல் என்பது தெரிய வந்தது.

"தொடக்கத்தில் ஒன்றிரண்டு அல்லது மூன்று ஸ்வரங்களை மட்டுமே நான் பயிற்சி செய்தேன். அப்போது என் முகத்தின் முன் பகுதியின் பல்வேறு இடங்களில் அவற்றைப் பொருத்தி உள்ளே உணர்ந்தவாறு இசைத்தேன். சில சமயங்களில் ஒலிசேர வேண்டிய இடத்தைச் சரியாகச் சென்று சேர்ந்துவிட்டது போலத் தோன்றியது. பிற சமயங்களிலோ, அது "போய்விட்டது" என்பது போல உணர்ந்தேன்.

"கடைசியில் வெகு நீண்ட நேரப் பயிற்சிக்குப் பின்பு ஒரு சில ஸ்வரங்களை, வெவ்வேறு விதமாக ஒலிப்பது போலத் தோன்றிய வேறு வேறு இடங்களில் பொருத்துவது எவ்வாறு என்று கண்டு கொண்டேன். அத்துடன் நின்று விடாமல், எனது மூக்கு நுனி அதிரும் வகையில் அந்த ஸ்வரங்களை வெளிக் கொண்டு வரத் தீர்மானித்தேன்."

"இதையும் என்னால் செய்ய முடிந்தது. ஆனால் எனது குரலோ மூக்கால் பேசுவதுபோல ஒலிக்கலாயிற்று. அந்தத் தொனியை போக்குவதற்காக, புதிய பயிற்சிகளை நான் மேற்கொள்ள வேண்டியதாயிற்று. இதுபற்றி நெடுங்காலம் நான் முயன்றேன். ஆனால், இதில் வெற்றி பெறுவதற்கான ரகசியம் வெகு சாதாரணம் என்றே ஆனது. எனது மூக்கின் உட்புறத்தில் இருந்த ஒரு சிறிய, எளிதில் புலப்படாத ஒரு இறுக்கத்தைப் போக்கி விடுவதால் இந்த மூக்கால் பேசுவது போன்ற தொனியை நீக்கிவிடலாம் என்பது தெரிந்தது.

"கடைசியில் அதிலும் நான் வெற்றி கண்டேன். இப்போது ஸ்வரங்கள் முன்னெப்போதைக் காட்டிலும் அதிக வலிமையுடன் வெளிவந்தன. ஆனால் குரல் என்னவோ நான் விரும்பிய அளவு சிறப்பாக இல்லை. மேலும் முயற்சி செய்தால் இதையும் வெற்றி கொள்ளலாம் என்ற எண்ணத்தில் நானும் பிடிவாதமாக முயற்சி செய்தவாறு இருந்தேன்."

"என் பயிற்சியின் அடுத்த கட்டத்தில், மேலும் அதிகமான ஸ்வரங்களைப் பயில முற்பட்டேன். நானே வியப்புக் கொள்ளும் வகையில் எல்லா ஸ்வரங்களும் மிக அழகாக ஒலித்தன."

''எனவே மெல்ல மெல்லப் படிப்படியாக எனது ஸ்வரங்களைக் கவனித்துச் சமன் செய்தேன். அடுத்தது தான் மிகவும் கடினமான பணியாக இருந்தது - அவை உச்சஸ்தாயிலில் அமைந்த ஸ்வரங்களாகும்.''

''நீங்கள் எதையேனும் தேடிக் கொண்டிருந்தால், கடற்கரையில் உட்கார்ந்து கொண்டு அது தானாக வந்து உங்களைக் கண்டுபிடிக்க வேண்டும் என்று எதிர்பார்க்காதீர்கள். உங்களுக்குள் உள்ள விடாப்பிடியான குணம் அத்தனையையும் பயன்படுத்தி நீங்கள் தேடவேண்டும், தேட வேண்டும், தேடிக் கொண்டே இருக்க வேண்டும். இதனால்தான் வீட்டில் இருந்த ஒவ்வொரு தருணத்தையும் பயன் படுத்தி புதுப்புது அதிர்வுகளையும், அவற்றுக்கு ஆதரவான இடங்களையும் கண்டுணர்ந்தவாறு நான் ''ஹம்மிங்'' செய்து கொண்டிருந்தேன்.

''அவ்வாறு தேடித் தேடிப் பயிற்சி செய்து கொண்டிருந்த அந்தச் சமயத்தில், ஒலிகளை என் முகத்தின் முன்புறத்துக்குக் (முகமூடிக்கு) கொண்டு வர முயன்றபோது, என் முகத்தை முன்னுக்குத் தள்ளி, முகவாயைக் கீழே தாழ்த்தினேன் என்று கவனித்தேன். இவ்வாறு முகத்தை வைத்துக் கொண்டதால் ஒலியானது மிகமிக முன்னால் தள்ளப்பட்டது. பல பாடகர்களும் இம்முறையை உணர்ந்து கொண்டு அதை அங்கீகரிக்கிறார்கள்.''

''இந்த விதமாக உச்சஸ்தாயியிலான ஸ்வரங்கள் பலவற்றையும் நான் பயிற்சி செய்தேன். முதலில் வாயை மூடியவாறு ''ஹம்'' செய்து ''ம்ம்ம்'' என்றவாறும், அதன்பின் வாயைத்திறந்து நிஜக் குரலிலும் பாடிப் பயிற்சி செய்தேன்.''

''அப்போது வசந்த காலம் வந்து சேர்ந்தது என் குடும்பத்தினர் கிராமப்புறத்துக்கு இடம் பெயர்ந்தனர், நான் மட்டும் தனியாக இங்குள்ள அபார்ட்மென்டில் வசிக்கலானேன். இதனால் மேலும் சுதந்திரமாக என்னால் ''ம்ம்ம்'' எனும் பயிற்சியையும், திறந்த வாயுடனான பயிற்சியையும் செய்ய முடிந்தது. முதல் நாளிரவு, வீடுவந்து இரவு உணவை உண்டபின், திவானில் படுத்துக் கொண்டு ''ம்ம்ம்'' என்று ஹம் செய்யத் தொடங்கினேன்.

ஒராண்டுக்குப் பின், முதன் முறையாக என் ஒலிப் பயிற்சியை உரக்கச் செய்யத் துணிந்தேன்.''

''நானே வியப்புறுமாறு, சற்றும் எதிர்பாராத வகையில் என் வாய் மற்றும் மூக்கின் வழியாக ஒரு தொனி முதிர்ந்த குரலில் வெளிவந்தது. பாடகர்களிடம் நான் கேட்டு ரசித்ததும், நானும் அவ்வாறு பாட வேண்டும் என்று பல காலம் விரும்பியதுமான ஒரு குரலாக அது இருந்தது.''

''குரலின் அளவை அதிகரித்தபோது அது மேலும் திடமானதாகவும், வலிமையானதாகவும் இருந்தது. இத்தகைய குரலை என்னால் கொண்டிருக்க முடியும் என்று எனக்கே தெரியாது. எனக்குள் ஏதோ ஒரு அற்புதம் நிகழ்ந்திருந்தது போலத் தோன்றியது. மிகவும் உணர்ச்சிவசப் பட்டவனாக, அன்று இரவு நெடுநேரம் நான் தொடர்ந்து பாடிக் கொண்டிருந்தேன் - இதனால் என் குரல் களைப்படையாதது மட்டுமின்றி மேலும் மேலும் சிறப்பாக அது ஒலித்தது.''

''இந்த முறையான பயிற்சிகளை நான் செய்வதற்கு முன்னதாக உரத்த குரலில் நீண்ட நேரம் பாடினால் என் குரல் உடைந்து கரகரப்பாக ஆகி விடுவது வழக்கம். ஆனால் இப்போதோ அதற்கு நேர் எதிராக நீண்ட நேரம் உரக்கப் பாடியதால் எனது தொண்டை நன்கு சுத்தம் செய்யப்பட்டு மேலானது போலத் தோன்றியது.

''மற்றும் ஒரு இனிய வியப்பும் அங்கே எனக்காகக் காத்திருந்தது. என்னால் இதுநாள் வரையிலும் பாடமுடியாத பல ஸ்வரங்களையும் இப்போது என்னால் பாட முடிந்தது. என்குரலில் ஒரு புதிய வளம், அதிர்வு தென்பட்டது. அது முன்பை விடச் சிறப்பானதாகவும், உயர்வானதாகவும், மேலும் மென்மையானதாக வெல்வெட் போல மெத்தென்று இருந்தது.''

''இதெல்லாம் எவ்வாறு தானாக நிகழ்ந்தது? தாழ்ந்த குரலில் ஹம்மிங் செய்ததால், தொனி ஒன்றை உருவாக்கிக் கொண்டது மட்டுமின்றி எல்லா உயிர் எழுத்து ஒலிகளையும் சமன் செய்து கொள்ள என்னால் முடிந்தது. இது மிகவும் முக்கியமான ஒரு விஷயமாகும்.''

‘‘நான் வளர்த்துக் கொண்டிருந்த இந்தப் புதிய குரலால் உயிர் எழுத்து ஒலிகள் எல்லாமே ஒரே இடத்தை நோக்கிச் செலுத்தப்பட்டன - வாயின் மேலண்ணத்தின் மிகமிகக் கடினமான பகுதி, பற்களின் வேர்கள் பலமாக இணைந்திருந்த பகுதி இது. இங்கு அந்த ஒலிகள் அதிர்ந்து தொடங்கி, முகத்தின் முன்புறம் உள்ள மூக்கின் துவாரங்களில் புகுந்து ஒலித்தன.’’

‘‘இதற்குப் பின் நான் செய்த பரிசோதனைகளில் நான் கண்டு கொண்டது இதுதான் - ஸ்வரங்கள் மிகவும் உச்சஸ்தாயியில் செல்லும்போது அவற்றின் ஆதரவுப் புள்ளிகள் மூக்கின் பின்னால் உள்ள வெற்றிடங்களில் மேலும் அதிகமாக உள்புறமாக அமைந்தன.’’

‘‘இதைத் தவிர நான் கண்டுகொண்ட மற்றொரு விஷயம் இது. வாயைத் திறந்து கொண்டு உருவாக்கிய ஒலிகள், திடமான மேலண்ணத்தில் இருந்து கொண்டு பின் மூக்கின் பின்புற வெற்றிடங்களில் அதிர்ந்தன. அதே சமயம், வாயை மூடிக் கொண்டு உருவாக்கிய ஒலிகளோ மூக்குக்குப் பின்புறமுள்ள வெற்றிடங்களில் பொருந்திப் பின் எனது மேலண்ணத்தில் எதிரொலித்து அதிர்ந்தன.’’

‘‘இப்போது யாருமின்றிக் காலியாக இருந்த அபார்ட்மென்டில் ஒவ்வொரு மாலைப் பொழுதையும் நான் பாடுவதில் கழித்தேன். எனது புதிய குரல் என்னைப் பரவசத்தில் ஆழ்த்தியது. ஆனால், வெகு விரைவில் எனது சுய திருப்தி பொசுக்கென்று போய்விட்டது - ஒரு ஒபரா நிகழ்ச்சிக்கான ஒத்திகையில், பாடகர் ஒருவர் தனது தொனியை மிகவும் அதிகமாக முன்னோக்கித் தள்ளியதால், குறவர்களின் பேச்சு வழக்கைப்போல ஒருவிதமான மூக்கால் பேசுவது போன்ற தொனி உருவானது என்று பிரபல இசை நடத்துனர் ஒருவர் விமர்சித்ததை நான் கேட்டேன்.’’

‘‘இது எனது தன்னம்பிக்கையைச் சிதறடித்துவிட்டது. ஏனெனில் எனது குரலிலும் கூட அந்த விரும்பத்தகாத மூக்கால் பேசுவது போன்ற தன்மையை நான் கண்டு கொண்டது உண்மைதான்.’’

"எனவே நான் மீண்டும் புதிதாக எனது ஆய்வைத் தொடங்க வேண்டி இருந்தது."

"எனது கண்டுபிடிப்புகளைத் தூக்கியெறிந்துவிடாமல், மேலும் தொடர்ந்து தேடலானேன் - எனது தலைக்குள் அதிர்வுகள் உருவாகக் கூடிய இடங்கள் - கடின மேலண்ணம், மென் மேலண்ணம், தலையின் மேற்புறம், பின்புறம் என எங்கெங்கு நோக்கினும் புதிய ஒலிப்பலகைகளை நான் கண்டேன். எனது தொனிக்குப் புதுப்புதுச் சாயல்களைத் தந்து மேம்படுத்துவதில் இவை ஒவ்வொன்றும் தமது பங்கை ஆற்றின. இதற்கிடையில், "குறவரின் பேச்சுப் பாணி"யான மூக்கால் பேசும் தொனியையும் நான் எனது கட்டுக்குள் கொண்டு வந்தேன்."

"பாடுகிற நுட்பமானது நான் நினைத்ததை விடவும் மிகமிகச் சிக்கலானதும், நுண்மையானதும் என்று இந்தப் பரிசோதனைகள் எனக்கு நிரூபித்தன. மேலும், இக்கலையின் இரகசியம் முகத்தின் முன்புறத்தில் மட்டுமே அடங்கியிருக்கும் ஒன்றல்ல என்றும் நான் உணர்ந்து கொண்டேன்."

"மேலும் ஒரு இரகசியத்தையும் நான் தெரிந்து கொண்டேன். நான் பங்கு பெற்ற பாட்டு வகுப்புகளில், அங்கிருந்த ஆசிரியர் தமது மாணவர்களிடம் - சிறப்பாக, மேல் ஸ்தாயியில் பாடப் பயின்று கொண்டிருந்தவர்களிடம் - "கொட்டாவி விடுங்கள்!" என்று அடிக்கடி கூறுவதைக் கண்டு வியப்புற்றேன்."

"மேல் ஸ்தாயியில் பாடும்போது ஏற்படும் இறுக்கத்தைத் தளர்த்துவதற்காக, தொண்டையும் தாடையும், ஒருவர் கொட்டாவி விடும்போது இருக்கும் நிலையில் இருக்க வேண்டும். என்பது தெரிய வந்தது இவ்வாறு உள்ளபோது, தொண்டை இயல்பாக விரிவடைந்து அதன்காரணமாகத் தேவையற்ற இறுக்கம் மறைந்து விடுகிறது. இந்தப் புதிய இரகசியத்தின் உதவியால் எனது மேல்தாயி ஒலிகள் விரிவடைந்தன - இறுக்கம் தளர்ந்தது. அவற்றின் தொனியில் கம்பீரம் கூடியது. இது எனக்கு மிகுந்த மகிழ்ச்சியைக் கொடுத்தது.-

8

எங்களது அடுத்த வகுப்பிலேயே டார்ட்சாவ் தனது ஆய்வு பற்றிய கதையைத் தொடர்ந்தார்:

‘‘மேலே விளக்கியுள்ள பல்வேறு முயற்சிகளின் விளைவாக உயிர் எழுத்துகள் மிகச் சரியாகப் பொருந்தியுள்ள ஒரு குரலை உருவாக்கிக் கொள்வதில் நான் வெற்றி கொண்டேன். அவற்றை என்னால் உச்சரிக்க முடிந்தது. மேலும் எனது குரல் சமநிலையில் வலிமையாக முழுமையாக ஒலித்தது.’’

‘‘நான் பாடல்களைக் கொண்டுதான் தொடங்கினேன். ஆனால் நானே வியப்புக்குள்ளாகும் வகையில், அவை உச்சரிப்புக்கான பயிற்சிகளாக மாறி விட்டன. ஏனெனில் நான் உயிரெழுத்துகளை மட்டுமே தான் பாடிக் கொண்டிருந்தேன்.’’

‘‘உயிர் மெய்யெழுத்து ஒலிகள் இதனால் பயிற்சி பெறாமல் விட்டு விடப்பட்டன. மேலும், தமது வறண்ட ஒலித் தன்மைகளால் எனது பாடலுக்குத் தடையாகத் தான் அமைந்தன. அப்போது தான், S.M.வோல்கான்ஸ்கியின் கூற்றை நான் நினைவு கூர்ந்தேன்.’’ உயிரெழுத்துகள் ஆறுகள், உயிர் மெய்யெழுத்துகள் அவற்றின் கரைகள்,’’ என்பது தான் அது. இதனால் தான், சரியாக அமையாத உயிர் மெய்யெழுத்து ஒலிகளைக் கொண்ட என் பாடுதல் கரைகள் இல்லாத ஆறு போலத் தடம்புரண்டு ஓடிச் சதுப்பு நிலங்களாகக் குழம்பி, அவை வார்த்தைகளை விழுங்கி விட்ட நிலை ஏற்பட்டது.’’

‘‘இதற்குப் பின்னர், எனது கவனம் முழுவதும் மெய்யெழுத்துகளின் மீதே இருந்தது. நானும் மற்றவரும் அவற்றை எவ்வாறு கையாண்டோம் என்று நான் கவனித்தேன். ஒபராக்களிலும் இசை நிகழ்ச்சிகளிலும் பாடகர்கள் பாடுவதைக் கவனித்துக் கேட்டேன். நான் கற்றுக் கொண்டது என்ன? அவர்களுள் மிகச் சிறந்தவர்களும் கூட, எனக்கு நிகழ்ந்ததை அனுபவித்தனர் என்று தோன்றியது. உயிர்மெய்யெழுத்துகள் உயிரற்றுத் துவண்டு போய்த் தொங்கியதால், முழுமையாக உச்சரிக்கப்படாததால் அல்லது கவனக்குறைவாக

உருவாக்கப்பட்டதால் அவர்களது ஆரியாக்களும், பாடல்களும் வெறும் ஒலிச் சிதறல்களாக மட்டுமே நின்று விடுவது சாத்தியமாயிற்று.

''ஒரு பிரபல இத்தாலியப் பாடகர் உயிரெழுத்துகளை இசைத்தபோது அவரது ஆழமான ஆண்குரல் வெகுபலவீனமாக இருந்தது என்றும், உயிர் மெய்யெழுத்துகளைச் சேர்த்துப் பாடிய போது அவரது குரலின் ஒலி பத்துமடங்கு அதிகரித்தது என்றும் கேள்விப்பட்டபோது எனது பிரச்சினை என்ன என்பதை நான் மிகவும் தெளிவாகத் தெரிந்து கொண்டேன். எனது சொந்த அனுபவத்தாலேயே நான் இதை நிரூபிக்க முயன்றேன், ஆனால், நான் விரும்பிய விளைவை உருவாக்குவதற்கு நெடுங்காலம் எடுத்தது.

''இதைவிடவும் முக்கியமாக, இந்த முயற்சியின் வாயிலாக நான் பின்வரும் உண்மையைத் தெரிந்து கொண்டேன் - அதாவது, எனது மெய்யெழுத்துகள், தனியாகவோ அல்லது உயிரெழுத்துகளுடன் இணைந்தோ தம்மில் எந்தவிதத் தொனியும் இல்லாமல் இருந்தன என்பது தான் அது. ஒவ்வொரு எழுத்தின் ஒலியையும் உச்சரித்துப் பழக நான் மிகவும் கடினமாக உழைக்க வேண்டியிருந்தது.''

''பல்வேறு ஒலிகளை உருவாக்கி அல்லது பாடிப் பயிற்சி செய்தவாறுதான் நான் எனது மாலைப் பொழுதுகளைக் கழித்தேன். அவை எல்லாவற்றுடனும் நான் வெற்றி கண்டேன் என்றும் சொல்லிவிட முடியாது. குறிப்பாக

மற்றும் ''உறுமுகிற'' ஒலிகளைப் பொறுத்தவரை நான் தோல்வியையே தழுவினேன். எனக்குள் ஒரு குறைபாடு இருந்தது என்பது தெளிவானது. அதற்கென நான் என்னையே மாற்றிக் கொள்ள வேண்டியது அவசியமாயிற்று.

''ஒருவர் முதலில் கற்றுக் கொள்ள வேண்டிய விஷயம் உயிர்மெய்யெழுத்துக்களின் ஒலியைச் சரியாக உருவாக்குவதற்காக வாய் உதடுகள் மற்றும் நாவு இவற்றின் சரியான அமைப்பாகும்.''

‘‘இதற்காக, இயல்பாகவே மிகச் சிறப்பான உச்சரிப்பைக் கொண்டிருந்த என் மாணவன் ஒருவனின் உதவியை நான் நாடினேன்.’’

‘‘அவன் மிகுந்த பொறுமைசாலி. இதனால் அவனது வாயை மணிக்கணக்காக என்னால் நெருக்கமாகக் கவனிக்க முடிந்தது - இவ்வாறாக, உயிரெழுத்துகளைத் தவறாக உச்சரிப்பதாகக் கண்டுணர்ந்து கொண்டபோது அவன் தன் உதடுகள் மற்றும் நாவினால் என்ன செய்தான் என்பதைக் கவனித்துக் குறிப்புகள் எடுத்துக் கொண்டேன்.’’

‘‘ஆனால் இருவேறு நபர்கள் ஒரே மாதிரிப் பேசுவது என்பது முற்றிலும் இயலாத ஒரு விஷயம் என்றும் நான் உணர்ந்திருந்தேன். ஒவ்வொருவரும் தமக்கே உரித்தான தனித் தன்மைக்கு ஏற்ப தன் பேச்சை எவ்விதமாகிலும் மாற்றியமைத்துக் கொள்வது சாத்தியமே.’’

‘‘இருந்தபோதிலும் எனது மாணவனிடம் கவனித்த உச்சரிப்பைப் போலவே நானும் சொற்களை உச்சரிக்க முயன்றேன். அவன் பொறுமைசாலிதான் - ஆனாலும் பொறுமைக்கும் ஒரு எல்லை உண்டல்லவா? நான் அழைத்தபோதெல்லாம் வராமலிருக்க அவனும் பல சாக்குப் போக்குகளைச் சொல்ல ஆரம்பித்தான். இதனால், ஒரு அனுபவசாலியான உச்சரிப்புக் கற்றுத்தரும் ஆசிரியரை நான் நாட வேண்டியதாயிற்று. இவருடன் செய்த வேலையில் புதிய முன்னேற்றங்களை நான் கண்டேன்.

‘‘ஆனால் இந்த வெற்றியையும் ரசித்து மகிழ எனக்கு நேரம் கிடைக்கவில்லை - ஏனெனில் அதற்குள் மறுபடியும் நான் ஏமாற்றமடைந்தேன். நடந்தது இதுதான் நான் சேர்ந்து பணிபுரிந்து வந்த ஓபரா பாடல் மாணவர்கள் பிற பாடகர்களால் கடுமையாக விமர்சிக்கப்பட்டார்கள் - இவர்கள் தமது உயிர்மெய்யெழுத்துகள் மீது கவனம் செலுத்தி அவற்றுக்கு முக்கியத்துவம் கொடுத்துப் பாடியதால் ஒரே சமயத்தில் பல உயிர் மெய்யெழுத்துகளை உருவாக்கியதாக இவர்கள் மீது குற்றம் சாட்டப்பட்டது. இது

சரியான குற்றச்சாட்டுதான். உயிர் மெய்யெழுத்துகளின் ஒலியானது உயிரெழுத்துகளின் உச்சரிப்பைக் குறைத்துவிட்டதால், மொத்த உச்சரிப்புமே மோசமான கேலிக் கூத்தாக ஆகிவிட்டது.''

''பாடுவதில் மும்முரமாக ஈடுபட்டிருந்ததால், என் தேடலின் பிரதான குறிக்கோளை - மேடையின் மீதான பேச்சு மற்றும் அந்தப் பேச்சுக்குத் தேவையான செயல்முறைகள் - சுத்தமாக மறந்து விட்டிருந்தேன்.''

''அதை மறுபடி நினைவுக்குக் கொண்டுவந்தபின், பாடுவதற்கு எவ்வாறு கற்றுக் கொண்டேனோ அதே போல பேசவும் முயற்சி செய்தேன். ஆனால் ஒலிகள் என் தலையின் பின்பகுதிக்கு வழுக்கிச் சென்றுவிட்டன - முகத்தின் முன்புறத்துக்கு அவற்றை இழுத்து வருவதற்கு என்னால் சுத்தமாக முடியவில்லை. முகத்தின் முன்புறத்தைப் பயன்படுத்திப் பேசுவதற்குக் கற்றுக் கொண்டபோது எனது பேச்சு மிகவும் அசாதாரணமாக, இயல்பு நிலைக்கு மாறானதாக ஆகியது.

''இதற்கு என்ன பொருள்? பெரும் குழப்பத்துடன் இக்கேள்வியைத் திரும்பத் திரும்ப என்னையே கேட்டுக் கொண்டேன். ஒருவர் பாடுவதைப் போலப் பேசக்கூடாது என்பது மட்டும் எனக்குத் தெளிவாகத் தெரிந்தது. பாடுவதைத் தமது வாழ்க்கைத் தொழிலாகக் கொண்டுள்ள பாடகர்கள் தாங்கள் பேசும் விதத்தை விடவும் முற்றிலும் வேறு மாதிரியாகப் பாடுவதற்கு முயற்சி செய்வதில் வியப்பேதும் கிடையாது.''

''இதுபற்றிய எனது கேள்விக்கான விடை பின்வருமாறு இருந்தது - தமது பாடும் குரலைச் சாதாரணமாகப் பேசுவதற்குப் பயன்படுத்தி அதை வீணடித்து விடக் கூடாது என்பதற்காகவே பல வாய்ப்பாடகர்களும் இவ்வாறு செய்கிறார்கள் என்ற உண்மை தான் அது.''

''இருந்தாலும், நடிகர்களாகிய எங்களுக்கு இது ஒரு மோசமான எச்சரிக்கை என்று நான் தீர்மானித்தேன். ஏனெனில் நாங்கள் பாடுவதற்கான முதல் முக்கியக் காரணமே வளமான குரலில் பேச வேண்டும் என்பதுதான்.''

"இக்கேள்விக்கான விடையை அரும்பாடுபட்டுத் தேடிக் கொண்டிருந்தபோது ஒரு பிரபலமான வெளிநாட்டு நடிகர் என்னிடம் பின்வருமாறு கூறினார் - "உனது குரல் நன்கு பொருத்தப்பட்டு விட்ட பின்னர், நீ எவ்வாறு பாடுகிறாயோ அதே போலத்தான் பேச வேண்டும்." இவர், தனது உச்சரிப்பு வன்மைக்கும், தன் குரலால் உணர்ச்சிகளைத் தூண்டும் திறனுக்கும் பெயர் பெற்றவர் ஆவார். இவர் சொன்னதைக் கேட்டபிறகு, எனது பரிசோதனைகள் ஒரு தீர்மானமான திசையில் செலுத்தப்பட்டு வெகு வேகமாக முன்னேறலாயின. பாடுதலும் பேசுதலும் மாறி மாறிப் பயிலப்பட்டன. பதினைந்து நிமிடங்கள் பாடுவேன், அதே கால அளவு பேசுவேன், பின்னர் மறுபடியும் பாடுதல், பின் பேசுதல். இந்தப் பயிற்சியை நான் நீண்ட காலம் பின்பற்றினேன் - ஆனால் நான் விரும்பிய விளைவுகள் ஏற்படவில்லை."

"இது எனக்கு வியப்பை அளிக்கவில்லை. ஏனெனில் இவ்வளவு காலமாகத் தவறாகப் பேசிக் கொண்டிருந்து விட்டு, இப்போது ஒரு சில மணி நேரம் மட்டுமே பயிற்சிகள் செய்து சரியாகப் பேசுவதால் என்ன பயன்? சரியாகப் பேசுவது என்பது தொடர்ந்து பயன்படுத்தப்பட வேண்டிய ஒரு முறை - அது ஒரு பழக்கமாக வடிவமைக்கப்பட்டு என் வாழ்க்கையினுள் புகுத்தப்பட வேண்டும். எனது இயற்கையான இயல்புகளில் ஒன்றாக அது இருத்தப்பட வேண்டும்."

"மாணவர்களில் உங்களுக்குக் கொடுக்கப்படுகிற பாடுதல் பயிற்சிகளும் பாடங்களும் அந்தக் குறிப்பிட்ட நேரத்தில் உங்கள் குரல்களைச் சரியாகப் பொருத்திக் கொள்வதற்காக மட்டுமே ஏற்படுத்தப்பட்டவை அல்ல. வகுப்பின்போது, ஒரு தேர்ந்த பயிற்றுனரின் கண்காணிப்பின் கீழ் சற்றுக் கொண்டு பயிலப்பட வேண்டியவை முதலில் உங்களுக்குக் கற்பிக்கப்படுகின்றன. பின்னர் வீட்டில் இவற்றை நீங்கள் தானாகப் பயிற்சி செய்ய வேண்டும். மேலும், நீங்கள் செல்லுமிடம் எல்லாம் இதைச் செய்து செய்து பழக வேண்டும்."

"இந்தப் புதிய முறையானது நமக்குள் முழுமையாக ஊறிப் போகும் வகையில், நம்மைப் பற்றிப் பிடித்துக் கொள்ளும் வரையில், நாம் இதை நிஜமாகவே உள்வாங்கிக் கொண்டுவிட்டோம் என்று சொல்லிக் கொள்ள முடியாது. எல்லாச் சமயங்களிலும் அரங்கத்துக்கு உள்ளேயும், அரங்கத்துக்கு வெளியேயும் சரியாகவும், அழகாகவும் பேசுவதை நிச்சயப்படுத்திக் கொண்டு வெகு கவனமாக இருக்க வேண்டும். இவ்வாறு செயல்பட்டால் மட்டுமே நமக்கு இயற்கையாக உள்ள இயல்புகளில் ஒன்றாக அதை ஆக்கிக் கொள்ள முடியும். இவ்வாறு செய்துவிட்டால், பிற்பாடு நாம் மேடை யேறும்போது, நமது கவனமானது நடிப்பிலிருந்து சிதறிவிடாமல் நம்மால் பார்த்துக் கொள்ள முடியும்."

"ஹாம்லெட்டாக நடிக்க வேண்டியவர் தனது காட்சிகளுக்குள் நுழையும்போது குரல் மற்றும் பேச்சு பற்றிய தனது குறைபாடுகளைப் பற்றிச் சிந்திக்க வேண்டி இருந்தால், அவரால் சரியாக நடிக்க முடியாமல் போவது உறுதி. எனவே, உச்சரிப்பு மற்றும் ஒலி பற்றிய எல்லா வகையான ஆரம்பக்கட்டத் தேவைகளையும் இப்போதே பயின்று நிறைவேற்றிக் கொள்வது நலம் என்று நான் உங்களுக்கு அறிவுறுத்துகிறேன். மேலும், எண்ணங்கள் மற்றும் உணர்வுகளின் தொட்டுணர முடியாத மென்மையான சாயல்களைக் காண்போருக்குத் தெரிவிக்குமாறு உங்களுக்கு உதவக்கூடிய பேச்சுக்கலையின் திறன் மற்றும் அழகு பற்றிப் பேசுவதானால் - அந்த விஷயம், உங்கள் வாழ்நாள் முழுவதும் கடினமாக உழைக்க வேண்டிய ஒன்றாகும்."

"நீங்கள் கவனித்துள்ளது போல, எனது மாணவப் பருவம் முடிந்து வெகு நாட்கள் ஆனபின்பும் நான் எனது தேடலைத் தொடர்ந்து செய்து கொண்டேயிருந்தேன். இதையெல்லாம் சாதிப்பது என்பது எனக்கு ஒன்றும் எளிமையான, சுலபமான விஷயமாக இருக்கவில்லை. ஆனால் எனது கவனம் சிதறாதவரையில், எவ்வளவு காலம் முடியுமோ, எந்தளவு உழைக்க முடியுமோ அந்தளவு நான் உழைத்தேன்."

"எனது குரலை நானே எந்நேரமும் கவனித்துக் கொண்டிருந்த காலகட்டங்கள் பல உண்டு. எனது நாட்களை, இடைவிடாமல் தொடர்ந்த பயிற்சிக் காலமாக நான் பயன்படுத்தினேன். இவ்வாறு செய்ததால் தவறான பேசும் முறைகளை என்னால் விட்டொழிக்க முடிந்தது."

"இறுதியில், எனது சாதாரண, அன்றாடப் பேச்சு முறையிலும் ஒரு மாற்றம் ஏற்பட்டதை நான் உணர்ந்தேன். சில குறிப்பிட்ட தனி ஒலிகள், ஒருசில முழுச் சொற்றொடர்கள் கூட மிக நன்றாக வெளிவந்தன. அப்போது, நான் பாடும்போது கற்றுக் கொண்டதை பேச்சு உரைநடையில் பயன்படுத்தினேன் என்பதை உணர்ந்து கொண்டேன் - பாடுவது போலவே நான் பேசினேன். இங்கு ஏமாற்றம் தரும் விஷயம் என்னவென்றால் இது ஒரு சில சமயங்களில் மட்டுமே நிகழ்ந்தது. ஏனெனில் நான் உருவாக்கிய ஒலிகள் என் மேலண்ணம் மற்றும் தொண்டையில் இருந்த மென்மையான பரப்புகளின் மீது பின்னடைந்து விடுவது வழக்கமாக இருந்தது."

"இன்று வரையிலும் இதுதான் நிகழ்ந்து வருகிறது. என் பாடும் குரலைப் போலவே எனது பேசும் குரலையும் இளகியதாக, இலகுவாக மாறிக் கொள்ளக் கூடியதாக என்னால் வைத்துக் கொள்ள முடியுமா என்று எனக்குத் தெரியவில்லை. ஆனால், ஒரு ஒத்திகைக்கு முன்னதாகவோ, அல்லது ஒரு நிகழ்ச்சிக்கு முன்னதாகவோ பயிற்சி செய்வதன் மூலம் அதை என்னால் சரிசெய்ய முடியும் என்று நான் நினைக்கிறேன்."

"இருந்த போதிலும், பொதுவாக இந்த விஷயத்தில் நான் வெற்றி பெற்றுள்ளேன் என்பதில் சந்தேகமில்லை. பாடும்போது மட்டுமல்லாது, பேசும் போதும் முகத்தின் முன் பகுதிக்கு விரைவாகவும், சுலபமாகவும் என் குரலை என்னால் கொண்டு செல்ல முடிந்தது."

"என் பணியின் முதன்மைப் பணியானது, பாடுதலில் உள்ளது போலவே பேசுதலிலும் ஒலியின் உடையாத தொடர் கோட்டை

என்னால் நிலைநிறுத்த முடிந்தது. இதுமட்டும் இல்லை என்றால், சொல்லின் நிஜமான கலை என்று ஒன்று இருக்கவே முடியாது.''

''இதைத்தான் நான் இத்தனை காலமாகத் தேடிக் கொண்டிருந்தேன். இதைப் பற்றித்தான் கனவு கண்டு கொண்டிருந்தேன். சாதாரண உரையாடல் பேச்சுக்கு மட்டுமல்லாது உயர்நிலையில் உள்ள கவிதைக்கும் இந்தத் தன்மை தான் எழிலையும் இசையையும் சேர்க்கிறது.''

''பாடுதலில் நிகழ்வது போலவே உயிரெழுத்து ஒலிகளும் மெய்யெழுத்து ஒலிகளும் தாமாகவே அதிர்ந்து ஒலிக்கும்போது தான் இந்த உடையாத தொடர்கோடு வெளிவருகிறது என்பதை எனது சொந்தப் பயிற்சியின் வாயிலாக நான் கற்றுக் கொண்டேன். உயிர் எழுத்து ஒலிகள் மட்டுமே நிலை நிறுத்தப்பட்டால் மெய்யெழுத்து ஒலிகள் வெற்றிடத்தில் ஒலிப்பது போல திடுமென்று ஒலிக்கலாம் - இதனால் உடையாத தொடர் கோட்டுக்குப் பதிலாக அங்கு ஒலிச்சிதறல்கள் மட்டுமே துண்டுதுண்டாய் இருக்கும். இந்தக் கோட்டை உருவாக்குவதற்கு எல்லா ஒலிகளும் - உயிரெழுத்து, மெய்யெழுத்து, உயிர்மெய்யெழுத்து என - ஒன்றாகப் பங்கு பெற்று தமது அதிர்வுகளையும், சப்தங்களையும் அந்தக் கோட்டின் வடிவாக்கத்துக்குக் கொடுக்க வேண்டும் என்று நான் விரைவில் உணர்ந்து கொண்டேன்.''

''இப்போது எனது உரையாடல் பேச்சும், பாடுகிறது, ஹம்மிங் செய்கிறது, ரீங்கரிக்கிறது அல்லது உறுமுகிறது ஒரு இடைவிடாத கோட்டைக் கட்டி வளர்த்து அதன் ஒலிகளின் தொனிகளையும், சாயல்களையும் உயிரெழுத்து ஒலிகள் மற்றும் பிற மெய்யெழுத்து ஒலிகளுக்கு ஏற்ப மாற்றி மாற்றி அமைக்கிறது.

''என் பணியின் இந்தக் காலகட்டத்தின் இறுதியில் நான் இன்னமும் சொற்கள், சொற்றொடர்கள் இவற்றைப் பற்றிப் புரிந்து கொண்டு விட்டேன் என்று சொல்ல முடியாது - என்றாலும், ஒலிகள் மற்றும் அவற்றின் அசைகளான கூட்டமைப்புகளின்

இடையே உள்ள வேறுபாடுகளை என்னால் நிச்சயமாகப் புரிந்து கொள்ள முடிந்தது.

"நான் பின்பற்றிய பாதையையும், சாதித்த விளைவுகளையும் பற்றி உரக்க விமர்சிப்பதற்குத் தயங்காத சில சிறப்புத் திறனாளிகளும் வல்லுனர்களும் இத்துறையில் உள்ளனர். அவர்கள் அதைச் செய்யட்டும். எனது செய்முறைப் பயிற்சியிலிருந்து, உண்மை அனுபவத்திலிருந்து எடுக்கப்பட்டதாகும். எனது முடிவுகள் என்றுமே பரிசோதனைக்குத் தயாராக உள்ளன."

"இந்த மாதிரியான விமர்சனம், மேடையில் பயன்படுத்துவதற்காக ஒரு குரலை எவ்வாறு தயார் செய்வது என்பது பற்றியும் அதை எவ்வாறு கற்றுத் தருவது என்பது பற்றியும் கேள்விகளை எழுப்பும். மேலும் சரியான உச்சரிப்பு, ஒலிகளின், அசைகள் மற்றும் சொற்களின் ஆக்கம் பற்றிய கேள்வியையும் அவை எழுப்பும்."

"நமது சென்ற வகுப்பில் நான் உங்களுக்குச் சொல்லிய விஷயங்களிலிருந்து ஒலிகளின் அமைப்பு, பாடுவதற்கும், மேடைப் பேச்சுக்குமான உச்சரிப்பு ஆகியவை பற்றிய ஒரு பொறுப்புமிக்க பயிற்சியில் இறங்குவதற்கு நீங்கள் போதுமான அளவு தயாரிக்கப்பட்டு விட்டீர்கள் என்று நான் நம்புகிறேன்."

"நீங்கள் நடிப்புப் பள்ளியில் இருக்கும்போதே இந்தப் பணியைத் தொடங்குவது அவசியம்."

"ஒரு நடிகன் மேடையில் தோன்றும்போது, தனது நடிப்புத் தொழிலைப் படைக்கும் வேலையில் இறங்குவதற்கு முழுமையாக வல்லமை பெற்றிருக்க வேண்டும். அவனது படைப்புக் கருவிகளில் மிக முக்கியமான ஒன்று அவனது குரல் ஆகும். மேலும், நீங்கள் நடிகர்களாக ஆகிவிட்ட பின்னர், தனது அரிச்சுவடியைப் புதிதாகக் கற்றுக் கொள்ளும் சிறுவனைப் போலப் பணி செய்வதை உங்களது போலி சுய கௌரவம் தடுத்துவிடக்கூடும். எனவே, இப்போதுள்ள உங்கள் இளமையையும், பள்ளிப்பருவ ஆண்டுகளையும் நன்கு பயன்படுத்திக் கொள்ளுங்கள். இப்போது இந்தப் பயிற்சியைச் செய்யாவிட்டால் பின் எப்போதுமே இதைச் செய்யமாட்டீர்கள்.

இது இல்லாத குறைபாடு உங்கள் நடிப்புத் தொழிலுக்கு முட்டுக்கட்டையாக அமைந்துவிடும். உங்கள் குரல் உங்கள் தொழிலுக்கு உதவியாக இல்லாமல் தொந்தரவாக ஆகிவிடும். "என் குரல் தான் எனது பொக்கிஷம்," என்று ஒரு பிரபல நடிகர் ஒரு விருந்தின்போது கூறினார். அவ்வாறு கூறிவிட்டு தன் பாக்கெட்டிலிருந்த தெர்மாமீட்டரை தன் உணவுகளில் - சூப், ஒயின் என நுழைந்துப் பரிசோதித்தார். தனது குரலின் மீதிருந்த அக்கறையால் தன் வாய்க்குள் போகும் ஒவ்வொரு பண்டத்தின் வெப்ப அளவையும் தான் கவனிக்க வேண்டும் என்று அவர் கருதினார். இயற்கை தனக்களித்திருந்த செல்வமாகிய அழகிய எதிரொலிக்கும் திறன் கொண்ட சக்தி மிக்க குரல் மீது எவ்வளவு கவனம் செலுத்தினார் என்பது இதிலிருந்து தெரிய வருகிறது."

இச்சமயத்தில், ரக்மனோவ் எங்களது புதிய உச்சரிப்பு ஆசிரியரை எங்களுக்கு அறிமுகம் செய்து வைத்தார். ஒரு சிறிய இடைவேளைக்குப் பின் அவரும் மேடம் ஜாரெம்போவும் தமது முதல் பாடத்தை எங்களுக்குப் போதித்தனர்.

இந்தப் பாடங்களின் குறிப்புகளை பதிவுசெய்து வைத்துக் கொள்ள வேண்டுமா என்று சிந்தித்த நான் அதற்குத் தேவையில்லை என்று தீர்மானித்தேன். அவற்றில் சொல்லப்பட்ட மற்றும் செய்யப்பட்ட எல்லாமே பிற பள்ளிகளில் பொதுவாகச் செய்யப்பட்டவை தான். இவற்றில் உள்ள ஒரே வேறுபாடு என்னவென்றால் எங்களது உச்சரிப்பு அப்போதைக்கப்போதே சரி செய்யப்பட்டது - அதுவும் இரண்டு ஆசிரியர்களின் ஒரே சமயத்திலான இரட்டை மேற்பார்வையின் கீழ் அது செய்யப்பட்டது. இந்தச் சரி செய்தல் நேரடியாக எங்கள் பாடல் பயிற்சிக்குள் எங்கள் பாடல் ஆசிரியரின் மேற்பார்வையின் கீழ் கொண்டு செல்லப்பட்டன. மேலும் அதே சமயத்தில், பாடுதலில் செய்யப்பட்ட சரிசெய்தல்கள் உடனடியாக எங்கள் பேச்சுப் பயிற்சியினுள் கொண்டு செல்லப்பட்டன.

8

நாடகமேடையில் பேசுவது ஒரு கலை

1

பள்ளியின் அரங்கத்தினுள் இன்று நாங்கள் நுழைந்தபோது "மேடையின் மீது பேச்சு" என்ற சொற்களைத் தாங்கிய ஒரு பெரிய பலகையைக் கண்டோம். தனது வழக்கப்படி, எங்களது பணியில் ஒரு புதிய கட்டத்தை எட்டியதற்காக டார்ட்சாவ் எங்களுக்கு வாழ்த்துத் தெரிவித்தார்.

"சென்ற வகுப்பில், நடிகர்கள், ஒலி அசைகளில் உள்ள உயிரெழுத்து மற்றும் உயிர்மெய்யெழுத்துகளை நன்கு உணர்ந்து கொள்ள வேண்டும் என்றும் அவற்றினுள் புகுந்து புரிந்து கொள்ள வேண்டும் என்று நான் விளக்கினேன்."

"இன்றும் நம் வேலையைத் தொடர்ந்து முழுச் சொற்கள் மற்றும் சொற்றொடர்களைக் காணலாம். இந்த விஷயத்தைப் பற்றி உங்களுக்கு ஒரு சொற்பொழிவை ஆற்றுவேன் என்று எதிர்பார்க்காதீர்கள் அது ஒரு நிபுணரின் வேலையாகும். நான் உங்களுக்குச் சொல்லப் போவதெல்லாம் எனது சொந்த நடைமுறை அனுபவத்தில் மேடையில் பேசுதல் பற்றி நான் கற்றுக் கொண்டுள்ள விஷயங்களாகும். "பேசுதலின் விதிகள்" பற்றிய உங்களது புதிய பாடத்தில் இவை உங்களுக்கு உதவியாக இருக்கும்.

"இந்த விதிகளைப் பற்றிப் பல சிறந்த நூல்கள் எழுதப்பட்டுள்ளன. அவற்றைக் கவனமாகப் படியுங்கள். "வெளிப்படுத்தும் சொல்" (The Expressive Word) என்ற நூல், S.M. வோல்கோன்ஸ்கியால்

எழுதப்பட்டது, ரஷ்ய நடிகர்களின் தேவைக்கு மிக உகந்ததாகக் கருதப்படுகிறது. நான் அதைப்பற்றி அடிக்கடி பேசுவேன், அதிலிருக்கும் கருத்துகளை மேற்கோள் காட்டுவேன், உதாரணங்களைப் பயன்படுத்துவேன். ஒரு நடிகனுக்குத் தனது சொந்த நாவைப் பற்றிய எல்லாமும் தெரிந்திருக்க வேண்டும். மோசமான பேசும் திறனால் சரியாக வெளிப்படுத்தப்பட முடியாத உணர்ச்சிகள் எவ்வளவு நுண்மையாக இருந்தும் என்ன பயன்? ஒரு முதல் தரம் வாய்ந்த இசைக் கலைஞர் ஒரு தரம் குறைந்த ஸ்ருதி சுத்தமற்ற இசைக் கருவியை இசைக்கவே கூடாது. அதே போல பேச்சுத் துறையை எடுத்துக் கொண்டால் இங்கு நமக்கு இதுபற்றிய அறிவியல் தேவை - ஆனால் அதைப் பெறுவதில் புத்திக் கூர்மையுடனும், முன்யோசனையுடனும் நாம் நடந்து கொள்ள வேண்டும். தலை நிறையப் புதுக்கருத்துகளை நிரப்பிக் கொண்டு மேடை மீது ஓடிச் சென்று அவற்றைப் பயன்படுத்த எண்ணுவதில் பலனில்லை - அதற்கு முன்பு, அடிப்படை விதிமுறைகளை நாம் கற்றுக் கொல்ள வேண்டும். இவ்வாறு செயல்படும் ஒரு மாணவன் தனது அறிவியலை மறந்து விடுவான் அல்லது பிற விஷயங்களை ஒதுக்கி விட்டு அதைப்பற்றி மட்டுமே சிந்தித்துக் கொண்டிருப்பான். அறிவியலும் கலையும் ஒன்றுக்கொன்று ஆதரவாகச் செயல்படும்போது மட்டுமே அறிவியலால் கலைக்கு உதவியாக இருக்க முடியும்.''

டார்ட்சாவ் சற்று நேரம் சிந்தனையில் ஆழ்ந்துவிட்டுப் பின் தொடர்ந்து பேசலானார்:

''மேடையேறும் ஒவ்வொரு நடிகனும் தன்னைத் தானே தொடக்கத்திலிருந்து மறுபயிற்றுவித்துக் கொள்ள வேண்டும் என்று நான் கூறுவதை நீங்கள் பலமுறை கேட்டிருக்கலாம் - பார்க்க, நடக்க, இங்குமங்கும் அசைய, பிற நபர்களுடன் பழக, இறுதியாக, பேசுவதற்கு அவர் மறுபடியும் கற்றுக் கொள்ள வேண்டும். மக்களில் பெரும்பாலோர் அன்றாட வாழ்வில் மோசமாகவும், அருவருப்பு ஏற்படுமாறும் பேசுகிறார்கள். இவ்வாறு பேசுதலில் உள்ள குறைபாடுகளுக்குப் பழகிப் போனதால் இவை பற்றி அவர்களுக்கு எதுவும் தெரிவதில்லை. இந்த விதிமுறைக்கு நீங்கள்

புறம்பானவர்கள் என்று நான் கூறவில்லை. எனவே, பேசுதல் பற்றிய உங்கள் பணியைத் தொடங்குவதற்கு முன், உங்களது பேசுதலில் உள்ள குறைபாடுகளைப் பற்றித் தெரிந்து கொள்வது அவசியம். இதனால் அந்தக் குறைபாடுள்ள பழக்கங்களிலிருந்து உங்களால் நிரந்தரமாக விடுதலை பெற முடியும். இப்பழக்கம் நடிகர்களிடையே பெருவாரியாகக் காணப்படுகிற ஒன்றாகும் - அதாவது, மேடையில் தவறுதலாகப் பேசுவதற்குத் தமது அன்றாட, சரியற்ற பேசும் முறையை ஒரு சாக்காகப் பயன்படுத்துதல்.

"அன்றாட வாழ்க்கையைக் காட்டிலும், மேடையில் பேசப்படும்போது, சொற்களும் அவை பேசப்படுகிற விதமும் மேலும் அதிகத் தெளிவுடன் வெளிப்படுகின்றன. பல நாடக நடிகர்கள் வசனங்களை அரைகுறையான தெளிவுடன் மட்டுமே உச்சரிக்கின்றனர்."

"இதற்குப் பல காரணங்கள் உள்ளன. அவற்றுள் முதலாவது, அன்றாட வாழ்வில் ஒருவர் தான் பேச வேண்டியதை அல்லது பேச விரும்புவதை ஒரு நோக்கத்துக்காகப் பேசுகிறார் - ஏதேனும் ஒரு விஷயத்தைச் சாதிப்பதற்காக, ஒரு தேவைக்காக, அல்லது ஒரு நிஜமான குறிப்பான வார்த்தைச் செயல்பாட்டுக்காக அவர் பேசுகிறார். சொற்களைப் பற்றி அதிக கவனம் செலுத்தாமல் ஒருவர் சளசளவென்று பேசும்போது கூட அவற்றை ஒரு காரணத்துக்காகத் தான் அவர் பயன்படுத்துகிறார்: நேரத்தைப் போக்குவதற்காக அல்லது பிறரின் கவனத்தைக் கலைப்பதற்காக என்று இதற்குப் பல காரணங்கள் உண்டு."

"ஆனால் மேடையில் பேசுவது என்பது முற்றிலும் வேறுபட்ட ஒன்று. அங்கு நாம் மற்றொருவரின், நாடகாசிரியரின் சொற்களைப் பேசுகிறோம். இது நமது சொந்தத் தேவைகளுக்கும் விருப்பங்களுக்கும் மாறான ஒன்றாக உள்ளது."

"மேலும், சாதாரண வாழ்வில் நிஜமாகப் பார்க்கும் அல்லது மனதில் எண்ணமிட்டுக் கொண்டிருக்கும் விஷயங்களைப் பற்றி - நிஜமாகவே இருக்கிறவற்றைப் பற்றிப் பேசுகிறோம். ஆனால் மேடையிலோ நாம் பார்க்காத, உணராத, சிந்திக்காத

விஷயங்களைப் பற்றி அதாவது நமது பாத்திரங்களைக் கற்பனை நபர்களைப் பொறுத்தவற்றைப் பற்றிப் பேச வேண்டியுள்ளது."

"அன்றாட வாழ்வின் உரையாடல்களில் எப்படிக் காது கொடுத்துக் கேட்பது என்று நமக்குத் தெரியும் - ஏனெனில் பேசப்படுவதைக் கேட்பது நமக்கு அவசியமாக உள்ளது, அதில் நமக்கு ஆர்வம் உள்ளது. மேடையிலோ பெரும்பாலான சமயங்களில் கவனமாகக் கேட்பதுபோல நடிக்கத்தான் செய்கிறோம். நமது சக நடிகரின் எண்ணத்தைப் புரிந்து கொள்ள வேண்டிய நடைமுறை அவசியத்தை நாம் உணர்வதில்லை. கேட்பதற்கு நம்மை வற்புறுத்திக் கொள்ள வேண்டியுள்ளது - இதனால் மிகைப்படுத்தப்பட்ட நடிப்பு, வழக்கமான நடிப்பு மற்றும் பொருளற்ற சொற்பிரயோகங்கள் ஆகியவை இங்கே உட்புகுந்து விடுகின்றன."

"உயிரோட்டமுள்ள மனித எதிர்ச்செயல்களைக் கொன்று விடும் வேறு பல சூழ்நிலைகளும் மேடையில் ஏற்படுகின்றன. வசனங்கள், பலப்பல ஒத்திகைகளில் திரும்பத் திரும்பப் பேசிப் பயிலப்படுவதாலும், பலமுறை மேடையேறும் நாடகங்களில் பேசப்படுவதாலும் அவை கிளிப்பிள்ளைகள் ஒப்புவிப்பதைப் போலப் பொருளற்றுப் பேசப்படுகின்றன. இதனால் அச்சொற்களில் உள்ள உட்பொருள் ஆவியாகி விடுகிறது. அங்கே மீதம் இருப்பதெல்லாம் காலியான சொற்கள் மட்டுமே. மேடையில் இருக்கும்போது நடிகர்கள் ஏதேனும் செய்து கொண்டே இருக்க வேண்டிய கட்டாயத்துக்கு ஆளாகிறார்கள். எனவே, காலியான வெற்றிடங்களின் மௌனங்களை நிரப்புவதற்கு அவர்கள் தமது வசனங்களைத் தமக்குள்ளே சொல்லிப் பார்த்துக் கொண்டே இருக்க நேரிடுகிறது."

"இதன் விளைவாக மேடையில் நடிகர்கள் எந்திரத் தனமாகப் பேசும் பழக்கத்தைப் பெற்று விடுகிறார்கள். எந்தளவு அதிகமாக இப்பழக்கத்தில் அவர்கள் ஈடுபடுகிறார்களோ அந்தளவு அவர்களது எந்திரத்தனமான நினைவாற்றல் கூர்மையடைகிறது. இதனால் இவ்வாறு பேசுகிற பழக்கம் விடாப்பிடியாக வேரூன்றி விடுகிறது.

இதன் விளைவாகக் குறிப்பாக ஒரே மாதிரியான மேடைப் பேச்சை நம்மால் காண முடிகிறது."

"அன்றாட வாழ்விலும் சில எந்திரத்தனமான பேச்சு வழக்குகளை நாம் காண்கிறோம் - "நலமாக இருக்கிறீர்களா?" "ஓ, நான் நல்ல சௌக்கியம்!" அல்லது, "சென்று வருகிறேன்," "சரி போய் வாருங்கள்" இன்ன பிற.

"மேற்கண்ட தன்னிச்சையான சொற்களைப் பேசும்போது ஒருவர் என்ன எண்ணிக் கொண்டிருக்கிறார்? அச்சொற்களில் உள்ள பொருளையோ அல்லது உணர்வையோ பற்றி அவர் சிந்திப்பதேயில்லை. முற்றிலும் வேறுபட்ட எண்ணங்களில் நாம் மூழ்கியிருக்கும்போதுகூட அவை சட்டென்று வெளிவந்து விடுகின்றன. பள்ளிகளிலும் நாம் இதையே தான் பார்க்கிறோம். ஒரு மாணவன் தான் மனப்பாடமாய் படித்துள்ள ஒரு பாடத்தை ஒப்புவிக்கும்போது அவன் பெரும்பாலும் வேறு ஏதோ ஒரு விஷயத்தைப் பற்றி அல்லது ஆசிரியர் தனக்குத் தரப்போகும் மதிப்பெண்களைப் பற்றிச் சிந்திக்கிறான். நடிகர்களும் இதே பழக்கத்தைக் கொண்டு இருப்பது சகஜம்.

"இத்தகைய குணம் அல்லது பழக்கமுடைய நடிகர்களுக்கு ஒரு பாத்திரத்தின் உணர்வுகள் மற்றும் கருத்துகள் மாற்றுப் பிள்ளைகள் போல உள்ளன. தொடக்கத்தில், நாடகத்தை வாசிக்கும்போது, அதன் வசனங்கள்; அவர்களது சொந்த வசனங்களும், பிற பாத்திரங்கள் பேசுபவையும் ஆர்வமூட்டுபவையாக, புதியனவாக உள்ளன. அவற்றில் ஏதோ அர்த்தம் உள்ளது. ஆனால் பலமுறை ஒத்திகையின்போது கேட்டபின், அச்சொற்களின் ஆதாரமான அர்த்தங்களை அவை இழந்துவிடுகின்றன. நடிகர்களின் இதயத்திலோ அல்லது தெரிவுணர்விலோ அவை நிலைத்திருப்பதில்லை - மாறாக அவர்களது நாவின் தசைகளிலே மட்டும் அவை உள்ளன. இதற்குள், தனது சொந்த வசனமும், மற்றவரது வசனமும் என்ன என்பதே அவர்களுக்குப் பொருளற்ற ஒன்றாக ஆகிவிடுகிறது. இங்கு முக்கியமாக உள்ள ஒரே விஷயம் நிறுத்தாமல் தொடர்ந்து நடித்துக் கொண்டிருப்பது மட்டும்தான்."

"இவ்வாறு ஒரு நடிகர் மேடையில் தான் என்ன பேசுகிறோம் அடுத்தவர் என்ன பேசுகிறார் என்பதையே கவனிக்காமல் தன் வசனத்தை அவசரமாகப் பேசி நடிக்கும்போது கேட்பவர்களுக்கு அது தெளிவில்லாமலே போய்ச் சேருகிறது. மேலும், சகநடிகர் என்ன கேட்கிறார் என்பதும் இங்கே பொருளற்றதாகி விடுகிறது. ஏனெனில் அவருக்குமே அது உண்மையில் தெரிவதில்லை. இத்தகைய பொருளற்றுப்போன வசனங்கள் எல்லாமே பாரம்பரியமான, செய்து செய்து சலித்துப் போன ஒரு நாடக நடிப்புப் பாணிக்கு இட்டுச் சென்று விடுகின்றன. இதனால் பேசப்படுகிற வசனத்தின் உயிருள்ள உட்பொருளையும் அதன் மீதான நம்பிக்கையையும் இது கொன்றுவிடுகிறது."

"நடிகர்கள் தமது வசனங்களைத் தவறாகப் பேசி விடும்போது இந்நிலை மேலும் மோசமாகிறது. பல நடிகர்களும் தமக்கே உரிய சில குரல் வளம், உச்சரிப்பு, ஒப்புவிக்கும் திறன் ஆகியவற்றை வெளிப்படுத்துவதற்காகவே தமது வசனத்தைப் பயன்படுத்துகிறார்கள் என்பது உண்மை. இத்தகைய நடிகர்களுக்கும் நடிப்புக் கலைக்கும் சம்பந்தமே இல்லை - இசைக் கருவியை விற்பனை செய்பவன் எவ்வாறு அதை எந்திரத்தனமாக வாசித்துக் காட்டுகிறானோ அதே போலத்தான் இவர்களது நடிப்பும் உள்ளது."

"கேட்பவர்களின் காதுகள் இனிமையான ரசிப்புத் தன்மையில் புளகித்துப் போகுமாறு செய்யவும் தமது குரல் வளத்தைக் கோடிட்டு வலியுறுத்திக் காட்டுவதற்காகவும் மட்டுமே இத்தகைய நடிகர்கள் தமது வசனங்களில் உள்ள ஒலிகளைக் காரணமின்றி அழுத்தம் கொடுத்தும், இழுத்தும் கர்ஜித்தும் எழுப்புவது வழக்கமாகி விடுகிறது."

2

இன்றைய பாடத்தை டார்ட்சாவ் ஒரு கேள்வியுடன் தொடங்கினார்: உப கருத்து (subtext) என்று கூறும்போது நாம் பொருள்படுத்துவது என்ன? ஒரு கதாபாத்திரத்தின் வசனத்தின் சொற்களுக்குப் பின்னாலும், அடியிலும் உள்ள அர்த்தம் என்ன?

தனது பதிலை அவர் பின்வருமாறு விளக்கினார்:

“ஒரு கதாபாத்திரத்தால் சித்தரிக்கப்படுகிற மனிதனின் உள்ளே உணரப்படுகிற உணர்ச்சியின் புறத்தோற்றத்தாலாகிய வெளிப்பாடு அது. இது வசனத்தின் சொற்களுக்கு அடியிலே இடைவிடாத தொடர்ந்த ஓட்டமாக அமைந்து அவற்றுக்கு உயிரையும், இருப்பதற்கான அடிப்படையையும் தருகிறது. உபகருத்து என்பது பல்வேறு அகவடிவங்களின், எண்ண ஓட்டங்களின் பின்னல் வலையாகும். “இருந்தால்” என்ற மந்திரத் திருப்பம் தரப்பட்டுள்ள சூழ்நிலை, கற்பனைச் சிதறல்கள், அக உணர்ச்சி அசைவுகள், கவனம் செலுத்தப்பட வேண்டிய விஷயங்கள், சிறிய பெரிய உண்மைகள் மற்றும் அவற்றின் மீதான நம்பிக்கைகள், ஏற்றதான மாற்றங்கள், மற்றும் பிற அம்சங்கள் ஆகும். நாம் நாடகத்தில் பேசும் வசனத்தை நம்மைப் பேசச் செய்வது இந்த உபகருத்துத் தான்.”

“இந்த அனைத்து வலைப்பின்னலாகிய அம்சங்களும் அவற்றின் கூறுகளும் ஒரு மின்சாரக் கம்பியில் உள்ள மெல்லிய இழைகள் போல அமைந்துள்ளன. அவை நாடகம் முழுவதும் தொடர்ச்சியாக ஓடிச் சென்று மேன்மைக் குறிக்கோளுக்கு இறுதியில் இட்டுச் செல்கின்றன.”

“மேற்சொன்ன உபகருத்தின் ஓட்டத்துக்குள் நமது உணர்ச்சிகள் முழுகிச் செல்லும்போது மட்டுமே ஒரு நாடகம் அல்லது கதாபாத்திரத்தின் “உடையாத தொடர் கோடு” உருவாகிறது. இந்த நடிப்பின் உடையாத தொடர் கோடானது உடலின் அசைவுகளால் மட்டுமல்லாமல் பேசப்படும் பேச்சினாலும் வடிவமைக்கப்படுகிறது. ஒருவரால் உடலால் மட்டுமல்லாது ஒலியாலும் சொற்களாலும் நடிக்க முடியும்.”

“தனியாக எடுக்கப்பட்டு, உட்பொருள் இல்லாமல் தனித்துத் தோன்றும் ஒரு சொல், புறத்தாலாகிய ஒரு பெயர் மட்டுமே என்று சொல்லத் தேவையில்லை. சொற்களால் மட்டுமே அமைந்துள்ள வசனம், வெற்று ஒலிகளின் கோர்வை மட்டுமேயன்றி வேறு எதுவும் இல்லை.”

"காதல் - என்ற சொல்லை எடுத்துக் கொள்ளுங்கள். ஒரு அயல்நாட்டு நபருக்கு அது எழுத்துகளின் வெறும் இணைப்பு மட்டுமே. அது ஒரு வெற்று ஒலி. ஏனெனில் இதயத்தைச் சுண்டி இழுக்கும் அக உணர்வுகளில் அவரைப் பொறுத்த வரையில் அதில் இருப்பதில்லை ஆனால், எண்ணங்கள், உணர்ச்சிகள் மற்றும் கற்பனைகள் இவற்றைச் சேர்த்து அந்த வெற்று ஒலிக்கு உயிரூட்டினால் ஒரு முற்றிலும் வேறுபட்ட மனநிலை அங்கு உருவாகிறது, அந்தச் சொல் அர்த்தமுள்ளதாக ஆகிறது. அப்போது, "நான் காதலிக்கிறேன்" என்ற ஒலிக்கு ஒரு மனிதனின் அகத்தில் காதல் தீயை மூட்டி, அவனது வாழ்க்கையின் திசையையே மாற்றி அமைத்து விடும் சக்தி கிடைத்து விடுகிறது."

"'முன்னேறு' என்ற சொல்லானது அக நிலையில் தேசயக்தி எனும் உணர்வால் தூண்டப்படும்போது படைகளை வீரமரணத்தை நோக்கி ஆர்வத்துடன் போகச்செய்ய வல்லதாகிறது. மிகவும் எளிமையான சொற்களும் கூட சிக்கலான எண்ணங்களைத் தெரிவிக்கும்போது ஒருவர் உலகைப் பார்க்கும் கண்ணோட்டத்தையே அவற்றால் பாதிக்க முடியும். மனிதனின் எண்ணத்தைப் பிரதிபலிக்கும் மிகத் திடமான வெளிப்பாடாக சொல் ஆகிவிட்டுள்ளது என்பது மிகைப்படுத்தப்படாத உண்மையாகும்."

"ஒரு சொல்லால் மனிதனின் ஐம்புலன்களையும் தட்டி எழுப்ப முடியும். ஒரு இசையின் தலைப்பை ஒரு ஓவியனின் பெயரை, ஒரு உணவுப் பதார்த்தத்தை, அல்லது ஒரு பழகிய நறுமணத்தை சற்றே மறுபடி நினைவுபடுத்திக் கொண்டால் போதும். உடனடியாக அந்தந்தப் பொருளின் செவி, கண், நாவின் ருசி, மூக்கின் நுகர்வு மற்றும் தொடுதல் ஆகிய புலன்களின் உணர்வுகள் பொங்கிப் பிரவகித்து ஓடத் தொடங்கிவிடுவது இயல்பு."

"வேதனையான உணர்வுகளைக் கூட சொற்களால் மறுபடி உருவாக்க முடியும். "நடிப்புக் கலையின் என் வாழ்க்கை" என்ற எனது நூலில் உள்ள ஒரு கதை, பல் வலியைப் பற்றியது - இது அதைக் கேட்ட நபருக்கும் பல் வலியை உண்டாக்கி விட்டது."

"மேடையில், உயிரோட்டமற்ற, உணர்ச்சியற்ற சொற்கள் பயன்படுத்தப்படவே கூடாது. அங்கே சொற்கள் எவ்வாறு செயலிலிருந்து - நடிப்பிலிருந்து - பிரித்து வைக்கப்படக் கூடாதோ அதே போல அவற்றின் பொருளிலிருந்தும் பிரித்து வைக்கப்படக் கூடாது. மேடையில், சொல்லின் வேலையானது எல்லாவிதமான உணர்ச்சிகள், ஆசைகள், எண்ணங்கள், அக உருவங்கள், பார்வை, ஒலி மற்றும் பிற உணர்வுகள் ஆகியவற்றை நடிகருக்குள்ளும் அவரது சக நடிகருக்குள்ளும் பின் இவர்கள் வாயிலாக, பார்வையாளருக்குள்ளும் தூண்டி விடுவதாகும்."

"இதனால் நாம் தெரிந்து கொள்வது என்னவென்றால், பேசப்படுகிற வார்த்தையானது, ஒரு நாடகத்தின் வசனமானது தானாகவே, தனித்து நின்று எந்த மதிப்பையும் பெறுவதல்ல. மாறாக அதன் உட்கருத்தினாலும் அதனுள் இருக்கும் பொருளினாலும் மட்டுமே அது தனது மதிப்பைப் பெறுகிறது. மேடை யேறி நடிக்கத் தொடங்கும் போது இந்த உண்மையை நாம் மறந்து விடுகிறோம்."

"மேலும், அச்சடிக்கப்பட்ட நாடகமானது, மேடையில் நடிக்கப்பட்டு நடிகர்களால் உண்மையான மனித உணர்வுகளைக் கொண்டு உயிரூட்டப்பட்டுக் காட்டப்படும்வரை அது ஒரு முழுமையான கலைவடிவம் அல்ல என்பதையும் நாம் மறந்துவிடக் கூடும். அதே போலத்தான் இசை வடிவமும், ஒரு சிம்பொனி என்பது ஆர்க்கெஸ்ட்ராவால், இசைக்கலைஞர்களால் மேடை யேற்றப்படும்போது மட்டுமே அது தன் முழுவடிவத்தைப் பெறுகிறது. மனிதர்கள் - நடிகர்களானாலும், இசைக் கலைஞர்களானாலும் - தமது சொந்த மன உணர்வுகளை அந்த எழுத்தின் மீது ஊட்டி அதை ஒரு பார்வையாளர் கூட்டத்துக்குத் தெரியப்படுத்தும் போது தான் அதன் ஆன்மீக ஊற்றுக்கண் திறக்கிறது. அப்போது தான் அதன் அக அழகு வெளிவருகிறது.

இந்த உணர்வினால் தான் அந்த நாடகம், கவிதை, இசை ஆகிய எந்தவிதமான படைப்பும் உந்தப்பட்டு வெளிவருகிறது. அந்தப் படைப்பின் அடிமுதல் காரணமே உட்கருத்துத் தான் எனலாம். அது இல்லாவிட்டால் சொற்களை மேடையிலே முன் வைப்பதற்கு

எந்த ஒரு காரணமும் இல்லாமல் போகும். வசனங்கள் பேசப்படும் போது சொற்கள் நாடகாசிரியரிடமிருந்து வருகின்றன. உட்கருத்தானது நடிகரிடமிருந்து வருகிறது. இது இவ்வாறு இல்லையென்றால், பொதுமக்கள் நாடக அரங்கிற்கு வருகை தரும் சிரமத்தை எடுத்துக் கொள்ளமாட்டார்கள். அதற்குப் பதிலாக வீட்டிலேயே உட்கார்ந்து அச்சடிக்கப்பட்ட நாடகத்தை வாசித்துக் கொள்வார்கள்.

"மேடைமீது மட்டுமே ஒரு நாடகமானது அதன் முழுமையான முக்கியத்துவத்துடன் வெளிப்படுத்தப்படுகிறது. நடிப்பின்போது தான் ஒரு நாடகத்தை அசைத்து நடத்திச் செல்லும் உயிர்க்கருவையும், உட்கருத்தையும் நம்மால் உணரமுடிகிறது. ஒவ்வொரு முறை ஒரு நாடகம் அரங்கேற்றப்படும் பொழுதும் இந்த உணர்வு மறு உருவாக்கம் செய்யப்பட்டு நடிகர்களால் பொது மக்களுக்குத் தெரியப்படுத்தப்படுகிறது.

"தனது பாத்திரத்துக்கான வசனத்துக்கு ஏற்ற ஒரு உணர்ச்சி இசையை நடிகன்தான் உருவாக்கிக் கொள்ள வேண்டும். அந்த உணர்வுகளைச் சொற்களால் எவ்வாறு பாடி வெளிப்படுத்துவது என்று அவன் கற்றுக் கொள்ள வேண்டும். ஒரு உயிருள்ள ஆன்மாவின் இதயம் இசைக்கின்ற இன்னிசையை நாம் கேட்கும் போது மட்டுமே அந்த வசனத்தின் மதிப்பையும் எழிலையும், மேலும் அதனுள் மறைந்துள்ள எல்லாவற்றையும் நம்மால் முழுமையாக ரசித்து அனுபவிக்க முடியும்."

"இந்தப் பள்ளியில் நீங்கள் முன்னதாகச் செய்துள்ள பணியில் ஒரு பாத்திரத்தின் அகக் கோடானது எவ்வாறு முன்னேறிச் சென்று நாடகத்தின் மேன்மைக் குறிக்கோளுக்கு இட்டுச் செல்கிறது என்பது பற்றி நீங்கள் கற்றுக் கொண்டிருக்கிறீர்கள். இந்தக் கோடுகள் எவ்வாறு உருவாகின்றன என்றும், அவை எவ்வாறு ஒரு அக நிலையை உருவாக்கி அதில் உங்கள் கதாபாத்திரத்தை உயிருடன் வாழச் செய்கின்றன என்றும் பல்வேறு உளவியல் நுட்பங்களைப் பயன்படுத்தி இதை எப்படி உருவாக்கலாம் என்றும் கூட நீங்கள் அறிவீர்கள்."

''இதே விதமான செயல்முறையானது நடிப்பு மற்றும் உடல்மொழி பற்றியது மட்டுமல்ல. பேசப்படும் வசனத்துக்கும் இதுவே பொருந்துகிற உண்மைத் தேவையாகும்.

3

''மேகம்... போர்... பிணந்தின்னிக் கழுகு... லில்லி மலர்கள்...''

ஒவ்வொரு சொல்லுக்கும் அதையடுத்த சொல்லுக்கும் இடையே நீண்ட இடைவெளி ஒன்று இருந்தது. டார்ட்சாவின் உதடுகளிலிருந்து சுத்தமாக உணர்ச்சியற்ற தொனியில் அவை வெளியே வந்து விழுந்தன.

எங்களது அன்றைய பாடத்தை அவர் இவ்விதமாகத் தான் தொடங்கினார்.

''இந்த ஒலிகளை உள்வாங்கிக் கொள்ளும்போது உங்களுக்குள் என்ன நிகழ்கிறது? 'மேகம்' என்ற சொல்லை எடுத்துக் கொள்ளுங்கள் - உங்களுக்கு என்ன நினைவுக்கு வருகிறது? என்ன உணர்கிறீர்கள்? நான் அதை உச்சரிக்கும்போது மனக்கண்ணில் என்ன பார்க்கிறீர்கள்?''

என் மனதுக்குள் ஒரு நீலநிற வானில் பெரிய கருநிறப் பொதி ஒன்று வந்தது.

''இப்போது இந்தச் சோதனையைச் செய்து பாருங்கள். ''வாருங்கள், நாம் ஸ்டேஷனுக்குப் போகலாம்'' என்ற இந்தச் சொற்கள் உங்கள் காதில் விழும்போது என்ன பதிலை உங்களால் தரமுடிகிறது?''

நான் வீட்டை விட்டு வெளியே வந்து ஒரு டாக்ஸியைப் பிடித்து ஏறி ஒரு சில குறிப்பிட்ட தெருக்களைக் கடந்து, அகன்ற மரமடர்ந்த நிழற்சாலைகளைத் தாண்டி விரைவில் ரயில் நிலையத்துக்குள்ளே இருந்ததைக் கண்டேன். லியோ, தான் ஒரு பிளாட்பாரம் மீது மேலும் கீழும் நடந்து கொண்டிருப்பதைக் கண்டான். சோன்யாவின் எண்ணங்களோ தென்பகுதியில் உள்ள

தட்பவெப்ப நிலைக்கும் பல்வேறு விடுமுறை நகரங்களுக்கும் ஓடிச் சென்றுவிட்டன.

நாங்கள் ஒவ்வொருவரும் எங்களது மனதில் ஏற்பட்ட சித்திரங்களை விளக்கியபின், டார்ட்சாவ் பின்வருமாறு கூறினார்:

"அந்தச் சொற்கள் என் வாயிலிருந்து வெளிக் கிளம்பிய உடனேயே அவற்றுள் இருந்த உட்கருத்தை நீங்கள் மனதுக்குள் வெளிக் கொண்டு வந்து விட்டீர்கள்! எனது சின்னஞ்சிறு சொற்றொடர் உங்களுக்குள் கிளப்பிய எண்ணங்களை நீங்கள் எவ்வளவு சிரமமெடுத்து விளக்கியுள்ளீர்கள்! எவ்வளவு கவனமாக நீங்கள் ஒலிகளையும் தொனிகளையும் பயன்படுத்தி உங்கள் மனக்கண்ணில் கண்ட காட்சியை நாங்களும் காணுமாறு வரைந்து காட்டினீர்கள்! உங்கள் சொற்கள் தான் எவ்வளவு கவனமாகத் தேர்ந்தெடுக்கப்பட்டு ஒரு முழுமையான நிறைவைக் காட்டின!

"மேலும் உங்கள் சித்திரத்தை, ஒரு ரயில் நிலையத்துக்குச் செல்லும் கற்பனைப் பயணத்தால் வரவழைக்கப்பட்ட அகவடிவத்தின் உண்மையான மறுவடிவாக்கமாகக் காட்டுவதற்கு நீங்கள் எவ்வளவு கவனம் செலுத்தினீர்கள்."

"இதே விதமான இயல்பான செயல்முறையை மேடையிலும் நீங்கள் பின்பற்றினால், உங்கள் சொற்களை இத்தகைய அன்புடனும், தீவிரபாவத்துடனும் உச்சரித்தால், வெகு விரைவில் நீங்கள் மகத்தான நடிகர்களாக ஆவீர்கள்."

சற்று நேர இடைவெளிக்குப்பின், டார்ட்சாவ் "மேகம்" என்ற சொல்லைப் பல்வேறு விதமாகக் கூறி, என்ன விதமான மேகத்தைப் பற்றி அவர் குறிப்பிட்டார் என்று எங்களை விளக்குமாறு கேட்டார். நாங்களும் இதை ஊகித்துச் சொல்வதில் ஓரளவு வெற்றி கண்டோம்.

ஒரு குறிப்பிட்ட மேகத்தின் வடிவத்தை அவர் எவ்வாறு விளக்கினார்? அவரது முகபாவத்தினாலா, தனிப்பட்ட அணுகுமுறையாலா, அல்லது அங்கு இல்லாத வடிவங்களைத் தேடி அவரது கண்கள் நாடக அரங்கின் மேற்பகுதியைத் துழாவிய விதத்தாலா?

''மேற்சொன்ன அனைத்து முறைகளாலும் நான் அதைச் செய்தேன்,'' என்றார் டார்ட்சாவ். ''இயற்கையைக் கேளுங்கள், உங்களது உள்ளுணர்வைக் கேளுங்கள் - அவை தமது காட்சிகளை எவ்விதமாகப் பிறருக்கு எடுத்துரைக்கின்றன என்று கேளுங்கள். எனக்கு அதைப் பற்றிக் கவலையில்லை. மேலும், போதுமான அளவு திறமையில்லாத ஒரு துறையைப் பற்றி மிக அதிகமாக விளக்கிச் சொல்வதற்கும் எனக்கு அச்சமாக உள்ளது. எனவே, நமது ஆழ்மனதின் வேலையைப் பற்றி நாம் அதிகம் பேசி அதில் குறுக்கிட வேண்டாம். அதைவிடவும் சிறப்பாக, நமது ஆன்மா மற்றும் இயற்கை இயல்பு இவற்றை நமது படைக்கும் பணியில் ஈடுபடுத்துவது மேல். ஒரு பாத்திரத்தில் உள்ள பேசப்படும் அம்சத்தை உணர்வு மிக்கதாகவும், சரியாகச் செயல்படுவதாகவும் நாம் செய்யலாம். இதனால் நமது அடி ஆழ உணர்வுகள், எண்ணங்கள் மற்றும் மனக் கண்ணின் காட்சிகளை நன்கு வெளிப்படுத்த நம்மால் முடியும்.''

''சொற்களின் உதவியால், 'பிணந்தின்னிக் கழுகு', 'லில்லி மலர்கள்', 'மேகம்' போன்றவற்றின் திட உருவங்களைப் பிறருக்குத் தெளிவாகக் கூட்டுவது ஒன்றும் அவ்வளவு சிரமமான காரியம் அல்ல. ஆனால் அரூபக் கருத்துகளான ''நீதி; ''நியாயம்'', போன்றவற்றைச் சொற்களின் வாயிலாக விளக்குவது நிச்சயமாகக் கடினம் தான். இந்தச் சொற்கள் பேசப்படும்போது என்னவிதமான அகநிலைச் செயல்பாடு துவங்குகிறது என்று கண்டறிவது சுவரசியமான ஒரு பயிற்சியாக இருக்கும்...''

நான் அந்த இரண்டு சொற்களையும் பற்றிச் சிந்திக்கலானேன். எனக்குள் அவை உருவாக்கிய உணர்வுகளுக்குள் புகுந்து பார்க்க முயன்றேன். முதலில் எனக்குக் குழப்பமாக இருந்தது, எங்கே தொடங்குவது என்று எனக்குத் தெரியவில்லை.

அந்தச் சொற்களால் முன்வைக்கப்பட்ட கருத்தைப் பற்றிச் சிந்திக்க என் மனம் முயற்சித்தது. அவற்றின் ஆழமான பொருட்களுக்குள் இறங்குவதில் தன் கவனத்தைச் செலுத்தியது. ஏதோ பெரிய, முக்கியமான, ஒளிவீசும், மேன்மையான ஒன்று எனக்குத் தோன்றியது. ஆனால் இந்த விளக்கங்கள் கூடத்

தெளிவின்றி இருந்தன. பின்னர், "நீதி" "நியாயம்" என்ற சொற்களால் சுட்டிக்காட்டப்படும் பல்வேறு வழக்கமான சொற்றொடர்கள் என் நினைவுக்கு வந்தன.

ஆனால் இந்த வரண்டு போன விதிகள் எனக்குத் திருப்தி தரவுமில்லை, என் இதயத்தைத் தொடவுமில்லை. லேசான உணர்ச்சிகள் எனக்குள் எழுந்து, பளிச்சிட்டு மறைந்தன, அவற்றைப் பற்றிப் பிடித்துக் கொள்ள முயன்றும் என்னால் முடியவில்லை.

அவற்றை விடவும் அதிகத் திடமான ஒன்றைத் தேடிக் கண்டுகொள்வது அவசியமாயிற்று. இந்தச் சிக்கலான சமயத்தில் முதலில் என் உதவிக்கு வந்தது என்னுடைய கற்பனை தான். அது சில காட்சிகளை எனக்கெனப் படம் வரைந்து காட்டியது.

இருந்தாலும், நீதி மற்றும் நியாயம் ஆகியவற்றை எவ்வாறு உருவகப்படுத்திக் காட்ட முடியும்? ஒரு குறியீட்டின் மூலமாகவா, எடுத்துக்காட்டின் மூலமாகவா அல்லது அடையாளத்தின் மூலமாகவா? நீதி மற்றும் நியாயம் ஆகிய கருத்துகளைச் சுட்டிக்காட்டும் சில சலித்துப்போன முறைகளை என் நினைவாற்றல் புரட்டிப் பார்த்தது.

தன் கையில் தராசு ஒன்றைப் பிடித்தவாறு நின்று கொண்டிருந்த ஒரு பெண்ணின் உருவத்தையும், திறந்து வைக்கப்பட்ட சட்டப் புத்தகத்தில் உள்ள ஒரு பத்தியை விரல் ஒன்று சுட்டிக்காட்டுவது போன்ற சித்திரம் ஒன்றையும் நான் என் மனக்கண்ணால் கண்டேன்.

ஆனாலும், இதனால் என் மனமோ, உணர்ச்சிகளோ திருப்தி அடையவில்லை. அடுத்ததாக எனது கற்பனை வெகு அவசரமாக புதியதொரு காட்சியைக் காட்டியது: நீதி மற்றும் நியாயம் ஆகிய கொள்கைகளை அடிப்படையாகக் கொண்ட ஒரு வாழ்க்கை. அரூபக் கருத்துகளைக் காட்டிலும் இந்தக் கருத்தை திடவடிவில் என்னால் உருவகப்படுத்திப் பார்க்க முடிந்தது. நிஜ வாழ்க்கை பற்றிய எண்ணங்கள், திடமானவை பற்றிக் கொள்ளக் கூடியவை, தொட்டுணரக் கூடியவை. உங்களால் அவற்றைப் பார்க்க முடியும், பார்க்க முடிகிற காரணத்தால் உணர முடியும். அவை உங்கள்

இதயத்தைத் தொட்டு அசைக்க வல்லவை, ஒரு அகநிலையிலான அனுபவத்துக்கு அவை உங்களை இட்டுச் செல்ல முடியும்.

எனது கற்பனை உருவாக்கியதை ஒத்த ஒரு சம்பவம் என் சொந்த வாழ்வில் நடைபெற்றது என் நினைவுக்கு வந்தது. இதனால், நீதி என்பது என்ன என்ற என் உணர்வும் ஓரளவு திருப்தி அடைந்தது.

என் சுய கவனித்தலின் செயல்முறையை டார்ட்சாவிடம் சொன்னபோது அவர் பின்வரும் முடிவுகளை அவற்றிலிருந்து தீர்மானித்தார்:

"இயற்கை செய்துள்ள வகை இதுதான் - பிறருடன் நாம் உரையாடும்போது முதலில் அந்தச் சொல்லை மனக்கண் விழியின் திரையில் காண்கிறோம். அதன் பின்னர் நாம் அவ்வாறு பார்த்துள்ள விஷயத்தைப் பேசுகிறோம். பிறர் பேசுவதைக் கேட்கும்போது, அவர்கள் கூறும் சொற்களைக் காது வழியாக உள்வாங்கிக் கொண்டு, நாம் கேட்டுள்ள விஷயத்தை மனக்காட்சியாக மாற்றுகிறோம்.

"கேட்பது என்பது, பேசப்படுகிற விஷயத்தைக் காண்பதாகும்; பேசுவது என்பது காட்சிகளை உருவாக்குவது ஆகும்."

"ஒரு நடிகனுக்கு, ஒரு சொல் என்பது வெறும் ஒலி மட்டும் அல்ல. மாறாக அது உருவங்களை உருவாக்குதல் ஆகும். எனவே, மேடைமீது நீ உரையாடிக் கொண்டிருக்கும்போது, காதுக்காக அல்லாமல் கண்களுக்காகப் பேசு."

4

பாலிடம் ஏதேனும் ஒரு வசனம் அல்லது கவிதையைச் சொல்லுமாறு கூறி டார்ட்சாவ் இன்றைய வகுப்பைத் தொடங்கினார். ஆனால் பாலுக்கு மனப்பாடமாக எதுவும் தெரியாமல் போனதால்,

"சரி, அப்படியென்றால், மேடைமீது ஏறி ஏதேனும் ஒரு சொற்றொடரைச் சொல் அல்லது ஒரு கதையை உருவாக்கிச் சொல் - நான் இப்போது தான் ஐவன் ஐவனோவிச்சின் வீட்டுக்குச்

சென்றிருந்தேன். அவனது நிலை மிகவும் மோசமாக உள்ளது. அவனது மனைவி அவனைவிட்டுச் சென்று விட்டாள். எனவே நான் பீட்டர் பெட்ரோவிச்சின் வீட்டுக்குப் போய் அவனைச் சமாதானப்படுத்துவதற்கு எனக்கு உதவுமாறு அவனைக் கெஞ்ச வேண்டியதாயிற்று என்பது போலக் கதை செல்லட்டும்'' என்றார்.

பாலும் மேற்சொன்ன சொற்றொடர்களைத் திரும்பச் சொன்னான். ஆனால் அவன் சொல்லிய விதம் திருப்திகரமாக இருக்கவில்லை. எனவே டார்ட்சாவ் மேலும் விளக்கினார்.

''நீ சொன்னதில் ஒரு வார்த்தையைக் கூட நான் நம்பவில்லை. உன்னுடைய சொந்தச் சொற்கள் அல்லாத இவற்றால் நீ என்னிடம் என்ன சொல்ல விரும்பினாய் என்பதைக் கூட என்னால் உணர முடியவில்லை.''

''ஆனால், கற்பனையான சுற்றுச் சூழலின் பின்னணி எதுவும் இல்லாமல் அந்தச் சொற்றொடர்களை உன்னால் எப்படி உண்மையான உணர்ச்சியுடன் சொல்ல முடியும்? முதலில் அவற்றைப் பற்றித் தெரிந்து கொண்டு ஒரு மனக்காட்சியை நீ உருவாக்கிக் கொள்ள வேண்டும். ஆனால் ஐவன் ஐவனோவிச் மற்றும் பீட்டர் பெட்ரோவிச் இவர்களைப் பற்றி நான் உனக்குத் தந்த சொற்கள் எதைக் குறிப்பிடுகின்றன என்று உனக்குத் தெரியவுமில்லை, நீ அதைப் புரிந்து கொள்ளவுமில்லை. நீ கூறும் விஷயத்திற்கு அடிப்படையான ஒன்றைக் கற்பனை செய்து கொள்ள வேண்டும். மேலும் உனது கற்பனை என்ன சொல்கிறதோ அது பற்றிய ஒரு தெளிவான மனக்காட்சியை உனக்கென உருவாக்கிக் கொள்ள முயல வேண்டும்.''

''இவ்வாறு நீ ஒரு பின்னணியை முழுமையாக அமைத்துக் கொண்ட பின்னர் தான், மற்றொருவருடைய சொற்கள் உனது சொந்த சொற்களாக அமையும். அப்போது உனக்கு, மனைவியால் கைவிடப்பட்ட ஐவன் ஐவானோவிச் யார், பீட்டர் பெட்ரோவிச் யார், அவர்கள் எங்கே எவ்வாறு வாழ்கிறார்கள், அவர்களுக்கு இடையிலான உறவு என்ன என்பது பற்றியெல்லாம் தெரிந்திருக்கும். அப்போது அவர்கள் உன்னைப் பொறுத்தளவில் நிஜமான மனிதர்களாக இருப்பார்கள். அவர்களது வீடு, அறைகள்,

அவற்றில் உள்ள மரச்சாமான்கள் மற்றும் பிற சிறிய பொருள்கள் இவை பற்றிய ஒரு கவனமான மனக்காட்சியை உருவாக்கிக் கொள்ள மறக்காதே. மேலும் உனது முதல் பயணம் ஐவனுடைய வீட்டுக்கும் பின் அங்கிருந்து பீட்டரின் வீட்டுக்கும் பின் மறுபடி நீ கதையை எங்கே சொல்ல வேண்டியுள்ளதோ அங்கேயும் போக வேண்டியிருக்கும்.''

"இதற்கிடையில் நீ கடந்து செல்லும் தெருக்களை, நுழையும் வீடுகளில் உள்ள வாசல்களை நீ பார்க்க வேண்டும். சுருக்கமாகச் சொல்வதானால், அகக் காட்சிகளான ஒரு முழுப் படத்தையும், அதன் பின்புலமாக விளங்கும் உபகருத்துகளையும், காட்சி அமைப்புகளையும் நீ உருவாக்கிக் கொள்ள வேண்டும். இவற்றைப் பின்புலமாகக் கொண்டு தான் ஐவன் ஐவனோவிச்சின் சொந்தத் துயரம் நிகழ வேண்டும். இந்த அகக்காட்சிகள் உனக்குள் உணர்ச்சிகளைத் தூண்டும். மேடைக்கு வெளியே அன்றாட வாழ்வில், வாழ்க்கையே இதையெல்லாம் உனக்குச் செய்துவிடும் என்பது உனக்குத் தெரியும். ஆனால் மேடைமேல், நடிகனாகிய நீதான் இந்தச் சுற்றுச் சூழலை உருவாக்க வேண்டும்.''

"இயல்பாக இருக்க வேண்டும் இயற்கையாக, உண்மையாக நடிக்க வேண்டும் என்பதற்காக இது செய்யப்படுவதில்லை. மாறாக, நமது தனிப்பட்ட படைக்கும் இயல்புகளுக்காக, நமது சொந்த ஆழ்மனதிற்காக இது தேவைப்படுகிறது. இவற்றைப் பொறுத்தளவில், நம்மிடம் நிஜம் நிதர்சனம் இருக்க வேண்டும். இது வெறும் கற்பனையிலான நிஜமாகக் கூட இருக்கலாம். ஆனால் அந்த நிஜத்தை அவற்றால் நம்ப முடிய வேண்டும், அதில் அவை (படைக்கும் இயல்பு மற்றும் ஆழ்மனம்) வாழ வேண்டும்.''

இந்தத் தேவையான கற்பனை நிஜங்கள் உருவாக்கப்பட்ட பின் பால் மறுபடியும் இந்தச் சொற்றொடர்களைச் சொன்னான். இப்போது அதில் கூடுதல் உணர்ச்சி இருந்தது என்று எனக்குத் தோன்றியது.

ஆனால் டார்ட்சாவ் என்னவோ அதில் திருப்தியுறவில்லை. தனது மனதில் இருந்த வடிவங்களை வெளிப்படுத்துவதற்கான மையப்புள்ளி ஒன்று பாலிடம் இல்லை என்றும், இது

இல்லாவிட்டால் அவன் சொல்வதைக் கேட்பவரால் அதன் உண்மைத் தன்மை மற்றும் தவிர்க்க இயலாத தன்மை இவற்றை நம்ப முடியாமல் போகும் என்றும் அவர் விளக்கினார்.

பாலுக்கு உதவ வேண்டி, மையப் புள்ளியாக இருக்குமாறு அவர் மரியாவை மேடைக்கு அனுப்பினார்.

''இப்போது உன் கவனத்தைப் பெறும் இந்த நபர் நீ சொல்வதைக் கேட்டுப் புரிந்து கொள்வது மட்டுமின்றி நீ பேசும் போது உன் மனக்கண்ணில் பார்ப்பவற்றை அவரும் தன் மனக் கண்ணால் பார்க்கவும் செய்ய வேண்டும்,'' என்று அவர் அறிவுறுத்தினார்.

ஆனால் பால் என்னவோ தன்னால் இதைச் செய்ய முடியாது என்று எண்ணினான்.

''இதைப் பற்றி உன் மூளையைக் கசக்கிக் கொள்ளதே. உன் இயல்பான குணத்துக்கு எதிராகப் போகாதே. நீ செய்ய வேண்டியதைச் செய். இங்கு விளைவு முக்கியமல்ல - முக்கியமான விஷயம் என்னவென்றால் உனக்குத் தரப்பட்டுள்ள நோக்கத்தை நோக்கி முன்னேறி, மரியாவின் அகப் பார்வையின்மீது எவ்வாறு செயல்படுகிறாய் என்பது தான். இங்கு முக்கியமான அம்சம் உன் சொந்த அகம் சார்ந்த செயல்பாடு ஆகும்.''

அதற்குப் பின், தான் அந்தப் பயிற்சியைச் செய்து கொண்டிருந்த போது எவ்வாறு உணர்ந்தான் என்று பால் விளக்கிக் கூறினான்.

''என் உணர்வுகளில் சிறப்பாகக் குறிப்பிடப்படக் கூடிய சில தருணங்களைப் பற்றி இப்போது நான் கூறவிருக்கிறேன்,'' என்று அவன் தொடங்கினான்.

''முதலாவதாக, மரியாவிடம் ஏதுவும் சொல்வதற்கு முன்னதாக, அவளிடம் சொல்ல வேண்டிய விஷயங்களை ஒழுங்குபடுத்திக் கொள்ள வேண்டியிருந்தது. நான் சொல்லப் போகும் விஷயத்தின் சாராம்சக் கருத்தை உற்று நோக்கி, உண்மைகளை நினைவுபடுத்திக் கொண்டு, தரப்பட்டுள்ள சூழலைப் பற்றியும் திட்டமிட வேண்டியிருந்தது. இதையெல்லாம் முதலில் என் மனதுக்குள்ளேயே உருவாக்கிப் பார்க்க வேண்டியிருந்தது. இந்தத்

தயாரிப்பு முடிவுற்றபின், இதை உடல்ரீதியாக வெளிப்படுத்த வேண்டிய தருணம் வந்தபோது எல்லாமே ஒரு குழப்பமான அசைவு நிலையை அடைந்தது. என் மனம், உணர்ச்சிகள், கற்பனை, ஏற்றவாறு செய்து கொள்ள வேண்டிய மாற்றங்கள், முகபாவம், கண்கள், கைகள், உடல் - இவையெல்லாமே தரப்பட்டுள்ள குறிக்கோளுக்கு ஏற்ற அணுகுமுறையைக் கண்டு கொள்ளத் தம்மைத் தாமே முற்படுத்திக் கொண்டன. இது ஒரு பெரிய இசைக்குழுவைத் தயார் செய்வது போல இருந்தது. நான் என்னையே மிகக் கவனமாகக் கண்காணிக்கத் தொடங்கினேன்."

"உன்னையேவா, மரியாவை இல்லையா?" என்று டார்ட்சாவ் இடைமறித்தார்" மரியா உன்னைப் புரிந்து கொள்வாளா, நீ பேசிய சொற்களின் அடியில் இருந்த உணர்ச்சிகளை உணர்வாளா, அல்லது ஐவன் ஐவனோவிச்சின் வாழ்வில் நடந்து கொண்டிருந்த சம்பவங்களை உன் கண் வழியாகப் பார்த்துத் தெரிந்து கொள்வாளா என்பதெல்லாம் உனக்கு ஒரு பொருட்டே இல்லை என்பது தெளிவாகத் தெரிகிறது. நீ அந்தச் சொற்களை அவளிடம் பேசியபோது, உனது மனதில் இருந்த அகக்காட்சிகளை அவளும் காணுமாறு செய்வதற்கான இயல்பான தூண்டுதல் உன்னிடம் இருக்கவில்லை என்று தானே இது காட்டுகிறது?"

"இதெல்லாமே செயல்பாடு இல்லை என்பதைத்தான் நிரூபிக்கிறது. மேலும், உனது சொற்கள் அவளைச் சென்று சேர வேண்டும் என்று நீ நிஜமாகவே குறியாக இருந்திருந்தால் அவற்றை ஒரு தனிவசனம் போலப் பேசியிருக்க மாட்டாய் - அவளைப் பார்க்காமல், அவளுக்கு ஏற்றவாறு உன்னை மாற்றியமைத்துக் கொள்ளாமல் - நீ இப்போது பேசி முடித்ததைப் போல! சரியாகப் பேசியிருந்தால் உன் சொற்கள் அவள் மீது என்ன பாதிப்பை உண்டாக்குகின்றன என்று கவனிப்பதற்காக இடையிடையே நீ பேசுவதை நிறுத்தியிருப்பாய். உனக்கெதிரே நின்று நடித்துக் கொண்டிருக்கும் நபருக்கு இது மிகமிக அத்தியாவசியமான ஒன்றாகும். உனது மனக்காட்சிகளின் உபகருத்தை தனக்குள் ஈர்த்துக் கொள்ள இது தேவை. எல்லாவற்றையும் ஒரே விழுங்கில் விழுங்கி விடுவது, உள்வாங்கிக் கொள்வது முற்றிலும் இயலாத ஒரு செயல். இந்தச் செயல்பாடு துண்டு துண்டாக நிகழ்வதாகும் - நீ

பேசுகிறாய், நீ நிறுத்துகிறாய்; நீ சொன்னது என்ன என்று உன் நண்பன் புரிந்து கொள்கிறார்; நீ தொடர்ந்து பேசுகிறாய், பின் நிறுத்துகிறாய் - இவ்வாறு இந்தச் செயல்பாடு இடைவெளிகளுடன் தொடர்கிறது. இதைச் செய்கின்ற நேரம் முழுவதும், சொல்ல வேண்டிய மொத்த விஷயத்தையும் உன் மனதில் இருத்தியவாறு தான் நீ பேசுகிறாய். உபகருத்துகளை உருவாக்கியது நீ என்பதால் இதெல்லாம் உனக்குத் தெளிவாகத் தெரிந்துள்ளது. ஆனால் உன் துணைவருக்கு இது எல்லாமே புத்தம் புதிது. இதை அவர் பொருள் கற்பித்து உள்வாங்கிக் கொள்ள வேண்டும். இதற்குக் குறிப்பிட்ட கால அவகாசம் தேவை. இந்த அவகாசத்தை நீ தரவில்லை. அதன் விளைவாக இந்தத் தவறுகள் எல்லாம் ஏற்பட்டன. இது மற்றொரு மனிதனுடனான ஒரு உரையாடலாக அல்லாமல், பொதுவாக நாம் மேடைகளில் அடிக்கடி கேட்கின்ற தனித்த பேச்சாக ஆகிவிட்டது.''

இறுதியில் தான் எதிர்பார்த்தபடி பாலைச் செயல்பட வைப்பதில் டார்ட்சாவ் வெற்றி கண்டார். மரியாவும், சொல்லப் போனால் நாங்கள் அனைவரும் கூட, பால் சொன்ன சொற்களின் பின்னால் இருந்த உபகருத்தை ஓரளவு உணர்ந்து கொண்டோம். இதனால் பாலும் பெரிதும் மகிழ்ச்சியடைந்தான். தனது கற்பனையில் உதித்த உபகருத்தைப் பிறருக்குத் தெரிவிப்பதன் முக்கியத்துவத்தை இன்று தான் தன் வாழ்விலேயே முதன் முறையாக அறிவுரீதியாகவும், உணர்வுபூர்வமாகவும் அனுபவித்து உணர்ந்ததாக அவன் வலியுறுத்திக் கூறினான்.

''ஒரு நாடகத்தின் பேசப்படுகிற வசனத்திற்கு அடியில் தொடர்ச்சியாக ஓடிக் கொண்டிருக்கும் ஓடைபோன்ற மனக் காட்சி வடிவங்களை உருவாக்குவது என்றால் என்ன என்று இப்போது நீங்கள் தெரிந்து கொண்டிருப்பீர்கள்,'' என்று கூறி டார்ட்சாவ் பாடத்தை முடித்தார்.''

5

வீடு திரும்புகிற வழியெல்லாம், ''ஐவன் ஐவனோவிச்சின் குறு நாடகத்தை'' நடித்ததிலிருந்து தான் பெற்ற அனுபவத்தைப் பற்றிப்

பால் என்னிடம் சொல்லிக் கொண்டே வந்தான். இங்கு அவனை மிகவும் பாதித்த விஷயம் என்னவென்றால் தன் மனதில் இருந்த ஒன்றைப்பற்றி மற்றவரை ஆவல் கொள்ளச் செய்ய முடிந்தது தான் என்று தெளிவாகத் தெரிந்தது. டார்ட்சாவ் அவனிடம் கூறிய வெகு சாதாரணமான சொற்களே தனது சொந்த நோக்கத்தை நிறைவேற்றிக் கொள்ளப் பயன்பட்டன என்பதை அவன் உணர்ந்து கொண்டான்.

"பார்த்தாயா, ஐவான் ஐவானோவிச்சின் மனைவி அவனை விட்டு விட்டுச் சென்றுவிட்டாள் என்ற உண்மையைச் சொல்லவில்லையானால், அங்கு கதையே இல்லை," என்று அவன் விளக்கினான். "கதை ஒன்று அங்கு இல்லை என்றால், விளக்கம் தரும் உபகருத்தைக் கட்டி வளர்ப்பதற்கான அடிப்படை அங்கு இருப்பதில்லை. இதனால், நீ உனக்காகவோ, அல்லது பிறருக்கு எடுத்துச் சொல்வதற்காகவோ ஒரு மனக் காட்சியை உருவாக்கிக் கொள்ள வேண்டிய தேவையே இல்லை. இங்கு முதன்மை நிகழ்ச்சியான ஐவான் ஐவானோவிச்சின் வாழ்வில் நடந்த துயரச் சம்பவமானது, ஒளிக்கதிர்களை அனுப்புவதன் மூலமாகவோ, கையின் சைகைகளாலோ, முகபாவத்தாலோ பிறருக்குத் தெரியப்படுத்த வல்ல ஒன்று அல்ல. இதற்கு நீ பேச்சைப் பயன்படுத்தியாக வேண்டும்!''

"அப்போது தான் என் மீது சுமத்தப்பட்ட அந்தச் சொற்களை நான் நிஜமாகவே ரசித்து மதிக்கலானேன். அவை எனது சொந்தச் சொற்களே என்பது போல அவற்றை விரும்பி, நேசிக்கத் தொடங்கினேன். அவற்றை ஆர்வத்துடன் பற்றிப் பிடித்துக் கொண்டேன்; எனது நாவினடியில் அவற்றைச் சுழற்றி, ஒவ்வொரு ஒலியையும் சீர்தூக்கிப் பார்த்து அவற்றின் ஒவ்வொரு தொனியிலும் மிகுந்த பற்று வைத்துப் போற்றினேன். இப்போது எந்திரத்தனமாக அவற்றை உருட்டி விடத் தேவையில்லை; எனது குரல் மற்றும் கலை நுட்பத்தின் வாகனங்களாக அவை இல்லை - மாறாக, நான் பேசுவதைக் கேட்டுக் கொண்டிருப்பவர் நான் சொல்லிக் கொண்டுள்ள விஷயத்தின் முக்கியத்துவத்தை உணர்ந்து

கொள்வதற்கான ஊக்கமான நோக்கத்தை நிறைவேற்றுவதற்காகவே அவை எனக்குத் தேவைப்பட்டன.

"இங்கு மிக மிக அற்புதமானது என்ன தெரியுமா?" என்று அவன் அதே கவிதை நடையில் தொடர்ந்து பேசினான் "அந்தச் சொற்கள் எனது சொந்தச் சொற்களாக மாறிய கணத்தில் நான் மேடையில் மிகவும் சௌகரியமாக, இயல்பாக உணர்ந்தேன். அந்த அமைதியான உணர்வு, எல்லாமே என் கட்டுக்குள் இருப்பது போன்ற உணர்வு, திடீரென்று எங்கிருந்து வந்தது?"

"என்னை நானே நடத்திச் செல்ல முடியும் என்ற உணர்வு, அவசரப்படாமல், அடுத்தவர்களை நிதானமாகக் காத்திருக்கச் செய்யும் உரிமையை அரும்பாடுபட்டுப் பெற்றுவிட்ட ஒரு உணர்வு வெகு அற்புதமானது!"

"என் பேச்சைக் கேட்டுக் கொண்டிருந்தவரின் உணர்வு நிலையில் நான் ஒவ்வொரு சொல்லாக விதைத்தேன்; அவற்றுடன் கூடவே ஒவ்வொரு விளக்கம் தரும் உபகருத்தின் பொருளையும் பதித்தேன்.

"இன்று நான் உணர்ந்த அமைதி மற்றும் கட்டுப்பாட்டின் பொருளையும் முக்கியத்துவத்தையும் மற்ற எவரையும் விட நீதான் அதிகம் மதிப்பாய் - ஏனெனில், மேடையில் பேசாமல் நிறுத்த வேண்டி உள்ளபோது நாம் இருவரும் எவ்வளவு அச்சப்படுவோம் என்று உனக்கு நன்றாகத் தெரியும். உண்மையில், அவை நிறுத்தங்களாக இருக்கவில்லை, ஏனெனில் நான் மௌனமாக இருந்த போதும் கூட செயல்படுவதை நிறுத்தவில்லை."

இவ்வாறு பால் தன் கதையை உற்சாகமாகத் தொடர்ந்தான். அவனது வீடு வந்ததும் நான் நின்றேன், பின்னர் இரவு உணவு உண்ண அங்கேயே தங்கிவிட்டேன்.

அவனது வீட்டிலிருந்த அவன் மாமா ஒரு பழம்பெரும் நாடக நடிகர். தனது மருமகனின் முன்னேற்றத்தில் பெரும் ஆர்வம் கொண்ட அவர், அன்றைய வகுப்பில் செய்யப்பட்ட வேலையைப் பற்றி விசாரித்தார். பாலும் என்னிடம் விளக்கியதையே அவரிடமும் சொன்னார். அவர் ஆர்வத்துடன் கவனித்துக்

கேட்டார். புன்னகை புரிந்தவாறு தன் தலையை ஆட்டி ஆமோதித்து, "அது சரி! அது சரி!" என்று பாராட்டினார்.

ஒரு குறிப்பிட்ட தருணத்தில் சட்டென்று குதித்தெழுந்த அவர், "ஆஹா! மிகச் சரியாகச் சொன்னாய்! உன் துணைவரையும் உன் ஆர்வமும் உணர்ச்சியும் தொற்றிக் கொள்ளச் செய்! நீ உன் மனதை ஒருமுனைப்படுத்திக் கவனம் செலுத்துகிற நபரை உன் கருத்தும் உணர்வும் தொற்றிக் கொள்ளுமாறு செய். உன்னையே அவரது ஆன்மாவிற்குள் நுழைந்து கொள்ளுமாறு புகுத்திவிடு - இவ்வாறு செய்வதால் உன் உணர்ச்சிகள் உன்னை மென்மேலும் தொற்றிக் கொள்வதைக் காண்பாய். அவை உன்னைப் பற்றிக் கொண்டு விட்டன என்றால், அங்குள்ள எல்லோரையும் அவை மேலும் அதிகமாகப் பற்றிக் கொண்டுவிடும். அதன் பின், நீ பேசுகிற சொற்கள் முன்னெப்போதைக் காட்டிலும் அதிகம் கிளர்ச்சியூட்டுபவையாக இருக்கும்.

"செயல்பாடு - நிஜமான, உருவாக்குகிற செயல்பாடு, ஒரு நோக்கத்தைக் கொண்டுள்ள செயல்பாடுதான் படைப்புத் தொழிலில் மிக மிக முக்கியமான அம்சமாகும். இதன் விளைவாக, பேச்சிலும் இதுவே முக்கியமானதாகும்!"

"பேசுதல் என்பதே செயல்படுதல் தான். அந்தச் செயல்பாடானது நமக்கென ஒரு குறிக்கோளை வடிவமைத்துத் தருகிறது - நமக்குள் நாம் காண்கிறது எதுவோ அதைப் பிறருக்குள்ளும் புகுத்துவது. நீ உன் மனதில் கொண்டுள்ளதை அடுத்தவர் பார்ப்பாரா மாட்டாரா என்பது இங்கு அவ்வளவு முக்கியமல்ல. இயற்கையும் ஆழ்மனமும் அதைக் கவனித்துக் கொள்ளும். உன் பணி என்னவென்றால், உனது அகக் காட்சிகளைப் பிறருக்குள் செலுத்துவதை விரும்புவது மட்டுமே - அந்த விருப்பமே செயல்பாட்டை விளைவிப்பதாகும்."

"நல்லதொரு பார்வையாளர் கூட்டத்தின் முன்பு நின்று, ஒருசில வசனங்களைக் கொட்டிவிட்டு நடந்து விடுவதும் ஒரு செயல்தான். ஆனால், மேடையேறிச் சென்று 'நடிப்பது' என்பது முற்றிலும் வேறுபட்ட ஒரு விஷயமாகும்!"

"முந்தைய பேச்சு நாடகபாணியிலானது, பிந்தையது, நிஜமான மனிதத் தன்மை கொண்டது."

6

"ஏதேனும் ஒரு விஷயத்தை, பொருளை அல்லது நிகழ்ச்சியைப் பற்றிச் சிந்திக்கும்போது அதைப் பற்றி நமக்குள்ளே சித்தரித்துக் கொள்ளும் போது, நிஜமான அல்லது கற்பனை வாழ்விலான அனுபவங்களை நினைவுபடுத்திக் கொள்ளும்போது அவற்றைப் பற்றிய உணர்ச்சிகளை மட்டும் நாம் கொண்டிருப்பதில்லை, நமது மனக்கண் முன்னால் அவற்றை மறுபடியும் ஓட்டிப் பார்க்கவும் செய்கிறோம்," என்று இன்றைய வகுப்பின் தொடக்கத்தில் டார்ட்சாவ் கூறினார்.

"எனினும், இதைச் செய்வதில், நமது அகக் காட்சியானது நாம் ஏற்று நடிக்கும் பாத்திரத்தின் வாழ்வோடு தொடர்பு கொண்டதாக மட்டுமே இருக்க வேண்டும். மாறாக, நடித்துக் கொண்டுள்ள நடிகனின் வாழ்வோடு தொடர்புள்ளதாக அது இருக்கக் கூடாது. ஏனெனில் அவரது சொந்த வாழ்க்கை அவனது பாத்திரத்தினுடையதை ஒத்ததாக இருந்தாலொழிய அது அதனுடன் இணைந்து காணப்படாது."

"இதனால் தான் நாம் மேடையில் இருக்கும்போது, நமது முதன்மைக் கவனமானது நமது கதாபாத்திரத்தின் அகக்காட்சியை ஒத்ததாக உள்ளதும் அதே சமயத்தில் நமக்கே சொந்தமாக உள்ளதுமான அகக்காட்சியை மட்டுமே எப்போதும் பிரதி பலிப்பதில் குறியாக இருக்க வேண்டும். இவ்வாறு பல்வேறு விதமான கற்பனைக் கண்டுபிடிப்புகள், தரப்பட்டுள்ள சுற்றுச்சூழல்கள் இவற்றிலிருந்து ஊற்றெடுத்து வருகிற அகக்காட்சி வடிவங்களின் இந்தப் பெருக்கானது நமது பாத்திரத்துக்கு உயிரூட்டுவதாக உள்ளது. அந்தப் பாத்திரம் செய்கிற அனைத்துச் செயல்கள், அவனது இலட்சியங்கள், எண்ணங்கள், உணர்ச்சிகள், இவை அனைத்துக்கும் ஒரு அடிப்படையாக அமைவதுடன், அந்த நடிகர் தனது பாத்திரத்தின் அகவாழ்வின்மீது தன் கவனத்தைப் பதிப்பதற்கும் பெரிதும் உதவியாக இருக்கிறது. ஒருக்கால் அவனது

கவனம் தடுமாறக் கூடுமேயானால் அதை வலுப்படுத்த இது பயன்படுத்தப்பட வேண்டும்.

''சென்ற முறை, ஐவன் ஐவனோவிச் மற்றும் பீட்டர் பெட்ரோவிச் ஆகியவரைப் பற்றிய ஒரு சிறிய தனி வசனத்தின்மீது நாம் பணி செய்தோம்,'' என்று டார்ட்சாவ் தொடர்ந்து பேசலானார். ''ஆனால் இப்போது, ஒரு நாடகத்தின் எல்லாக் காட்சிகளுக்குமான எல்லா வசனங்களும் தயாரிக்கப்பட்டு விட்டன என்று வைத்துக் கொள்வோம். இப்போது, நாடகத்தின் முழுவசனமும் அதற்கடியில் அமைந்துள்ள உபகருத்துகளாலான காட்சி வடிவங்களைத் தன்னோடு கொண்டிருக்கும். இது நமது மனக்கண்ணின் திரை மீது ஒரு சினிமாப் படத்தைப் போல ஓடியவாறு, மேடையில் நமது நடித்தல் மற்றும் பேசுதலுக்கு ஒரு வழிகாட்டியாக அமையும்.

''இதை நன்றாகக் கூர்ந்து கவனித்து, உங்கள் பாத்திரத்தின் வசனங்களைக் கொண்டு இந்த விளக்குகிற சித்திரத்தை நீங்கள் நடிக்கிற ஒவ்வொரு முறையும் வர்ணித்துப் பேசுங்கள். நீங்கள் பேசுகிற சொற்கள் வெறும் சொற்களாக நின்று விடாமல், சித்திரங்களை, அக்காட்சிகளை விவரிப்பனவாக இருக்கட்டும்.''

''நீங்கள் பயன்படுத்த வேண்டும் என்று நான் முன்வைக்கும் இந்த முறையின் ரகசியம் என்ன? இது வெகு எளிமையானதும் தெளிவானதும் ஆகும். ஒரு எழுதப்பட்ட வசனத்தின் சாராம்சமாக உள்ள பொருளைப் பேசுவதற்கு ஒருவர் அதற்குள் ஆழமாக நுழைவது மட்டுமன்றி அதை ஆழமாக உணரவும் வேண்டும். இது சிரமமானது. மேலும் எல்லாச் சமயங்களிலும் சாத்தியமானது அல்ல. ஏனெனில் முதலாவதாக ஒரு வசனத்தின் சொற்களின் உபகருத்தின் முக்கிய அம்சங்களில் ஒன்று அந்த நடிகர் உணர்ந்த உணர்ச்சிகளின் நினைவு - இது எளிதில் மறைந்துவிடக் கூடியது, பற்றிப் பிடித்துக் கொள்ள முடியாதது, திடமற்றது மற்றும் விருப்பப்படி வருவதும் போவதுமாக சலனமான குணம் கொண்டது. இரண்டாவதாக, சொற்களின் பின்னால் உள்ள பொருளின்மீது மனதை ஒருமுனைப் படுத்துவதற்கு ஒருவருவருக்கு மிக மிகப் பக்குவப்படுத்தப்பட்ட கவனச்சக்தி தேவை.''

"எனவே, உணர்ச்சிகள் மற்றும் அவற்றின் நினைவுப் பதிவு இவற்றைப் பற்றிச் சுத்தமாக மறந்து விடுங்கள். உங்கள் கவனம் முழுவதையும் உருவாக்கப்பட்டுள்ள அகக்காட்சிகளில் பதியச் செய்யுங்கள் அவற்றைக் கவனமாக ஆராய்ந்து எவ்வளவு முழுமையாக, ஆழமாக தெளிவாக விளக்க முடியுமோ அவ்வளவு சிறப்பாக விளக்குங்கள்.

"பின்னர், நீங்கள் நடிக்க வரும்போது, அந்த வசனத்தின் சொற்களை உங்களுக்காக அல்லாமல், பார்வையாளராகிய பொதுமக்களுக்காக அல்லாமல், உங்கள் எதிரே நின்று நடித்துக் கொண்டிருக்கும் சக நடிகருக்காகப் பேசுங்கள். இந்த முறையின் மூலம் உங்களது நடிப்பு மிகச் சக்தி வாய்ந்ததாகவும், நிலையான திடம் கொண்டதாகவும் அமையும். இவ்வாறு, ஒரு காட்சியில் உங்களுடன் உள்ள சகநடிகரின் மனக் கண்ணுக்கு உங்கள் மனக் கண்ணில் உள்ளதைத் தெரியப்படுத்த வேண்டும் என்ற நோக்கமானது, உங்கள் நடிப்புச் செயல்பாடுகள் மிக முழுமையாகச் செய்யப்பட வேண்டும் என்ற அவசியத்தைக் கொண்டதாக உள்ளது. அது உங்கள் உள்ள உறுதியைத் தூண்டிவிடும். அகத்தில் அமைந்துள்ள ஊக்கச் சக்திகள் மூன்றும் ஒன்றாக இணைந்து செயல்படும்போது, அந்த நடிகரின் படைக்கும் வேகத்தின் அனைத்து அம்சங்களும் அங்கு தூண்டிவிடப்பட்டுச் செயல்படுகின்றன."

"கண்பார்வையின் நினைவாற்றலின் இந்த அதிர்ஷ்டவசமான தன்மையைப் பயன்படுத்துவதில் நாம் ஏன் தவற வேண்டும்? மிகவும் எளிதாக நம்மால் எட்டமுடிகிற இந்தக் காட்சிகளின் வரிசையை நம் மனக்கண் முன் ஒருமுறை இருத்திக் கொண்டு விட்டால், அதற்குப்பின் வசனத்தின் அடியில் உள்ள உட்கருத்தின் தொடர் கோட்டையும் அதை விடவும் முக்கியமாக நடிப்பின் தொடர்ச்சியான தொடர் கோட்டையும் பின்பற்றிச் செல்லும் பணியானது மிகவும் லேசானதாகி விடுகிறது. மேலும், நாம் மனதுக்குள் காணும் காட்சிகளைத் தொடர்ந்து வர்ணிக்கும் போது, உணர்ச்சிகளின் நினைவுமையத்தில் சேமித்து வைக்கப்பட்டுள்ள உணர்வுகளைத் தூண்டி எழுப்புவதற்குச் சரியான வழியாக அது

அமைந்துவிடுகிறது. நமது கதாபாத்திரங்களை உயிருடன் வாழ்வது போல நடிப்பில் கொண்டு வருவதற்கு இது மிக மிக அவசியமான ஒன்றாகும்.

"எனவே, இந்த அகக் காட்சிகளை மனதில் இருத்திக் கொண்டு நமது பாத்திரத்தின் உபகருத்தைப் பற்றி நாம் சிந்திக்கிறோம் அதை உணருகிறோம்."

"இந்தச் செய்முறை நமக்குப் புதிதல்ல. அசைவு மற்றும் நடிப்புப் பற்றிய பயிற்சியைச் செய்தபோதுகூட இதே போன்ற முறைகளை நாம் பயன்படுத்தினோம். அந்தச் சமயத்தில், தொட்டுணரக்கூடிய, நிலையாக அமைந்துள்ள உடல்ரீதியான அசைவுகளைப் பயன்படுத்தி, நிலையற்ற எப்போதும் சலனத்தில் உள்ள உணர்ச்சி நினைவுகளைத் தட்டி எழுப்பினோம். இவ்வாறு செய்வதன் மூலம் ஒரு பாத்திரத்தின் உடையாத தொடர் கோட்டை நாம் உருவாக்கினோம்.

"இப்போதும் கூட அதே முறையை நம்மால் பயன்படுத்த முடியும் - அதே நோக்கத்திற்காகத் தான் உடையாத தொடர் கோடாக உள்ள அகக் காட்சி வடிவங்களைத் தேடி அமைத்து அவற்றைச் சொற்களால், வசனங்களாக வெளிப்படுத்துகிறோம்."

"முன்னதாக நமது உணர்ச்சிகளை எழுப்புவதற்கான தூண்டில்களாக உடல்ரீதியான செயல்பாடுகள் பயன்பட்டன. இப்போது சொற்கள் மற்றும் பேச்சைக் கையாளுவதற்கு அகக் காட்சிகள் தூண்டில்களாகப் பயன்படுகின்றன."

"உங்கள் மனக் கண்ணின் முன்னால் இந்த உள்ளார்ந்த படச்சுருள் ஓடட்டும். ஒவ்வொரு நாளும் நீங்கள் காண்பது என்ன என்றும் எவ்வாறு அதைக் காண்கிறீர்கள் என்றும் வர்ணியுங்கள் - ஒரு ஓவியனைப் போல, கவிஞனைப் போலச் செயல்படுங்கள். இந்த மறுபார்வையின் போதெல்லாம் மேடையில் உள்ளபோது என்ன சொல்லப் போகிறீர்கள் என்பது பற்றிய விழிப்புணர்வுடன் இருங்கள். ஒவ்வொரு முறை மறுபார்வை செய்யும் போதும், அதைப் பற்றிப் பேசும்போதும் ஒருக்கால் சிற்சில மாற்றங்களை எவ்வாறு நீங்கள் செய்யக் கூடும். அதுவும் நன்மைக்கே -

எதிர்பாராதவையும், உடனுக்குடன் முன் தயாரிப்பு இன்றிப் பேசுப்படுபவையுமே புதிதாகப் படைக்கும் திறனுக்கு மேலும் உத்வேகம் அளிப்பவையாகும்."

"இந்தப் பழக்கத்தை நிலைநிறுத்திக் கொள்வதற்கு நீண்ட காலம் முறையாகப் பயிற்சி செய்ய வேண்டும். உங்கள் கவனம் சிதறுவது போலத் தோன்றுகிற நாட்களில் உங்கள் கதாபாத்திரத்தின் உபகருத்து - அடியிலுள்ள சாராம்சத்தின் உடையாத தொடர்கோடு உடைந்து விடுவது போல அச்சுறுத்தினால் உங்களது அகக் காட்சியில் உள்ள திடப்பொருளை வேகமாகத் தேடி எடுத்துப் பற்றிக் கொள்ளுங்கள். நீரில் மூழ்கிக் கொண்டிருப்பவன் ஒரு மிதவையைத் தேடிப் பற்றிக் கொள்வது போல இச்செயல் வெகு வேகமாகச் செய்யப்பட வேண்டும்."

"இங்கு இதனால் மற்றொரு லாபமும் உள்ளது ஒத்திகையின் போதும், பலமுறை மேடையேறி நடிப்பதனாலும், ஒரு கதாபாத்திரத்தின் வசன வரிகளானவை மழுங்கிப் போய் சத்திழந்து விடுகின்றன. ஆனால் ஒரு நடிகரது அகக்காட்சிகளோ இதற்கு நேர்மாறாக எவ்வளவு அதிகமாக, மறுபடி மறுபடி உருவாக்கப்படுகின்றனவோ அவ்வளவு வலிமையாக அவை மனதில் பதிந்து விடுகின்றன."

"கற்பனையானது ஓய்வெடுப்பதேயில்லை. இடைவிடாமல் புதிய நிறங்களை, புதிய விவரங்களை அது சேர்த்துக் கொண்டே வருகிறது. இதனால் அந்த அசையும் படக் காட்சி மேலும் மேலும் உயிரோட்டமுள்ளதாக ஆகிவிடுகிறது. எனவே இக்காட்சிகளை திரும்பத் திரும்ப அடிக்கடி ஓட்டிப் பார்ப்பதால் தீமை விளையாது, மாறாக நன்மை மட்டுமே விளையும்."

இப்போது ஒரு வசனத்தின் அடியில் உள்ள உபகருத்தைப் படங்களாக உருவாக்குவது எப்படி என்று மட்டுமல்லாது அதைப் பயன்படுத்துவது எவ்வாறு என்றும் நீங்கள் அறிந்து கொண்டுள்ளீர்கள். இதை விடவும் மேலாக, உளவியல் - நுட்பமாகிய இந்தச் செயல்முறையின் இரகசியத்தையும் நீங்கள் கற்று வசப்படுத்த வைத்துக் கொண்டிருக்கிறீர்கள்.

7

''மேடையில் பேசப்படும் வசனத்தின் ஒரு வேலையானது ஒரு காட்சியில் உங்களோடு நடிக்கும் உபநடிகருடன் தொடர்பு கொள்வதும், கருத்துப் பரிமாற்றம் செய்வதுமாகும். இதை, நமது வசனத்தின் உபகருத்தைப் படக்காட்சிகளாக மனக்கண்ணில் உருவகித்துச் செய்ய வேண்டும்,'' என்று கூறி டார்ட்சாவ் அன்றைய வகுப்பைத் தொடங்கினார்.''

''பேசுதலின் இந்தப் பணி சரியாகப் பயன்படுத்தப்படுகிறதா என்று நாம் இப்போது பார்க்கலாம்,'' என்று சொன்ன அவர், வான்யாவின் பக்கமாகத் திரும்பி, ''மேடை மீது போய் உனக்குப் பிடித்தமான வசனத்தைப் பேசு,'' என்றார்.

''என்னன்பே... நான் உறுதியாகச் சொல்கிறேன்... என்னால் தொடர்ந்து வர... முடியாது நீ... எனக்கு உறுதிசொல்... என்னுடன் இருப்பாய் இருள்மே... கங்களைத் துரத்திவிடு... வாய் என் வாழ்வில் மேகம் நீ... சென்று விட்...டால்...'' வான்யாவின் சொற்கள் வழக்கம் போலத் திக்கித் திக்கி வெளிவந்தன... புரிந்து கொள்ள முடியாத நிறுத்தங்கள் மற்றும் இழுவைகளுடன் உரைநடையைப் பிதற்றலாகவும், கவிதையைப் பித்துப் பிடித்து அலையும் உரைநடையாகவும் மாற்றும் தன்மையுடன் அவன் வசனம் பேசினான். அவனை இடைமறித்து,

''இதுவரையில் எனக்கு ஒரு வார்த்தைகூடப் புரியவில்லை'' என்று கூறினார் டார்ட்சாவ். ''இவ்வாறு நீ தொடர்ந்து உன் வரிகளைத் கொத்துக் கறியாக்கினால் நீ சொல்வதை யாராலும் புரிந்து கொள்ள முடியாது. இங்கு, வசனத்தின் அடியில் உள்ள உபகருத்தைப் பற்றி எதுவும் சொல்ல முடியாது. இங்கே உபகருத்து என்பதே இல்லை. உன் விருப்பத்தையும், தெரிவுணர்வையும் மீறி ஏதோ ஒன்று உனது நாக்கிலிருந்து நழுவி விழுந்து விடுகிறது. இங்கு உனது சுவாசம் மட்டுமே தேவைப்படுவதாக உள்ளது.''

''எனவே, நாம் மேலே செல்வதற்குமுன், உனது தனித்த வசனத்தில் உள்ள சொற்களை முறைப்படுத்த வேண்டியது அவசியம். அப்போதுதான் எந்தச் சொல் வேறு எதனுடன்

தொடர்பு கொண்டுள்ளது என்றும் எந்த எண்ணத்தை அவை வெளியிடுகின்றன என்றும் நம்மால் பிரித்தறிந்து கொள்ள முடியும்.''

''பேச்சை சிற்சில அளவுகளாகப் பிரிப்பதற்கு ஒரு சில நிறுத்தங்கள் அல்லது பொருள்தரும் தாமதங்கள் தேவை.''

''இந்த நிறுத்தங்களுக்கு, இரட்டையான அதே சமயத்தில் முரண்பாடான பணி ஒன்று உள்ளது. பொருள் தரும் தாமதங்கள் சொற்களைக் குழுக்களாகச் சேர்த்து வைக்கின்றன, அதே சமயத்தில் அவை குழுக்களை ஒன்றிலிருந்து ஒன்றாகப் பிரித்தும் வைக்கின்றன.

''அந்த நிறுத்தம் அல்லது தாமதத்தின் மீது ஒரு மனிதனின் தலைவிதி, ஏன், வாழ்க்கையே கூடத் தொங்கி ஊசலாடிக் கொண்டிருக்கக் கூடும் என்பதை நீங்கள் உணர்ந்திருக்கிறீர்களா? இந்தச் சொற்களை எடுத்துக் கொள்ளலாம் - 'மன்னிப்பு முடியாதது அனுப்பு சைபீரியாவுக்கு' (Pardon impossible send to siberia) இங்கு, எந்தச் சொற்களுக்கு இடையில் தாமதம் அல்லது நிறுத்தம் உள்ளது என்று தெரியும் வரையில் இந்தக் கட்டளையின் பொருளை நம்மால் எவ்வாறு புரிந்து கொள்ள முடியும்? நிறுத்தங்களை உள்ளே போடுங்கள், சொற்களின் பொருள் தெளிவாகும். 'Pardon - impossible send to siberia' அல்லது 'Pardon impossible - send to siberia' என்று நீங்கள் சொல்லலாம்.

முதலாவது விதத்தில், அது கருணையைக் குறிக்கிறது. இரண்டாவதில், நாடுகடத்துதலைக் குறிக்கிறது.

''இப்போது உனது வசனத்தை எடுத்துக் கொண்டு அதை நிறுத்தங்களுடன் பேசு, அப்போது தான் நம்மால் அதைப் புரிந்து கொள்ள முடியும்.''

டார்ட்சாவின் உதவியுடன், தனது வசனத்தை வான்யா சொற்களின் குழுக்களாகப் பிரித்தான். பின் அவற்றைப் பேசலானான். இரண்டாவது முறை பேசியதும் இயக்குனர் அவனைத் தடுத்து நிறுத்தினார்.

‘‘இரண்டு பொருள் தரும் தாமதங்களுக்கு இடையில் உள்ள வசனத்தை எவ்வளவு ஒருங்கிணைந்ததாக முடியுமோ அவ்வளவு இணைத்து நாம் பேச வேண்டும் - கிட்டத்தட்ட ஒரு ஒற்றைச் சொல்லைப் போல அவற்றை உச்சரிக்க வேண்டும். நீங்கள் அதை உடைக்கக் கூடாது. துண்டு துண்டாகக் கடித்துக் குதறித் துப்பக் கூடாது.’’

‘‘ஒரு குறிப்பிட்ட சொற்றொடரின் இடையில் கட்டாயமாக ஒரு நிறுத்தம் இருந்தாக வேண்டிய சில விதிவிலக்கான சந்தர்ப்பங்களும் இருக்கத்தான் செய்கின்றன. ஆனால் அவற்றுக்கே உரிய விதிமுறைகள் உள்ளன. நாம் அவற்றைப் பின்னால் பார்க்கலாம்.’’

‘‘அவற்றைப் பற்றி நாங்கள் ஏற்கெனவே அறிந்துள்ளோம்,’’ என்று க்ரிஷா வாதாடினான்.’’ நிறுத்தக் குறிகளை எங்களால் வாசிக்க முடியும். நான் இதைச் சொல்வதற்கு என்னை மன்னிக்கவும் - ஆனால் அது ஆரம்பப் பள்ளியிலேயே கற்றுத் தரப்படுகிறது.’’

‘‘நீ அதைக் கற்றுக் கொண்டுள்ளாய் என்றால் ஏன் நீ சரியாகப் பேசமாட்டேன் என்கிறாய்?’’ என்று டார்ட்சாவ் பதிற்கணை தொடுத்தார். ‘‘மேலும், நீ மேடையில் இருக்கும்போது சரியான பேச்சு முறையின் சட்டதிட்டங்களை ஏன் முழுமையாகப் பின்பற்றுவதில்லை?’’

‘‘ஒரு நோட்டுப் புத்தகத்தையும் பென்சிலையும் எடுத்துக் கொண்டு நீ வாசிக்கும் விஷயத்தைப் பேச்சு முறையின் பிரிவுத் தொகுப்புகளாகப் பிரித்துக் குறித்துக் கொள்ள வேண்டும் என்று நான் விரும்புகிறேன். அவற்றை உன் காதுகள், கண்கள், கைகள் இவற்றில் அழுந்தப் பதித்துக் கொள்.’’

‘‘பேச்சு முறையின் பிரிவுத் தொகுப்புகளாகப் பிரித்து வாசிப்பதால் உங்களுக்கு மேலும் ஒரு மிகச் சிறப்பான நடைமுறைப் பயனும் உள்ளது. உங்களது கதாபாத்திரத்தினுள் உங்களையே புகுத்திக் கொண்டு உணர்கிற செயல்முறைக்கு அது ஒரு கருவியாகும்.

"இவ்வாறு ஒரு வசனத்தைப் பிரிவுத் தொகுப்புகளாகப் பிரித்துக் கொள்ளல் மற்றும் அப்பிரிவுகளின்படியே அதை வாசித்தல் போன்ற பயிற்சிகளால் நாம் சொற்தொகுதிகளை ஆய்ந்து பார்க்கவும் அவற்றின் சாராம்சத்தைப் புரிந்து கொள்ளவுமாகக் கட்டாயப்படுத்தப்படுகிறோம். இதை நாம் செய்யாவிட்டால் அந்த வசனத்தை எப்படிப் பேசுவது என்று நமக்குத் தெரியாமல் போய்விடும். இவ்வாறு பிரிவுத் தொகுப்புகளாகப் பிரித்துப் பேசும் பழக்கத்தைக் கைக் கொள்வதால், உங்கள் பேச்சு மேலும் நளினம் அதிகமானதாகவும், எளிதில் புரிந்து கொள்ளக் கூடியதாகவும், ஆழமான உட்பொருளைக் கொண்டதாகவும் ஆகிவிடும். ஏனெனில் இதனால் உங்கள் கவனமானது மேடையில் உள்ள போது பேசிக் கொண்டிருக்கும் சொற்களின் சாராம்சமான பொருளின்மீது இடைவிடாமல் பதிந்து இருக்கும். இதைச் சாதிக்கும் வரையில், சொற்களின் முதன்மைப் பணிகளில் ஒன்றாகிய - உங்கள் வசனத்தின் சித்தரிக்கப்பட்ட உபகருத்தைக் கேட்பவருக்குப் புரியுமாறு தெரிவித்தலைச் செய்ய முயல்வதில் கூடப் பயனேதும் இல்லை. இது இல்லாமல், உபகருத்தை உருவாக்குவதான தயாரிப்புப் பணியில் கூட உங்களால் இறங்க முடியாது."

"பேச்சு அல்லது சொற்களைப் பொறுத்தமட்டில் செய்யப்பட வேண்டிய முதல் பணி அதைப் பிரிவுத் தொகுப்புகளாகச் செய்வதும், பொருள்தரும் நிறுத்தங்களை அவை இருக்க வேண்டிய இடங்களில் இருத்துவதுமாகும்.

8

இன்று வசனத்தைப் பேசுமாறு முதலில் அழைக்கப்பட்ட நபர் நான்தான். எனக்கான வசனத்தை நானே தேர்ந்தெடுத்துக் கொள்ளலாம் என்று இருந்ததால், ஒதெல்லோவிலிருந்து ஒரு சில வரிகளை ஒப்பிக்க நான் முடிவு செய்தேன்.

அந்த வசனத்தில் ஒரு முற்றுப்புள்ளி கூட இருக்கவில்லை. அந்த ஒரு சொற்றொடர் மிகமிக நீளமாக இருந்ததால் அதன் இறுதிப் பகுதியை எட்டுவதற்காக நான் அவசர அவசரமாக அதை ஒப்பிக்க

வேண்டி இருந்தது. அதை ஒரே விழுங்கில் மூச்சுவிடக் கூட நிறுத்தாமல் சொல்லி முடித்து விட வேண்டும் என்று எனக்குத் தோன்றியது. ஆனால் என்னால் அதைச் செய்ய முடியவில்லை.

Like to the Pontic sea

Whose icy current and compulsive Course

Ne'er feels retiring ebb, but keeps due on

To the Propontic and the Hellespont;

Even so my bloody thoughts, with violent pace

shall ne'er look back, ne'er ebb to humble love,

Till that a capable and wide revenge

Swallow them up.

எனவே, ஒரு சில பகுதிகளை நெருக்கியடித்துச் சொல்ல வேண்டியிருந்தது ஒன்றும் வியப்புக்குரியதல்ல - ஒப்பித்து முடிப்பதற்குள் நான் முகம் சிவந்து வியர்த்து விறுவிறுத்துப் போனேன்.

"இப்போது உனக்கு ஏற்பட்ட நிலையை எதிர்காலத்தில் தவிர்க்க வேண்டுமானால், பொருள்தரும் நிறுத்தங்களில் உதவியைத் தான் நீ நாடவேண்டும். வசனத்தை பிரிவுகளாகப் பிரித்துக் கொள். ஏனெனில் அது முழுவதையும் ஒரே மூச்சில் பேசி முடிக்க முடியாது என்பதை நீயே பார்த்தாய்," என்பது நான் பேசி முடித்தவுடன் டார்ட்சாவ் கூறிய விமர்சனம் ஆகும்."

எனவே, பின்வருமாறு நான் நிறுத்தங்களை இட்டேன். (நட்சத்திரக் குறிகளால் இது குறிக்கப்பட்டுள்ளது.)

*Like to the Pontic sea**

*Whose Icy current and compulsive course**

Ne'er feels retiring ebb, but keeps due on*

*To the Propontic and the Hellespont**

*Even so my bloody thoughts, with violent pace**

shall ne'er look back, ne'er ebb to humble love,*
Till that a capable and wide revenge
Swallow them up.

"ஒரு பயிற்சிக்காக எடுத்துக் கொண்டால், அதுபோதும்," என்று டார்ட்சாவ் ஒப்புக் கொண்டார். பின்னர், இந்த அசாதாரணமான நீண்ட சொற்றொடரை, நான் பொருத்தியிருந்த நிறுத்தங்களுக்கு ஏற்ப, மீண்டும் மீண்டும் பலமுறை ஒப்பிக்குமாறு செய்தார்."

நான் இவ்வாறு பேசி முடித்தவுடன் எனது பேச்சு கேட்பதற்கும், புரிந்து கொள்வதற்கும் சுலபமாக இல்லை என்று அவர் ஏற்றுக் கொண்டார்.

"இங்கு பரிதாபமான விஷயம் என்னவென்றால் இன்னமும் இதை எங்களால் உணர முடியவில்லை," என்றார் அவர். "இங்கு பிரதான தடங்கல் நீதான். நீ மிகவும் பயங்கரமான அவசரத்தில் இருப்பதால், நீ சொல்லிக் கொண்டிருக்கும் விஷயத்துக்குள்ளே நுழைவதற்குள் தேவையான நேரத்தை நீ உனக்கே கொடுத்துக் கொள்ள மாட்டேன் என்கிறாய். மேலும், அந்தச் சொற்களுக்குப் பின்னால் உள்ளதைப் பரிசீலித்துப் பார்க்கவும், உணர்ந்து அனுபவிக்கவும் உன்னால் முடிவதில்லை. இதைச் செய்யும் வரை, உன்னால் சாதிக்க முடிந்தது எதுவும் இல்லை. அதனால் தான், முதலில் நீ உன் அவசரத்தை விட்டொழிக்க வேண்டும்."

"சந்தோஷமாக அதைச் செய்வேன், ஆனால் எப்படி?" என்றேன், சற்றே குழப்பத்துடன்.

"நான் உனக்கு ஒரு வழியைக் காட்டுவேன்," என்ற டார்ட்சாவ் சற்றுநேரம் யோசித்து விட்டுப்பின் தொடர்ந்தார்:

"ஒதெல்லோவின் வசனத்தை அதற்கேற்ற பொருள்தரும் நிறுத்தங்களுடனும் சொல் பிரிவுகளுடனும் ஒப்பிக்க நீ கற்றுக் கொண்டுள்ளாய். அது நன்று. இப்போது நிறுத்தக் குறிகளுக்கு ஏற்றவாறு அதை என்னிடம் ஒப்பித்துக் காட்டு."

"இவை இரண்டும் ஒரே விஷயம் தானே?"

"ஆம், அது பாதிக் கதைதான். நிறுத்தக் குறிகளுக்கு அவற்றுக்கே ஏற்ற தனித்தன்மை வாய்ந்த தொனி மாற்றங்கள் தேவை. முற்றுப்புள்ளி, கமா, ஆச்சரியக் குறி மற்றும் கேள்விக்குறி ஆகிய எல்லாமே அவற்றுக்கே சொந்தமான பொருள் கொள்ளுதல் உள்ளன. முற்றுப் புள்ளியை எடுத்துவிட்டால் ஒரு சொற்றொடரின் இறுதியில் பேசுபவரது குரல் மங்கி மறைந்து விடுவது நீங்கி விடும். இதனால் கேட்பவருக்கு அச் சொற்றொடர் முடிந்துவிட்டது என்றும் மேலே ஒன்றும் தொடரப் போவதில்லை என்றும் உணர்ந்து கொள்ள முடியாமல் போய்விடும். கேள்விக் குறியில் இருக்கிற அதற்கேயுரிய ஒலிச் சுழலை நீங்கி விட்டால், கேட்பவருக்கு, தன்னிடம் ஒரு கேள்வி கேட்கப்பட்டுள்ளது, எனவே தான் அதற்குப் பதில் தர வேண்டும் என்பதும் தெரியாமல் போய்விடும்.

"இந்தத் தொனிகள் ஒவ்வொன்றாலும் கேட்பவர் மீதான ஒரு குறிப்பிட்ட தாக்கம் ஏற்படுகிறது. இந்தத் தாக்கத்தின் காரணமாக அவர்கள் பதிலுக்கு ஏதேனும் செய்ய வேண்டிய கட்டாயத்துக்கு ஆளாகிறார்கள். ஒரு கேள்விக்குறியின் ஒலித்தாக்கம் பதில் ஒன்றைத் தேவைப்படுத்துகிறது. ஆச்சரியக் குறியின் ஒலி, அனுதாபம், அங்கீகாரம் அல்லது எதிர்ப்பை அவருக்குள் ஏற்படுத்துகிறது. ஒரு அரைப்புள்ளி தொடர்ந்து பேசப்படும் விஷயத்தைக் கூர்ந்து கவனிக்கத் தூண்டுகிறது. இன்னபிற, இந்தத் தொனிகளில் எல்லாம் வெகு அற்புதமான உணர்ச்சி வெளிப்பாடு உள்ளது. இவ்வாறு, நிறுத்தக் குறிகளில் அடங்கியுள்ள தன்மைகள், வேகவேகமாகப் பேசுவதிலிருந்து உங்களைத் தடுத்து நிறுத்துகிறது. அதனால் தான் நான் இங்கு அவற்றுக்கு முக்கியத்துவம் தந்துள்ளேன்."

"இப்போது ஒதெல்லோவின் வசனத்தை அதன் நிறுத்தக் குறிகள் மற்றும் தாமதத்துக்கான இடைவெளிகளுடன் பேசு."

அந்தத் தனி வசனத்தை நான் பேசத் தொடங்கிய போது, ஏதோ ஒரு அன்னிய மொழியைப் பேசுவதுபோல உணர்ந்தேன். ஒவ்வொரு சொல்லையும் உச்சரிப்பதற்கு முன் அதை எடை போட்டு, பொருளைப் பற்றி ஊகிக்க முயன்று, அதைச்

சந்தேகிக்கத் தூண்டிய எனது ஜாக்கிரதை உணர்வைத் திரைபோட்டு மறைத்து - இவ்வாறெல்லாம் செயல்படுவதற்கு முடியாமல் திக்கித்திணறி மேலே பேசமுடியாமல் நிறுத்திவிட்டேன். இதைக் கண்ட டார்ட்சாவ்,

"உனது தாய்மொழியின் இயல்பைப் பற்றி உனக்குத் தெரியவில்லை என்பதையே இது காட்டுகிறது - குறிப்பாக, நிறுத்தக் குறிகளைப் பற்றி! இல்லாவிட்டால், உன்னால் உனது பயிற்சிகளைக் கண்டிப்பாகச் செய்து முடிக்க முடிந்திருக்கும்."

"இந்தச் சம்பவத்தை நினைவில் வைத்துக் கொள். பேசுதலின் விதிமுறைகளைப் பற்றித் தீவிரமாகக் கற்றுக் கொள்ள வேண்டியதன் அவசியத்தைப் பற்றி நீ நன்கு உணர்வதற்கு இது ஒரு கூடுதல் காரணமாக அமையும்."

"இப்போதைக்கு, நீ பேசும் போது நிறுத்தக் குறிகள் உன்னைக் குழப்புகின்றன என்று தோன்றுகிறது. உனக்கு ஒரு தடங்கலாக அமைவதற்குப் பதிலாக உதவிகரமாக இருக்கும்படி செய்வது எப்படி என்று நாம் பார்க்கலாம்."

"எல்லா நிறுத்தக்குறிகளையும் எவ்வாறு பேச்சில் காட்டுவது என்று என்னால் இப்போது செய்து காட்ட முடியாது. எனவே ஒரே ஒரு நிறுத்தக்குறியை மட்டும் நான் எடுத்துக்காட்டாகப் பயன்படுத்தப் போகிறேன்," என்று டார்ட்சாவ் சொன்னார்.

"இந்தப் பரிசோதனையானது என் கருத்தைப் பற்றி உங்களுக்கு விளக்குவதில் வெற்றி கண்டால், பிற நிறுத்தக்குறிகளைக் கொண்டு உங்கள் சொந்தப் பரிசோதனைகளைச் செய்ய நீங்களே விரும்புவீர்கள்."

"மீண்டும் சொல்கிறேன் - எனது நோக்கமானது நானே இதை உங்களுக்குக் கற்பிக்க வேண்டும் என்பதல்ல. மாறாக, நீங்கள் பேச்சின் விதிமுறைகளைக் கற்றுக் கொண்டாக வேண்டும் என்று உங்களுக்கு வலியுறுத்துவதாகும்."

"நமது பரிசோதனைக்காக, நான் 'கமா'வை எடுத்துக் கொள்கிறேன். ஏனெனில், நீங்கள் தேர்ந்தெடுத்துள்ள

ஒதெல்லோவின் வசனத்தில் தென்படுகிற ஒரே நிறுத்தக் குறி இதுதான்.

''ஒரு கமாவுக்கு வந்த ஒவ்வொரு முறையும் உள்ளுணர்வால் உந்தப்பட்டுச் செய்ய விரும்பியது என்ன என்று உன்னால் நினைவுபடுத்திப் பார்க்க முடிகிறதா?'' என்றார் அவர் என்னிடம் திரும்பி.

''முதலாவதாக, நீ பேசுவதைச் சற்று நிறுத்த விரும்பினாய். ஆனால், கமாவுக்கு முந்தைய கடைசிச் சொல்லின் கடைசி அசைக்கு அதன் ஒலிக்கு, ஒரு சிறிய மேல் நோக்கிய திருப்பத்தைத் தரவும் விரும்பினாய். அந்த ஒலிக்குப் பின்னர், அந்த மேல்ஸ்தாயியிலான ஒலியைச் சற்றே காற்றில் தொங்குமாறு விட்டாய்.

''அந்தத் திருப்பத்தால், ஒலியானது கீழே உள்ள தட்டிலிருந்து மேலே உள்ள தட்டுக்கு மாற்றப்படுகிற ஒரு பொருளைப் போலக் கீழிருந்து மேலாகத் தள்ளப்படுகிறது.''

''ஒரு கமாவைப் பற்றிச் சிறப்பாகச் சொல்ல வேண்டுமானால் அதற்கு ஒரு மந்திர சக்தி உள்ளது என்றே சொல்லலாம். அதன் வளைவானது, எச்சரிக்கை செய்து அசையும் கையைப் போல, கேட்பவர்களைப் பொறுமையாகக் காத்திருக்கச் செய்கிறது. இது எவ்வளவு முக்கியம் என்று உன்னால் உணர முடிகிறதா? 'கமா'வின் ஒலி வளைவுக்குப் பிறகு நீ தொடர்ந்து பேசுவதற்காகக் கேட்பவர்கள் கண்டிப்பாகக் காத்திருப்பார்கள் என்பதை மட்டும் நீ நம்பினால், அவசர அவசரமாகப் பேசுவதற்குக் காரணமே இருக்காது. இதுவே உன்னை அமைதிப்படுத்தும் கமா வையும் அது சுட்டிக்காட்டும் அர்த்ததையும் நீ மிகவும் விரும்பி நேசிக்கத் தொடங்கி விடுவாய்.

''ஒரு நீண்ட கதையை அல்லது சொற்றொடரைச் சொல்லும் போது ஒரு கமாவுக்கு முன்னால் உள்ள ஒலியைச் சற்றே உயர்த்தி நிறுத்துவதன் திருப்தியை, உன்னை எவரும் தடை செய்யமாட்டார்கள் அவசரப்படுத்த மாட்டார்கள் என்ற உணர்வின் திருப்தியை நீ புரிந்து கொண்டால் போதும்.''

"இவ்வாறு தற்காலிகமாக உன் வேலையை வேறு ஒருவருக்கு மாற்றிக் கொடுத்து விட்டுக் காத்திருக்கும் போது, 'கமா'வின் நிறுத்தம் உனக்கு மன அமைதியைத் தரும் ஏனெனில், அந்த நிறுத்தம் நீ பேசுவதைக் கேட்பவருக்கு அவசியமானதாக ஆகி விடுகிறது. இதை நீங்கள் ஒப்புக் கொள்கிறீர்களா?"

இவ்வாறு கேட்டுவிட்டு டார்ட்சாவ் தனது உரையை முடித்துக் கொண்டு எங்கள் பதிலுக்காகக் காத்திருக்கலானார். என்ன பதில் சொல்லலாம் என்று சிந்திக்க நாங்கள் முயன்றோம் - பதில் ஏதும் கிடைக்காததால் மிகவும் கிளர்ச்சியடைந்தோம். ஆனால் அவரோ மிகப் பொறுமையாக, அமைதியாக இருந்தார். ஏனெனில் அந்தத் தாமதமானது எங்களால் ஏற்படுத்தப்பட்டதாக இருந்தது, அவரால் அல்ல.

அந்தத் தாமதத்தின் போது டார்ட்சாவ் சிரிக்கத் தொடங்கி விட்டார். பின்னர் தமது சிரிப்புக்கான காரணத்தை எங்களுக்கு விளக்கினார்.

"சில நாள்களுக்கு முன், முன் வாசல் கதவின் சாவியை எங்கே தொங்க விடுவது என்று புதிய பணிப்பெண் ஒருத்திக்கு நான் சொல்லிக் கொண்டிருந்தேன். "சென்ற இரவு நான் உள்ளே வந்த போது, சாவியைப் பூட்டில் பார்த்தேன்..." என்று சொல்லிவிட்டு என்ன சொல்ல வந்தேன் என்பது மறந்து போனதால் பேசுவதை நிறுத்திவிட்டு என் படிக்கும் அறைக்குள் சென்றேன். ஐந்து நிமிடங்கள் முழுதாகக் கழிந்த பின் என் அறைக் கதவு தட்டப்பட்டது. அந்தப் பணிப்பெண் தன் தலையை உள்ளே நுழைத்து, "சாவியைக் கதவில் பார்த்துவிட்டு... அதன்பின் என்ன?" என்று கேட்டாள்.

"எனவே, ஒரு கமாவுக்கு முன்னால் குரலை உயர்த்தியதால் ஐந்து முழு நிமிடங்கள் அந்தத் தாக்கம் நிலைத்து நின்றது. பின் அந்த ஒலி இறங்கிச் சொற்றொடரின் முடிவை எட்டுவதற்கான தேவையை உருவாக்கியது. இந்தத் தேவையானது தடைகளைக் கடந்து அப்பால் சென்றது."

இன்றைய பாடத்தை மறுபார்வை பார்த்தபோது நான் விரைவில் நிறுத்தங்களைக் கண்டு அஞ்சுவதை நிறுத்தி விடுவேன் என்றும், பிறரை எனக்காகத் காத்திருக்கச் செய்வது எப்படி என்று இப்போது கற்றுக் கொண்டு விட்டதால் இது சாத்தியமாயிற்று என்றும் டார்ட்சாவ் கூறினார். மேலும், என் பயிற்சியில் இதைத் தாண்டிச் செல்லும்போது, நிறுத்தங்களைப் பயன்படுத்தி என் பேச்சில் தெளிவை உருவாக்கக் கற்றுக் கொண்ட பின், அவற்றைக் கண்டு பயப்படாமல் இருப்பது மட்டுமின்றி, அதற்கு நேர்மாறாக அவற்றை மிகவும் விரும்பி நேசிக்கத் தொடங்கி விடுவேன் என்றும், அதனால் அவற்றை அளவுக்கதிகமாகப் பயன்படுத்தவும் தலைப்படுவேன் என்றும் அவர் ஒரு தீர்க்க தரிசனம் போலச் சொன்னார்.

9

இன்று டார்ட்சாவ் வகுப்பினுள் நுழைந்தபோது மிகவும் உற்சாகமாக இருப்பது போலத் தென்பட்டார். பின்னர் திடுமென்று, எந்தக் காரணமும் இன்றி ஒரு அமைதியான ஆனால் திடமான குரலில் கூறியது இதுதான்:

''உங்கள் பாடங்கள் மீது தீவிரக் கவனம் செலுத்தாவிட்டால் நான் உங்களுடன் வேலை செய்யமாட்டேன்!''

இது எங்களைத் திடுக்கிட வைத்தது. ஒருவரையொருவர் பார்த்துக் கொண்டவர்களாய், அவரது வகுப்புகள் மீது எங்களுக்கு அளவற்ற ஈடுபாடு இருந்தது என்று அவருக்கு உத்திரவாதம் அளிக்கத் தயார் செய்யலானோம். ஆனால் ஒரு வார்த்தை கூடச் சொல்வதற்கு முன்பு, டார்ட்சாவ் பலமாகச் சிரிக்கலானார்.

''நான் என்ன ஒரு பிரமாதமான மனநிலையில் இருக்கிறேன் என்பது உங்களுக்குத் தெரிகிறதா?'' என்றார் அவர். ''எனது மாணவர்களில் ஒருவர் பெற்றுள்ள மகத்தான வெற்றி பற்றி இப்போது தான் செய்தித்தாளில் வாசித்து அறிந்து கொண்டேன். இதனால் நான் மிக அற்புதமான மனநிலையில் இருக்கிறேன். இருந்தாலும், என் குரலால் ஒரு குறிப்பிட்ட தொனியைப்

பயன்படுத்தி, நிச்சயமான, திடமான, மாற்றப்பட முடியாத ஒன்றைச் சொல்வதன் மூலம் மட்டுமே உங்கள் மனங்களைப் பொறுத்தளவில் ஒரு கடுமையான, கோபமிக்க, சுள்ளென்று எரிந்து விழும் ஆசிரியராக என்னை மாற்றிக் கொள்ள முடிந்தது!

''இவ்வாறு, சில குறிப்பிட்ட சொற்கள் மற்றும் நிறுத்தக் குறிகளுக்கு மட்டுமன்றி முழுச் சொற்றொடர்களுக்கும் கூட, அவற்றுக்கே உரிய சில நிலை நிறுத்தப்பட்ட தொனிகள் உள்ளன.''

''இவற்றுக்கு, இயற்கையை அடிப்படையாகக் கொண்ட சில வடிவங்கள் உள்ளன. இவற்றுக்குப் பெயர்களும் உள்ளன. எடுத்துக்காட்டாக, நான் இப்போது பயன்படுத்திய தொனிக்கு, ''அன்னப் பறவையின் கழுத்து அல்லது இரட்டை மடிப்புள்ள கால அளவு'' என்று பெயர். இங்கு முதலில் உயர்ந்து செல்லும் உச்சரிப்பு ஒரு புள்ளியை நோக்கிச் செல்கிறது. அங்கு ஒரு கமாவும், பொருள் தரும் நிறுத்தமும் உள்ளது. அதற்குப் பின் ஒரு திருப்பத்துக்குப் பின் தற்காலிக முற்றுப்புள்ளியும் அதன்பின் குரல் சட்டென்று கீழே இறங்கி, வடிவத்தின் கீழ்ப்பகுதியை எட்டி நின்று விடுகிறது. இது நிகழ்கிற வடிவம் இதோ,'' என்று கூறி டார்ட்சாவ் கீழ்க்கண்ட வரிகளை ஒரு காகிதத்தில் எழுதிக் காட்டினார்.

உங்கள் பாடங்களின்மீது தீவிரக் கவனம் செலுத்தாவிட்டால் நான் உங்களுடன் வேலை செய்யமாட்டேன்.

"இந்த உச்சரிப்பும் தொனியும் கட்டாயமானவை.

"ஒரு முழுச் சொற்றொடர்த் துண்டுக்குமான பிற பல ஒலிவடிவங்கள் உள்ளன. ஆனால் இந்தப் பாடத்தை நான் உங்களுக்குக் கற்றுத் தராததால் அவற்றைச் செய்து காட்டப் போவதில்லை - சும்மா ஏதோ கொஞ்சம் அதைப் பற்றிச் சொல்லப் போகிறேன்."

"நடிகர்கள் இந்த ஒலிவடிவங்கள் பற்றி நன்கு அறிந்திருக்க வேண்டும். இதற்குப் பல காரணங்கள் உண்டு, அவற்றுள் இதுவும் ஒன்று."

"ஒரு நடிகர் மேடையில் இருக்கும்போது, கூச்சத்தினாலோ அல்லது வேறு ஏதேனும் காரணத்தாலோ, அவரது குரல் வளம் தானாகச் சுருங்கி விடக் கூடும்."

"இத்தாலிய நடிகர்களுடன் ஒப்பிடும்போது ரஷ்ய நடிகர்கள் கீழ்ஸ்தாயியில் பேசுவது வழக்கம். மேடையில் இத்தகைய குணாம்சங்கள் பெரிதுபடுத்தப்பட்டது போலத் தோன்றும். மகிழ்ச்சியில் கூவும்போது ஒரு பிரெஞ்சு நடிகர் கீச்சுக் குரலில் பேசுவார். ஆனால் ரஷ்யனோ, தனது இடைவெளிகளை மேலும் பரவலாக்கிக் கீழ்க் குரலுக்கு இறங்கி விடுவார்."

இதனால் ஒரு நடிகரின் ஆழ்மனம் இங்கு ஈடுபடுத்தப் படாவிட்டால், அவரது விருப்பத்துக்கும் மாறாக அவரது குரலின் தொனி போதுமான அளவு மாற்றங்கள் இன்றித் தட்டையாகத் தோன்றக் கூடும்.

இந்தக் குறைபாட்டைச் சரி செய்வது எப்படி? தமது பழக்கத்தால் நிலை நிறுத்தப்பட்ட ஒலி வடிவங்களைப் பற்றி எதுவும் அறியாதவர்கள் இப்பிரச்சினையைத் தீர்க்க முடியாமல் தடுமாறுவார்கள். ஆனால் அவற்றைப் பற்றி அறிந்திருப்பவர்களோ அவற்றுக்கான சரியான தொனியைக் கண்டு கொள்வார்கள்.

"இத்தகைய சமயங்களில் ஒலிகளின் தொனியை வெளியிலிருந்து செயல்படுத்துவது நலம். ஏனெனில் பேசப்படுகிற விஷயத்துக்கான தொனியானது வெளியிலிருந்து வடிவமைக்கப்

பட்டால் உங்களது உணர்ச்சிகள் அவற்றுக்கு ஏற்ப உயிரோட்டத்துடன் ஊற்றுப் பெருக்கெடுக்கும்."

"ஆனால், உங்கள் தொனியானது உங்களை ஏமாற்றி விட நேர்ந்தால், அப்போது வெளியிலிருந்து அதற்கான அடிப்படை ஒன்றைக் கண்டுபிடித்துப் பின் அதற்காக உள்ள உங்கள் இயல்பான உணர்ச்சியை நோக்கிச் செல்ல முற்படுங்கள்."

டார்ட்சாவ் பேசிக் கொண்டிருக்கும் போதே அவரது உதவியாளர் அங்கு வந்து அவரை எங்கள் வகுப்புக்கு வெளியே அழைத்துச் சென்றார். ஒரு சில நிமிடங்களில் திரும்புவதாகச் சொல்லிவிட்டு அவரும் சென்றார். எனவே எங்களுக்கு, ஒரு சிறிய இடைவேளை கிடைத்தது. க்ரிஷாவும் தன் வழக்கம் போல மறுப்புத் தெரிவித்தார். வலிந்து செய்யப்படும் பயிற்சிகள் அவனைக் கலக்கின. அவை, படைக்கும் திறனின் சுதந்திரத்தை அழித்து விடுவதாக அவன் நினைத்தான்.

க்ரிஷா, வலிமை என்றும் வன்முறை என்றும் குறிப்பிட்டது நிஜத்தில் மொழியின் ஒரு இயல்பான தன்மையே என்று ரக்மனோவ் நிரூபித்தார். மேலும் இயல்பான கட்டுப்பாடுகளை நிறைவேற்றுவதுதான் மிகவும் உயர் மட்டத்திலான சுதந்திரம் என்று ரக்மனோவ் கருதினார். க்ரிஷா மிகவும் விடாப்பிடியாகப் போற்றிக் கொண்டிருந்த பாரம்பரிய நாடக பாணியின் செயற்கையான உச்சரிப்புகளைத் தான் வலிமை, வன்முறை என்று அவர் கருதினார். தனது கருத்தை வலியுறுத்த உதாரணமாக, மிகவும் தப்பும் தவறுமாகப் பேசுவதையே தனக்குரிய சிறப்பாகக் கொண்டிருந்த ஒரு சிறு நடிகையைப் பற்றி அவர் பேசினார்.

"அது அவளுடைய பேசும் முறை, தெரியுமா?" என்றான் க்ரிஷா, பிடிவாதமாக. "பேசுதலின் விதிமுறைகளைப் பற்றி அவளுக்குக் கற்பித்தால் அவள் நடிப்புலகை விட்டுக் காணமலே போய் விடுவாள்!"

"அப்படி நடந்தால் மிகவும் நல்லது தான்!" என்று ரக்மனோவ் பதிலளித்தார். "ஒரு குறிப்பிட்ட குணசித்திரப் பாத்திரத்துக்காக அவள் தப்பும் தவறுமாகப் பேசுவதனால் சரி, செய்யட்டும், நானும்

அவளுக்குக் கை தட்டுவேன். ஆனால் அத்தகையதொரு காரணத்துக்காக மட்டும் இல்லையென்றால் அது ஒரு குறைபாடுதான். மதிக்கப்பட வேண்டிய சொத்து போன்ற அம்சம் அல்ல. மோசமான பேச்சைப் பயன்படுத்திக் காதல் மொழி பேசுவது என்பது கொடியது, மோசமான தரம் கொண்டது. இப்போது நடிப்பது போலவே நடித்துக் கொண்டு, ஆனால், நன்றாகப் பேசிக் கொண்டிருந்தால் இப்போதைக் காட்டிலும் இருமடங்கு பாராட்டுக்குரியவளாக அவள் இருப்பாள் என்று நான் சொன்னதாக அவளிடம் சொல். அப்போது பொதுமக்களும் அவளை நன்கு ரசிப்பார்கள். ஏனெனில் அவளது நடிப்புக் கலையானது பண்படுத்தப்படாத பேசுதல் என்ற தடையின்றி அவர்களைச் சுலபமாகச் சென்று சேரும்.''

''முதலில், நாம் அன்றாட வாழ்வில் பேசுவது போலப் பேசக் கூடாது என்று சொல்லப்பட்டது. பின்பு, ஏதோ ஒரு விதிமுறைப்படி பேச வேண்டும் என்று சொல்லப்படுகிறது. என்னை மன்னியுங்கள் - ஆனால் மேடைக்கு என்ன தேவை என்பது எங்களுக்குத் திட்டவட்டமாகத் தெரியப்படுத்தப்பட வேண்டும். நாம் அன்றாட வாழ்வில் பேசுவதைக் காட்டிலும் வேறு விதமாக பேச வேண்டுமா? ஏதோ ஒரு தனிச் சிறப்பான முறையில் பேச வேண்டும் என்று சொல்கிறீர்களா?'' என்று க்ரிஷா கேட்டான்.

''ஆம், ஆம் அப்படித்தான்,'' என்று ரக்மனோவ். அவனுக்குப் பதில் அளித்தார். ''அன்றாட வாழ்வில் பேசுதல் போல அல்ல, ஒரு தனிச் சிறப்பான முறையில் மேடையில் உள்ளபோது நாம் அன்றாட சாதாரண வாழ்வில் பேசுவதுபோல, பண்படுத்தப்படாத, கல்வியறிவற்ற முறையில் பேசக் கூடாது.''

இதற்கிடையில், டார்ட்சாவின் உதவியாளர் இந்த வாக்குவாதத்தைக் குறுக்கீடு செய்து நிறுத்தினார். அன்று இயக்குனர் வகுப்புக்குத் திரும்ப வரமாட்டார் என்று சொல்ல அவர் வகுப்பறைக்குள் நுழைந்தார்.

எனவே, வழக்கமான வகுப்புக்குப் பதிலாக, ரக்மனோவ் எங்களுக்கு அன்று ஒரு நடிப்புப் பயிற்சியை நடத்தி முடித்தார்.

10

இன்றைய பாடத்தின்போது ஒதெல்லோவின் வசனத்தைத் திரும்பத் திரும்பப் பேசுமாறு இயக்குனர் என்னைப் பணித்தார். ஒவ்வொரு கமாவின் போதும், திருப்தியளிக்கும் திருப்பங்களை என் குரலில் கொண்டு வருமாறு அவர் செய்தார்.

தொடக்கத்தில் இவ்வாறு குரலை உயர்த்திப் பேசுவது சுத்தமாக மரபு சார்ந்ததாகவும், ஊக்கமற்றதாகவும் இருந்தது. பின் சட்டென்று ஒரு திருப்பம் எனக்கு ஒரு நிஜமான தொனியை நினைவு படுத்தியதால் எனக்குள் ஒருவித இனிய, நன்கு பழக்கப்பட்டது போன்ற உணர்வு வெள்ளமெனப் பெருகியது.

இதனால் ஊக்குவிக்கப்பட்டவனாக ஒதெல்லோவின் வசனத்துக்குப் பலவிதமான வெற்றிகரமான மற்றும் வெற்றியற்ற ஒலித் திருப்பங்களைக் கொடுக்கக் கொஞ்சம் கொஞ்சமாகத் துணிவு பெற்றேன். ஒவ்வொரு முறையும் பல்வேறு உணர்ச்சி நினைவலைகள் எனக்குத் தூண்டப்பட்டு அசைந்து எழுந்தன.

இதில் தான் உண்மையான, தானாக ஊற்றெடுக்கிற இயல்பான பேசுதலின் ஆதாரம் அடங்கியுள்ளது. வெளிப்புறமாகப் பேசப்படும் சொல், தொனிகளின் வாயிலாக ஒருவரது உணர்ச்சிகள், நினைவு மற்றும் உணர்வுகளைத் தாக்குகிறது. இது இப்போது என் மனதில் நிலைநிறுத்தப்பட்டுவிட்டது.

எனவே, கமாவின் கோணத்தின் திருப்பத்திற்குப் பிறகு நிறுத்தங்கள் அல்லது தாமதங்களை சற்றே பிடித்து வைக்க முயலலாம் என்று தீர்மானித்தேன். இதனால் எனக்குள் நிகழ்வதன் பொருளை ஆழமாகச் சென்று ஆராய்வதற்கான நேரம் எனக்குக் கிடைப்பது மட்டுமல்லாமல், அந்த உணர்வுகளை முழுவதுமாக ரசித்து அனுபவிக்கவும் முடியும்.

ஆனால் ஒரு விபத்து நடந்து விட்டது. எனது உணர்ச்சிகள், எண்ணங்கள், பரிசோதனைகள் இவற்றுள் முற்றிலுமாக மூழ்கிப்

போயிருந்த நான் என் வசனத்தை நடுவிலே மறந்து விட்டேன். இதனால் பேசுவதை நிறுத்தும்படி ஆயிற்று. ஆனால் டார்ட்சாவோ அகலமாகப் புன்னகைத்தவாறு தென்பட்டார்.

"அதுதான் சரி!" என்று மகிழ்ச்சியுடன் கூறினார். "நான் சொன்னதெல்லாம் ஒரு சிறிய தீர்க்கதரிசனம் தான் - நீயோ நிறுத்தங்களின் சாத்தியப்பாடுகளை ஆழமாக ஆராயமுற்பட்டு விட்டாய். உண்மையில், பொருள் தரும் நிறுத்தங்களை நீ உளவியல் நிறுத்தங்களாக மாற்றிவிட்டாய். ஆனால் உளவியல் நிறுத்தம், பொருள் தரும் நிறுத்தத்தின் வேலையைத் தானே எடுத்துக் கொள்ளாமல் அதை மேலும் மெருகூட்டுவதாக அமையும் வரை இது மிக நல்ல காரியமாகும். மேலும், அது நிறைவேற்ற வேண்டிய நோக்கம் எதுவோ அதை அது எப்போதுமே செய்து முடிக்க வேண்டும். இல்லாமல் போனால், கோஸ்ட்யா, இப்போது உனக்கு ஏற்பட்டது போன்ற விபத்துத் தவிக்க முடியாததாகி விடும்.

"இந்த இரண்டு விதமான நிறுத்தங்களையும் பற்றி நான் விளக்கிய பின்பு இந்த எச்சரிக்கையூட்டும் அறிவுரையை மேலும் நன்றாகப் புரிந்து கொள்வாய். பொருள்தரும் நிறுத்தம் சொற்களின் தொகுதிகளை எந்திரத்தனமாக வடிவமைக்கிறது. இதனால் ஒரு வசனத்தை மேலும் தெளிவாகப் புரிந்து கொள்ள வழி வகுக்கிறது. ஆனால் உளவியல் நிறுத்தமானது எண்ணங்கள், சொல் துணுக்குகள் மற்றும் தொகுதிகளுக்கு உயிரூட்டுகிறது. பொருள்தரும் நிறுத்தம் இல்லாத பேச்சு புரிந்து கொள்ள முடியாததாக இருக்கும் என்றால், உளவியல் நிறுத்தம் இல்லாவிட்டால் அது உயிரற்றதாகி விடும்."

பொருள் உள்ள நிறுத்தம் அசைவற்றது, மரபுத்தன்மை கொண்டது, ஊக்கமற்றது. ஆனால் உளவியல் நிறுத்தமானது செயலூக்கத்துடன் வெகு செழிப்பான உட்பொருளால் நிரம்பி வழிந்து கொண்டு இருக்கிறது."

"பொருள் தரும் நிறுத்தம் நமது மூளைக்குப் பயன்படுகிறது என்றால், உளவியல் நிறுத்தம், நமது உணர்ச்சிகளுக்குப் பயன்படுகிறது."

"ஒரு பிரபல நடிகர் முன்னொரு முறை பின்வருமாறு கூறினார் உங்களது பேச்சு அடங்கியதாகவும் உங்கள் மௌனங்கள் எழிலுறப் பேசுவதாகவும் அமையட்டும். உளவியல் நிறுத்தம் என்பது மிகச் சரியாக அதுதான். எழிலுறப் பேசுகிற மௌனம் இருவருக்கிடையிலான கருத்துப் பரிமாற்றத்தில் அது ஒரு மிக முக்கிய வழிமுறையாகும். கோஸ்ட்யா, உனது படைக்கும் நோக்கத்திற்காக, இந்தப் பேசுகிற மௌனமாகிய நிறுத்தத்தை உன்னால் பயன்படுத்தாமல் இருக்க முடியவே முடியாது என்று நீயே இன்று கண்டுகொண்டாய். சொற்களுக்குப் பதிலாகக் கண்கள், முகபாவங்கள், சக்திக் கற்றைகளைச் செலுத்துதல், கண்டுணர்ந்து கொள்ளவே முடியாதவாறு மிக நுண்மையாக அமையும் அசைவுகள் ஆகியவை அமைகின்றன - இவை எல்லாமே தன்னுணர்வைத் தாண்டிய கருத்துப் பரிமாற்றத்தின் வழிமுறைகளாக அமைகின்றன.

"இவை சொற்களை முழுமையாக்குகின்றன. மேலும் தீவிரத்தன்மையுடன், நளினத்துடன் செயல்படுகின்றன. இவை சொற்களுடன் இணைந்து பயன்படும்போது இருப்பதை விட மௌனத்துடன் இணைந்து இருக்கும்போது ஒதுக்கி விலக்க முடியாத அளவு கவர்ச்சிகரமாக உள்ளன. சொற்களற்ற இந்த உரையாடல், சாதாரண உரையாடலைக் காட்டிலும் சுவாரஸ்யமானதாகவும், பொருள் உள்ளதாகவும், நம்பிக்கையூட்டுவதாகவும் இருக்கக் கூடும்."

"இந்த நிறுத்தமானது வசனத்தின் உபகருத்தை மட்டுமல்லாது நமது ஆழ்மனத்தின் உட்கருத்தையும் வெளிப்படுத்துவதாக உள்ளது. இந்த அனுபவங்களும் அவற்றின் வெளிப்பாடுகளும் நமது நடிப்புக் கலையில் நமக்கு மிக மிக முக்கியத்துவம் வாய்ந்தவையாக உள்ளன."

"உளவியல் நிறுத்தத்தின் உயர்நிலையைப் பற்றி உணர்ந்துள்ளீர்களா? இது எந்த வழிமுறைக்கும் உட்பட்டது அல்ல; ஆயினும் பேசுதலின் அனைத்து விதிமுறைகளும், எந்த விதிவிலக்கும் இன்றி இதற்கு உட்பட்டதாக உள்ளன."

"ஒரு பொருள்தரும் நிறுத்தமோ அல்லது இலக்கணம் சார்ந்த நிறுத்தமோ நுழைய முடியாத இடத்தில்கூட உளவியல் நிறுத்தம் வெகு துணிவுடன் இறங்கி நின்று விடும். நமது நாடகக் குழு ஒரு அயல்நாட்டுப் பயணத்திற்குச் செல்கிறது என்று வைத்துக் கொள்வோம். நமது மாணவர்களில் இருவரைத் தவிர மற்ற அனைவரையும் நாம் அழைத்துச் செல்ல விருக்கிறோம். "அந்த இருவர் யார்?" என்று கோஸ்ட்யா ஆர்வத்துடன் பாலைக் கேட்கிறான். "நானும்..." (இங்கு அவன் வரப்போகிற அதிர்ச்சியை மென்மையானதாக ஆக்கவோ அல்லது ஆத்திரத்தை அதிகப்படுத்தவோ வேண்டி ஒரு உளவியல் நிறுத்தத்தைக் கொடுக்கிறான்) "... ம்.... நீயும்!" என்று பால் சொல்கிறான்.

"நானும் என்ற சொல்லுக்குப் பின்னால் நிறுத்தம் அல்லது தாமதம் இலக்கணப்படி வராது என்று அனைவருக்கும் தெரியும். ஆனால் இவ்வாறு ஒரு விதியை உடைத்து மீறுவது பற்றி உளவியல் நிறுத்தத்திற்குக் கவலையேயில்லை. மேலும், உளவியல் நிறுத்தத்திற்கு, பொருள் தரும் நிறுத்தத்தை அழிக்காமலேயே அதற்குப் பதிலாக நின்று செயல்படுகிற உரிமை உள்ளது."

"இதற்காக, மிகக் குறுகிய திட்டவட்டமான ஒரு கால அவகாசம் ஒதுக்கி வைக்கப்படுகிறது. அந்த நேரம் கடந்து விட்டால், நீட்டப்பட்டு விட்டால், அந்தப் பொருள்தரும் நிறுத்தமானது ஒரு செயலூக்கம் கொண்ட உளவியல் நிறுத்தமாக மாற்றப்பட்டு விடுகிறது. இதற்கான கால அவகாசம் வரையறை செய்யப்படாத ஒன்றாகும். இங்கு நேரத்தைப் பற்றிய கவலை இல்லை. தேவைப்படுகிற அளவு இது நீடிக்கப்படுகிறது. நாடகத்தின் மேன்மைக் குறிக்கோளை நோக்கி இது செலுத்தப்படுகிறது. தடைப்படாத தொடர்ந்த செயலின் தொடர்கோடு வழியாக இது செல்வதால் பொதுமக்களின்

ஆர்வத்தையும் கவனத்தையும் இது இழக்காமல் தக்கவைத்துக் கொள்கிறது.

"சில சமயங்களில் முழுக்காட்சிகளுமே உளவியல் நிறுத்தங்களால் வடிவமைக்கப்படுகின்றன. இவற்றை நாம் நட்சத்திரப் பாத்திரத்தில் நிறுத்தங்கள் என்று குறிப்பிடுகிறோம்."

"இருந்த போதிலும், உளவியல் நிறுத்தங்கள் நீண்ட நேரம் அளவுக்கு அதிகமாக நீடிக்கப்பட்டு இழுவையாக ஆகாமல் பார்த்துக் கொள்ளப்பட வேண்டும். இவ்வாறு நிகழ்வதற்கு முன்னதாகவே, மறுபடியும் பேசப்படுகிற வசனம் தொடங்கிவிட வேண்டும்."

"அவ்வாறு ஆகாமல் வெறும் காத்திருத்தலோடு ஒரு உளவியல் நிறுத்தம் நின்று விடுமேயானால் இது துரதிருஷ்டவசமானது - அதாவது நிறுத்தம் வேண்டும் என்பதற்காக மட்டுமே ஒரு நிறுத்தம் செய்யப்படும் நிலை இதுவாகும். இதனால் நடிப்புக் கலைப் படைப்பின் சித்திரத்தில் ஒரு காலி ஓட்டை விழுந்து விடுகிறது."

"கோஸ்ட்யா, இன்று உன் விஷயத்தில் அதுதான் நடந்துள்ளது. அதனால் தான் நீ மறுபடியும் அதைச் செய்யாமலிருக்க வேண்டும் என்பதற்காக உன் தவறை விளக்கிச் சுட்டிக் காட்ட நான் விரைந்தேன். உன் மனம் விரும்பும் அளவு பொருள் தரும் நிறுத்தங்களுக்குப் பதிலாக உளவியல் நிறுத்தங்களை மாற்றி வைத்துக் கொள் - ஆனால் சரியான காரணமின்றி அவற்றை இழுக்காதே.

"பேசும் வசனத்தில் மற்றும் ஒரு வகையிலான நிறுத்தம் உள்ளது. பாடுவதில் அதற்கான ஜெர்மானியச் சொல்லை நாம் பயன்படுத்துகிறோம் - Luft pause - காற்றுக்கான அல்லது மூச்சுவிடுவதற்கான நிறுத்தம். இது மிகமிகக் குறுகிய நிறுத்தமாகும் - வேகமாக மூச்சை ஒரு முறை உள்ளே இழுத்துக் கொள்வதற்குப் போதுமானது. விரலைச் சொடுக்குவதற்கான நேரம் மட்டுமே இதற்குத் தேவை. பெரும்பாலும் ஒரு Luft pause என்பது ஒரு நிஜமான இடைவெளியாகக் கூட இல்லாமல் போகலாம். பாடுவதில் அல்லது பேசுவதில் ஒரு கணநேரத் தயக்கமாக மட்டுமே

இது இருக்கலாம் - இதனால் ஒலியின் கோடானது உடைவதில்லை.

"அன்றாட உரையாடலிலான பேச்சில், குறிப்பாக வேகமான பேச்சில் இந்த மூச்சிழுக்கும் நிறுத்தமானது சில குறிப்பிட்ட சொற்களை வலியுறுத்திக் கூற உதவுகிறது."

"இப்போது மேடைப் பேச்சில் தொடர்பு கொண்டுள்ள அனைத்து நிறுத்தங்களையும் பற்றி நீங்கள் கற்றுக் கொண்டுவிட்டீர்கள். அவை பயன்படுத்தப் படுவதற்கான நிலைமைகளைப் பற்றியும் நீங்கள் அறிந்துள்ளீர்கள். பேச்சு பற்றிய நமது செயல்நுட்பத்தில், நிறுத்தம் என்பது ஒரு முக்கிய அம்சம் ஆகும்."

11

"சென்ற பாடத்தில் நிறுத்தங்கள் பற்றிச் சில முக்கிய விஷயங்களை நாம் கண்டு கொண்டோம். அதற்கும் முன்பு நமது பேசுதலின் மற்றொரு முக்கிய அம்சமான ராகம் அல்லது தொனியுடன் பேசுதல் என்பதைப் பற்றி நாம் கண்டோம்," என்று டார்ட்சாவ் தொடங்கினார்.

நிறுத்தக் குறிகளின் இயல்புடன் தொடர்பு கொண்டுள்ளவாறும் நாம் இந்த அம்சத்தைப் பற்றிப் பேசினோம். ஆனால் நாம் இன்னும் இதை முழுமையாகப் பார்த்து முடிக்கவில்லை. பேச்சைப் பற்றிய ஒரு அடிப்படைப் பிரச்சினையிலும் இது உங்களுக்குப் பெரிதும் உதவிகரமாக இருக்கும் - அந்தப் பிரச்சினையானது உங்கள் பாத்திரத்தின் வசனத்தின் அடியில் உள்ள உபகருத்துகளை வெளிப்படுத்திக் காட்டுதல் ஆகும்.

"நாடகத்தில் மற்றவருடனான உங்கள் உரையாடலில் இரு வெற்றிக் கருவிகள் உங்கள் வசம் உள்ளன - அவை தொனியுடன் பேசுதல் மற்றும் நிறுத்தம் தாமதம் ஆகும். இது மிகவும் மகத்தான ஒரு விஷயம். ஏனெனில் இவற்றைப் பயன்படுத்தி நீங்கள் நிறைய விஷயங்களைச் சாதிக்கலாம் - பேசப்படும் சொற்களைக் கூட

நாடாமல், வெறும் ஒலிகளை மட்டுமே பயன்படுத்தி இதைச் செய்யலாம்.''

இவ்வாறு கூறிவிட்டு, டார்ட்சாவ் ஒரு சௌகரியமான நாற்காலியில் உட்கார்ந்து கொண்டு தன்னுடலை அசையாமல் இருத்திக் கொண்டார். பின் முதலில் உரைநடையாகவும், பின் கவிதைகளாகவும் வெகு உற்சாகமாகப் பேசலானார். ஏதோ ஒரு அன்னிய, வலிமைமிக்க மொழியில் அவர் பேசினார். எங்களால் புரிந்து கொள்ள முடியாத சொற்களை மகத்தான உணர்ச்சியுடன் சூடாகப் பேசினார். அவர் குரல் உச்சகட்டத்தில் உயர்ந்து ஓங்கி ஒலித்தது, பின் தாழத் தணிந்தது - இறுதியில் முற்றிலும் அமைதியடைந்து மீதமுள்ளவற்றைத் தம் விழிகளால் மட்டுமே பேசி நிரப்பினார். இதெல்லாம் பிரமாதமான ஒரு அகச் சக்தியுடன் செய்யப்பட்டது. சில சொற்கள் கம்பீரமாக ஒலித்தன, வேறு சில காதுக்குக் கேட்காதவாறு தாழ்ந்து ஆனால் உள்ளூர உணரப்பட்ட உணர்ச்சிகளால் ஆழமாக, கனமாக்கப்பட்டு ஒலித்தன. இச்சமயத்தில் அவர் அழுதுவிடுவார் போலத் தோன்றியது. பின் சட்டென்று மறுபடியும் அவருக்குள் ஒரு மாற்றம் தோன்றி இளமைத் துள்ளலுடன் பேசி எங்களைத் திகைக்க வைத்தார். மற்றும் ஒருமுறை இந்த உற்சாகம் வடிந்து அமைதியாகத் தனக்குள் ஆழ்ந்து போனார்.

இந்த அற்புதமான மௌனத்துடன் அவர் தனது காட்சியை முடித்துக் கொண்டார்; அந்தக் கவிதையும் உரை நடையும் அன்னிய மொழி போலத் தோன்றினாலும் அது டார்ட்சாவின் சொந்தக் கற்பனை உருவாக்கமாகவே இருந்தது.

''ஆக, உங்களுக்குச் சற்றும் புரியாத ஒரு மொழியில் நான் பேசியபோதும், மிகுந்த சிரத்தையுடன் நீங்கள் அதைக் கவனித்துக் கேட்டீர்கள். நான் சற்றும் அசைவற்றுச் சிலைபோல உட்கார்ந்திருந்தேன் - இருந்தும் உங்கள் பார்வை என்னை விட்டு அகலவில்லை. நான் மௌனமாக இருந்தேன். அந்த மௌனத்தின் அர்த்தத்தைத் தூளைத்தெடுத்துக் கண்டு கொள்ள நீங்கள் முயன்றீர்கள். எனக்கு வசனத்தின் உபகருத்தாக ஏதுமில்லை.

எனினும் எனக்கே சொந்தமான கருத்தாக்கங்கள், வடிவங்கள் எண்ணங்கள் மற்றும் உணர்வுகளை அந்த ஒலிகளுக்கு அடியில் நான் இட்டுக் கொண்டேன். இதையெல்லாம் வெறும் ஒலிகளைக் கொண்டே செய்வித்தேன் - இடையில் தொனிகளையும் நிறுத்தங்களையும் பயன்படுத்தினேன். அயல் நாட்டு நடிகர்களின் நடிப்பு, வாசிப்பு, கவிதைகள் இவற்றை ரசிக்கும் போதும் இதுதானே நிகழ்கிறது? அவர்கள் நமது உணர்ச்சிகளை உசுப்பிவிட்டு மனநிலையை மாற்றுவதில்லையா? இருந்தும் அவர்கள் பேசுகிற சொற்கள் எதையும் நாம் புரிந்து கொள்வதேயில்லை.

"இதோ மற்றொரு எடுத்துக்காட்டு. சில நாள்களுக்கு முன் என் நண்பர் ஒருவர் ஒரு நடிகரின் வாசிப்புப் பற்றிப் பெரிதும் புகழ்ந்து பேசினார்."

"அவர் என்ன வாசித்தார்?" என்று நான் கேட்டேன்.

"எனக்குத் தெரியாது, வார்த்தைகளை என்னால் புரிந்து கொள்ள முடியவில்லை," என்றார் அவர்.

"சொற்களை விடவும் வலிமையான ஏதோ ஒரு தாக்கத்தை அந்த நடிகர் ஏற்படுத்தி இருக்கிறார் என்பது எனக்குத் தெளிவாகத் தெரிந்தது."

"அவரது ரகசியம் என்ன?"

"சொற்களுடன் தொடர்புள்ள எண்ணங்கள், பதிவுகள், உருவங்கள் ஆகியவற்றால் மட்டுமே கேட்பவர் பாதிக்கப்படு வதில்லை - ஆனால், சொற்களின் தொனி, அவற்றை முடிவு செய்யும் மௌனங்கள் ஆகியவையும் கூட அவரைப் பாதிக்கின்றன."

"கேட்பவர் மீது ஒரு வலிமையான உணர்ச்சி ரீதியான தாக்கத்தை தொனிகளாலும், நிறுத்தங்களாலும் மட்டுமே கூட ஏற்படுத்த முடியும். இதற்கான சாட்சியமாக இதோ எனது புரியாத மொழியிலான பேச்சு உள்ளது."

12

இன்று ஒதெல்லோவின் வசனத்தை நான் பேசி முடித்த பின் அதுபற்றி டார்ட்சாவ் கூறியது பின்வருமாறு:

''இப்போது நீ பேசுவது தெளிவானதாகவும், புரியும்படியாகவும் மட்டுமல்லாது ஓரளவு வலிமையான தாக்கத்தை ஏற்படுத்துவதாகவும் உள்ளது.''

''அந்த வசனத்தின் உணர்ச்சித் தாக்கத்தை விரிவுபடுத்து வதற்கான ஒரு முயற்சியில், நான் உரக்கப் பேச ஆரம்பித்தேன். உணர்ச்சியுடன் பேச வேண்டும் என்பதற்காகவே நான் பழைய பாரம்பரிய நாடகபாணியில் பேசி வைத்தேன். இதனால் இறுக்கம், அவசரம் மட்டுமே விளைந்தது - மேலும் நிறுத்தங்கள், ஓசை நயம் எல்லாமே குழப்பமுற்றது.

டார்ட்சாவ் தனது கையை உரக்கத் தட்டி நான் பேசியதை நிறுத்தினார். ''நீ என்ன செய்து கொண்டிருக்கிறாய்?'' என்றார் அவர். ''உன் மொத்த வேலையையும் ஒரே நொடியில் பாழாக்கி விட்டாய்! உன் சொற்களின் அர்த்தத்தைச் சாகடித்து விட்டாய்!''

''அதை மேலும் வலிமையானதாக, உயிரோட்டமுள்ளதாக ஆக்க நான் முயற்சி செய்தேன்,'' என்று என்னைப் பாதுகாத்துக் கொள்ள வேண்டி சற்றே வெட்கத்துடன் நான் சொன்னேன்.

''ஒரு வசனத்தின் வலிமை, அதன் பொருளில் தான் உள்ளது, நீ பேசுவதன் தெளிவில் உள்ளது என்பது உனக்குத் தெரியாதா? நீ அதைக் கெடுத்து நாசம் செய்கிறாய்!''

''மேடையிலோ அதற்கு வெளியிலோ வெகு சாதாரணமான பேச்சை - சிறப்பான குரல் அழுத்தங்களோ, ஏற்ற இறக்கங்களோ, தொனியின் இடைவெளிகளோ இல்லாத ஒரு பேச்சை நீ கேட்டதே இல்லையா?''

''இத்தகைய ஒரு பேச்சுக் கூட, எண்ணங்களைத் தெளிவாகத் தெரியப்படுத்துவதாலும், சொற்கள் சரியான இடைவெளியுடன்

கட்டுப்பாட்டுடன் பேசப்படுவதாலும் ஒரு சிறப்பான தாக்கத்தை ஏற்படுத்துகிறது.''

''எனவே, நீ தேடுகிற வலிமையான விளைவுக்காக முதலில் பொருளுடனும், தெளிவுடனும், சரியான இடைவெளியுடனும் பேசக் கற்றுக் கொள்ள வேண்டும்.''

இதற்குப் பின், அந்த வசனத்தை நான் முன்போலவே பேசலானேன். அது மிகத் தெளிவாக இருந்தது, ஆனால் முன்போலவே மிகவும் வறட்சியாக இருந்தது. நான் ஒரு கொடிய சூழலில் சிக்கிக் கொண்டு வெளிவருவது எப்படி என்று தெரியாமல் இருந்ததுபோல உணர்ந்தேன்.

''உனது வசனத்தை எவ்வாறு வலிமையாகப் பேசுவது என்று சிந்திப்பதற்கு இன்னும் நீண்டகாலம் உள்ளது என்று நீ இப்போது உணர்ந்து கொண்டிருப்பாய். பல்வேறு நிலைமைகள் மற்றும் சுற்றுச்சூழல் இவற்றின் இணைப்பால் அது தானாகவே உருவாகி வெளிவரும். இவற்றை நாம் தேடிக் கண்டுபிடிக்க வேண்டும்.''

''எங்கே? எப்படி?''

''வெவ்வேறு நடிகர்கள், வசனத்தைப் பேசித் தாக்கத்தை ஏற்படுத்துவது பற்றி வெவ்வேறு கருத்துக்களைக் கொண்டுள்ளனர். சிலர் அதை உடல்ரீதியான இறுக்கத்தில் கண்டு கொள்ள முயல்கிறார்கள். கரங்களை இறுக மூடி முஷ்டியாக்கியும், ஆழமாக மூச்சுவிட்டும், நின்ற இடத்திலேயே அசையாமல் நின்றும், தலையிலிருந்து கால் வரை தடதடவென ஆடியும் பொதுமக்களைக் கவர முயற்சிக்கிறார்கள். இத்தகைய வழிமுறையில், குரலானது கிடைமட்டக் கோடு போல அழுத்தமாக வெளிவருகிறது.''

''நமது நாடக நடிப்பு மொழியில், ஒலியின் அளவைக் கூட்டுவதற்காக இவ்வாறு அழுத்தத்தை உருவாக்குவதற்கு ''உயர் அழுத்த நடிப்பு'' என்று பெயர். உண்மையில் இதனால் ஒலியின் அளவு கூடுவதில்லை - இது வெறும் கூச்சலாக, காட்டுக்கத்தலாகக் கரகரப்பான குரலில் தான் வெளிவருகிறது.''

"இதை நீயே பரிசோதித்துப் பார். பல்வேறு ஸ்வரங்களைப் பயன்படுத்து, உன்னால் முடிந்த அளவு சக்தியுடன் "இதை என்னால் இதற்குமேல் தாங்கிக் கொள்ள முடியாது!" என்ற இந்தச் சிறிய சொற்றொடரை உரக்கச் சொல்."

நானும், டார்ட்சாவ் சொன்னது போல் செய்தேன்.

"அது மிகவும் சன்னமானது, இன்னும் உரக்கச் சொல்," என்று அவர் கட்டளையிட்டார். நானும் என் குரலை எவ்வளவு உரக்கச் செய்ய முடியுமோ அவ்வளவு உரக்க அதிகரித்து அதை மறுப்பு சொன்னேன்."

"மேலும் சத்தமாக, மேலும் சத்தமாக," என்று டார்ட்சாவ் ஊக்குவித்தார். "உனது ஸ்வரங்களை மாற்றி அகலப்படுத்தாதே!"

நானும் அவர் கூறியவாறே செய்தேன். இதன் உடல்ரீதியான அழுத்தம் எனக்குள் ஒரு திடீர் வலிப்பை ஏற்படுத்தியது. என் தொண்டை சுருங்கியது, குரல் இறங்கியது ஒலியின் கூடுதல் அளவு எந்தவிதப் பாதிப்பையும் வெளிப்படுத்தவில்லை.

இப்போது எனது சக்தி முழுவதையும் ஒன்று திரட்டிக் கத்தினேன்.

"உனது "உயர் அழுத்த" செயல்திறனின் கடைசி விளைவு இதுதான் - கிடைமட்டத்திலான ஒலி," என்றார் டார்ட்சாவ்.

"இப்போது இதற்கு நேர் எதிரான ஒரு பரிசோதனையைச் செய். உனது தொண்டையின் தசைகளைத் தளர்த்து, இறுக்கத்தின் அழுத்தத்தைப் போக்கிவிடு, உணர்ச்சிகளைத் தூண்டுவது பற்றி நினைக்காதே. ஒலியின் அளவைப் பற்றி அதிகம் கவலைப்படாதே. இப்போது அதே சொற்றொடரை அமைதியாகவும் நன்றாக அமைந்துள்ள உச்சரிப்பு மாற்றங்களுடனும் என்னிடம் மறுபடி சொல். உனது உணர்ச்சிகளைத் தூண்டி விடுவதற்கு ஏதுவாக ஏதேனும் ஒரு கற்பனைச் சுற்றுச் சூழலைப் பற்றிச் சிந்தித்துக் கொள்."

என் மனதில் முதலில் தோன்றியது இதுதான் - நான் ஒரு ஆசிரியராக இருந்து எனக்கு க்ரிஷாவைப் போல ஒரு மாணவன்

இருந்தால் - அதாவது மூன்றாவது முறையாகத் தொடர்ந்து வகுப்புக்கு அரைமணி நேரம் தாமதமாக அவன் வந்தால் அந்த ஒழுங்கீனத்தை இனிமேல் நிகழாமல் தடுக்க நான் என்ன செய்வேன்?

இந்த நினைவின் அடிப்படையில் அந்தச் சொற்றொடரைச் சொல்வது சுலபமாக இருந்தது. எனது குரலும் இயல்பாக விரிவடைந்தது.

''இப்போது நீ உரக்கச் சத்தமிட்டுச் சொன்னபோது இது எவ்வளவு சிறப்பாக இருந்தது என்று உன்னால் பார்க்க முடிகிறதா? இருந்தும் இதற்காக நீ அவ்வளவு சிரமப்படத் தேவை இருக்கவில்லை, இல்லையா?'' என்று டார்ட்சாவ் விளக்கினார்.

''இப்போது அதே சொற்களை மேலும் விரிவான முறையில் சொல்.''

இதற்காக வேண்டி நான் ஒரு முற்றிலும் புதிய கற்பனை அடிப்படையைக் கண்டுபிடிக்க வேண்டியிருந்தது. அது இதுதான் - எனது திட்டுகள், வசவுகள், எச்சரிக்கைகள், நயமாகப் பேசித் தாஜா பண்ணுதல் இவை எல்லாவற்றையும் மீறி க்ரிஷா வகுப்புக்கு மறுபடி தாமதமாக வந்தான் - இம்முறை, அரைமணி நேரமல்ல, முழுசாக ஒருமணி நேரம். என் வழிகள் எல்லாம் அடைபட்டு முடிவடைந்து விட்டன. இப்போது, கடைசி கடைசியாக ஒரு மிகவும் வன்மையான நடவடிக்கையில் நான் இறங்க வேண்டியிருந்தது.''

''இதை என்னால் இதற்கு மேல் தாங்கிக் கொள்ள முடியாது!'' இந்தச் சொற்றொடர் எனக்குள்ளிருந்து வெடித்துக் கொண்டு கிளம்பியது. நான் என்னையே கட்டுப்படுத்திக் கொண்டதால் அது உரத்ததாக இல்லை.

''ஆஹா!'' என்றார் டார்ட்சாவ் மிக்க மகிழ்ச்சியுடன். ''இம்முறை இது வெகு வலிமையாக வெளிவந்தது. உரக்க அல்ல, ஆனால் எந்தவிதச் சிரமமும் இல்லாமல், செங்குத்தான கோட்டில் மேலும் கீழுமாக அமையும் ஒலியின் அசைவு இவ்வாறு தான் இருக்கும்.

"உனக்குச் சக்தி தேவைப்படும்போது உனது குரலும் அதன் உச்சரிப்பும் பல்வேறு ஒலிக்கோடுகளாக இருக்குமாறு அதற்கு வடிவம் கொடு - கரும்பலகையில் ஒரு சாக்கு கட்டியால் மேலும் கீழும் கோடுகள் வரைவது போல அதைச் செய்."

"வெறும் பலமாகப் பேசுவதால் தமது சக்தியைக் காட்டுவதாக எண்ணிக் கொள்ளும் நடிகர்களை உனது முன்மாதிரிகளாக எடுத்துக் கொள்ளாதே. உரக்கப் பேசுவது என்பது சக்தியல்ல - அது வெறும் உரக்கப் பேசுவது மற்றும் கத்துவது மட்டுமே."

"மேலும் உரத்த ஒலி என்பதும் தாழ்ந்த ஒலி என்பதும் தாமாகவே அளந்து அறியப்படாதவையாகும். அவை ஒன்றுடன் மற்றொன்று ஒப்பிடப்படும்போது மட்டுமே அறியப்படுபவை."

"ஒதெல்லோ வசனத்தை நீ தாழ்ந்த குரலில் தொடங்கினாய் என்று வைத்துக் கொள்வோம் - முதல் வரிக்கு அடுத்த வரியைச் சற்றே அதிகமான உரத்த குரலில் பேசினாலும் கூட அதை 'உரத்த குரல்' என்று சொல்லிவிட முடியாது. இவ்வாறு உன் குரலின் ஒலியின் அளவைக் கொஞ்சம் கொஞ்சமாகக் கூட்டிக் கொண்டே போகலாம். ஆனால் உன் குரலை மிகச் சரியாக அளந்து தேவையானவாறு பேசினால் ஒழிய அது மிகைப்படுத்தப்பட்ட நடிப்பு மற்றும் வசனத்துக்குள் உன்னை இழுத்துச் சென்று விடும்."

"சில விஷயம் புரியாத பாடகர்கள், உரத்த மற்றும் தாழ்ந்த குரல் ஒலிகளைக் காரணமின்றிச் சட்டென்று மாற்றிப் பாடுவது கெட்டிக்காரத்தனம் என்று நினைக்கிறார்கள். ஆனால் இது மட்டமான ரசனையைத் தான் சுட்டிக் காட்டுகிறது."

"மேடையிலும் கூட இதுவே நிகழ்கிறது. உரக்கக் கத்திக் கூவுவதும் பின் சட்டென்று ரகசியக் குரலில் கிசுகிசுப்பாகப் பேசுவதும் சோகக் காட்சிகளில் செய்யப்படுகிறது. ஆனால் பேசப்படுகிற சொற்களின் ஆதாரப் பொருளைப் பற்றி இங்கு எந்த அக்கறையும் காட்டப்படுவதில்லை."

"எனவே மேடைப் பேச்சிலும் பாடுவதிலும் உரத்த சத்தத்திற்கு எந்தவிதப் பயனும் கிடையாது. அதற்குத் தேவையும் கிடையாது -

கலையைப் பற்றி எந்தப் புரிதலும் இல்லாதவர்களின் காதுகளைச் செவிடாக்குவதற்கு மட்டுமே அது பயன்படக்கூடும்."

"எனவே, உங்கள் வசனத்தைப் பேசும்போது அதில் நிஜமான சக்தி இருக்க வேண்டும் என்று நீங்கள் விரும்பினால், உரத்த ஒலியைப் பற்றி நினைப்பதை விட்டு விடுங்கள் - மாறாக உங்கள் குரலின் தொனியின் ஏற்ற இறக்கங்களையும், நிறுத்தங்களையும் மட்டுமே நினைவில் வைத்துக் கொள்ளுங்கள்."

"ஒரு தனி வசனம், காட்சி அல்லது நாடகத்தின் இறுதியில், உங்கள் கைவசமுள்ள அனைத்துத் திறன்களையும் பயன்படுத்திய பின்னர் - ஒரு சிறிய தருணம் நீங்கள் உரத்த குரலைப் பயன்படுத்தி வசனத்தின் கடைசிப் பகுதி அல்லது சொற்களைப் பேசலாம். அதுவும் கூட, நாடகத்தின் தன்மைக்கு அது அவசியமானால் மட்டுமே.

தனது முதிய பருவத்திலும் கூட எப்படி இவ்வாறு கத்திப் பேசி நடிக்க முடிகிறது என்று தாமஸோ சால்வினியைக் கேட்டபோது, அவர் கூறிய பதில் இது: 'நான் கத்துவதில்லை, நீங்கள் தான் எனக்காகக் கத்துகிறீர்கள். நான் செய்வதெல்லாம் என் வாயைத் திறப்பது மட்டுமே. எனது வேலை என் பாத்திரத்தைக் கொஞ்சம் கொஞ்சமாக அதன் உச்சகட்டத்துக்குள் கொண்டு வருவது ஆகும். இது செய்து முடிக்கப்பட்ட பின்பு, அவர்களுக்குத் தேவையென்றால் பார்வையாளர்கள் கத்தட்டும்.'

"இத்தகைய சமயங்களிலும் கூட, உரத்த ஒலி என்பதும் ஒலியின் பல்வேறு மட்டங்கள் என்பதும் ஒன்றுடன் ஒன்று பின்னிப் பிணைந்து தோன்றுவதுதான் என்பதையும், உரத்த குரலில் பேசுவது என்பது பார்வையாளருக்குக் கலக்கத்தை ஊட்டக் கூடும் என்பதையும் நாம் ஒருபோதும் மறந்துவிடக் கூடாது."

"ஆக, வசனத்தைப் பேசும்போது ஒலியின் அளவு என்பதன் பல்வேறு அம்சங்கள் பற்றி நாம் தீர்மானிக்க வேண்டியது என்ன? இந்த ஒலி அளவை நாம் உயர் அழுத்தக் குரலிலும், உரத்துக் கத்துவதிலும் பயன்படுத்தக் கூடாது என்பதும், தொனிகளை ஏற்றி இறக்கிப் பயன்படுத்த வேண்டும் என்பதும் தான் உண்மை.

மேலும், வசனத்தின்போது தாழ்ந்த குரல் அளவிலிருந்து உயர்ந்த குரல் அளவுக்குப் படிப்படியாக மாற்றிக் கொண்டு செல்லும் முறையில் மட்டுமே ஒன்றுக்கொன்று பரஸ்பர உறவுள்ள வகையில் மட்டுமே ஒலியின் அளவானது கையாளப்பட வேண்டும்."

9

உச்சரிப்பு – தெளிவாக வெளிப்படுத்தும் சொல்.

1

"சோன்யா, நீ சற்றே மேடைமீது ஏறிச் சென்று ஏதேனும் சொல்வாயா?" டார்ட்சாவின் இந்தக் கேள்வி ஒரு உத்தரவைப் போல ஒலித்தது - இக்கேள்வியுடன் இன்றைய பாடம் தொடங்கியது.

அவளும் மேடை மீது சென்று பேசத் தொடங்கினாள்:

"ஒரு மகத்தான மனிதர்..."

"ஆனால் எல்லாச் சொற்களையும் சமமாக நீ உச்சரிக்கிறாயே!" என்றார் டார்ட்சாவ்," உனது உச்சரிப்பை எவ்வளவு அலட்சியமாக நீ தூக்கியெறிகிறாய்! தவறாக இடம்பெறும் ஒரு அழுத்தம் ஒரு சொல்லை உருமாற்றுகிறது அல்லது ஒரு சொற்றொடரை நொண்டியாக்குகிறது - இதைச் செய்வதற்குப் பதிலாக அந்த அழுத்தமானது அவற்றுக்கு உதவி செய்ய வேண்டும்.

"உச்சரிப்பானது சுட்டிக் காட்டும் ஒரு விரலைப் போன்றது. ஒரு சொற்றொடரில் உள்ள முக்கியசொல்லை அது தனித்துக் காட்டுகிறது. இவ்வாறு அடிக் கோடிட்டுக் காட்டப்பட்ட சொல்லுக்குள் அந்த வசனத்தின் அடி ஆழக் கருத்தான ஆன்மாவை, உட்சாரத்தை, உச்சப்புள்ளியை நம்மால் கண்டு கொள்ள முடியும்."

"அந்த உச்சப் புள்ளியின் முக்கியத்துவத்தை நீங்கள் இன்னமும் புரிந்து கொள்ளவேயில்லை. இதனால் தான் உச்சரிப்பை அதன் முழு மதிப்பில் நீங்கள் கணக்கிடத் தவறி விடுகிறீர்கள்."

"மற்றவர்கள் நிறுத்தங்களையும், தொனிகளையும் விரும்பி நேசிப்பதைப்போல உச்சரிப்பையும் விரும்பி நேசிக்கக் கற்றுக் கொள்ளுங்கள். ஏனெனில் உச்சரிப்புத்தான் பேசுதலின் மூன்றாவது முக்கிய அம்சமாகும்."

"அன்றாடம் நிகழ்கிற சாதாரணப் பேச்சிலும், மேடையிலான உங்கள் வசனப் பேச்சிலும், ஆடுகள் மேய்ச்சல் நிலத்தில் அலைந்து திரிவதைப்போல உங்கள் உச்சரிப்புகளையும் நீங்கள் ஓட விடுகிறீர்கள். உங்கள் உச்சரிப்பில் ஒரு ஒழுங்குமுறையை நீங்கள் ஏற்படுத்த வேண்டும். இப்போது, Individual என்ற சொல்லைச் சொல்."

"Indi - vidual" என்று வந்தது தெளிவான பதில்.

"ஆஹா, மிக மிக நன்று!" டார்ட்சாவின் கிண்டல் வெளிப்படையாகத் தெரிந்தது. "இப்போது இரண்டு உச்சரிப்புகள் உன்னிடம் உள்ளன - சொல், நடுவில் உடைந்து விழுந்து விட்டது. Individual என்ற சொல்லை ஒரே துண்டாக, இரண்டாக அல்ல, சொல்ல உன்னால் முடியவில்லையா? உச்சரிப்பின் அழுத்தத்தை நீ மூன்றாவது அசையில் இருத்த வேண்டும்."

""Individual" என்றாள் சோனியா மிகுந்த முயற்சியுடன்.

"அது ஒரு உச்சரிப்பு அழுத்தம் அல்ல, தலையில் ஒரு பேரிடி" என்றார் டார்ட்சாவ் விளையாட்டாக. "ஆனால் ஏன் உன் சொற்களை அடித்துத் துவைக்க வேண்டும் என்று நினைக்கிறாய்? உன் குரலால் அவற்றுக்கு ஒரு நல்ல அடி தருவது மட்டுமின்றி, அதை உன் முகவாயாலும் அழுத்திச் சொல்லித் தலையை முன்னால் நீட்டுகிறாய்! இது ஒரு தீய பழக்கம். துரதிருஷ்டவசமாக, உன்னுடன் பல நடிகர்களும் இப்பழக்கத்தைக் கொண்டிருக்கின்றனர். ஒரு சொல்லில் உள்ள எண்ணமானது

தலையை முன்னுக்குத் தள்ளுவதாலோ மூக்கை நீட்டுவதாலோ வெளிப்படுத்தப்பட்டு விடுமோ? இது என்ன அத்தனை எளிதானதா?''

''உண்மையில் இது மிகமிகச் சிக்கலான ஒரு விஷயமாகும். ஒரு உச்சரிப்பானது அன்பையோ வெறுப்பையோ; மதிப்பையோ அவமரியாதையையோ, வெளிப்படையானதையோ தந்திரத்தையோ காட்டக்கூடும். அது இருபொருள் பட்டதாகவோ அல்லது கிண்டலானதாகவோ இருக்கலாம். உச்சரிப்பு, ஒரு சொல்லைத் தாம்பாளத்தில் வைத்து நீட்டுகிறது.

''மேலும்,'' என்று தொடர்ந்து பேசலானார் டார்ட்சாவ். ''Individual என்ற உனது சொல்லை இரண்டு துண்டுகளாக வெட்டிய பின், முதல் துண்டைக் கிட்டத்தட்ட விழுங்கி விட்டு அலட்சியம் செய்தாய். இரண்டாவது துண்டை ஒரு கைவெடியைப் போல எங்களை நோக்கி வீசி வெடிக்க விட்டாய். அதை ஒரு சொல்லாக, ஒரு கருத்தாக, ஒரு பொருளாக இருக்க விடு. அதன் ஒலிகள், எழுத்துகள் மற்றும் அசைகளின் ஒருங்கிணைப்பானது ஒரு இன்னிசையாக வழியட்டும். அதற்குப் பிறகு அதை உயர்த்தவோ, தாழ்த்தவோ, திருகவோ நீ செய்யலாம்.''

''ஒரு துண்டுக் கம்பியை எடுத்துக் கொண்டு, ஓரிடத்தில் மடக்கு, மற்றொரு இடத்தில் திருகு. ஏதேனும் ஒரு அழகான வடிவம் உனக்குக் கிடைக்கும். அங்கு இடிதாங்கியைப் போல உச்சரிப்பைப் பற்றிக் கொள்கிற உச்சப் புள்ளி இருக்கும். பிற இடங்கள் ஏதேனும் ஒரு அமைப்பில் இருக்கும். அந்தக் கோட்டில் உருவம், தீர்மானம், முழுமை ஆகியன இருக்கும். துண்டு துண்டாக உடைக்கப்பட்டு இங்குமங்கும் தனித்தனியாக வீசியெறியப்பட்ட ஒரு கம்பியை விடவும் இது மேலானதாக இருக்கும் அதே போல இப்போது 'Individual' என்ற சொல்லின் ஒலிக் கோட்டையும் பல்வேறு தொனிகளாக மடக்க முயலுங்கள்.''

வகுப்பு முழுவதும் ஒரு குழப்பமான ஒலிக் கலவைகளாக ரீங்கரிக்கத் தொடங்கியது. எங்களை இடைமறித்து, ''நீங்கள் இதை

எந்திரத்தனமாகச் செய்கிறீர்கள்," என்றார் டார்ட்சாவ். "உலர்ந்து வரண்டுபோன, உயிரற்ற ஒலிகளை - வெளிப்புறத்தில் மட்டுமே ஒன்றுடன் ஒன்று இணைந்துள்ளவற்றை - நீங்கள் உருவாக்குகிறீர்கள். அவற்றுள் கொஞ்சம் உயிரைப் போடுங்கள்!"

"எப்படி?" என்று நாங்கள் குழப்பத்துடன் கேட்டோம்.

"முதலாவதாக - அந்தச் சொல்லுக்கு இயற்கை என்ன அர்த்தத்தைக் கொடுத்துள்ளதோ - அந்த எண்ணம், உணர்வு, கருத்து, உருவம் ஆகியவற்றை அதற்குத் தாருங்கள். செவிப் பறையை வந்து தட்டுகிற வெற்று ஒலிகளின் வரிசையாக அவற்றைக் குறைத்து விடாதீர்கள்.

"அந்தச் சொல்லைக் கொண்டு ஒரு ஓவியத்தைத் தீட்டுங்கள் - உங்கள் மனக்கண் முன்பு நீங்கள் கொண்டுள்ள நபர் உங்களது சகநடிகருக்குத் தெளிவாகத் தெரியுமாறு செய்யுங்கள். அந்தச் சொல்லுக்குப் பின்னால் உள்ள மனிதர் அழகானவரா, அவலட்சணமானவரா, உயரமா, குள்ளமா, விரும்பத்தக்கவரா, வெறுக்கத்தக்கவரா, கனிவானவரா, கொடூரமானவரா என்றெல்லாம் அவர் உணர்ந்து கொள்வார்.

"ஒலி, தொனி மற்றும் கருத்தைத் தெளிவாக வெளிப்படுத்த உதவும் எல்லா வழிமுறைகளையும் பயன்படுத்தி நீங்கள் என்ன காண்கிறீர்களோ, என்ன உணர்கிறீர்களோ அவற்றை அவருக்குத் தெரிவிக்க முயலுங்கள்."

சோன்யா மற்றுமொரு முறை முயற்சித்தாள். ஆனால் அவளால் அந்தத் தேர்வில் வெற்றி பெற முடியவில்லை.

"உங்கள் தவறு என்னவென்றால், நீங்கள் முதலில் அந்தச் சொல்லைச் சொல்கிறீர்கள், பின்னர்தான் அது என்ன பொருள் படுத்துகிறது என்று புரிந்து கொள்ள முயல்கிறீர்கள். ஒரு உயிருள்ள முன் மாதிரியிலிருந்து உங்கள் புரிதலை எடுத்துக் கொள்வதில்லை. இப்போது, வேறுவிதமாகச் செய்ய முயலுங்கள். முதலில் உங்களுக்குத் தெரிந்தவர்களிடமிருந்து யாரேனும்

ஒருவரை நினைவுபடுத்திக் கொள்ளுங்கள். பின் ஒரு ஓவியர் செய்வது போல், அவரை உங்கள் மனக்கண் முன்பாகக் கொண்டு வந்து நிறுத்துங்கள். உங்கள் மனக்கண்ணின் திரையில் என்ன பார்க்கிறீர்களோ அதை எங்களுக்குச் சொல்லுங்கள்.''

அவர் சொன்னது போலவே செய்வதற்கு சோன்யா தனது மனச்சாட்சிக்கு உண்மையாக நன்கு முயற்சி செய்தாள். டார்ட்சாவும் அவளை ஊக்கப்படுத்துமாறு,

''நீ என்ன விதமான மனிதரைப் பற்றி ஓவியமாகத் தீட்டிக் கொண்டிருக்கிறாய் என்பதை என்னால் இன்னமும் புரிந்து கொள்ள முடியாவிட்டாலும், அவரை எனக்கு அறிமுகப்படுத்த நீ முயற்சி செய்கிறாய் என்பதே எனக்குப் போதுமானது - உனது கவனம் சரியான திசையில் செயல்படுகிறது. அந்தச் சொல் உன்னைச் செயல்படுவதற்கான தேவையை உணர வைத்துள்ளது, இங்கு வெறுமனே ஏதேனும் சொல்வதற்குப் பதிலாக, நிஜமான, கருத்துப் பரிமாற்றம் தேவை என்று நீ புரிந்து கொண்டுள்ளாய். இப்போது அந்தச் சொற்களை மறுபடி சொல்.''

''அற்புதமான மனிதர் (Individual)'' இப்போது அவளது உச்சரிப்பு மிகவும் அப்பழுக்கற்றதாக இருந்தது.

''மறுபடியும் நீ இரு கருத்துகள் அல்லது நபர்களைப் பற்றிப் பேசுகிறாய். ஒன்று, 'அற்புதமான' என்று அழைக்கப்படுகிறது. மற்றொன்று, ஒரு சாதாரண "Individual'. இருந்தாலும் இவை இரண்டும் இணைந்து ஒரே ஒரு மனிதரைப் பற்றித் தான் பேசுகின்றன.

''என்ன இருந்தாலும்,, அற்புதமான - மனிதர்'' என்ற இரு சொற்களுக்கும் இடையே ஒரு வேறுபாடு உள்ளது. இரு சொற்களும் இணைந்து பின்னப்பட்டால், 'அற்புதமான-மனிதர்' என்று ஆகிறது.

''இவ்விரண்டு சொற்களையும் ஒன்றாக இணைத்துப் பிரிக்க முடியாத ஒரு முழுமையான வடிவமாக்கினால் அதன் விளைவு ஒரு ஒருங்கிணைக்கப்பட்ட கருத்தாக இருக்கும் - அது ஒரு

மனிதரைப் பற்றியதாக இல்லாமல் சிறப்பாக ஒரு ‘அற்புதமான மனிதராக’ இருக்கும்.

‘இங்கு ‘அற்புதமான’ என்ற, மற்றொரு பெயர்ச் சொல்லை வர்ணிக்கும் பெயரடைச் சொல் இந்த ‘மனிதர்’ என்ற சொல்லை மற்ற எல்லாச் சொற்களிலிருந்தும் தனித்து நிற்குமாறு செய்கிறது.

‘‘ஆனால் முதலில் இந்த இரண்டு சொற்களின் உச்சரிப்பை எடுத்துவிட்டு அவற்றை எளிமையாக்கு. பின் மறுபடி அங்கு உச்சரிப்பைப் பொருத்தலாம்.’’

நாங்கள் நினைத்ததைக் காட்டிலும் இது மேலும் சிரமமான செயலாக ஆகிவிட்டது. தொடர்ந்து முயற்சி செய்த பின்,

‘‘ஆம், அது இவ்வாறுதான் இருக்க வேண்டும் என்றார் டார்ட்சாவ், முழுத் திருப்தி அடைந்தவராக!’’

‘‘இப்போது, ஒரே ஒரு அழுத்தத்தை மட்டும் கடைசிச் சொல் மீது போடுங்கள். ஆனால் அதைத் தடாலென்று செய்யாமல், நாவினால் நன்கு ருசி பார்த்துத் தடவிக் கொடுத்துச் செய்யுங்கள். மென்மையாக, மென்மையாக...’’ என்று அவர் கெஞ்சினார்.

‘‘கவனியுங்கள். இதோ இங்கு இரண்டு சொற்கள் உள்ளன. உச்சரிப்பில் எந்தவித மேல் அழுத்தமும் இல்லாமல் - ‘அற்புதமான மனிதர்’. அவை இவ்வாறு நேரான குச்சி போன்ற ஒலியாக இருப்பதால் அதைக் கேட்பதற்கு எவ்வளவு சலிப்பாக இருக்கிறது என்று உங்களால் கவனிக்க முடிகிறதா? இப்போது இதே இரு சொற்களை எடுத்துக் கொண்டு ஒரு சிறிய தொனித்திருப்பத்தைத் தந்து பாருங்கள் - ’அற்புதமான மனிதர்’. உணரப்படக் கூட முடியாத அந்த ஒரு அசையின் மீது சுருண்டு தடவிக் கொடுக்கும் தொனியை உணர்கிறீர்களா?

‘‘இவ்வாறு ஒரு சொல்லின் மீது கள்ளமற்ற தன்மை, தீர்மானமான தன்மை, மென் தன்மை, கடும் தன்மை என்று பல்வேறு குணங்களை ஏற்றி வைப்பதற்கு எண்ணற்ற வழிகள் உள்ளன.’’

இவ்வாறு அவர் எடுத்துரைத்த பின் சோன்யாவும் பிற மாணவர்களும் அவர் சொன்ன கருத்துகளைத் தாமே பயிற்சி செய்து பார்த்தனர். அதன் பின் அவர் எங்களை நிறுத்திப் பின்வருமாறு கூறினார்:

"உங்களது சொந்தக் குரலை இவ்வளவு சிரமப்பட்டுக் கவனித்துக் கேட்பதில் பயனில்லை. இது, தன்னைத் தானே வியந்து போற்றிக் கொள்ளல், வெளிக்காட்டிக் கொள்ளத் தம்பட்டம் அடித்துக் கொள்ளல் இவற்றிலிருந்து அதிகம் மாறுபட்டது அல்ல. இங்கு முக்கியமாகக் கவனிக்கப்பட வேண்டிய விஷயம் என்னவென்றால், ஒரு சொல்லை நீங்கள் எப்படிச் சொல்கிறீர்கள் என்பதைக் காட்டிலும் மற்றவர்கள் அதை எப்படிக் கேட்டு உள்வாங்கிக் கொள்கிறார்கள் என்பதில் தான் உள்ளது. 'தன்னைத் தானே கவனித்தல்' என்பது ஒரு நடிகனுக்குச் சரியான குறிக்கோள் அல்ல. தனது மனதிலும் இதயத்திலும் உள்ளவற்றைப் பிறருக்கு எடுத்துக் கூறுவதன் வாயிலாக அவர்களை எவ்வாறு பாதிக்கிறான் என்பதுதான் மேலும் அதிக முக்கியத்துவம் கொண்ட விஷயமாகும். எனவே, மேடையில் உள்ள உங்கள் சகநடிகரின் காதுக்காகப் பேசாதீர்கள், அவரது கண்ணுக்காகப் பேசுங்கள். உங்கள் பேச்சை நீங்களே கேட்பதிலிருந்து தப்பிப்பதற்கு இதுதான் மிகச் சிறந்த வழி. இந்தப் பழக்கமானது ஒரு நடிகரைத் தனது உண்மையான பாதையிலிருந்து திசைதிருப்பி வைக்கும் ஒரு மோசமான, தீங்கிழைக்கும் பழக்கமாகும்.

2

இன்று டார்ட்சாவ் வகுப்புக்கு வந்தபோது, சோன்யாவைப் பார்த்துச் சிரித்தவாறு," இன்று நமது 'அற்புதமான மனிதர்' எப்படி இருக்கிறார்?" என்றார்.

சோன்யாவும் அந்த அற்புதமான மனிதர் மிக நலமாக இருக்கிறார் என்றும் அதைத்தான் மிகச் சரியாக உச்சரிப்பிட்டுப் பொருத்தியுள்ளதாகவும் சொன்னாள்.

''இப்போது அதே சொற்களை, உச்சரிப்பு அழுத்தத்தை முதல் சொல் மீது பொருத்திக் கூறு,'' என்றார் டார்ட்சாவ். ''இது தொடர்பாக, இந்தப் பரிசோதனையில் இறங்கு முன் இரண்டு விதிகளைப் பற்றி நான் உங்களுக்குச் சொல்ல வேண்டும்,'' என்றும் அவர் கூறினார்.

''முதலாவது விதி, ஒரு பெயர்ச்சொல்லை வர்ணித்து விவரிக்கும் பெயரடையானது எந்த வித உச்சரிப்பையும் எடுத்துக் கொள்வதில்லை. அந்தத் பெயர்ச் சொல்லுடன் இணைந்து அதை வரையறை செய்து கூடுதல் பொருளைத் தருகிறது. 'பெயரடை' என்ற அந்தச் சொல்லின் பொருளிலேயே இந்த விளக்கம் தெளிவாக உள்ளது.''

இந்த விதியின் அடிப்படையில் பார்த்தால், நான் சொன்னது போல முதல் சொல்லின் மீது உச்சரிப்பு அழுத்தத்தைப் போட முடியாது என்று தோன்றும்.

ஆனால் மற்றும் ஒரு சக்தி வாய்ந்த விதியும் இங்கு உள்ளது. உளவியல் நிறுத்தத்தைப் போல இதுவும் பிற அனைத்து விதிகளையும் தாண்டி அப்பால் சென்று விதி விலக்காக நிற்கிறது. இதுதான் மேலேற்றி வைக்கும். விதியாகும் இதன்படி, எண்ணங்கள், கருத்துகள், வடிவங்கள், சொல்கள் இவற்றை வெளிப் படுத்துகிற சொற்களை எப்பாடு பட்டேனும் வலியுறுத்திச் சொல்லுமாறு கட்டாயப்படுத்தப் படுகிறோம்.

''மேடைப் பேச்சைப் பொறுத்தளவில் இது குறிப்பான உண்மையாகும். தொடக்கத்தில் இதை நீங்கள் விரும்பியவாறு செய்யுங்கள். இங்கு ஒரு மாறுபட்ட பகுதியை உரக்கச்சத்த மிட்டும், அடுத்ததைத் தாழ்ந்த குரலிலும் சொல்லுங்கள். இங்கு தேவையானதெல்லாம் இதுதான்: இரண்டு கருத்துகளுக்கு இடையே உள்ள வேறுபாடு தெளிவாகவும், பளிச்சென்றும் இருக்க வேண்டும். இந்த விதியின்படி, இரு சொற்களில் முதலாவதான பெயரடை அழுத்தத்தைப் போட விரும்பினால் அதற்கு அடுத்தபடியாக, வேறுபாட்டைக் காட்டுகிற ஒரு பெயர்ச் சொல்லை நீங்கள் கொண்டிருக்க வேண்டும்.''

''இதனால் அந்தச் சொற்கள் தாமாகவே இயல்பாகவே உங்கள் மனதில் உள்ளதைச் சொல்ல வேண்டுமானால், அவற்றை உச்சரிப்பதற்கு முன்பாகவே உங்கள் மனதில் உள்ளது என்ன என்பது பற்றி நீங்களே தெளிவுடன் இருக்க வேண்டும். அதாவது அது ஒரு 'மோசமான' நபர் அல்ல...''

''அற்புதமான மனிதர்'' என்று அவர் சொல்ல வந்ததைத் தானாகவே எடுத்துச் சொன்னாள்.

''அது, அது, அதுதான், பிரமாதம்!'' என்றார் டார்ட்சாவ், உற்சாக ஊக்கமூட்டும் வகையில்.

அடுத்ததாக அவர் ஒன்று, இரண்டு, மூன்று சொற்கள் கொண்ட துணுக்குகளையும் பின்பு, நான்கு, ஐந்து, ஆறு மற்றும் அதற்கும் அதிகமான எண்ணிக்கையிலான சொற்களையும் கொடுத்தார். இப்போது அவள் வசம் ஒரு முழுக்கதையே இருந்தது.

''ஒரு அற்புதமான மனிதர் இங்கு வந்தார். ஆனால் நீ வீட்டில் இல்லை. எனவே வெகு வருத்தமுற்ற அவர், தான் மறுபடி இங்கு ஒருபோதும் வரப்போவதில்லை என்று கூறிவிட்டுச் சென்றுவிட்டார்.''

ஆனால் சொற்றொடர் விரிவடைந்து போய்க் கொண்டே இருந்தபோது சோன்யா தன் உச்சரிப்பை இரட்டிப்பாக்கினாள். விரைவில் அதில் ஆழ்ந்து போனவளாக, சொற்களைத் தனித்தனியாகப் பிரித்து வைக்கக்கூட அவளால் முடியவில்லை.

முதலில், அவள் முகத்தில் தென்பட்ட கவலையைக் கண்டு டார்ட்சாவ் சிரிக்கலானார். ஆனால் பிறகு தீவிரமடைந்தவராக, பின்வருமாறு விளக்கலானார்.

''உனது கிலி, உச்சரிப்பு அழுத்தங்களைப் போக்கிவிடுவதற்குப் பதிலாக அவற்றை மேலும் மேலும் அடுக்கிக் கொண்டே போக வேண்டும் என்ற உன் உணர்விலிருந்து எழுவதாகும். ஒரு சொற்றொடரில் அவை எவ்வளவு குறைவாக உள்ளனவோ அவ்வளவு தெளிவாக அது ஆகி விடுகிறது. அதாவது, அந்தச் சிற்சில

அழுத்தங்களும் முக்கியச் சொற்களின்மீது அமைந்தால் அழுத்தங்களைக் கூடுதலாகப் போடுவதைப் போலவே, நீக்கிக் குறைப்பதும் ஒரு கடினமான கலைதான். ஆனால் நீங்கள் இவ்விரண்டையும் கற்றுக் கொள்ள வேண்டும்.''

அன்று டார்ட்சாவ் ஒரு மாலை நாடகத்தில் நடித்துக் கொண்டிருந்ததால் இந்த இடத்தில் வகுப்பை நிறுத்தி எங்களைப் பயிற்சிக்காக ரக்மனோவிடம் ஒப்படைத்துவிட்டுச் சென்று விட்டார்.

3

அடுத்த நாள் வகுப்பில், ''உச்சரிப்பு அழுத்தங்களை எவ்வாறு போடுவது என்று கற்றுக் கொள்வதற்கு முன் அவற்றைக் குறைப்பது எப்படி என்று கற்றுக் கொள்ள வேண்டும் என்ற முடிவுக்கு நான் வந்துள்ளேன்,'' என்று சொன்னார்.

''நடிப்புக் கலையைக் கற்றுக் கொள்ள வருபவர்கள் தொடக்க கட்டங்களில் தாம் நன்றாகப் பேச வேண்டும் என்ற முயற்சியில் வெகு தீவிரமாக இருக்கிறார்கள். இந்த அதீத ஆர்வத்தால் அவர்கள் உச்சரிப்பைத் தவறாகப் பயன்படுத்துகிறார்கள். அழுத்தங்கள் எங்கெல்லாம் தேவையில்லையோ அங்கெல்லாம் அவற்றை நீக்கி விடுவது எப்படி என்று அவர்கள் கற்றுக் கொள்ள வேண்டும். இது ஒரு கலை என்றும், மிகச் சிரமமானது என்றும் நான் ஏற்கெனவே கூறியுள்ளேன். இது, முதலாவதாக, தீய பழக்கங்களால் உங்கள் பேச்சினுள் நுழைந்து விட்டுள்ள தவறான உச்சரிப்பு அழுத்தங்களை நீக்கி விடுகிறது. இது முடிந்ததும், சரியான உச்சரிப்பை நிலை நிறுத்துவது மேலும் சுலபமானதாகிறது. இரண்டாவதாக, சில சந்தர்ப்பங்களில் - மிகவும் சிக்கலான எண்ணங்களையோ, கருத்துகளையோ நீங்கள் வசனமாகப் பேசும் போது - இது மிக நல்ல உதவியாக அமையும். இத்தகைய வசனங்களைப் பேசும்போது, நாடகத்தின் முதன்மைக் கருவிலிருந்து பார்வையாளரின் கவனம் விலகி ஓடிவிடாதவாறு நடிகர்கள் பார்த்துக் கொள்ள வேண்டியுள்ளது. எனவே இத்தகைய

விமர்சனங்கள் எல்லாமே தெளிவாக, சுத்தமாகப் பேசப்பட வேண்டும். இங்கு தொனி மற்றும் அழுத்தங்களைக் குறைவாகக் கையாள்வது நலம். பிற சமயங்களில் நீண்ட, கனமான வசனங்களைப் பேச நேரிடும்போது ஒருசில தனித்தனிச் சொற்களுக்கு மட்டுமே முக்கியத்துவம் தந்து வலியுறுத்திவிட்டு மீதி வசனத்தைத் தொடர்ச்சியாகத் தெளிவாகப் பின்வரும்படி செய்ய வேண்டும். இவ்வாறு செய்வதால் ஒரு கடினமான நடையுள்ள வசனமானது உங்கள் பேச்சு முறையால் இலகுவாக்கப்பட்டு விடுகிறது. இந்தப் பணியை நடிகர்களால் மட்டுமே செய்ய முடியும்.

''இந்தப் பல்வேறுபட்ட சந்தர்ப்பங்களிலும் உச்சரிப்பின் அழுத்தங்களை நீக்கி விடுவதான கலை உங்களுக்குப் பெரிதும் உதவிகரமாக இருக்கும்.''

இதன்பின், ''அற்புதமான மனிதர்'' என்ற சொற்களைச் சுற்றிலும் பின்னப்பட்ட அதே கதை பாஸின் வசம் ஒப்படைக்கப்பட்டது. இதில் ஒரே ஒரு சொல்லை மட்டும் அழுத்தி உச்சரித்து விட்டு, மீதமுள்ள வசனத்துக்கு அழுத்தம் இல்லாமைக்கு ஒரு கற்பனைப் பின்னனியை அவன் கண்டறிய வேண்டும் என்பது தான் அந்தப் பணி. சோன்யா இதே வேலையைச் செய்வதில் தோல்வி அடைந்திருந்தாள். முதலில் பாலினால் கூட இதில் வெற்றிபெற முடியவில்லை. பல முறை முயற்சி செய்து தோற்றவுடன் டார்ட்சாவ் அவனிடம் பின்வருமாறு கூறினார்:

''சோன்யா, உச்சரிப்புகளைத் தாராளமாக அள்ளித் தெளித்தாள், நீயோ மிகவும் கஞ்சத்தனமாகச் செயல்பட்டாய். இவை இரண்டுக்கும் காரணம் ஒன்றுதான்: உங்கள் சொற்களுக்குப் பின்னால் இருந்த உபகருத்தைப் பற்றி ஒரு தெளிவான கருத்து உங்களுக்குக் கிடையாது. அதுதான் உங்கள் முதல் கவனமாக இருக்க வேண்டும். பிறருக்குத் தெரியப்படுத்துவதற்கு ஏதேனும் தேவை என்றால் அதை நீங்கள் செய்தாக வேண்டும். இப்போது உங்கள் கற்பனையைப் பயன்படுத்தி உங்கள் கதையில் உச்சரிப்பு அழுத்தம் ஏன் குறைவாக உள்ளது என்று நியாயப்படுத்திக் காட்டுங்கள்.''

இது ஒன்றும் செய்வதற்கு அவ்வளவு சுலபமல்ல என்று நான் எனக்குள்ளே சிந்தித்துக் கொண்டேன்.

இருந்தும், பால் தன் பிரச்சினையிலிருந்து சிறப்பாகத் தன்னைத் தப்புவித்துக் கொண்டான் என்றே எனக்குத் தோன்றியது. குறைந்த உச்சரிப்பு அழுத்தங்களுக்கு ஒரு அடிப்படையைக் கண்டு கொண்டது மட்டுமன்றி தனக்கு அனுமதிக்கப்பட்டிருந்த அந்த ஒரே ஒரு உச்சரிப்பை ஒரு சொல்லிலிருந்து மற்றொரு சொல்லுக்கு மாற்றிக் கொள்வதிலும் வெற்றிகண்டான். அவனது கருத்து பின்வருமாறு: பார்வையாளர்களாக அரங்கத்தில் இருந்த நாங்கள், ஒரு 'அற்புதமான மனிதரின்' வருகை பற்றி அவனைக் குறுக்குக் கேள்விகள் கேட்டோம். அவன் கூறிய செய்தியை உண்மையென்று நம்பாததால் இந்தக் குறுக்கு விசாரணை. தனது செய்தியை உண்மையென்று நிரூபிக்க - வார்த்தை வார்த்தையாக அதை மறுபடி மறுபடி சொல்ல வேண்டியதாயிற்று. இதனால் ஒவ்வொரு முறையும் ஒவ்வொரு சொல்லுக்கு அழுத்தம் தந்து அவன் பேசினான்.

"ஒரு அற்புதமான மனிதர் வந்தார்..." "ஒரு அற்புதமான மனிதர் வந்தார்," இவ்வாறு ஒரு சொல்லுக்குப் பின் மற்றொரு சொல்லாக அழுத்தமானது கவனமாகப் பொருத்தப்பட்டு, ஒவ்வொரு முறையும் மற்றச் சொற்கள்மீது உச்சரிப்பு அழுத்தம் ஏதுமின்றி அவன் பேசினான்."

அவன் பேசி முடித்தவுடன், டார்ட்சாவ், "உச்சரிப்பு அழுத்தங்களை மாற்றி மாற்றிப் போடுவதும் நீக்குவதுமாக நீ நன்றாகச் செய்தாய். ஆனால் இவ்வளவு அவசரம் ஏன்?"

"அவசரம், படபடப்பு, சொற்களைக் குளறிப் பேசுதல், முழுச் சொற்றொடர்களை வேகமாக வெளிப்படுத்துதல் இவையெல்லாம் அவற்றின் தொனியைத் தாழ்த்துவதல்ல - மாறாக அவற்றை மொத்தமாக அழித்து விடுகின்றன. இது நமது நோக்கத்துக்கு முரணானது. பேசுபவர் பதட்டப்பட்டால் கேட்பவருக்கு எரிச்சல்தான் வரும். ஏனெனில் செவிகொடுத்துக் கேட்க அவர்கள் சிரமப்பட வேண்டி வரும், புரியாத சொற்களை ஊகிக்க வேண்டி

வரும். இதனால் அவர்களது கவனம் சிதறும். எனவே அமைதியாகக் கட்டுப்பாட்டுடன் இருப்பதால் பேச்சு இலகுவாகிறது. ஒரு சொற்றொடரை மெதுவாக, உச்சரிப்பு அழுத்தமின்றிப் பேச நாம் அமைதியாகவும் உறுதியாகவும் இருக்க வேண்டும்.

"இது உன் பேச்சைக் கேட்பவர்களையும் சாந்தப்படுத்தும்."

"உனது முதன்மைச் சொல்லை அழுத்தி உச்சரித்து விட்டு பின் மீதமுள்ளவற்றை லேசாக, சரியாக, தீர்மானமாகச் சொல். இதில் தான் உச்சரிப்பற்றுப் பேசுவதன் கலை அடங்கியுள்ளது. உங்கள் வகுப்புப் பயிற்சிகளில் இந்தப் பேச்சுக் கட்டுப்பாட்டை நீங்கள் கற்றுக் கொண்டு பயிற்சி செய்யலாம்."

அடுத்த பயிற்சியானது மேற்கண்ட அதே சம்பவத்தை எடுத்துக் கொண்டு அதைப் பல சிறு சம்பவங்களாகப் பிரித்தல் மற்றும் தெளிவாக வரையறை செய்தலாகும்.

பகுதி 1: அற்புதமான மனிதர் வருகிறார்.

பகுதி 2: தான் காண வந்த நபரைத் தன்னால் பார்க்க முடியாததற்கான காரணங்கள் பற்றிக் கேட்டுத் தெரிந்து கொள்கிறார்.

பகுதி 3: அந்த அற்புதமான மனிதர் துயரமுற்றுக் குழப்பமடைகிறார் - காத்திருப்பதா அல்லது சென்று விடுவதா?

பகுதி 4: அவருக்குக் கோபம் வந்து விடுகிறது. எனவே, போய்விடலாம், திரும்ப வருவதேயில்லை என்று தீர்மானித்துக் கொண்டு சென்றுவிடுகிறார்.

இதனால் நான்கு தனித்தனி வசனங்கள் உருவாயின. ஒவ்வொன்றிலும் ஒவ்வொரு உச்சரிப்பு அழுத்தம் இருந்தது.

தொடக்கத்தில், ஒவ்வொரு விஷயத்தையும் தெளிவாகத் தெரிவிக்க வேண்டும் என்று டார்ட்சாவ் எங்களைப் பணித்தார். இதற்காக, நாங்கள் பேசிக் கொண்டிருந்த விஷயம் பற்றிய ஒரு பளிச்செனத் தெளிவான அகக் காட்சியை நாங்கள் கொண்டிருக்க

வேண்டியதாயிற்று. மேலும், பால் பேசியபோது, அந்த நிகழ்வை வர்ணிப்பது மட்டுமின்றி, நிகழ்வில் இடம்பெற்ற நபர் எவ்வாறு நடந்து கொண்டார் என்பதை நாங்கள் உணருமாறும் செய்ய வேண்டும் என்று டார்ட்சாவ் அவனைக் கேட்டுக் கொண்டார். அவர் என்ன செய்தார் என்பது மட்டுமின்றி அதை எப்படிச் செய்தார் என்பதைக் கூட.

அந்த மனிதரின் மனநிலைக்குள் டார்ட்சாவ் புகுந்து பார்த்தார். அவர் மகிழ்ச்சியுடன் உற்சாகமாக இருந்தாரா அல்லது அதற்கு மாறாக வருத்தமாகக் கவலையுடன் இருந்தாரா?

இதைச் சுட்டிக் காட்டுவதற்காக, தனது உச்சரிப்பு அழுத்தத்துடன் கூட தொனியையும் பால் சேர்த்துக் கொள்ள வேண்டியதாயிற்று. மேலும், அந்த மனிதரின் மனநிலையின் அளவையும் டார்ட்சாவ் அறிய விரும்பினார் - அவரது ஏமாற்றம், கடுமையானதா, ஆழமானதா, வன்முறையானதா அல்லது மிதமானதா?

மேலும், திரும்பி வராமல் சென்று விடுவது என்று தீர்மானித்த போது அவரது மனநிலை எவ்வாறு இருந்தது? அது பொறுமையுடன் சகித்துக் கொள்வதாக இருந்ததா அல்லது வன்முறையுடன் அச்சுறுத்துவதாக இருந்ததா? இவ்வாறு, முக்கியச் சொற்களுக்கு மட்டுமின்றி முழுச் சம்பவப் பகுதிக்கும் இந்தச் சாயல் ஏற்படுத்தப்பட வேண்டியிருந்தது.

மற்ற மாணவர்களும் இதே போன்ற பயிற்சிகளில் ஈடுபட்டனர்.

4

சமீப காலத்தில் நாங்கள் பணி செய்து கொண்டிருந்த பாடங்களை நான் சரியாகப் புரிந்து கொண்டேனா என்று நிச்சயப்படுத்திக் கொள்ள வேண்டி, ஒதெல்லோ வசனத்தை மறுபடியும் நான் பேசுவதைக் கேட்குமாறு டார்ட்சாவிடம் வேண்டினேன். அவ்வாறே கேட்டுவிட்டு, எனது பேச்சில் இருந்த பல்வேறு தவறுகளை அவர் சுட்டிக் காட்டினார்.

"சரியான உச்சரிப்பு அழுத்தம் உன் வேலைக்கு உதவியாக உள்ளது. ஆனால் ஒரு தவறுதலான அழுத்தம் அதைக் கெடுத்து விடுகிறது," என்று அவர் கூறினார். என் தவறுகளைத் திருத்திக் கொள்ள வேண்டி அந்த வசனத்தில் இருந்த உச்சரிப்புகளை மாற்றி வைத்து மறுபடி பேசுமாறு பணித்தார்.

நானும் அதை வரிக்கு வரி மறுபடி பேசி ஒவ்வொரு வரியிலும் தனியாகச் சுட்டிக்காட்டப்பட வேண்டிய ஒரு சொல்லை வலியுறுத்தி அழுத்தம் கொடுத்துக் காட்டினேன்.

Like to the Pontic sea

whose icy Current

இவ்வாறு சொல்லிவிட்டுப் பின் விளக்கினேன்:

"வழக்கமாக உச்சரிப்பு அழுத்தம் 'sea' என்ற சொல்லின் மீது போடப்படும். ஆனால் இப்போது நான் மறுபடியும் சிந்தித்து, அழுத்தத்தை 'Current' என்ற சொல்லுக்கு மாற்ற எண்ணியுள்ளேன். ஏனெனில் இவ்வரிகளில் உச்சப்புள்ளி அதுதான்."

"நீங்கள் தீர்மானியுங்கள்," என்றார் டார்ட்சாவ், மற்ற மாணவர்களைப் பார்த்து "இது சரியா?"

அவர்கள் எல்லோரும் ஒரே சமயத்தில் பேசத் தொடங்கினர் சிலர் 'sea' என்றனர், மற்றவர்கள், 'icy' என்றும் வேறு சிலர் 'Pontic' என்றும் கூறினர். வான்யா அனைவரையும் விட உரக்கக் கூவி, 'Like' என்ற சொல்லைப் பிடிவாதமாக வற்புறுத்தினான்.

நான் மேற்கொண்டு தொடர்ந்து வசனம் பேசவும், நாங்கள் அனைவருமே உச்சரிப்பு அழுத்தம் உள்ள மற்றும் இல்லாத சொற்களின் புதை மணலில் சிக்கித் தடுமாறலானோம். ஒரு பகுதியின் ஒவ்வொரு சொல்லுக்கும் அழுத்தம் தருவதில் தான் இது சென்று முடிந்தது. இதனால், எல்லாச் சொற்களுக்கும் அழுத்தம் தரப்பட்டால் அவை தமது பொருளையே இழந்து விடுகின்றன என்று டார்ட்சாவ் எங்களுக்கு நினைவூட்டினார்.

எனவே எந்த ஒரு முடிவுக்கும் வராமலேயே எனது வசனம் முழுவதையும் நான் பேச, பிறர் கேட்கலாயிற்று. உண்மையைச்

சொல்ல வேண்டுமானால், முன்னர் எப்போதையும் விட இப்போது நான் மிகுந்த குழப்பத்தில் இருந்தேன். ஏனெனில் ஒவ்வொரு சொல்லிலிருந்தும் என்னால் உச்சரிப்பைப் போடவும் எடுக்கவும் முடிந்தது - ஆனால் அதே சமயத்தில் ஒரு அர்த்தத்தையோ முற்றிலும் வேறுபட்ட மற்றொரு அர்த்தத்தையோ என்னால் பாதுகாக்க முடிந்தது. இவற்றுள் எது சரியான அர்த்தம்? இதைப் பற்றித் தான் நான் இன்னமும் குழப்பத்தில் இருந்தேன்.

ஒருகால், எனது கண்கள் ஒரே சமயத்தில் பல பொருள்களைப் பார்க்கும்போது எனக்கு நிகழ்வதே இப்போதும் நிகழ்ந்தது என்று கூறலாம். ஒரு கடையில், கேக் விற்கும் பேக்கரியில் பல்வேறு கேக் தயாரிப்புகளைப் பார்க்கும்போது எதைத் தேர்ந்தெடுத்து வாங்குவது என்பதைத் தீர்மானிப்பது என்பது எப்போதுமே எனக்குச் சிரமமான விஷயம். ஒதெல்லோவின் வசனத்தில், செய்யப்படக் கூடிய உச்சரிப்பு அழுத்தங்கள் ஏகப்பட்டவை இருந்தன. இதனால் நான் தலை சுற்றிப் போனேன்.

இறுதியில் எங்களால் எதையும் தீர்மானிக்க முடியவில்லை. ஆனால் டார்ட்சாவ் ஏதும் கூற மறந்துவிட்டார். ஒரு கொடூரமான புன்னகையுடன் அவர் எங்களைக் கவனித்தவாறு இருந்தவர். ஒரு நீண்ட, சங்கடமான நிறுத்தத்திற்குப் பின்பு எங்களுக்காகவே தனது நகைப்பையும் களிப்பையும் கட்டுப்படுத்திக் கொண்டார்.

"நமது மொழியின் சட்டங்களை அறிந்திருந்தால் இதெல்லாம் நடந்திருக்கவே நடந்திருக்காது. ஏனெனில் தேவையான, சரியான உச்சரிப்புகளில் பலவற்றையும் பொருத்துவதற்கு, இவை தாமாக முன் வந்து உங்களுக்கு உதவியிருக்கும்."

"நாங்கள் என்ன செய்திருக்க வேண்டும்?" என்று கேட்டோம்.

"முதலாவதாக, ரஷ்ய மொழியின் உச்சரிப்புக்கான விதிமுறைகளை நீங்கள் அறிந்திருக்க வேண்டும். பின்னர் நீங்கள் ஒரு புதிய வீட்டிற்குள் குடி புகுந்துள்ளீர்கள் என்று வைத்துக் கொள்வோம். உங்களது பொருள்கள், மரச்சாமான்கள் இன்னபிற

இங்குமங்கும் சிதறிக் கிடக்கின்றன," என்றார் டார்ட்சாவ், தனது விமர்சனத்தை ஒரு திடமான எடுத்துக்காட்டால் விளக்கியவாறு.

"இப்போது எவ்வாறு நீங்கள் ஒழுங்கை நிலை நிறுத்துவீர்கள்?"

"முதலில், தட்டுகளையெல்லாம் ஓரிடத்தில் சேர்த்து வைப்பீர்கள். டீக் கோப்பைகளை ஒன்றாக வைப்பீர்கள். சில்லறைச் சாமான்களை ஒன்று திரட்டுவீர்கள். பின்பு பெரிய மரச்சாமான்களை அவை எங்கெங்கு சரியாகப் பயன்படுமோ அங்கே வைப்பீர்கள்."

"இதையெல்லாம் செய்த பின், வீட்டுக்குள் உங்களால் சுலபமாக நடமாட முடியும்."

"ஒரு வசனத்தைப் பொறுத்தவரையிலும் இதே போலத் தான் செயல்பட வேண்டும். இந்தச் செயல் முறையை விளக்குவதற்கு "The Expressive Word" (தெளிவாக வெளிப்படுத்தும் சொல்) என்ற நூலில் S.M. வோல்கோன்ஸ்கி குறிப்பிட்டுள்ள சில விதிகளை இங்கே நான் உங்களுக்குச் சுட்டிக்காட்ட விரும்புகிறேன். அந்த விதிகளை உங்களுக்குக் கற்றுத் தருவதற்காக நான் இதைச் செய்யவில்லை என்பதை நினைவில் வைத்துக் கொள்ளுங்கள். அந்த விதிகளைப் பற்றிய அறிவு உங்களுக்குத் தேவை என்பதையும் காலப்போக்கில் அவற்றைப் பயன்படுத்த எவ்வாறு கற்றுக் கொள்வீர்கள் என்றும் உங்களுக்குச் சுட்டிக்காட்டவே நான் இதைப் பற்றி இங்குப் பேசுகிறேன். இதைப் புரிந்து கொண்ட பின், அவற்றைப் பற்றிய ஒரு கவனமான படிப்பை உங்களால் தொடங்க முடியும்."

(இங்கு, இந்த நூலில் வரும் இயக்குனர் - ஆசிரியர் டார்ட்சாவ் ரஷ்ய மொழி பற்றி நுணுக்கமாகப் பேசுகிறார். இது ஆங்கிலம் - தமிழ் இவற்றுக்குப் பொருந்தாமையால் இப்பகுதி இந்த மொழிபெயர்ப்பிலிருந்து விட்டு விடப்பட்டுள்ளது. மொழியின் பயன்பாட்டுக்கு ஏற்ப உச்சரிப்புகள் உள்ளதால், குறிப்பிட்ட சூழ்நிலைக்கு ஏற்ப நடிகர் அவற்றைப் பரிசோதனை செய்து கற்றுக் கொள்ளலாம் - பயன்படுத்தலாம் - மொழிபெயர்ப்பாளர்)

"மொழியின் விதிகளைப் பயன்படுத்துவதால் எத்தனை சொற்களும் அவற்றின் உச்சரிப்பும் பொருத்தமாக அமைகின்றன என்பதைக் கவனியுங்கள்," என்று டார்ட்சாவ் தொடர்ந்து பேசினார். "இப்போது, மற்றச் சொற்களைப் பற்றி அறிந்து கொள்வது உங்களுக்குச் சிரமமாக இருக்காது. ஒரு வசனத்தின் உபகருத்தானது நாடகத்தின் நடிப்புச் செயலின் தொடர்போடு மற்றும் மேன்மைக்குறிக்கோள் இவற்றோடு இணைந்து சரியான உச்சரிப்பைத் தேர்ந்தெடுக்க உங்களுக்கு உதவும்.

"அதன் பின், நீங்கள் தேர்ந்தெடுக்கும் உச்சரிப்புகளை ஒன்றுடன் ஒன்று பொருத்துவது மட்டுமே நீங்கள் செய்ய வேண்டிய பணி - சில கனமான அழுத்தத்துடனும், வேறு சில லேசான அழுத்தத்துடனும் இருக்கும்."

"நமது பணியில் இது ஒரு கடினமான மற்றும் முக்கியமான அம்சம் ஆகும். நமது அடுத்த பாடத்தில் நாம் இதைப் பற்றி மேலும் அதிக விவரங்களுடன் பார்க்கலாம்.

5

தான் முன்னர் வாக்களித்தபடியே இன்று டார்ட்சாவ் உச்சரிப்புகள் பலவற்றை ஒருங்கிணைப்பது பற்றிப் பேசினார் - அவற்றைத் தனித்தனிச் சொற்தொகுதிகளிலும் முழுச் சொற்றொடர்களிலும் எவ்வாறு அமைப்பது என்றும் அவர் விளக்கினார்.

"மிகவும் எளிமையானதும், எளிதில் விளங்கிக் கொள்ள முடிவதுமான ஒன்று ஒரே ஒரு உச்சரிப்பு அழுத்தத்தைக் கொண்டுள்ள ஒரு சொல்லைக் கொண்ட உட்பிரிவு (Clause) ஆகும். (ஆங்கில இலக்கணத்தில் ஒரு Clause என்பது எழுவாய் + பயனிலை கொண்ட சொல் தொகுதி) எடுத்துக்காட்டாக, 'உனக்கு அறிமுகமான நபர் ஒருவர் இங்கு வந்தார்.' இதனுள் எந்தச் சொல்லுக்கு அழுத்தம் கொடுத்தாலும் அதன் மொத்தக் கருத்தும் ஒவ்வொரு முறையும் மாற்றம் அடையும்.

"இதே உட்பிரிவில் இரு சொற்களுக்கு அழுத்தம் தந்து பார் - 'தெரிந்த' மற்றும் 'இங்கு'. இதற்கான காரணத்தைத் தருவது அதிகச் சிக்கலாவதோடு இந்த உட்பிரிவைப் பேசுவதும் சிரமமானதாகும். ஏன்? ஏனெனில் இதற்குள் ஒரு புதிய அர்த்தத்தை நுழைக்கிறீர்கள். முதலாவதாக, வந்தது யாரோ ஒருவர் அல்ல, உனக்கு **அறிமுகமானவர்**. இரண்டாவதாக அவர் எங்கோ செல்லவில்லை, **இங்கு** வந்தார்.

"மூன்றாவது அழுத்தத்தை **வந்தார்**" என்ற சொல்லில் போடுங்கள். இப்போது உட்பிரிவு சொல் தொகுதியின் அடித்தளப் பொருள் மேலும் சிக்கலானதாகிறது.

"இவ்வாறு, வெகு நீளமான ஒரு சொற்றொடரைக் கற்பனை செய்து பாருங்கள். எல்லாச் சொற்களும் அழுத்தம் கொண்டவையாக ஆனால் அழுத்தத்துக்குத் தேவையான காரணம் இல்லாமல் இருப்பதைச் சிந்தித்துப் பாருங்கள். இதை வர்ணிப்பதற்கு ஒரே வழி - உச்சரிப்பு அழுத்தங்கள் நிறைய உள்ள, அர்த்தமற்ற சொற்கள் கொண்ட ஒரு சொற்றொடர். இது இவ்வாறாயினும், எல்லாச் சொற்களுக்கும் அழுத்தமும் தந்து அதற்கான காரணத்தையும் முன் வைக்க வேண்டிய நிலைமையும் வசனம் பேசும்போது ஏற்படலாம். அப்போது அதை ஒரே துணுக்காகப் பேசுவதை விடவும் துண்டுபண்ணிப் பேசுவது சுலபமானதாக அமையும்."

இங்கு டார்ட்சாவ் நிறுத்தி, தன் சட்டைப் பையிலிருந்து ஒரு துண்டுக் காகிதத்தை எடுத்து,

"இதோ ஒரு வசனம். இது ஷேக்ஸ்பியரின்" ஆன்டனி அண்டு க்ளியோபாட்ரா'விலிருந்து எடுக்கப்பட்டுள்ளது.

"Hearts, tongues, figures, Scribes,

bards, poets, cannot

Think, speak, Cast, Write, sing,

number, - ho!

His love to Antony....

''இதயங்கள், நாவுகள், வடிவங்கள், எழுத்தாளர்கள்,
பாடகர்கள், கவிஞர்கள் (இவர்களால்)

ஆன்டனியின் பால் அவனுக்குள்ள நேசத்தை(ப் பற்றி)
சிந்திக்க, பேச, வடிவமைக்க, எழுத, பாட,
எண்ணால் கணக்கிட ஓ! முடியாது.''

''புகழ்பெற்ற அறிஞர் W.S. ஜேவோன்ஸ் என்பவர் இங்கு ஷேக்ஸ்பியர் இந்த ஒரு சொல் தொகுதியில் ஆறு எழுவாய்களையும், ஆறு பயனிலைகளையும் இணைத்துள்ளார் என்றும் இதனால் ஆறு ஆறு மொத்தம் முப்பத்தாறு முழுமையான கூற்றுகள் இங்கு உள்ளன என்றும் கூறியுள்ளார்.

''உங்களில் யார் இந்த வரிகளை வாசித்து முப்பத்தாறு முழுக் கூற்றுகளும் வெளிப்படையாகத் தெரியுமாறு செய்ய வைக்கப் போகிறீர்கள்?'' என்று அவர் கேட்டார்.

நாங்கள் அனைவரும் மௌனமாக இருந்தோம்.

''ம், உங்கள் தீர்மானம் சரியானதே.'' நானும் கூட இந்தப் பணியை ஏற்றுக் கொள்ளலாம் என்று கனவிலும் கூட நினைக்கமாட்டேன். இதைச் சாதிப்பதற்குத் தேவையான பேச்சு வன்மை என்னிடம் கிடையாது. ஆனால் இப்போது நாம் அதைப் பற்றிக் கவலைப்படப் போவதில்லை. நமது ஈடுபாடு, உச்சரிப்பு அழுத்தங்களைத் தனியே பிரித்தெடுப்பதிலும், ஒரே ஒரு கூற்றில் பலவற்றை எவ்வாறு ஒருங்கிணைப்பது என்பதிலும் தான் உள்ளது.

''ஒரு நீண்ட வசனத்தில், அதை முழுமையாகப் புரிந்து கொள்ளத் தேவையான முக்கியச் சொல் மற்றும் பிற முக்கியமற்ற சொற்களின் கோவை ஆகியவற்றை நாம் எவ்வாறு கண்டு கொள்வது? அவை எல்லாமே ஒரே அளவிலான முக்கியத்துவத்தைக் கொண்டிருக்க முடியாது. சில, கூடுதல் முக்கியத்துவத்தையும், வேறு சில சற்றே குறைந்த அளவு முக்கியத்துவத்தையும் கொண்டிருக்கும். ஒரு மூன்றாவது குழு மேலும் குறைந்தளவிலான முக்கியத்துவத்தைக் கொண்டிருக்கும். எனவே இவற்றை வேண்டுமென்றே குறைவாக அழுத்தம் தந்து உச்சரித்து, வசனத்தின் பின்புலத்திற்குத் தள்ளிவிட வேண்டும்.''

"மேலும், இவை தவிர பிற முக்கியமற்ற ஆனால் சொற்றொடரின் பொருளுக்குத் தேவையான சில சொற்கள் உள்ளன - இவையும் கூட, பின்புலத்திற்குத் தள்ளப்பட்டுத் தாழ்வாக உச்சரிக்கப்பட வேண்டும்."

"இதைச் செய்வதற்கு உச்சரிப்பில் சிக்கலான அளவீடுகள் தேவை - கனமானவை, நடுத்தரமானவை மற்றும் லேசானவை."

"ஒரு ஓவியத்தில் வலிமையான மற்றும் லேசான நிறங்கள் உள்ளது போல, பேச்சிலும் பல்வேறு அளவுகளிலான சக்தியும் அழுத்தங்களும் உள்ளன."

"இவை கணக்கிடப்பட்டு, இணைக்கப்பட்டு, ஒன்றுபடுத்தப் பட்டுத் திட்டமிடப்பட்டுப் பயன்படுத்தப்பட வேண்டும். அவை ஒன்றுடன் ஒன்று போட்டியிடாமல் ஒரு கடினமான சொற்றொடரை ஒரே நேர்கோட்டில் வெளிப்படுத்தித் தெரிவிக்க இணைந்து செயல்பட வேண்டும். தனித்தனிப் பகுதிகளில் மட்டுமல்லாது மொத்த வசனத்திலும் ஒரு ஆழ்நோக்கு இருக்க வேண்டும்."

"ஒரு ஓவியத்தின் ஆழத்தைக் காட்ட மூன்றாவது பரிமாணம் எவ்வாறு பயன்படுத்தப்படுகிறது என்று உங்களுக்குத் தெரியும். நிஜத்தில் அது இருப்பதில்லை - ஓவியச் சேலையானது இருபரிமாணம் கொண்ட ஒரு தட்டையான பரப்பு. அதன் மீது ஓவியன் தனது படத்தை வரைகிறான். ஆனாலும் அந்த ஓவியமானது பல்வேறு மட்டங்களையும் முப்பரிமாணங்களையும் கொண்டிருப்பது போன்ற ஒரு மாயத் தோற்றத்தை ஏற்படுத்துகிறது. பின்புறமாக, உள்ளே போவது போலவும் முன்புறமாக, பார்ப்பவரை நோக்கி வருவது போலவும் அது தோன்றுகிறது.

"ஒரு சொல் தொகுதியில் இதே போன்ற ஆழமான தோற்றத்தை உருவாக்குவதற்கு நமக்குப் பேச்சிலும் பல மட்டங்கள் உள்ளன. ஒலி மட்டத்தின் முன்னே பளிச்சென்று தெரியுமாறு மிக முக்கியமான சொற்கள் தெளிவாகச்

சுட்டிக்காட்டப்படுகின்றன. குறைவான முக்கியத்துவம் கொண்ட சொற்கள் பிற பல அடுக்குகளை உருவாக்குகின்றன.

"இந்தப் பணியின் முக்கிய அம்சம், குரலின் ஒலி அல்ல - மாறாக, உச்சரிப்பின் தரம் ஆகும்.

"இங்கு முக்கிய விஷயம் இதுதான்: உச்சரிப்பானது மேலேயிருந்து கீழே வருகிறதா அல்லது அதற்கு நேர் எதிராக கீழேயிருந்து மேலே செல்கிறதா? அது கனமாகக் கீழே இறங்குகிறதா அல்லது கூரானதொரு அசைவுடன் லேசாக மேலே ஏறுகிறதா? மேலும், இங்கு ஆண் மற்றும் பெண் உச்சரிப்புகளும் உள்ளன.

"ஆண் உச்சரிப்பானது திடமாகவும் கடுமையானதாகவும் கத்தியால் இரும்பு மேல் அடிப்பது போல உள்ளது. இது குறுகியதாகவும் சட்டென்று முடிந்து விடுவதாகவும் உள்ளது. பெண் உச்சரிப்பானது திடமானதாக இருந்தாலும் உடனே முடியாமல் சற்றே நின்று நிலைத்திருப்பதாகத் தொடர்கிறது. எடுத்துக்காட்டாக, சுத்தியால் இரும்பின்மீது அடித்துவிட்டு அதைச் சற்றே தேய்த்து இழுப்பதைப் பாருங்கள். அது பெண் உச்சரிப்பு அழுத்தத்தைப் போல இருக்கும்."

"மற்றுமொரு எடுத்துக்காட்டையும் காணலாம். கோபம் கொண்டுள்ள ஒருவர், வேண்டாத விருந்தினர் ஒருவரைத் தன் வீட்டிலிருந்து வெளியேற்றும்போது கடுமையாகப் பேசிக் கையால் கதவைச் சுட்டிக் காட்டுவார். அவரது சொற்கள் மற்றும் சைகைகளில் ஆண் உச்சரிப்பு அழுத்தத்தைப் பயன்படுத்துவார்."

"மேலும் அதிக நாகரிகம் படைத்த ஒருவர் இதையே செய்யும் போது, அவது சொற்கள் முந்தையதைப் போலவே இருந்தாலும், அவரது குரல் தாழ்ந்தும் சைகைகள் மெதுவானவையாகவும் இருக்கும். இது பெண் உச்சரிப்பை ஒத்ததாக உள்ளது."

"உச்சரிப்பைத் தனித்துக் காட்டும் மற்றொரு அம்சம் சொற்களின் தொனி, இராகம் ஆகும். இதனால் ஒரு சொல்லுக்கு மகத்தான வெளிப்படுத்தும் திறனும், தாக்கமும் கிடைக்கின்றன.

உச்சரிப்பானது தொனியுடன் இணைக்கப்படலாம். இந்தச் சந்தர்ப்பத்தில் தொனியானது ஒரு சொல்லுக்கு பல உணர்ச்சிச் சாயல்களைத் தரும் - மென்மையாகத் தடவிக் கொடுப்பது, கடுமையான தீங்கிழைப்பது, கேலி செய்வது, அவமதிப்பது, மதிப்பது, இன்ன பிற,

''தொனியுடன் கூடவே பல்வேறு வழிமுறைகளால் ஒரு சொல்லைத் தனித்து நிற்குமாறு செய்ய நம்மால் முடியும். எடுத்துக்காட்டாக, அதை இரண்டு நிறுத்தங்களுக்கு இடையில் அமைக்கலாம். மேலும் வலிமையாகக் காட்ட அந்த நிறுத்தங்களில் ஒன்று உளவியல் நிறுத்தமாக இருக்கலாம். மேலும் பிற சொற்களின் உச்சரிப்பைச் சுத்தமாக நீக்கி விடுவதன் மூலமாகவும் முக்கிய சொல்லைத் தனித்துக் காட்டலாம். இதனால் வேறுபடுத்திக் காட்டப்படுகிற சொல் தனித்து நிற்பதால் வலிமையானதாக அது தென்படும்.''

''இவ்வாறு அழுத்தம் தரப்பட்டும் தரப்படாமலும் உச்சரிக்கப்படும் சொற்களுக்குள் இடையே உள்ள உறவை நிலை நிறுத்துவது முக்கியம். இதனால் தொனி மட்டத்தில் ஒரு சொற்றொடர் அல்லது சொல் தொகுதிக்குத் தேவையான ஆழமும் அசைவும் உருவாக்கப்படுவது அவசியமாகிறது.''

''ஒருங்கிணைப்பது பற்றிப் பேசும்போது இந்த இணக்கமான ஒன்றுபடுத்துதல், உச்சரிப்பு அளவுகளின் இடைப்பட்ட உறவுகள் குரலில் ஒலி ஆகியவற்றைப் பயன்படுத்திச் சில சொற்களை தனித்து நிற்கச் செய்தல் ஆகியவற்றைப் பற்றித்தான் நாம் குறிப்பிடுகிறோம்.''

''இந்த விதமாகத்தான் நாம் ஒரு இணக்கமான வடிவத்தை, வடிவமைக்கப்பட்ட எழிலுடன் கூடிய சொல் தொகுதியை உருவாக்குகிறோம்.''

6

''உச்சரித்தல் மற்றும் அழுத்தம் தரப்பட்டுள்ள சொற்களின் ஒருங்கிணைப்புப் பற்றி நாம் மேலே கூறியுள்ள எல்லாமே முழு

வசனம் அல்லது தனி வசனத்தில் உள்ள சொல் தொகுதிகளை அடிக்கோடிட்டுக் காட்டும் செய்முறைக்கு இதேபோலப் பயன்படுத்தப்படலாம். இங்கு முக்கியமான உட்பிரிவு மற்றவற்றுடன் ஒப்பிடும்போது மேலும் கனமான உச்சரிப்பைக் கொண்டிருப்பதாக அமைக்கப்படலாம். அதேபோல, முக்கிய உட்பிரிவில் உள்ள முக்கியச் சொல்லும் தனித்துத் தெரியும் கனமான அழுத்தத்தைக் கொண்டிருக்கலாம்.

"இங்கு முக்கிய உட்பிரிவானது இரு நிறுத்தங்களுக்கு இடையில் அமைக்கப்படுவதால் தனித்துத் தோன்றுமாறு ஆக்கப்படலாம். உட்பிரிவின் ஒலித் தொனியை உயர்த்துதல் அல்லது தாழ்த்துதலாலோ, அல்லது மேலும் பளிச்சென்று தெரியும் உச்சரிப்பைப் பயன்படுத்திப் புதிய சாயலைக் கொடுப்பதாலோ இது செய்யப்படலாம்."

"முக்கிய உட்பிரிவுக்கு முக்கியத்துவம் தருவதற்கு மற்றொரு வழி, வசனத்தின் பிற அனைத்துப் பகுதிகளுடன் ஒப்பிட்டு நோக்கும்போது ஒரு வேறுபட்ட தாளலயத்தை அதற்குத் தருவதாகும். இறுதியாக இதோ ஒரு வழி - பிற அனைத்து வழிகளையும் மந்தப்படுத்திவிட்டு இந்த உட்பிரிவை மட்டும் அப்படியே விட்டுவிடுவதாகும்."

"சொற்கள் மற்றும் சொற்றொடர்களில் உச்சரிப்பின் பல்வேறு உணர்வதற்கரிய சாயல்களை உருவாக்குவது பற்றி விரிவாகப் பேசுவது என் பணி அல்ல. இதைச் செய்வதற்கான வழிகள் மற்றும் அவற்றின் பயன்பாடுகள் எண்ணற்றவை என்று உறுதிப்படுத்த மட்டுமே என்னால் முடியும். அவற்றின் உதவியுடன் உங்களது சொற்களையும் சொற்றொடர்களையும் சிக்கலான ஒலித் திட்டங்களுடன் வடிவமைக்க முடியும்."

"இந்த ஒலிகளின் உணர்ச்சிகளால் அவை நாடகத்தின் பிரதான குறிக்கோளுடன் நடிப்புச் செயல்பாட்டுடன் இணைந்து பின்னிப் பிணைக்கப்பட்டால் நமது கலையின் மகத்தான குறிக்கோளைச் சாதிக்க உங்களுக்கு அவை உதவும்: ஒரு நாடகத்தின் அல்லது

பாத்திரத்தின் மனித ஆன்மாவின் வாழ்க்கையை உருவாக்குதல் என்பதே அக்குறிக்கோள்.

"உங்களது பேச்சின் சாத்தியப் பாடுகளை முழுமையாகப் பயன்படுத்திக் கொள்வதற்கான திறன், உங்கள் அனுபவம், அறிவு, ரசிப்புத் தன்மை, உணர்கிற பண்பு, மற்றும் திறமை இவற்றைப் பொறுத்தே அமையும். சொற்களின் பால் தமது தாய்மொழியின் பால் நிஜமான ஈடுபாடு மற்றும் காதலைக் கொண்டுள்ள நடிகர்கள் தமது ஒருங்கிணைப்புச் செயல்முறைகளை மேம்படுத்திக் கொண்டு வசனம் பேசுதலை ஒரு நுண்கலையாக உயர்த்திக் கொள்வார்கள்."

"குறைவான திறன் கொண்டவர்கள் இந்த விஷயத்தில் மேலும் கடுமையாக உழைத்து அதிக அறிவைப் பெற்றுத் தமது மொழித் திறனை வளர்த்துக் கொள்ள வேண்டும். அனுபவம் பயிற்சி மற்றும் கலைத்திறனைச் சாதிக்க அவர்கள் மேலும் கடுமையாக உழைக்க வேண்டியிருக்கும்."

"ஒரு நடிகரின் கையில் எவ்வளவு அதிகமான திறன் உள்ளதோ அவ்வளவு உயிர்த்துடிப்புடன், சக்தியுடன், உணர்ச்சிகளை வெளிப்படுத்த வல்லதாகவும், அபாரக் கவர்ச்சியுடனும் அவரது வசனப் பேச்சு அமையும்."

7

இன்று ஒதெல்லோவின் வசனத்தை மற்றுமொருமுறை நான் ஒப்பித்தேன்.

"உன் கடும் உழைப்பு வீண் போகவில்லை," என்று டார்ட்சாவ் ஊக்கம் தரும் வகையில் பேசினார்.

"விவரங்களைப் பொறுத்தவரையில் நீ செய்வது எல்லாமே நன்றாக உள்ளது. சில இடங்களில் அது அதிகச் சக்தி வாய்ந்ததாகக் கூட உள்ளது. ஆனால் மொத்தத்தில் எடுத்துக் கொண்டால் இந்த வசனம் சில இடங்களில் தத்தளிக்கிறது, முன்னே செல்வதில்லை. இரண்டடி முன்னே செல்கிறாய், பின் இரண்டடி பின் வாங்குகிறாய். இதை வசனம் முழுவதும் நீ செய்கிறாய்."

"அதே ஒலி அமைப்புகளைத் திரும்பத் திரும்பச் செய்வதால் அவை சலிப்பூட்டத் தொடங்குகின்றன."

"மேடையில் பேசும்போது உணர்ச்சிகளை வெளிப்படுத்தும் வழிமுறைகளை வேறு விதமாக - ஒரு குறிப்பிட்ட அளவு திட்டமிட்ட நோக்கத்துடன் - நீ கையாள வேண்டும்."

"இதைப் பற்றி மேலும் விளக்குவதற்குப் பதிலாக நானே அந்த வசனத்தைப் பேசிவிடுவது நான் என் திறமையை வெளிக்காட்டிக் கொள்வதற்காக அல்ல. மாறாக, பேசுதலின் நுட்பத்தைப் பற்றியும் பல்வேறு ஒலி அளவுகளின் கணக்கிடுதலைப் பற்றியும் காட்சியில் உள்ள நடிகரின் மனநிலை அவர் மீதும் அவரது சக நடிகர் மீதும் ஏற்படுத்துகிற தாக்கத்தைப் பற்றியும் படிப்படியாக உனக்குத் தெரியப்படுத்துவதற்காக நான் இதைச் செய்கிறேன்."

"என் முன்னால் உள்ள பிரச்சினையைத் தெளிவுபடுத்துவதன் மூலம் நான் இதைத் தொடங்குகிறேன்," என்று கூறிய டார்ட்சாவ், பாலை நோக்கித் திரும்பினார். சற்று நேரம் தன்னைத் தயார்ப் படுத்திக் கொள்வதில் செலவழித்துவிட்டுத் துரோகம் செய்த டெஸ்டிமோனாவைப் பார்ப்பது போல பாலை வெறித்துப் பார்த்தார். பின் வசனத்தைப் பேசலானார். இடையிடையே நிறுத்தித் தனது உணர்ச்சிகளையும் வர்ணித்தார் - அவற்றின் குழப்பமான கலவைகள், ஏற்ற இறக்கங்கள் என வசனத்தின் உச்சரிப்புக்கு ஊடே விமர்சனங்களையும் செய்தவாறு இருந்தார்."

பின் அந்த நீண்ட வசனத்தின் முடிவில் தன் குரலைத் தாழ்த்தி முற்றுப் புள்ளியில் கொண்டு வந்து நிறுத்தினார்.

இதைக் கண்டு, கேட்டு எனக்குள் ஒரு புரட்சிப் புயல் பொங்கி எழுந்தது. இத்தகைய வசனங்களைப் பேசும் போதும் நடிகர்களால் நடிப்புக்கலை நுட்பத்தின் செயல்முறைகளால் உந்தித் தள்ளப்பட முடியுமா? அப்படியென்றால் நடிப்புக் கலையின் உத்வேகம் என்னவாகும், எங்கே போகும்? எனக்குப் பெரும் வருத்தம் உண்டானது, மனமொடிந்து போனேன்.

8

பின்னர் துணிவையெல்லாம் ஒன்று திரட்டியவாறு, கடந்த பாடத்தின்போது தொடங்கி இன்று வரையிலும் என் உள்ளத்தில் எழுந்த எண்ணங்கள் மற்றும் கருத்துகளைப் பற்றிச் சொல்ல ஆரம்பித்தேன்.

அவர் என்னைத் தடுத்து நிறுத்தி, "இதை இப்போது பேசுவது மிகவும் வீணான செயல், முன்பே பேசியிருக்க வேண்டும்," என்றார். பின் மற்ற மாணவர்களை நோக்கித் திரும்பி,

"உங்கள் வசனத்தைப் பேசுதல் பற்றிய எனது பணி முடிவடைந்து விட்டது. நான் உங்களுக்கு எதுவுமே கற்றுத் தரவில்லை. ஏனெனில் தொடக்கத்தில் இருந்தே அது எனது எண்ணம் அல்ல. ஆனால், ஒரு புதிய, மிக முக்கியமான பாடத்தை உணர்வுபூர்வமாகக் கற்றுக் கொள்வது எப்படி என்று நான் உங்களுக்கு அறிமுகம் செய்துள்ளேன்."

"நமது சிறிய பயிற்சியின் வாயிலாக நடிப்புக் கலை நுட்பம் வாய்ந்த குரல் என்றால் என்ன என்று நீங்கள் புரிந்து கொண்டுள்ளீர்கள் - தொனியின் பல்வேறு சாயல்கள், உச்சரிப்பு வேறுபாடுகள், ஒலி வடிவத்தின் பல்வேறு வடிவங்கள், உச்சரிப்பு அழுத்தங்களின் விதவிதமான வகைகள், பொருள் தரும் நிறுத்தங்கள் மற்றும் உளவியல் நிறுத்தங்கள் இன்னபிற - இவற்றை நடிகர்கள் பயிற்சி செய்து பழகித் தம் வசம் தயாராக வைத்துக் கொள்ள வேண்டும். இதன் உதவியால் நமது நடிப்புக்கலைக்குத் தேவையான சொற்களின் பிரயோகம் மற்றும் பேச்சுத்திறன் ஆகியவற்றை நம்மால் வளர்த்துக் கொள்ள முடியும்."

"என்னால் இயன்ற அளவு நான் பேசிவிட்டேன். மீதம் உள்ள விஷயங்கள் திரு. செஷ்நோவ் அவர்களால் உங்களுக்கு எடுத்துரைக்கப்படும். அவர் உச்சரிப்புக்கான உங்கள் புதிய ஆசிரியர் ஆவார்."

திரு செஷ்நோவ் முன்னால் வரவும் டார்ட்சாவ் அவரை அறிமுகம் செய்து ஒருசில இனிமையான சொற்கள் அவரைப்

பற்றிப் பேசினார். அவருடனான எங்கள் முதலாம் பாடத்துக்காக எங்களை அவருடன் விட்டுச் செல்ல அவர் கிளம்பினார். ஆனால் அவர் அரங்கத்தை விட்டு வெளியேறுமுன் நான் அவரைத் தடுத்து நிறுத்தினேன்.

"தயவு செய்து போகாதீர்கள்! மிகவும் முக்கியமான ஒரு விஷயத்தைப் பற்றி எங்களுக்குச் சொல்வதற்கு முன் எங்களை விட்டுப் போக வேண்டாம் என்று நான் உங்களைக் கெஞ்சிக் கேட்டுக் கொள்கிறேன்!"

பாலும் என்னுடன் சேர்ந்து இதையே கேட்டான்.

டார்ட்சாவ் இதனால் மிகவும் வெட்கமும் சங்கடமும் பட்டார். முகம் சிவந்து போனவராக, எங்கள் இருவரையும் தனியே அழைத்துச் சென்று புதிய ஆசிரியரின் பால் இங்கிதமின்றி நடந்து கொண்டதற்காக எங்களைக் கடிந்து கொண்டார். கடைசியில்,

"என்ன விஷயம்? என்னதான் நடந்தது?" என்றார்.

"இது மிக மிகக் கொடுமையானது! என்னால் இனிப் பேசவே முடியாது!" என்று நான் தொண்டையடைக்கக் கூறினேன். என் உணர்ச்சிகளை அவரிடம் கொட்டுவதற்கு முயன்றேன்."

"பேசுவதிலும் வசனத்தை ஒப்பிப்பதிலும் உங்களிடமிருந்து கற்றுக் கொண்டவற்றைப் பயன்படுத்துவதற்கு நான் எவ்வளவோ கடுமையாக முயன்றுள்ளேன். ஆனால் இப்போது நான் மிகவும் குழம்பிப் போய்விட்டேன். என்னால் இரண்டு வார்த்தைகளைக் கூட இணைத்துப் பேச முடியவில்லை. ஒரு சொல்லின்மீது உச்சரிப்பைப் பொருத்துகிறேன் - ஆனால் அது விதிமுறைகள் சொல்லும் இடத்தில் நிற்காமல் அங்கிருந்து குதித்தோடிவிடுகிறது. சில நிறுத்தக் குறிகளுக்கு ஏற்றவாறு உள்ள தொனியைப் பயன்படுத்தப் போராடி முயல்கிறேன். ஆனால் என் குரலோ ஒலி ரீதியாக அந்தர் பல்டி ஆகாயப் பல்டி அடிக்கிறது. நான் முற்றிலும் குழம்பிப் போயிருக்கிறேன். ஒரு எண்ணத்தைத் தெரிவிக்க முயல்கிறேன். ஆனால், பேசுதலின் விதிமுறைகளுக்கு இடையில் தடுமாறுவதால் எனது எண்ணமே காணாமல் போய் விடுகிறது.

இறுதியில் இந்தப் பயிற்சியானது எனக்கு மூளையில் அடைப்பை ஏற்படுத்தித் தலை சுற்ற வைக்கிறது.''

"இதெல்லாம் பொறுமையின்மையால் விளையும் சங்கடங்கள்,'' என்றார் டார்ட்சாவ். "நீ இவ்வளவு அவசரப்படக்கூடாது! நாம் பாடத்திட்டத்தை ஒட்டியே செயல்பட வேண்டும். உன்னைத் திருப்திப்படுத்த வேண்டுமானால் நாம் தொடர வேண்டிய திட்டத்தை மாற்றிவிட்டு முன்னே செல்ல வேண்டும். அவ்வாறு செய்தால், உங்கள் இருவரையும்போல அவசரப்பட்டுக் கொண்டும், குறை சொல்லிக் கொண்டும் இல்லாத மற்ற மாணவர்கள் குழப்பத்தில் ஆழ்ந்து விடுவார்கள்.'' என்று கூறி முடித்தார் அவர்.

சற்று நேரம் மேலும் இதைப் பற்றிச் சிந்தித்து விட்டு, அன்று இரவு 9 மணிக்குத் தன்னை வந்து சந்திக்குமாறு அவர் எங்களிடம் கூறினார். அதன் பின் அவர் சென்று விடவும், நாங்களும், பேச்சுக் கற்றுத்தரும் எங்கள் புதிய ஆசிரியரின் வகுப்புக்குத் திரும்பிச் சென்றோம்.

10

பாத்திரப் படைப்பில் தோற்றம்

இரவு மிகச் சரியாக ஒன்பது மணிக்கு நானும் பாலும் டார்ட்சாவின் இல்லத்தை அடைந்தோம்.

ஒரு நடிகனின் உணர்ச்சிமயமான உந்து சக்தியானது நாடக பாணியிலான கணக்கிடுதலால் இடம் மாற்றி வைக்கப்பட்டுள்ளது கண்டு நான் மிகவும் மனவருத்தத்தில் இருந்தேன் என்று நான் அவருக்கு விளக்கினேன்.

"ஆம், அதற்குப் பதிலாக நாடக பாணியிலான கணக்கிடுதலும் கூட அமையக்கூடும்," என்று டார்ட்சாவ் ஒப்புக் கொண்டார். "ஒரு நடிகனின் ஒரு பாதி ஆன்மா, அவரது முதன்மைக் குறிக்கோளில், தொடர்ந்து செல்லும் நடிப்புச் செயல்பாட்டுக் கோட்டில், வசனத்தின் உபகருத்தில், அவனது அக உருவங்களில், அவனது அகரீதியான படைப்பு நிலையை உருவாக்கும் அம்சங்களில் மூழ்கியுள்ளது. ஆனால் அதன் மறுபாதியானது நான் உங்களுக்குச் செய்து காட்டியமாதிரி உளவியல் செயல்நுட்பத்தில் தொடர்ந்து செயல்படுகிறது.

"ஒரு நடிகன் தான் நடிக்கும்போது இரு பாகங்களாக உடைகிறான். இதைப் பற்றி தாமஸோ சால்வினி கூறியது உங்களுக்கு நினைவிருக்கலாம் - 'ஒரு நடிகன் மேடையில் உயிர் வாழ்கிறான், அழுகிறான், சிரிக்கிறான். ஆனால் அவ்வாறு அழும்போதும் சிரிக்கும்போதும் தனது கண்ணீர் மற்றும் மகிழ்ச்சியைத் தானே கவனிக்கிறான். இந்த இரட்டை வாழ்வு, நிஜ

வாழ்க்கை மற்றும் நடிப்பு இவற்றுக்கு இடையிலான சமநிலைதான் கலையை உருவாக்குகிறது." என்றார் அவர்.

"நீங்கள் கவனிக்கும்படி, இந்தப் பிளவானது உணர்ச்சிகளின் உந்து சக்திக்கு ஊறு செய்வதில்லை. இதற்கு நேர் எதிராக, இவை ஒன்றை ஒன்று ஊக்குவிக்கின்றன. மேலும் நமது நிஜவாழ்விலும் கூட நாம் ஒரு இரட்டை வாழ்க்கையைத்தான் வாழ்கிறோம். ஆனால், நமது வாழ்க்கையையும், வலிமையான உணர்ச்சிகளை அனுபவிப்பதையும் இது தடை செய்வதில்லை."

"ஆரம்ப காலத்தில், குறிக்கோள்களைப் பற்றியும் நடிப்புச் செயல்பாட்டின் உடையாத தொடர் கோட்டையும் பற்றி, காட்சித் தோற்றத்தின் இரு இணை கோடுகள்பற்றி நான் சொன்னது உங்களுக்கு நினைவிருக்கிறதா?"

"இவற்றுள் ஒன்று பாத்திரத்தின் காட்சித் தோற்றம் ஆகும்."

"மற்றொன்று நடிகனின் காட்சித் தோற்றம் - மேடையில் ஆன அவனது வாழ்க்கை, அவன் நடித்துக் கொண்டிருக்கும்போது அவனது உளவியல் செயல்நுட்பமாகும்."

"ஒதெல்லோவின் வசனத்தைக் கொண்டு நான் விளக்கிக் காட்டிய உளவியல் செயல்நுட்பமானதுதான் நடிகனின் காட்சித் தோற்றமாகும். இது பாத்திரத்தின் காட்சித் தோற்றத்துக்கு இணையாக ஓடுவதால், அதற்கு மிகவும் நெருங்கியதாக உள்ளது. ஒரு சாலையின் ஓரத்தில் ஓடும் நடைபாதையைப்போல இவை இரண்டும் இணையாகச் செல்கின்றன. ஆனால் ஒரு சில குறிப்பிட்ட தருணங்களில் அவை ஒன்றை விட்டு மற்றொன்று விலகிச் செல்கின்றன. ஏதேனும் ஒரு காரணத்தால் நடிகன் தனது பாத்திரத்தின் பிரதான பாதையிலிருந்து விலகிச் செல்லும் போதெல்லாம் இது நிகழ்கிறது. அப்போது அவன் தனது பாத்திரத்தின் காட்சித் தோற்றத்தை இழந்து விடுகிறான். இவ்வாறு நிகழும்போது நம்மைத் திரும்பவும் சரியான பாதைக்குக் கொண்டு வருவதற்காகத்தான் நமது உளவியல் செயல்நுட்பம் இருக்கிறது."

இந்த இருவிதமான காட்சித் தோற்றங்களைப் பற்றி மேலும் விளக்கமாகச் சொல்லுமாறு நானும் பாலும் டார்ட்சாவிடம்

கேட்டுக் கொண்டோம். ஆனால் எங்களது கல்வித் திட்டத்தை மாற்றுவதற்கு அவர் தயங்கினார். இது எங்களது எதிர்காலப் பணியின் ஒரு பங்கு என்று மறுபடியும் கூறினார். ஆனால் அவரிடமிருந்து விளக்கம் பெறுவதில் நாங்கள் வெற்றி பெற்றோம் என்றே கூறலாம். விரைவில் அந்தத் துறையில் ஆழ்ந்து போன டார்ட்சாவ், தனது விளக்கத்தில் எவ்வளவு தூரம் தான் முன்னோக்கிச் சென்று விட்டோம் என்பதைக் கூடக் கவனிக்க வில்லை.

''ஒரு ஐந்து அங்க நாடகத்தைக் காண நான் சமீபத்தில் சென்றேன்,'' என்று அவர் பேசத் தொடங்கினார்.''

''முதல் காட்சி முடிந்தவுடன், அதன் தயாரிப்பு மற்றும் நடிப்பு இவற்றைக் கண்டு நான் பெருமகிழ்ச்சி கொண்டேன். நடிகர்கள் தமது கதாபாத்திரங்களை வெகு அற்புதமாகச் சித்தரித்துக் காட்டினார்கள், அவர்களின் நடிப்பில் உற்சாகமும், கொதிப்பும் தென்பட்டன, எனக்கு மிகவும் விருப்பமான வகையில் சிறப்பாக நடித்தனர். இந்த நாடகமும் நடிப்பும் மேற்கொண்டு எப்படி எடுத்துச் செல்லப்படப் போகின்றன என்பதை அறிய நான் மிக ஆர்வமாக இருந்தேன்.''

''ஆனால், இரண்டாம் காட்சி முடிந்தபோது, முதல் காட்சியில் என்ன செய்து எவ்வாறு நடித்தார்களோ அதே போலவே அவர்களும் இப்போது செய்தார்கள் என்று கண்டேன். இதனால், எனது ஆர்வமும், அரங்கத்தில் இருந்த மற்ற பார்வையாளர்களின் ஆர்வமும் சற்றே குறைந்தது என்பது உறுதி. மூன்றாவது காட்சியிலும் அதே போன்ற உற்சாகமான, கொதிப்புள்ள நடிப்பு - ஆனால் நடிகர்கள் அதில் புதிய ஆழம் எதையும் தேடவுமில்லை, எட்டவுமில்லை. அவர்களது கதாபாத்திரங்களின் குணாம்சங்கள் உறைந்து போயிருந்தன, மக்களும் அதற்கு வெகுவாகப் பழகிப் போய் விட்டனர். இதற்குள்ளாக ஒரே மாதிரியான, மாற்றங்களற்ற அந்த நடிப்பு சலிப்பூட்டுவதாகவும், மந்தமானதாகவும், சில சமயங்களில் எரிச்சலூட்டுவதாகவும் கூட ஆகிவிட்டிருந்தது. ஐந்தாவது காட்சியின் நடுப்பகுதிக்குள் என்னால் அதை இதற்குமேல் தாங்கிக் கொள்ள முடியாது என்ற நிலைக்கு நான்

தள்ளப்பட்டேன். என் கண்கள் மேடையை விட்டு விலகி விட்டன, என் காதுகள் வசனத்தைப் பொறுத்தளவில் செவிடாகிப் போய்விட்டன. என் மனதில் ஒரே ஒரு எண்ணம்தான் மேலோங்கியிருந்தது - யார் கண்ணிலும் படாமல் இங்கிருந்து எப்படி வெளியேறுவது?

"நன்றாகத் தயாரிக்கப்பட்டு, சிறப்பாக நடிக்கவும் பட்டுள்ள ஒரு நல்ல நாடகத்தில் ஏற்படும் இந்த விளைவுகள் - கீழ் நோக்கிச் சரியும் மதிப்பீடுகள் பற்றிய உங்கள் விளக்கம் என்ன?" என்ற கேள்வியுடன் அவர் நிறுத்தினார்.

"சலிப்பூட்டுவது?" என்று நான் தயங்கித் தயங்கிச் சொன்னேன்.

"ஒரு வாரத்துக்கு முன்பு நான் ஒரு இசை நிகழ்ச்சிக்குச் சென்றேன்," என்று தொடர்ந்தார் டார்ட்சாவ். "அங்கு நான் கேட்ட இசையிலும் இதே சலிப்பூட்டும் ஒரே மாதிரியான, மாற்றமற்ற தன்மை நிலவியது. அது ஒரு நல்ல இசைக்குழு, அவர்கள் வாசித்த இசையும் ஒரு நல்ல சிம்ஃபொனிதான். அந்த நிகழ்ச்சியை எப்படித் தொடங்கினார்களோ அதேபோலத்தான் முடிவு செய்தார்கள் - வேகத்திலும், தாளத்திலும், ஒலியின் அளவிலும் அவர்கள் எந்த மாற்றமும் ஏற்படுத்தவில்லை. இது கேட்பவர்களுக்கு மிகவும் சலிப்பூட்டுவதாக இருந்தது."

"ஆக, மிக நன்றாக நடிக்கப்பட்ட இந்த நாடகமும், சிறப்பான இசைக்குழுவால் இசைக்கப்பட்ட அந்த இசையும் ஏன் வெற்றி பெறவில்லை? ஒரு ஆழமான காட்சித் தோற்றம் இல்லாததால் தானே?"

"காட்சித் தோற்றம்" என்ற சொல்லுக்கு என்ன பொருள் என்றும் நாம் தீர்மானித்துக் கொள்ளலாம். ஒரு முழு நாடகம் அல்லது முழுக் கதாபாத்திரத்தின் பல பகுதிகளின் திட்டமிட்டு வடிவமைக்கப்பட்ட இணக்கமான பரஸ்பர உறவு மற்றும் அவற்றுக்குப் பொருத்தமான சரியான இடங்களில் இருத்தப்படுதல் என்பது காட்சித் தோற்றம் (Perspective) ஆகும்."

"இதன் விரிவான பொருள் என்னவென்றால், சரியான, பொருத்தமான காட்சித் தோற்றம் இருத்தப்படாமல் நடிப்பு,

அசைவு, சைகை, எண்ணங்கள், பேச்சு, சொற்கள், உணர்ச்சிகள் இன்ன பிற இன்ன பிற ஆகியவை எதுவுமே இருக்க முடியாது. மேடைமீது ஏறிச் செல்வதும் பின் இறங்குவதும் ஆன வெகு எளிமையான செயல் கூட, ஒரு காட்சியை முன்னே நகர்த்திச் செல்வதற்கான எந்த நடிப்பும், ஒரு சொல், சொற்றொடர், தனிவசனம் இவற்றைப் பேசுதல் ஆகிய நாடகம் தொடர்பான எந்தச் செயலுக்கும் ஒருங்கிணைக்கப் பட்ட காட்சித் தோற்றமும் ஒரு இறுதி நோக்கமாகிய முதன்மைக் குறிக்கோளும் இருந்தாக வேண்டும். இவை இல்லாவிட்டால், ஒரு நடிகனால் 'ஆம்' 'இல்லை' என்பது போன்றவற்றைக் கூடச் சொல்ல முடியாது தனியாக எடுத்துக் கொள்ளப்படுகிற ஒரு முழுச் சிந்தனையும் கூடத் தனக்கே உரிய காட்சித் தோற்றம் ஒன்றை அது எவ்வளவு குறுகியதானாலும் - கொண்டிருக்கிறது. ஆக, நாடகத்திலும் பாத்திரப் படைப்பிலும் உள்ளடங்கிய எல்லாச் செயல்பாடுகளுக்கும் காட்சித் தோற்றம் இன்றியமையாத ஒன்றாக அமைகிறது.''

''பேசுதலைப் பொறுத்தமட்டில் பொருள் தரும் (Perspective) காட்சித் தோற்றம் என்றழைக்கப்படுகிற ஒன்றைக் கருத்தில் கொள்வது வழக்கமாகும். ஆனால் நாடக நடிப்பில் நமது பயிற்சி நடைமுறையானது மேலும் ஒரு விவரமான பெயரிடுதலுக்கு நம்மை இட்டுச் செல்கிறது. எனவே, பின்வரும் வர்ணனைகளை நாம் பயன்படுத்துகிறோம்:

1. எண்ணத்தை வெளிப்படுத்தும் காட்சித் தோற்றம் - இதுவே பொருள் தரும் காட்சித் தோற்றமாகும்.

2. சிக்கலான உணர்ச்சிகளை வெளிப்படுத்தும் காட்சித் தோற்றம்.

3. கலை நயமிக்க காட்சித் தோற்றம் - இது ஒரு கதை அல்லது வசனத்துக்கு வண்ணங்கள் மற்றும் பளிச்சிடும் விளக்கங்கள் ஆகியவற்றைச் சேர்க்கப் பயன்படுகிறது.

''முதலாவதில், காட்சித் தோற்றமானது ஒரு எண்ணத்தை வெளிப்படுத்தப் பயன்படுகிறது. இதில் எண்ணமானது மலர்ந்து

முழுவடிவம் பெறும் பொழுது பொருள் தருதலும் தெளிவாக வெளிப்படுத்துதலும் இங்கு முக்கிய பங்கை வகிக்கின்றன. இதில் ஒரு எண்ணத்தின் பல்வேறு அங்கங்கள், அதன் வெளிப்பாட்டின் முழுமையோடு கொண்டுள்ள தொடர்பானது நிலை நிறுத்தப்படுகிறது."

"இந்தக் காட்சித் தோற்றமானது முக்கிய சொற்களின் வரிசையாலும் அவற்றுக்குப் பொருளை ஊட்டுகிற உச்சரிப்பு அழுத்தங்களாலும் வடிவமைக்கப்படுகிறது."

"ஒரு சொல்லின் ஏதேனும் ஒரு அசையை அல்லது ஒரு சொற்றொடரில் ஏதேனும் ஒரு சொல்லை அடிக்கோடிட்டு வலியுறுத்திக் காட்டுவது போலவே, ஒரு முழு எண்ணத்தை முன்னே எடுத்துச் செல்லும் சொல் தொகுதியையும் அடிக் கோடிட்டு வலியுறுத்திக் காட்ட வேண்டும். இதே பணியை நாடக முழுவதிலும் தொடர்ந்து செய்கிறோம். இவ்வாறு செய்யும் போது முக்கிய செயல்களின் தொடர் சங்கிலி ஒன்றை நாம் உருவாக்குகிறோம். இவை ஒன்றுக்கொன்று அளவிலும் முழுமையிலும் வேறுபட்டவையாக இருந்த போதிலும், உடையாத தொடர் கோடாக அவை விளங்குகின்றன."

இரண்டாவதாக உள்ள, சிக்கலான உணர்ச்சிகளை வடிவமைக்கும் காட்சித் தோற்றத்தின் கோடுகளாவன ஒரு பாத்திரத்தின் அக மட்டத்தில் உள்ளவையாக, வசனத்தின் அடியில் உபகருத்தாக உள்ளவையாக இருக்கின்றன. இவையே அகக் குறிக்கோள்கள், ஆசைகள், இலட்சியங்கள், முயற்சிகள், ஆகியவற்றைச் சார்ந்து உள்ளனவாகும். இவற்றுள் சில முக்கியமான அடிப்படைக் குறிக்கோள்களைச் சுட்டிக் காட்டுபவையாகவும், வேறு சில இரண்டாவது மட்டத்தில் இருப்பவையாகவும் அமைகின்றன.

"ஒரு அகநிலையில் உள்ள காட்சித் தோற்றத்தை உருவாக்கும் இந்தக் குறிக்கோள்கள் பெரும்பாலும் சொற்களாலேயே வெளிப்படுத்தப்படுகின்றன."

''இத்தகைய வசனம் மற்றும் நடிப்பின்மீது கலை நயமாகிய வண்ணச் சேர்க்கையைச் செய்யும்போது அடுத்தடுத்து வருதல், தொனி மற்றும் இணக்கம் ஆகியவை பற்றி நாம் சிந்திக்க வேண்டும். ஓவியங்களில் உள்ளது போலவே, வசனம் பேசுதலிலும் பல மட்டங்களை நம்மால் தனித் தனியாகப் பிரித்துக் காட்ட முடியும்.''

''இங்கும், முக்கிய பகுதிகள் வெகு பளிச்சென்று தென்படுமாறும், பிற மங்கலாக உள்ளவாறும் பார்த்துக் கொள்ளப்பட வேண்டும்.''

''ஒரு நாடகத்தை முழுமையாக அலசி ஆராய்ந்து பார்க்கும் பொழுதுதான் அதன் ஒட்டுமொத்தமான காட்சித் தோற்றத்தை நம்மால் கண்டுணர்ந்து கொள்ள முடியும்.''

''ஒரு நடிகன் தனது கதாபாத்திரத்தினுள் தான் ஒரு உயிருள்ள நபராக இருப்பதை உணர்ந்து நன்கு சிந்தித்து அதை அலசி ஆராய்ந்து பார்த்த பின்னரே அவனது கதாபாத்திரம் முழுவதும் நீண்ட, அழகான காட்சித் தோற்றமாக அவன் முன்னால் விரிந்து பரந்து அவனை வரவேற்கத் தொடங்குகிறது. இதனால் அவனது வசனம், தொடக்கத்தில் இருந்ததுபோலக் குறுகிய நோக்குடையதாக இல்லாமல் தொலைநோக்குடன் மிளிரத் தொடங்குகிறது. இத்தகைய ஒரு ஆழமான பின்புலத்தின் முன்னால் அவனால் முழுமையாக நடிக்கவும், எண்ணங்களைத் தெளிவாக வெளிப்படுத்தவும் முடியும்.''

''நமக்கு முன்னதாக அறிமுகமற்ற ஒரு நூலை முதல் முறை வாசிக்கும்போது நம்மிடம் காட்சித் தோற்றம் இருப்பதில்லை. ஒவ்வொரு கணமும் அவ்வப்போது நிகழும் செயல்கள், பேசப்படும் சொற்கள் இவை மட்டுமே நம் மனதில் நிற்கிறது. இத்தகைய ஒரு வாசித்தல் கலை நயமிக்கதாகவோ, உண்மையானதாகவோ இருக்க முடியுமா? கண்டிப்பாக இல்லை.''

''பரந்துபட்ட விரிவான செயல்கள், மகத்தான எண்ணங்களையும் அதிகமான உணர்ச்சிகள் மற்றும் கோபதாபங்களையும் வெளிப்படுத்துபவையாக உள்ளதால் அவற்றுள் பல்வேறு சிறுசிறு

பகுதிகள் நிறைந்து காணப்படுகின்றன. இவற்றுக்கும் இறுதி நோக்கம் ஒன்றும் அதை ஒட்டிய காட்சித் தோற்றம் ஒன்றும் இன்றியமையாததாக உள்ளது.''

நன்றாகப் படிக்கப்படாத, முழுமையாக அலசி ஆராயப்படாத ஒரு கதாபாத்திரத்தை ஏற்று நடிக்கும் நடிகர்கள், ஒரு சிக்கலான பழக்கமற்ற பாடத்தைப் படிக்கும் வாசகர்களைப் போல உள்ளனர்.

''இத்தகைய நடிகர்கள் அந்த நாடகத்தைப் பற்றிய மங்கலான காட்சித் தோற்றத்தை மட்டுமே கொண்டிருப்பார்கள். தாம் ஏற்றுக் கொண்டுள்ள பாத்திரத்தை எங்கு வழிநடத்திச் செல்ல வேண்டும் என்பதை அவர்கள் புரிந்து கொள்வதில்லை. தமக்குப் பழக்கமான ஒரு காட்சியை நடிக்கும் போது நாடகத்தின் பிற பகுதிகளின் அடி ஆழத்தில் இன்னும் வெளிப்படுத்தப்படாமல் மறைந்துள்ளது என்ன என்று தெரியாமலும், தெரிந்து கொள்ள முயற்சி செய்யாமலும் அவர்கள் பெரும்பாலும் இருக்கிறார்கள். இதனால், தமது மனதை மிக நெருக்கத்தில் உள்ள, அடுத்து உள்ள செயல்பாட்டில் மட்டுமே பதியச் செய்யுமாறு அவர்கள் தள்ளப்பட்டு விடுகிறார்கள்.''

''இதற்கு ஒரு எடுத்துக்காட்டாக கார்க்கியின் The Lower Depths என்ற நாடகத்தில் வரும் கதாபாத்திரமான லூக்காவை ஏற்று நடிக்கும் சில நடிகர்களை எடுத்துக் கொள்ளலாம். இவர்கள், தாம் அதில் இல்லாததால் அந்த நாடகத்தின் இறுதிக் காட்சியை வாசித்துக் கூடப் பார்ப்பதில்லை. இதன் விளைவாக நாடகத்தின் உண்மையான காட்சித் தோற்றத்தை அவர்களால் பெற்றுக் கொள்ள முடிவதில்லை. தமது பாத்திரத்தைச் சரியாக நடிக்கவும் அவர்களால் முடிவதில்லை. இந்த நாடகத்தின் முடிவு, அதன் தொடக்கத்திலே தொத்திக் கொண்டுள்ளது. கடைசிக் காட்சியானது முதியவனின் பிரசங்கத்தின் விளைவு ஆகும். எனவே, நாடகத்தின் உச்சக்கட்டத்தை நாம் கவனித்தவாறு இருக்க வேண்டும். நாடகத்தின் அனைத்துப் பாத்திரங்களையும், லூக்கா என்ற பாத்திரம் அந்த இறுதிக் கட்டத்தை நோக்கித் தான் கொண்டு செல்கிறது.''

"இதே போல மற்றொரு வகையான தவறும் உள்ளது. இதில் ஒதெல்லோ நாடகத்தின் முதன்மைக் கதாபாத்திரத்தை ஏற்று நடிக்கும் சோக நடிகருக்கு அதன் முடிவு தெரிந்திருக்கும். இதனால் முழு நாடகத்தையும் சரியாக வாசிக்காத அவர், முதல் காட்சியிலேயே பின்னால் நடக்கவிருக்கும் கொலையைப் பற்றிச் சிந்தித்துக் கொண்டு பற்களைக் கடித்துக் கொண்டும் கண்களை உருட்டியும் நடிக்கிறார்."

"ஆனால் தாமஸோ சால்வினி தனது கதாபாத்திரங்களைப் பற்றித் திட்டமிடுவதில் மேலும் அதிகக் குறியாக இருந்தார். மறுபடியும் நாம் ஒதெல்லோவை எடுத்துக் கொள்ளலாம் - நாடகத்தின் தொடக்கத்தில் தனது இளம் காதலை வெளிப்படுத்தும் தீவிர வேகமுள்ள காட்சியிலிருந்து பொறாமையால் தாக்குண்ட கொலைகாரனாக அதீத வெறுப்பைக் கொட்டும் கடைசிக் காட்சி வரையிலும் நாடகத்தின் முழுக் காட்சித் தோற்றத்தையும் பற்றி அவர் நல்ல தெரிவுணர்வுடன் இருக்கிறார். மிகச் சரியாகவும், விடாப்பிடியான நிலைப் பாட்டுடனும், ஒரு புள்ளியிலிருந்து அடுத்த புள்ளிக்கு அந்தப் பாத்திரத்துக்கான உணர்ச்சிகளின் பரிமாணத்தை அவை தமது ஆன்மாவில் முதிர முதிரப் படிப்படியாக நடத்திக் கொண்டு போகிறார்."

"இதை நீங்கள் மேலும் தெளிவாகப் புரிந்து கொள்ளும் வகையில் இதோ மற்றும் ஒரு எடுத்துக்காட்டு:

"ஷேக்ஸ்பியரின் கதாபாத்திரங்களிலேயே மிகவும் சிக்கலானதான ஹாம்லெட்டை நீங்கள் ஏற்று நடிக்கிறீர்கள் என்று வைத்துக் கொள்ளலாம். தனது தாயின் மாறிப் போன காதலைப் பற்றி மகன் கொள்ளும் அதிர்ச்சி கலந்த குழப்பத்தை அது கொண்டுள்ளது. "காலணிகள் பழசாகிப் போவதற்கு முன்" அவள் தனது அன்பான கணவனை மறந்து விடுகிறாள். மேலும், மறுமையைச் சற்றே காண முடிந்த ஒரு மனிதனின் ஆன்மீக அனுபவத்தையும் அது கொண்டுள்ளது. அதன்பின் இவ்வுலக வாழ்வு ஹாம்லெட்டைப் பொறுத்தளவில் பொருளற்றுப் போய்விடுகிறது. மனிதனின் உயிர்வாழ்தல் பற்றிய உண்மையைக்

கண்டு கொண்டு, தன் வலிமைக்கும் அப்பாற்பட்ட ஒரு புனிதப் பணியைப் பற்றியும் உணர்ந்து கொண்ட ஒரு பாத்திரம் - இதனை ஏற்று நடிக்க நீ பின்வரும் உணர்ச்சிகளை உணர்ந்து அனுபவிக்க வேண்டும் - தாயின் மீது மகனுக்குள்ள பாசம், ஒரு இளம் பெண் மீதான காதல், அதைத் துறத்தல், அவளது மரணம், பழி வாங்கும் உணர்வு, தாயின் மரணம் பற்றிய துயரம், கொலை, உன் பணியை முடித்தபின் உனது சொந்த மரணம் - இவ்வாறு பலப்பல! இவற்றையெல்லாம் ஒரே கிண்ணத்தில் போட்டுக் குழப்பு - என்ன விதமான அவியல் அங்கு உருவாகும் என்று உன்னால் கற்பனை செய்து கொள்ள முடியும்!

"ஆனால் நாடகத்தின் சம்பவங்கள் நடைபெறும் பொருள் உள்ள, ஒழுங்கமைப்பான, தொடர்ச்சியான வரிசையில் - அந்தச் சிக்கலான குணச்சித்திரக் கதாபாத்திரத்தின் உளவியலுக்கு ஏற்றவாறு செய்தால் - அவனது ஆன்மாவின் வாழ்வும் வளர்ச்சியும் படிப்படியாக உருப்பெற்று, மலர்வதை உன்னால் பிரதிபலிக்க முடியும். ஒரு இணக்கமான தொடர்ச்சியான கோட்டில் இப் பல்வேறு பகுதிகளின் பரஸ்பர உறவானது வடிவம் கொண்டு வலுப்பெற்று ஒரு மகத்தான ஆன்மாவின் ஆழமான சோகத்தைத் தெளிவாகக் காட்ட முடியும்."

"இத்தகைய ஒரு பாத்திரத்தின் தனியொரு அம்சத்தை அதன் முழுமையை மனதில் கொள்ளாமல் வெளிக்காட்ட முடியுமா? அதாவது தன் தாய் தகப்பனுக்குச் செய்த துரோகம் பற்றி, மகன் உணரும் ஆழமான வேதனையை, நாடகத்தின் தொடக்கத்தில் வெளிக்காட்டாவிட்டால் பின்னால் அவளுடன் ஆன மிகப் பிரபலமான காட்சி சரியாகத் தயார்படுத்தப்படாமல் சத்திழந்துவிடும்."

"மறுவாழ்வு பற்றி அந்த ஆவி ஹாம்லெட்டிடம் கூறுவதால் அவனுக்கு ஏற்படும் அதிர்ச்சியை நீ உணராவிட்டால் பின்னர் அவனது சந்தேகங்கள், வாழ்க்கையின் அர்த்தத்தைப் புரிந்து கொள்வதற்கான அவனது முயற்சி, காதல் முறிவு, மற்றும் அவனை சித்தப்பிரமை கொண்டவனாகப் பிறர் பார்வையில் சித்தரிக்கும்

அத்தனை வினோதமான செயல்பாடுகளையும் புரிந்து கொள்ளவே முடியாமல் போய்விடும்.''

''எனவே, ஹாம்லெட்டாக நடிக்கும் நடிகன் தனது முதல் காட்சியை நடிப்பதில் எவ்வளவு கவனம் செலுத்த வேண்டியுள்ளது என்று உங்களுக்குப் புரிகிறதா?''

''இதுவே, காட்சித் தோற்றத்தை உள்ளிட்டு (Perspective) நடிப்பதாகும்.

''இங்குதான் இருவேறு நபர்களின் மனதிலான காட்சித் தோற்றங்கள் வருகின்றன. ஒன்று ஹாம்லெட்டினுடையது - தனது வாழ்வில் பின்னால் வருவன பற்றி அவனுக்கு ஏதும் தெரியாது. மற்றது, நடிகனுடையது - நாடகத்தின் அத்தனை அனைத்துச் சம்பவங்களையும் எப்போதும் மனதில் இருத்தியவனாக அவன் காட்சித் தோற்றத்தை நிலை நிறுத்தியவாறு நடிக்க வேண்டும்.''

''ஒரு கதாபாத்திரத்தை நூறாவது முறையாக ஏற்று நடிக்கும் போது, நாடகத்தில் பின்னால் வரும் சம்பவங்களைப் பற்றி மறந்து விடுவது எவ்வாறு சாத்தியம்?'' என்று நான் கேட்டேன்.

''உன்னால் அதைச் செய்ய முடியாது, செய்யத் தேவையும் கிடையாது!'' என்று விளக்கினார் டார்ட்சாவ். ''நடிக்கப்படுகிற பாத்திரத்துக்கு, பின்னால் நிகழப் போவது என்ன என்று தெரியக் கூடாது என்றாலும், காட்சித் தோற்றம் (Perspective) அந்தப் பாத்திரத்துக்குத் தேவை. இதனால்தான் ஒரு நடிகனால் ஒவ்வொரு நிகழ்காலத் தருணத்தையும் முழுமையாக ஈடுபட்டு நடிக்க முடியும்.''

''எதிர்காலம் என்பது, ஓரளவுக்கு நாடகத்தின் முதன்மைக் குறிக்கோள் ஆகிறது. கதாபாத்திரம் அதை நோக்கி நகர்ந்து கொண்டே செல்ல வேண்டும். தனது பாத்திரத்தின் தொடர்ச்சியான கோட்டை நடிகன் மனதில் இருத்திக் கொண்டு நடித்தால் ஒவ்வொரு துணுக்கின் பொருளும் வலுப்பட்டு அவனது கவனத்தைக் கவர்ந்து இழுத்து கூடுதல் வலிமையுடன் அவனை நடிக்கச் செய்யும்.''

''நீயும் பாலும் ஒதெல்லோ மற்றும் இயாகோவாக நடிக்கிறீர்கள் என்று வைத்துக் கொள்வோம். ஒதெல்லோவாகிய நீ, டெஸ்டிமோனாவைப் புதிதாக மணமுடித்துத் தேனிலவை அனுபவித்து மகிழ்ந்து கொண்டிருக்கிறாய் என்பதை நினைவில் கொள்ள வேண்டியது இங்கு முக்கியமல்லமா? அப்போது தானே அந்த முதல் காட்சிக்கான மகிழ்ச்சி ஆரவாரம் அங்கு தோன்றும்? இந்த நாடகத்தில் மகிழ்ச்சியான காட்சிகள் வெகு குறைவு - எனவே இது இங்கு கவனிக்கப்பட வேண்டிய ஒன்று. இங்கு தொடங்கி உன் அதிர்ஷ்ட நட்சத்திரம் மெல்ல மெல்ல மங்கிப் போவதை வரப்போகும் காட்சிகள் சித்தரிக்க வேண்டும். நிகழ்காலத்துக்கும் எதிர்காலத்துக்கும் இடையிலான வேறுபாடு இவ்வாறு தான் உருவாகி, முதலாவது எவ்வளவு பளிச்சென்று உள்ளதோ முடிவது அவ்வளவு கருமையாக அமையும்.''

''முன்னும் பின்னும் வேகமாகப் பார்வையிட்டு நிகழும் தருணத்தின் நிறத்தின் சாயலைச் சரியாகக் கணிக்க வேண்டும்.''

''இப்போது, ஒரு கதாபாத்திரத்தின் காட்சித் தோற்றத்திற்குத் தேவையான அடித்தளம் உங்களுக்குக் கிடைத்திருக்கும் என்று நம்புகிறேன்,'' என்று கூறி முடித்தார் டார்ட்சாவ்.

ஆனால் நானோ திருப்தியடையாமல் அவரை மேலும் குடைந்தேன்.

''நடிகனுக்கு ஏன் அந்த மற்றொரு காட்சித் தோற்றம் அவசியமாக உள்ளது?''

''கதாபாத்திரத்தை நடித்துக் கொண்டுள்ள நபராகத் தனது சொந்தக் காட்சித் தோற்றம் தேவையாக இருப்பதற்கான காரணம் இதுதான் - அந்தக் கதாபாத்திரத்தின் உணர்ச்சிகளைப் பிரதிபலிக்கத் தேவையான தனது சொந்தப் படைக்கும் நிலையைத் தட்டி எழுப்பவும், அவற்றுக்கு இணையான சொந்த உணர்ச்சிகள், அனுபவங்களைத் தூண்டிவிடவும் இது அவசியம். ஒதெல்லோ, இயாகோவுக்கு இடையிலான காட்சியை எடுத்துக் கொள். ஒதெல்லோவின் இதயத்துக்குள் சந்தேகம் நுழைந்து மெல்ல மெல்ல வளர்கிறது. இந்தப் புள்ளியில் தொடங்கி, நாடகத்தின் இறுதி

வரையிலும் அதிகரித்துக் கொண்டே செல்லும் பொறாமை/ சந்தேக உணர்வைக் காட்டும் பல காட்சிகளில் தான் நடிக்க வேண்டியுள்ளது என்பதை ஒதெல்லோவாக நடிப்பவர் நினைவில் வைத்துக் கொள்ள வேண்டும். இதற்குத் தேவையான தனது அக உணர்ச்சிகளை மொத்தமாக முதல் காட்சியில் கொட்டித் தீர்த்துவிடக் கூடாது. உச்சக்கட்டமான கடைசிக் காட்சியின் மீதே அவனது பார்வை பதிந்திருக்க வேண்டும். "கலையைச் சார்ந்த உணர்ச்சியானது பவுண்டுகளால் எடையிடப்படுவதல்ல, அவுன்ஸ்களால்..."

"காட்சித் தோற்றத்தில் உள்ளடங்கியுள்ள ஒரு மிக முக்கியமான தன்மையை நாம் மறந்து விடக் கூடாது. நமது அக அனுபவங்களுக்கும் புறச் செயல்களுக்கும் அது ஒரு அகலத்தையும், வீச்சையும், வேகத்தையும் தருகிறது. நமது கலைப் படைப்புச் சாதனைக்கு இவை எல்லாமே மிகவும் மதிப்பு வாய்ந்த விஷயங்களாகும்."

"நீ ஒரு ஓட்டப் பந்தயத்தில் ஓடிக் கொண்டிருக்கிறாய் என்று வைத்துக் கொள் - நீண்ட தூரம் ஓட முயல்வதற்குப் பதிலாக ஒவ்வொரு 20 அடி தூரத்திலும் நீ நின்று விடுகிறாய், பின் மீண்டும் ஓடுகிறாய். இவ்வாறு செய்தால் பந்தயத்துக்குத் தேவையான வேகத்தை உன்னால் ஒருபோதும் பெறமுடியாது."

"நடிகர்களாகிய நாமும் இதே பிரச்சினையைத்தான் எதிர் கொள்கிறோம். ஒரு பாத்திரத்தை நடிப்பதில் ஒவ்வொரு பகுதியிலும் நின்று பின் அடுத்த பகுதியில் மறுபடி தொடங்கினால் நமது முயற்சிகள், ஆசைகள், செயல்பாடுகள் இவற்றில் எந்த வேகத்தையும் நம்மால் எட்ட முடியாது. ஒரு குறுகிய ஓட்டத்தில் உன் சக்தி முழுவதையும் ஒருபோதும் செலவிடக் கூடாது."

"இங்கு நடிப்பைப்பற்றி நான் கூறியது, வசனத்தைப் பேசுதல், குரலின் ஒலி, சைகைகள், அசைவுகள் முகபாவங்கள், லயம் ஆகிய எல்லாவற்றும் பொருந்தும். இந்த எல்லா விஷயங்களைக் கையாளுகிற போதும் உன் சக்தி முழுவதையும் ஒரே சமயத்தில் செலவழிப்பதும், சுய கட்டுப்பாட்டை இழந்து விடுவதும் மிக

ஆபத்தானவையாகும். எனவே உனது உடலின் சக்தி மற்றும் உணர்ச்சிகளைச் சரியாகக் கணக்கிட்டு நீ ஏற்று நடிக்கும் பாத்திரத்தை ஒரு உயிருள்ள, ரத்தமும் சதையும் கொண்ட மனிதராகப் படைத்து மேடையில் உலவ விட்டுச் செய்ய வேண்டும்."

"இவ்வாறு செய்வதற்காக உனக்கு உனது அகச்சக்திகள் மட்டுமின்றி நாடக நடிகனாகச் செயல்படுவதற்கான காட்சித் தோற்ற அறிவும் தேவை."

"இப்போது நாடகத்திலும், கதாபாத்திரத்திலும் உள்ள காட்சித் தோற்றம் பற்றி நீங்கள் அறிந்து கொண்டுள்ளீர்கள். இது, உங்கள் பழைய நண்பனாகிய தொடர்ந்து செல்லும் நடிப்புச் செயல்பாட்டுக் கோட்டை ஒத்ததாக இருக்கிறதா இல்லையா?"

"நிச்சயமாக அவை இரண்டும் ஒன்றல்ல - ஆனால் இவற்றுக்கு இடையே ஒரு உறவு உள்ளது இரண்டுமே ஒன்றுக்கு மற்றொன்று உதவிகரமாக உள்ளன. காட்சித் தோற்றம் (Perspective) என்பது நாடகத்தின் முழு நீளமும் தொடர்ந்து செல்லும் பாதையாகும் - தொடர்ந்து செல்லும் நடிப்புச் செயல்பாட்டுக் கோடானது இதன் வழியாகத்தான் தொடர்ந்து செல்கிறது."

"நாடகத்தின் நடைபெறுகிற எல்லாமே இந்த இரண்டு மூலக்கூறுகளுக்காகத் தான் - காட்சித் தோற்றம் மற்றும் தொடர்ந்து செல்லும் செயல்பாட்டுக் கோடு - நடைபெறுகின்றன. இவற்றில் தான் படைப்புத்திறன், கலை மற்றும் நடிப்புத் தொழில் பால் உள்ள நமது அணுகுமுறை ஆகியவற்றின் பிரதான முக்கியத்துவம் அடங்கியுள்ளது."

11

உடலசைவில் வேக-லயம்

இன்று, பள்ளி அரங்கத்தின் சுவரில் ஒரு பலகை தொங்கிக் கொண்டிருப்பதைக் கண்டோம். அதில் "வேக-லயம்" என்று எழுதப்பட்டிருந்தது.

நாங்கள் எங்கள் பணியில் ஒரு புதிய கட்டத்தை எட்டியுள்ளோம் என்று இதற்குப் பொருள்.

"அகரீதியிலான வேக-லயத்தைப் பற்றி நான் உங்களிடம் முன்பே பேசியிருக்க வேண்டும்," என்றார் இயக்குனர். "மேடையில் அகரீதியான படைக்கும் நிலையை உருவாக்கும் செயல்முறையை நீங்கள் படித்துக் கொண்டிருந்தபோது (An Actor Prepares - ஒரு நடிகன் உருவாகிறார் அத்தியாயம் XIV இதைப் பார்த்திருக்க வேண்டும். ஏனெனில் அகரீதியிலான வேக-லயம் அதன் முக்கிய அம்சங்களில் ஒன்றாகும். ஆனால் இதைத் தள்ளிப் போட்டதற்கான காரணம் உங்கள் வேலையை மேலும் சுலபமாக்க வேண்டும் என்று நான் விரும்பியதுதான்.

"இதைப் பற்றி பேசுவதற்குச் சரியான, வசதியான சமயம் புற வேக-லயத்தைப் பற்றிப் பேசும் போதுதான் - ஏனெனில் அப்போது அது உடல்ரீதியான வெறும் புலனுணர்வாக மட்டும் நின்று விடாமல் கண்களுக்கும் இது புலப்படுகிறது.

"வேகம் என்று குறிப்பிடும்போது ஒரு தாளத்தின் வேகம் அல்லது மெதுவாக இருத்தலைப் பற்றி நாம் இங்கு பேசுகிறோம்."

"லயம் என்பது அளவிடப்படுகிற ஒலி அல்லது அசைவு ஆகும். இது ஒரு தரப்பட்டுள்ள வேகம் மற்றும் அளவீட்டின் பாற்பட்டதாகும்."

"ஒரு அளவீடு என்பது திரும்பத்திரும்ப ஒலிக்கும் தாளம் - இது ஒரே சீரான நீளத்தில் அமையும். ஒரு குறிப்பிட்ட தாளத்தின் மீதுள்ள அழுத்தம் இதன் நிறுத்தமாக உள்ளது." மேற்கண்டவற்றை முன்னதாகத் தயாரிக்கப்பட்ட ஒரு அறிக்கையிலிருந்து டார்ட்சாவ் வாசித்தார். படித்து முடித்தவுடன், "இது உங்களுக்குப் புரிந்ததா?" என்று கேட்டார்.

அவர் வாசித்தது எதுவுமே எங்களுக்குப் புரியவில்லை என்று நாங்கள் வெட்கத்துடன் ஒப்புக் கொண்டோம்.

"உங்களது சொந்த அனுபவத்தில் வேக-லயத்தின் விளைவை உணர்ந்து கொள்ளும் வரையில் இந்த ஃபார்முலாக்கள் உங்களுக்கு அதிகம் உதவாது என்று எனக்குத் தெரியும்."

"ஆனால், இதற்கு நேர்மாறாக, இதுபற்றிய ஒரு அறிவு ரீதியான அணுகுமுறையானது மேடையில் வேக-லயத்தை ரசித்து அனுபவிப்பதிலிருந்து அதை ஒரு விளையாட்டுப் பொருள் போலக் கருதி விளையாடுவதிலிருந்து உங்களைத் தடுத்துவிடக் கூடும். குறிப்பாகத் தொடக்க காலத்தில் நீங்கள் அவ்வாறு தான் செய்ய வேண்டும். வேக-லயத்தை உங்களுக்குள்ளே இருந்து கசக்கிப் பிழியத் தொடங்கினாலும், அதன் சிக்கலான வேறுபாடுகளைப் புரிந்து கொள்ளப் புருவங்களை நெரித்துக் கொண்டாலும் விஷயம் விபரீதமாகி விடும்.

"எனவே, இப்போதைக்கு இந்த ஃபார்முலாக்களை ஒரு ஓரமாக ஒதுக்கி வைத்து விட்டு லயத்தை வைத்து விளையாடுவதில் நம்மை ஈடுபடுத்திக் கொள்ளலாம்."

"இதோ நீங்கள் வைத்துக் கொண்டு விளையாட வேண்டிய பொருள்கள். நான் என் இடத்தை ரக்மனோவுக்கு விட்டுக் கொடுத்து விடுகிறேன். இது அவரது துறை!"

இவ்வாறு கூறிவிட்டு டார்ட்சாவ் தன் உதவியாளருடன் அரங்கத்தின் அடுத்த கோடிக்கு அகன்று சென்று விட்டார். ரக்மனோவ், மேடைமீது தாளம் போடும் கருவிகளை வரிசையாக அமைத்தார் - அவற்றுள் மிகப் பெரியதை நடுவில் இருந்த வட்டமேஜையின் மீதும், அதன் அருகில் இருந்த சிறிய மேசைகளின் மீது மூன்று சிறிய கருவிகளையும் வைத்தார். பெரிய கருவியை ஓடவிட்டார், அது 10ம் எண் வேகத்தில் சத்தமாக டிக் செய்யத் தொடங்கியது.

"இப்போது கேளுங்கள், நண்பர்களே," என்றார் ரக்மனோவ். "இந்தப் பெரிய கருவி இப்போது இரு மெதுவான தாளங்களில் டிக் செய்யும். எவ்வளவு மெதுவாக இது வேலை செய்கிறது என்று பாருங்கள்: ஒன்று... ஒன்று... நீண்ட நிறுத்தம்... ஒன்று - மேலும் நீண்ட நிறுத்தம்!

"பத்து என்ற எண் குறிப்பிடத்தக்கது. இப்போது இங்குள்ள அழுத்தத்தை அதிகப்படுத்தினால் வேகம் சற்றே அதிகரிக்கும்."

"கேளுங்கள்: ஒன்று... ஒன்று... ஒன்று..."

"இப்போது அழுத்த விசையை இன்னும் கீழே இறக்குங்கள். இப்போது எப்படி வேலை செய்கிறது பாருங்கள்: ஒன்று - ஒன்று - ஒன்று. இது மிக குறுகிய நிறுத்தம்!"

"இப்போது இது மேலும் குறுகிய நிறுத்தம்!"

"இவையெல்லாமே வேகத்தின் அளவுகளாகும். இந்தக் கருவியின் ஊசலாடும் குண்டின்மீது குறிக்கப்பட்டுள்ள கோடுகள் எத்தனை உள்ளனவோ அத்தனை வேகங்கள் இங்கே உள்ளன. இது எவ்வளவு புத்திசாலித்தனமுள்ள கருவி, பாருங்கள்!"

அதற்கு பின், ரக்மனோவ் ஒரு மணியை அடிக்கத் தொடங்கி, 10ம் எண் வேகத்தில் அமைக்கப்பட்டிருந்த கருவியின் தட்டு ஒலிகளில் ஒவ்வொரு இரண்டாவது, பின் ஒவ்வொரு மூன்றாவது, பின் ஒவ்வொரு நான்காவது, ஐந்தாவது, ஆறாவது தட்டுகளின் போது அதனைக் கையால் ஒலித்தார்.

"ஒன்று... இரண்டு. ரிங், ஒன்று... இரண்டு.. ரிங்" என்று ரக்மனோவ் இரண்டு - தட்டு ஒலிகளைச் செய்து காட்டினார்.

"ஒன்று... இரண்டு... மூன்று. ரிங். ஒன்று... இரண்டு... மூன்று. ரிங். இது மூன்று-தட்டு ஒலி எண்ணிக்கை."

"இப்போது ஒன்று... இரண்டு... மூன்று... நான்கு. ரிங். இவ்வாறு, நான்கு-தட்டு ஒலி எண்ணிக்கை," ரக்மனோவ் இப்போது வெகு உற்சாகத்துடன் பேசினார்.

அதன் பின் சிறிய கருவிகளில் ஒன்றைத் தொடங்கி, பெரிய கருவியின் வேகத்தில் இரண்டு மடங்கு வேகத்தில் அதை ஓடவிட்டார். முதலாவது கருவி முழு அளவில் ஒலிக்க, இரண்டாவது அரை அளவுகளில் ஒலிக்கலாயிற்று. மூன்றாவது கருவி-சிறியது-கால் அளவுகளிலும் அதற்கடுத்தது, முதலாவது கருவியை விடவும் எட்டு முறை வேகமாக ஒலித்தது.

"என்னிடம் மேலும் இரண்டு சிறிய கருவிகள் இல்லையே! இருந்திருந்தால், 16வது மற்றும் 32வது அளவுகளில் அடிக்குமாறு வைத்திருப்பேன். அது மிக நன்றாக, வேடிக்கையாக இருந்திருக்கும்!" என்று ரக்மனோவ் பெருமூச்சு விட்டார்."

டார்ட்சாவ் அவருக்கு ஆறுதலளிக்கும் வகையில் முன் வந்து, தானும் பாலும் 16வது 32வது அளவுகளை மேசைமீது தமது சாவிகளால் தட்டலாயினர்.

இவையெல்லாம் ஒன்றாகச் சேர்ந்து கலவையாக ஒலி எழுப்பின. இது ஒரு முழு இசைக்குழுவைப் போல ஒலித்தது. இடைப்பட்ட குழப்பத்தில் தாளத் தட்டுகளைத் தனித் தனியே பிரித்தறிவது சிரமமாக இருந்த போதிலும் அந்த ஒரு கணம் எல்லாம் ஒன்றாகச் சேர்ந்து ஒலித்தபோது மிகச் சரியான ஒழுங்கமைதி தோன்றியது.

கற்பனைக்கும் எட்டாத அந்தக் குழப்பமான கலவை ஒலி டார்ட்சாவை மகிழ்ச்சியில் மூழ்கச் செய்தது.

"கவனியுங்கள், என்ன ஒரு ஒலிச் சிக்கல் - ஆனாலும், இந்த ஒழுங்காக அமைக்கப்பட்ட குழப்பத்தில் என்ன ஒரு ஒழுங்கும்,

இணக்கமும் இருக்கின்றன!" என்று அவர் ஆவலுடன் கூவினார். "இது, அற்புதம் உருவாக்கும் வேக-லயத்தால் நமக்கென உருவாக்கப்பட்டுள்ளது. இந்த வியப்பூட்டும் உண்மை நிலையை, அதன் தனித்தன்மையையும், அதனுள் ஒன்றாக இணைந்துள்ள பகுதிகளையும் நாம் ஆராய்ந்து பார்க்கலாம்."

"முதலில் வேகத்தை - நேரத்தை எடுத்துக்கொள்ளலாம்," என்ற டார்ட்சாவ், பெரிய தாளக் கருவியைச் சுட்டிக்காட்டினார். "இது ஒரு எந்திரத்தனமான தாள அளவாகும்."

"வேகம் என்பது மெதுவானது அல்லது வேகமானது. அது செயல்பாடுகளை அவசரமாகக் கொண்டு செல்கிறது அல்லது இழுத்துக் கொண்டு செல்கிறது. பேச்சை விரைவாக்குகிறது அல்லது நிதானப்படுத்துகிறது."

"செயலைச் செய்வதற்கும், சொற்களைப் பேசுவதற்கும் நேரம் தேவைப்படுகிறது. வேகம் அதிகப்படுத்தப்பட்டால், செயலுக்கும், சொல்லுக்கும் குறைவான நேரமே கிடைக்கிறது. இதனால் ஒருவர் மேலும் அதிக வேகத்துடன் நடிக்கவும் பேசவும் வேண்டியுள்ளது."

"வேகம் குறைக்கப்பட்டால் நடிப்புக்கும் பேச்சுக்கும் அதிக நேரம் கொடுக்கப்படுகிறது. இதனால் செயலைச் செய்வதற்கும், சொல்லப்பட வேண்டியதை முழுமையாகச் சொல்வதற்குமான வாய்ப்பு அதிகரிக்கின்றது."

"இதுதான் தாளம்," என்று கூறிய டார்ட்சாவ், ரக்மனோவ் அடித்துக் கொண்டிருந்த மணியைச் சுட்டிக் காட்டினார். "இது பெரிய கருவியுடன் முழுமையாக ஒருங்கிணைந்து தன் வேலையைச் செய்கிறது. இதுவும் கூட எந்திரத்தனமான முறையில் மிகச் சரியாக ஒலிக்கிறது."

"தாளம் என்பதும் கால அளவுதான். ஆனால் இவை பல்வகைப் பட்டவை. இவற்றின் நீளமானது வேகத்தைப் பொறுத்து உள்ளது. இதனால் நேரத்தின் அளவுகள் வேறுபடுகின்றன."

''மற்ற சிறிய கருவிகளும், நானும் பாலும் சாவிகளால் மேசையில் தட்டிய ஒலிகளும் எதைக் குறிக்கின்றன? இவைதான் லயத்தை உருவாக்குகின்றன.''

''சிறிய கருவிகளைக் கொண்டு இடைவெளிகளை நிரப்புகிறோம். இதன் மூலம் பல்வேறு எண்ணற்ற ஒலி இணைப்புகளை உருவாக்குகிறோம்.''

''நடிப்பிலும் இதேதான் நிகழ்கிறது. நமது நடிப்புச் செயல்பாடுகள், நமது பேச்சு ஆகியன நேரத்தின் அடிப்படையில் முன்னே செல்கின்றன. நடிப்பின்போது நேரத்தை நாம் நிரப்ப வேண்டும் - பல்வேறு விதமான அசைவுகள், அவற்றின் இடையிடையிலான செயலற்ற நிறுத்தங்கள் என இவ்வாறு வசனம் பேசுதலைப் பொறுத்தமட்டில், சொற்களின், சொற்றொடர்களின் உச்சரிப்பும் இவற்றுக்கு இடையிலான பொருள் தரும் மௌனங்களாலாகிய நிறுத்தங்களும் இதே போல அமையும்.''

''மேடையிலான நடிப்புச் செயல்பாடு மற்றும் வசனம் பேசுதல் ஆகியவற்றின் ஒன்று சேர்ந்த இணைப்பில் பொதுவாகக் குழப்பம் போலத் தோன்றுவதிலும் வேக-லயம் என்பதன் ஒழுங்கமைப்பை உங்களால் காண முடியும்.''

''மேடையில் உங்களைச் சுற்றிலும், நிகழ்ந்து கொண்டுள்ள வேகம் மற்றும் மெதுவான வேகம் இவற்றின் குழப்பத்துக்கு இடையில் உங்களது சொந்த லயத்தைத் தேடிக் கண்டுபிடித்து தனியாகப் பிரித்து எடுத்துக் கொள்ளவும் நீங்கள் பழகிக் கொள்ள வேண்டும்.''

2

''இன்று நாம் வேக-லயத்தைக் கொண்டு விளையாடப் போகிறோம்;'' என்று வகுப்புக்குள் நுழையும் போதே டார்ட்சாவ் அறிவித்தவாறு வந்தார்.'' சிறு குழந்தைகளைப் போல நாம் கைகளைத் தட்டப் போகிறோம். இது பெரியவர்களுக்கும் மகிழ்ச்சி தரும் ஒன்று என்று காணலாம்.''

இவ்வாறு சொல்லி விட்டு, ஒலி எழுப்பும் கருவியின் மிக மிக மெதுவான டிக்-டிக் ஒலிக்கு ஏற்ப தன் கைகளைத் தட்ட ஆரம்பித்தார்.

"ஒன்று... இரண்டு... மூன்று... நான்கு, மறுபடியும்:

"ஒன்று... இரண்டு... மூன்று... நான்கு, மறுபடி ஒருமுறை::

"ஒன்று... இரண்டு... மூன்று... நான்கு, இப்படி, நிறுத்தாமல் முடிவற்று..."

ஓரிரு நிமிடங்கள் இந்த முதல் தாளத்துக்கு ஏற்ப நாங்கள் கையைத் தட்டிக் கொண்டிருந்தோம். ஒவ்வொரு முறை "ஒன்று" என்ற சொல்லுக்கு ஒன்றாகச் சேர்ந்து பலமாகக் கையைத் தட்டினோம்.

ஆனால் இது ஒன்றும் அவ்வளவு வேடிக்கையான, ரசித்து மகிழும்படியான ஒரு செயலாக இருக்கவில்லை. உண்மையில் இது தூக்கத்தை வரவழைப்பதாக இருந்தது. சலிப்பு, செய்ததையே திரும்பச் திரும்பச் செய்யும் அலுப்பு மற்றும் சோம்பல் போன்ற மனநிலையை அது உருவாக்கியது. தொடக்கத்தில் எங்கள் கைதட்டல் சக்தி மிக்கதாகவும், சத்தமாகவும் இருந்தது. ஆனால் மந்தமான சூழலை உணர்ந்து கொண்டதும் எங்கள் முகங்களும் சலிப்பு நிறைந்து தோன்றின.

"ஒன்று... இரண்டு... மூன்று... நான்கு, மறுபடியும்:

"ஒன்று... இரண்டு... மூன்று... நான்கு, மறுபடி ஒருமுறை

"ஒன்று... இரண்டு... மூன்று... நான்கு,

இதுதான் எவ்வளவு தூக்கத்தை வரவழைப்பதாக இருந்தது!

"இது உங்களுக்கு எந்தச் சந்தோஷத்தையும் கொடுப்பதாக என்னால் உணர முடியவில்லையே! அடுத்ததாக நீங்கள் எல்லோரும் குறட்டை விடத் தொடங்கி விடுவீர்கள் போல இருக்கிறதே!" என்று கூறிய டார்ட்சாவ், எங்கள் விளையாட்டில் ஒரு மாற்றத்தைக் கொண்டுவர விரைந்தார்." உங்களுக்கு விழிப்பூட்டுவதற்காக, இதே மெதுவான வேகத்தில் ஒவ்வொரு ஒலி

அளவின் உள்ளேயும் இரண்டு உச்சரிப்பு அழுத்தங்களை நான் வைக்கப் போகிறேன்," என்றார் அவர்.

"இப்போது, 'ஒன்று' என்பதில் மட்டுமல்லாமல் 'மூன்று' என்பதிலும் அனைவரும் ஒன்றாகக் கைதட்டுங்கள், இப்படி:

"ஒன்று... இரண்டு... மூன்று... நான்கு, மறுபடியும்:

"ஒன்று... இரண்டு... மூன்று... நான்கு, மறுபடி ஒருமுறை

"ஒன்று... இரண்டு... மூன்று... நான்கு, இப்படி, நிறுத்தாமல் முடிவற்று..."

இது எங்கள் கைதட்டலை கொஞ்சம் உற்சாகமானதாகச் செய்தது, ஆனால் நிச்சயம் அத்தனை மகிழ்வூட்டுவதாக இருக்கவில்லை.

"இதுவும் விஷயத்தை மேம்படுத்தவில்லையென்றால், அதே மெதுவான வேகத்தில், எல்லா ஒலி அளவுகளிலும் அழுத்தம் கொடுத்துத் தட்டுங்கள்," என்றார் டார்ட்சாவ்.

"ஒன்று, பின்... இரண்டு, பின்... மூன்று, பின்... நான்கு, ..." இது எங்களை நிமிர்ந்து உட்கார வைத்தது. எங்கள் கைதட்டலும் மேலும் தெளிவானதாகவும், உரத்த ஒலியுடையதாகவும் ஆனது."

இதே போல பல நிமிடங்கள் நாங்கள் தொடர்ந்து செய்தோம்.

டார்ட்சாவ் இத்துடன் நிறுத்தவில்லை - மெல்ல மெல்லத் தாளம் போடும் கருவியின் நேரத்தை வேகப்படுத்தினார். கடைசியில் எங்களால் அதற்கு இணையாகச் செயல்பட முடியாமல் பின் தங்கலானோம். இது எங்களைச் சங்கடப்படச் செய்தது. அந்தக் கருவியின் தாளத்துக்கு ஏற்ப நாங்களும் வேகமாகவும் லயத்துடனும் செயல்பட நிஜமாகவே விரும்பினோம். எங்களில் ஒரு சிலருக்கு வேர்த்துக் கொட்டத் தொடங்கியது. வேறு சிலரோ முகம் சிவந்து விட்டனர். எங்களின் உள்ளங்கைகள் வலிக்கத் தொடங்கின, எங்கள் கால்கள் உடல் வாய் இவற்றால் தாளமிடலானோம். விரைவில் முனகத் தொடங்கிவிட்டோம்.

"எப்படி விளையாடுவது என்று இப்போது கற்றுக் கொண்டு விட்டீர்களா? இப்பேது ஜாலியாக இருக்கிறதா?" என்றார் டார்ட்சாவ் சிரித்தபடி. "நான் எப்பேர்ப்பட்ட மந்திரவாதி பார்த்தீர்களா? உங்கள் உடலின் தசைகளை மட்டும் நான் கட்டுப்படுத்தவில்லை, உங்கள் உணர்ச்சிகளையும், மனநிலையையும் கூடக் கட்டுப்படுத்துகிறேன். என் விருப்பப்படி என்னால் உங்களைத் தூங்க வைக்க முடியும், அல்லது உச்சக்கட்ட உற்சாகத்துக்குத் தூக்கியெழுப்ப முடியும்!"

"இங்கு மந்திரவாதி நான் அல்ல - வேக-லயம் ஆகும். உங்கள் அக மனநிலையைப் பாதிக்கக் கூடிய மந்திர சக்தி அதற்குக் கண்டிப்பாக உள்ளது."

"இந்தப் பரிசோதனையிலிருந்து நாம் கண்டுகொண்டுள்ள விளைவானது ஒரு தவறான புரிதலால் ஏற்பட்டுள்ளது என்று நான் நினைக்கிறேன்," என்று க்ரிஷா எதிர்ப்புத் தெரிவித்தான். "நான் இவ்வாறு பேசுவதைத் தவறாக எண்ணக் கூடாது - ஆனால், நாங்கள் உணர்ச்சிபெற்று எழுவது வேக-லயத்தால் அல்ல. மாறாக அதைப்போலப் பத்து மடங்கு கூடுதல் சக்தி தேவைப்படுகிறது. வேகமான உடலசைவுகளால் என்பது என் கருத்து. குளிரான இரவுகளில் காவல் காத்து நிற்கும் காவலாளி தன் கால்களைத் தரையில் தட்டுவதும் கைகளைப் பக்கவாட்டில் அசைத்துத் தட்டுவதுமாகச் செயல்படும்போது அவனது உடல் சூடு பெறுகிறது - இது வேக-லயத்தால் அல்ல, மாறாக, சாதாரணமான உடல் அசைவுகளால் மட்டுமே."

இதற்குப் பதில் தந்து விவாதத்தில் இறங்குவதற்குப் பதிலாக மற்றொரு பரிசோதனையைச் செய்யலாம் என்று கூறினார்.

"இப்போது 4/4 ஒலி அளவை எடுத்துக் கொள்ளலாம். இங்கு ஒரு பாதி ஒலி அளவும், பின் ஒருகால் அளவு அமைதியும் இறுதியாக ஒரு கால் ஒலி அளவு முடிவானதாக அமையும். இதை, முதல் அளவில் அழுத்தம் தந்து என்னுடன் தட்டுங்கள்:

"ஒன்று... இரண்டு... ம்ம்ம்... நான்கு,

"ஒன்று... இரண்டு... ம்ம்ம்... நான்கு,

"ஒன்று... இரண்டு... ம்ம்ம்... நான்கு,

"ம்ம்ம்" என்ற ஒலி, அமைதியின் அளவைக் குறிக்கிறது. கடைசி ஒலி அளவானது சற்றே இழுத்தாற்போலச் சென்று முடிகிறது."

இந்தத் தட்டுதலை நாங்கள் சற்று நேரம் செய்தோம். இதனால் எங்கள் மனநிலை ஒரு கம்பீரமான அமைதியை எட்டியது என்றும் இது ஒரு அகரீதியிலான விளைவு என்றும் ஒப்புக் கொண்டோம்.

பிறகு டார்ட்சாவ் இந்தப் பரிசோதனையை மறுபடி செய்தார் - இப்போது கடைசிக் கால் அளவு ஒலியை அவர் 1/8 என்ற அளவுக்கு மாற்றினார். அது இவ்வாறு இருந்தது:

ஒன்று - இரண்டு (ஒரு பாதி அளவு), ம்ம்ம் (கால் அளவு அமைதி), ம்ம்ம் (1/8 அளவு அமைதி), பின் 1/8 அளவு, அல்லது:

ஒன்று - இரண்டு, ம்ம்ம், ம்ம்ம், 1/8.

ஒன்று - இரண்டு, ம்ம்ம், ம்ம்ம், 1/8.

"இப்போது அந்த இறுதித் தட்டானது தாமதமாக வருவது போலவும், அடுத்த ஒலி அமைப்புக்குள் நுழைந்து கொள்வது போலவும் உங்களால் உணர முடிகிறதா?"

இப்போது க்ரிஷா கூட இதை மறுத்துப் பேசவில்லை. இம்முறை, பரிசோதனையால் ஏற்படுத்தப்பட்ட தீவிரமான மனநிலையானது உடலசைவால் ஏற்படும் கலக்கத்தால் அல்லாமல் அதைப் பற்றி லேசாகக் கோடிட்டுக் காட்டப்படுவதாலேயே மாறிவிட்டுள்ளது என்று ஒப்புக் கொண்டான். இந்த உண்மை எங்களுக்கும் உறைத்தது.

அடுத்ததாக, சில தாளங்களை இணைத்துப் பயிற்சி செய்தோம் - இரட்டையாக, மூன்று தட்டுகளாக, நான்கு தட்டுகளாக இதைச் செய்தோம். இவற்றை வேகமாகச் செய்யச் செய்ய பல்வேறு புதிய மனநிலைகள் உருவாகக் கண்டோம்.

நாங்கள் எத்தனை பயிற்சிகளைச் செய்தோம் என்ற எண்ணிக்கை எனக்கு மறந்தே போய்விட்டது. ஆனால் இறுதியில், தாளத்தைப் பயன்படுத்தி ஒருவரை உற்சாகமான மனநிலைக்குத்

தள்ள முடியும் என்றும், அதிலிருந்து ஒரு நிஜமான உணர்ச்சி ரீதியான தாக்கத்தை ஏற்படுத்திப் பெற முடியும் என்றும் நாங்கள் உணர்ந்து கொண்டோம்.

மேற்சொன்ன பயிற்சிகள் எல்லாம் முடிவுற்ற பின் டார்ட்சாவ் க்ரிஷாவின் பக்கம் திரும்பிக் கூறினார்:

''இனிமேலும் நம்மை உனது இரவுக் காவல்காரனுடன் ஒப்பிட மாட்டாய் என்று நம்புகிறேன் - இங்கு, நாம் செய்யும் உடலசைவுகளால் அல்லாமல், வேக-லயத்தால் மட்டுமே இந்த நேரடியான, உடனடியான தாக்கம் ஏற்படுகிறது என்பதை நீ ஒப்புக் கொள்வாய் என்றும் நம்புகிறேன்.''

க்ரிஷாவால் இதற்குப் பதில் ஏதும் கூறமுடியவில்லை. மற்ற அனைவரும் இயக்குனரின் கூற்றை ஒருமனதாக ஏற்றுக் கொண்டோம்.

''நம் அனைவருக்கும் தெரிந்துள்ள ஒரு உண்மையை அரும்பாடுபட்டுக் கண்டு கொண்டதற்காக நீங்கள் பாராட்டப்பட வேண்டும். இந்த மகத்தான, முக்கியமான உண்மையை நடிகர்கள் பொதுவாக மறந்து விடுகிறார்கள். சொற்களின் அசைகள், பேச்சு, நடிப்புச் செயலின் உடலசைவுகள் இவையுடன் அவர்களது தெள்ளத் தெளிவான வேக-லயமும் இணைந்து செயல்படுவது என்பது ஒரு நடிகனுக்கு மிகமிக முக்கியமான ஒன்றாகும். இருந்தாலும் இந்த வேக-லயமானது இருபுறமும் கூரான ஒரு கத்தியைப் போன்றது என்ற உண்மையையும் நாம் மறக்கக் கூடாது. இது எவ்வளவு உதவிகரமாக உள்ளதோ அத்தனை அபாயகரமானதாகவும் இருக்கக் கூடும். இதைச் சரியாகப் பயன்படுத்தினால், இயல்பான, இலகுவான முறையில் சரியான உணர்ச்சிகளை இது உருவாக்கும், எழுப்பும். ஆனால், தவறான உணர்ச்சிகளை எழுப்பக்கூடிய தவறான லயங்களும் இருக்கத்தான் செய்கின்றன. ஒருமுறை உருவாக்கப்பட்டுவிட்டால் இந்த உணர்ச்சிகளைக் நமக்குள்ளிருந்து வெளியேற்றுவது மிகக் கடினமாகிவிடும்.''-

3

இன்று, வேக-லயம் பற்றிய ஒரு புதிய விளையாட்டை டார்ட்சாவ் எங்களுக்காகக் கண்டுபிடித்தார்.

''உங்களுக்கு இராணுவப் பயிற்சியின் அனுபவம் ஏதேனும் இருக்கிறதா?'' என்று அவர் பாலிடம் கேட்டார்.

''ஆம், இருக்கிறது,'' என்றான் அவன்.

''கையேட்டில் இருந்த பயிற்சிகளைச் செய்துள்ளாயா?''

''கண்டிப்பாக.''

''அவற்றின் உணர்வு உனக்குள் இன்னமும் இருக்கிறதா?''

''இருக்கலாம்...''

''அதை இப்போது உனது உணர்வு நிலைக்குக் கொண்டுவர முயற்சி செய்.''

''இதற்கான அணுகுமுறை ஏதேனும் இருக்க வேண்டுமே!''

இப்போது டார்ட்சாவ் ஒரு நாற்காலியில் உட்கார்ந்திருந்தார் - எனவே, இராணுவ வீரர்கள் அணிவகுத்துச் செய்வது போல தரையில் தனது பாதங்களால் தட்ட ஆரம்பித்தார். லியோவும் அவரைப் போலச் செய்யலானான். விரைவில், வான்யா, மரியா மற்றும் பிற மாணவர்கள் அனைவரும் சேர்ந்து கொள்ள, முழு அறையும் இராணுவ அணி வகுப்பின் ஒலியால் அதிரலாயிற்று.

ஒரு படை அங்கு செல்வதுபோல அது இருந்தது. இந்தச் சத்தத்துக்கு துணையாக டார்ட்சாவ் மேசைமீது ட்ரம்களின் ஒலியைப் போலத் தட்டலானார்.

நாங்களும் வேறு பல உத்திகளைக் கையாண்டு மொத்தத்தில் ஒரு முழுப் படையைப் போல ஒலி எழுப்பலானோம். இந்த ஒலியின் காரணமாக எங்கள் உடல்கள் நிமிர்ந்து நேராக விறைத்துக் கொண்டன - ஒரு இராணுவப் பயிற்சியில் ஈடுபட்டுள்ளது போல நாங்கள் உணர்ந்தோம்.

இவ்வாறு வேக-லயத்தின் உதவியால், தான் விரும்பிய விளைவை டார்ட்சாவினால் உடனடியாக உருவாக்க முடிந்தது.

சற்று நேர அமைதிக்குப் பின் அவர் மேலும் தொடர்ந்தார்:

''இப்போது நான் முற்றிலும் வேறுபட்ட ஒரு ஒலியை உருவாக்கப் போகிறேன் - கவனியுங்கள்!''

''டப் - டப், டப் - டப், டப் - டப் - டப், டப் - டப் - டப், டப் - டப்.''

''எனக்கு இது தெரியும், தெரியும், இது ஒரு விளையாட்டு'' என்று வான்யா கூவினான். ''ஒருவர் ஒரு தாளத்தைத் தட்டிக் காட்டுவார், அடுத்தவர் அது என்ன என்று ஊகிக்க வேண்டும். அவ்வாறு ஊகிக்கத் தவறினால் அதற்கான அபராதத்தைச் செலுத்த வேண்டும்.''

டார்ட்சாவ் என்ன தாளம் போட்டார் என்பதை நாங்கள் கண்டுபிடித்து விட்டோம். முதலாவது ஒரு இராணுவ அணிவகுப்புக்கான தாளமாக இருந்தது. இரண்டாவது, வெகு கம்பீரமாகவும், ஆழமான தீவிரத் தன்மையுடனும் இருந்தது. அது யாத்ரிகர்களின் கோரஸாகிய தன் ஹாசெர் என்று பின்னால் தெரிந்து கொண்டோம். இதற்குப் பின் அவர் மற்றொரு பரிசோதனையில் இறங்கினார்.

இம்முறை அவர் என்ன தட்டினார் என்பதை எங்களால் கண்டு கொள்ளவே முடியவில்லை. அது மிகவும் குழம்பியதாகவும், கலவரமானதாகவும், வெகுவாகக் கூடும் முயற்சியுடன் செய்யப்பட்டதாகவும் இருந்தது. உண்மையில், ஒரு பாசஞ்சர் ரயில் வண்டியின் தாளத்தை அவர் தட்டிக் கொண்டிருந்தார். பின்னர், நாங்கள் ஒவ்வொருவரும் ஒரு தாளத்தைத் தட்ட, பிறர் அதைக் கண்டுபிடிக்க வேண்டியிருந்தது. எனக்கு அடுத்ததாக வான்யா ஒரு இனிமையான தாளத்தை மரியாவுக்காகத் தட்டினான். அதன் பின் புயல்போன்ற கொந்தளிப்பான ஒன்றைத் தட்டினான் - 'இது என்ன தாளம்? இதைக் கேள்,'' என்று அவள் மரியாவிடம் சொன்னான்.

"ட்ரா - ட்ட ட்ட, ட்ரட்ட ட்ட - ட்ட - ட்ட!"

"எனக்குத் தெரியவில்லை, எதுவுமே புரியவில்லை. நீ உண்மையில் எதையும் தட்டிக் காட்டவில்லை," என்றாள் அவள்.

"ஆனால் எனக்குத் தெரியுமே! நிஜமாக, எனக்குத் தெரியும்!" என்று வாதிட்டான் வான்யா." நான், காதலையும், பொறாமையையும் தாளமாகத் தட்டிக் கொண்டிருக்கிறேன்! ட்ரா - ட்ட - ட்டா! அபராதத்தைக் கட்டு இப்போதே!"

இதற்கிடையில், என் வீட்டை அடைந்தவுடன் எனக்குள்ள ஒரு மனநிலையைத் தாளமாகத் தட்டிக் கொண்டிருந்தேன். வீட்டினுள் நுழைந்து என் அறைக்குள் வருவதையும் என் கைகளைக் கழுவுவதையும், மேல் சட்டையைக் கழற்றி விட்டு சோபாவில் சாய்ந்து வேக-லயத்தைப் பற்றிச் சிந்திக்கத் தொடங்குவதையும் என்னால் பார்க்க முடிந்தது. அதன்பின், எங்கள் பூனை சோபாவில் குதித்து ஏறி எனக்கருகில் சுகமாகச் சுருண்டு படுத்துக் கொள்ளும். அமைதி, ஓய்வு!

இந்த அமைதியான வீட்டுச் சூழலை வேகம் மற்றும் லயத்தால் நான் வெளிப்படுத்திக் கொண்டிருந்ததாக எனக்குத் தோன்றியது. ஆனால் நான் செய்து கொண்டிருந்தது என்ன என்று எவருக்குமே புரியவில்லை. லியோ, அது மரணத்துக்குப் பின் வரும் நிரந்தர அழைப்பு என்று எண்ணினான். பால் அதைச் சலிப்பு என்று உணர்ந்தான். வான்யாவோ, திரும்பத் திரும்பப் பாடப்படும் ஒரு கோரஸைக் கொண்ட சிறு பிள்ளைத்தனமான குழந்தைப் பாடல் என்று நினைத்தான்.

நாங்கள் போட்ட தாளங்களையெல்லாம் இங்கு குறிப்பிடுவது என்பது செய்ய முடியாத செயலாகும். இவற்றுள், கடலில் கொந்தளித்த புயல், மலைகள் மீது மற்றொருபுயல், காற்றும், ஆலங்கட்டி மழையும் இடி மின்னலும் கொண்ட மற்றொன்று ஆகியன இருந்தன. மாலை ஆலயமணிகள், அலாரங்கள் வாத்துகளின் க்வாக் - க்வாக் ஒலி, ஒழுகும் குழாய்கள், கொறிக்கும் எலிகள், தலைவலிகள், பல்வலிகள், துயரம், பெருமகிழ்ச்சி ஆகியன இருந்தன. கொத்துகறி தயாரிப்பது போல நாங்கள்

தட்டியும், கொட்டியும், இடித்தும் முழக்கியும் ஒலி எழுப்பினோம். யாராவது வெளி ஆள் எங்களைப் பார்த்திருந்தால் நாங்கள் எல்லோரும் ஒன்று குடித்திருந்தோம் என்றோ, அல்லது பைத்தியங்கள் என்றோ நினைத்திருப்பார்.

பல மாணவர்களின் கரங்களும் உள்ளங்கைகளும் தட்டித் தட்டிப் புண்ணாகப் போனதால் அவர்கள் தம் கைகளை வீசி அசைத்து ஒரு இசைக் குழுவின் நடத்துனர் போலச் செயல்பட வேண்டியதாயிற்று. இது மிகச் சிறப்பானாதாகத் தோன்றியதால் நாங்கள் அனைவருமே அதை விரைவில் பின்பற்றத் தொடங்கினோம்.

என்னதான் இருந்தாலும், தட்டப்பட்ட தாளங்கள் என்ன என்று எவராலும் கண்டுகொள்ள முடியவில்லை. இந்தப் புது பரிசோதனை சுத்தமாகவும், மொத்தமாகவும் தோல்வியடைந்து விட்டது என்பது மட்டும் தெளிவாகப் புரிந்தது.

‘‘வேக-லயத்தின் சக்தி வாய்ந்த விளைவைப் பற்றி இப்போது உறுதி கொண்டு விட்டீர்கள் இல்லையா?’’ என்று ஒரு வெற்றிப் பார்வையுடன் கேட்டார் டார்ட்சாவ்.

நாங்கள் அனைவரும், இதற்கு முற்றிலும் முரணான ஒரு கேள்வியைக் கேட்கத் தயாராக இருந்ததால் இந்தக் கேள்வி எங்களை முழுவதுமாகக் குழப்பத்தில் தள்ளியது. எனினும் அதைக் கேட்டு வைத்தோம். ‘‘நீங்கள் பீற்றிக் கொண்ட வேக-லயம் இப்போது என்னவாயிற்று? நாங்கள் இவ்வளவு சிரமப்பட்டுத் தட்டிய போதிலும் அது யாருக்கும் ஒன்றும் புரியவில்லையே!’’

அவரது பதில் இதுதான், ‘‘நீங்கள் தாளம் தட்டிக் கொண்டிருந்தது மற்றவர்களுக்காகவா, உங்களுக்காக இல்லையா? இந்தப் பயிற்சிகளை நான் கொடுத்தது கேட்டுக் கொண்டிருந்தவர்களுக்காக அல்ல, மாறாக, தாளத்தைத் தட்டிக் கொண்டிருந்தவர்களுக்காகத்தான். எனது முதல் குறிக்கோள், வேக-லயத்தை நீங்கள் பற்றிப் பிடித்துக் கொள்ளுமாறு செய்வதுதான். அவற்றைத் தட்டுவதன் மூலம், உங்களது உணர்ச்சி நினைவுகளைத் தட்டி எழுப்புவதும் இதில் அடங்கும். இருந்தாலும்,

உங்களது தாளத்தைக் கேட்பவர்களால் அதன் லயத்தைப் பற்றிப் பொதுவாக ஏதோ தெரிந்து கொள்ள முடிந்தது. இதுவே ஒரு முக்கியமான விஷயம்தான்.

''வேக-லயம் உணர்ச்சிகளின்மீது ஏற்படுத்தும் விளைவைப் பற்றி க்ரிஷாவால் கூட எந்தவித எதிர்ப்பும் தெரிவிக்க முடியவில்லை என்பதை நீங்கள் கவனித்திருக்கலாம்!''

டார்ட்சாவ் இவ்வாறு சொன்னவுடன், க்ரிஷா உடனே பேசினான்:

''ஆனால் இன்று எங்களைப் பாதித்தது வேக-லயம் அல்ல. தெரியுமா? மாறாக அது தரப்பட்டிருந்த சூழ்நிலைகள் தான் இன்று எங்களைப் பாதித்தது!'' என்று அவன் வாதாடினான்.

''அவற்றை உங்களுக்கு நினைவூட்டியது எது?''

''வேக-லயம்!'' என்று மற்ற மாணவர்கள் அனைவரும் ஒரே குரலில் க்ரிஷாவுக்கு எதிராகக் குரலெழுப்பினார்கள்.

''பிறர் உங்களைப் புரிந்து கொண்டார்களா இல்லையா என்பது இங்கு முக்கியமல்ல,'' என்று டார்ட்சாவ் தனது கருத்தை வலியுறுத்திப் பேசினார். ''நீங்கள் போட்ட தாளங்களின் லயங்கள் உங்கள் கற்பனையைத் தூண்டிவிட்டுச் சில சுற்றுச்சூழலையும் அவற்றுக்குத் தொடர்பான உணர்ச்சிகளையும் எழுப்பியதுதான் இங்கு முக்கியம்.''

4

டார்ட்சாவின் மூளைத் திறனுக்கு எல்லையே இல்லை. இன்று அவர் புதிய விளையாட்டை யோசித்து உருவாக்கினார்.

''இந்தக் கட்டையை எடுத்துக் கொள்ளுங்கள். வேகமாக, மேலே சிந்திக்காமல், ஒரு நீண்ட ரயில் பயணத்தைத் தொடங்கும் ஒரு பயணியின் வேக-லயத்தை இதனால் தட்டிக் காட்டுங்கள்.''

எனது கண்களில் ஓரத்தால் ஒரு ரயில் நிலையம், டிக்கெட் தரும் சன்னல், அதன் முன் நீளமாக நின்று கொண்டிருந்த பயணிகளின்

வரிசை இவையெல்லாம் தெரிந்தன. டிக்கெட் சன்னல் இன்னமும் திறக்கவில்லை பின்பு அது திறந்தது. பயணிகள் மெல்ல ஒருவர் பின் ஒருவராக நகர்ந்து சென்று காசைக் கொடுத்து விட்டு டிக்கெட்டையும் சில்லறையையும், வாங்கிக் கொண்டு நகரலாயினர். இதற்கிடையில் நான் எனது கையில் இருந்த பைகளைக் கவனிக்க வேண்டி இருந்தது. இடையிடையில் பத்திரிகைகள் விற்கும் கடையில் இருந்த செய்தித்தாள்களையும் பத்திரிகைகளையும் பார்ப்பது போன்ற மனக்காட்சியும் ஓடியது. கடைசியில் ரயில் நிலையத்தில் இருந்த உணவகத்தில் நுழைந்து ஏதோ சாப்பிட்டுவிட்டு, எனது ரயில், ரயில்பெட்டி மற்றும் இருக்கை எண் இவற்றைத் தேடிக் கண்டுகொள்வதும் ஓடியது. உட்கார்ந்த பின், எனது சகபயணிகளை ஒரு நோட்டம் விட்டு விட்டு, செய்தித்தாளை எடுத்துப் பிரித்து வாசிக்கலானேன். இன்னும் ரயில் ஓடத் தொடங்கவில்லை. இதனால் பல சிறுசிறு வேலைகளை நிதானமாகச் செய்யலானேன் - அதே ரயிலில் பயணிக்க உள்ள பிற நண்பர்களைத் தேடல், சிகரெட் வாங்குதல், ஒரு தந்தியை அனுப்புதல் இன்னபிற. இதெல்லாமே தாளத்தால் காட்டப்பட்டன.

இதையெல்லாம் டார்ட்சாவ் அமைதியாகக் கவனித்து வந்தவர். பின்,

''இப்போது, இதுவரையான சம்பவங்களையே மறுபடி தட்டிக்காட்டு - ஒரே ஒரு மாற்றம். ரயில் கிளம்புவதற்கு சிறிது நேரமே இருக்கும்போது நீ ரயில் நிலயைத்துக்கு வந்துள்ளாய்'' என்றார் டார்ட்சாவ். ''முதலில் உனக்கு பதினைந்து நிமிடங்கள் இருந்தன - இப்போது அதைவிடக் குறைவானே நேரமே உள்ளது. ஆனாலும் நீ இதை போலப் பல பணிகளைச் செய்து முடிக்க வேண்டும். இப்போது நீ புறப்பட்டுச் செல்வதற்கான வேக-லயத்தை எனக்குத் தாளமிட்டுக் காட்டு.''

எனது இதயத்தைப் படப்படவெனத் துடிக்கச் செய்த இது ஒன்றே போதுமானதாக இருந்தது. ஏனெனில், பயணத்தின்போது நான் எப்போதுமே மிகுந்த அச்சத்துடனும் கலவரத்துடனும் இருப்பது வழக்கம்.

இந்த அச்சமானது எனது தாளத்தின் வேகத்திலும், லயத்திலும் வெளிவந்தது. முன்னர் நிதானமாக இருந்த தாள அளவு இப்போது மிகவும் அவசரகதியில் பரபரப்பாக ஆனது.

''இதோ உனக்கு மற்றும் ஒரு மாற்றம்,'' என்றார் டார்ட்சாவ். ''ரயில் புறப்படுகிற அதே நேரத்தில்தான் நீ ரயில் நிலையத்தை எட்டுகிறாய்!''

என்னை மேலும் திகிலடையச் செய்ய, ரயிலின் எஞ்சின் பொறுமையின்றிக் கூவுமாறும் அவர் செய்தார்.

ஒவ்வொரு தேவையற்ற அதிகப்படி செயலும் நீக்கப்பட வேண்டும். மிகவும் அத்தியாவசியமானவற்றைப் பற்றி மட்டுமே சிந்திக்க வேண்டும். என்ன ஒரு பரபரப்பு, உத்வேகம்! சும்மா உட்கார்ந்திருப்பது எவ்வளவு சிரமம்? இத்தகையதொரு பரபரப்பையும் கலவரத்தையும் தட்டிக் காட்டுவதற்குத் தேவையான வேகம் கொண்ட கைகள் யாருக்கு உண்டு?

அந்தப் பரீட்சை முடிவடைந்தவுடன் அதைப் பற்றி டார்ட்சாவ் எங்களுக்கு விளக்கமளித்தார். அகரீதியில் அவற்றுடன் பொருந்தியுள்ள அக உருவங்கள் இல்லையென்றால், வேக-லயமானது தெளிவாக வடிவமைக்கப்பட முடியாது என்றார். இவையெல்லாம் வெகு வலிமையாக ஒன்றுடன் ஒன்று பிணைக்கப்பட்டுள்ளன - தரப்பட்டுள்ள சூழல் வேக-லயத்தைத் தூண்டிவிட, அந்த வேக-லயமானது ஒருவரின் எண்ணங்களைத் தூண்டிவிடுவதும் சங்கிலித் தொடராக நிகழும் என்று அவர் விளக்கினார்.

அப்போதுதான் முடிவடைந்திருந்த பயிற்சியைப் பற்றித் திரும்பவும் எண்ணிப் பார்த்தவனாக,

''ஆம்,'' என்று ஒப்புக் கொண்டான் பால். ''ஒருவர் நீண்ட ரயில் பயணத்தைத் தொடங்குவதற்கு முன், என்ன நடக்கிறது, எப்படி அது நடக்கிறது என்றெல்லாம் சிந்தித்துப் பார்ப்பதற்கு இது எனக்கு உதவியது. இதை நன்கு கவனித்த பிறகு தான் வேக-லயம் என்பது என்ன என்று நான் நன்கு உணர்ந்து கொண்டேன்,'' என்றான் அவன்.

"இதன் தொடர்ச்சியாக, வேக-லயமானது உனது உணர்ச்சி நினைவைத் தூண்டிவிடுவதோடு நின்று விடுவதில்லை - கூடவே பார்வையின் நினைவையும் அதில் உள்ள வடிவங்களையும் மறுபடி உயிரோட்டத்துடன் கொண்டுவருகிறது. இதனால்தான் வேக-லயம் என்பது வெறும் வேகத்தின் அளவையும், தாளத்தின் லயத்தையும் மட்டுமே பொருள்படுத்துகிறது என்று நாம் கருதுவது தவறாகும்."

"சுருக்கமாகச் சொல்வதனால் வேக-லயமானது தனக்குள்ளே புறரீதியிலான விஷயங்களாகிய ஒலி வடிவங்களை மட்டும் கொண்டிராமல், உணர்வுகளைப் பாதிக்கும் அகரீதியிலான விஷயங்களையும் கொண்டுள்ளது. இந்த வடிவத்தில், வேக-லயமானது நமது நினைவில் பதிந்து நின்று நமது புதிதாகப் படைக்கும் தேவைகளுக்காகப் பயன்படுத்திக் கொள்ளப்படலாம்.

நமது முந்தைய பாடங்களில் விளையாட்டுகளைப் பயன்படுத்தி நான் உங்களுக்கு மகிழ்வூட்டினேன். ஆனால் இன்று நீங்களே உங்களை மகிழ்வித்துக் கொள்ள வேண்டும். வேக-லயம் என்றால் என்ன என்று நீங்கள் இப்போது புரிந்து கொண்டுள்ளீர்கள். அதைப் பற்றி உங்களுக்கு இனிமேல் கவலையில்லை. அதை வைத்துக் கொண்டு நீங்கள் தடையின்றி விளையாடலாம்.

"மேடைக்குச் சென்று உங்களுக்கு விருப்பமானதைச் செய்யுங்கள். முன்னதாகவே உங்களுக்குத் தெளிவுபடுத்தப்பட வேண்டிய ஒரே விஷயம் என்னவென்றால், உங்கள் நடிப்புச் செயல்பாடுகளில் முக்கிய புள்ளிகளை லயத்துடன் கூடிய அழுத்தங்களால் நீங்கள் குறித்துக் காட்ட வேண்டும் என்பது தான்."

"எங்கள் கைகள், கால்கள், விரல்கள், முழு உடல் இவற்றை அசைத்து, தலையைக் கழுத்தை, இடுப்பைத் திருப்புவதன் மூலம், முகபாவங்கள், எழுத்துகள், அசைகள், சொற்கள் இவற்றின் ஒலிகளைப் பயன்படுத்தி," என்று மாணவர்கள் கூவினார்கள். அவர்களது சொற்கள் ஒன்றோடு ஒன்று முட்டி மோதிக் கொண்டு வெளிவந்தன.

"ஆம், எந்த ஒரு வேகலயத்தையும் குறித்துக் காட்டும் திறன் பெற்ற செயல்பாடுகள் அவைகளே," என்றார் டார்ட்சாவ். "நாம் செய்கிற ஒவ்வொரு செயலும் - நடத்தல் ஓடுதல், சைக்கிளில் சவாரி செய்தல், பேசுதல், இவை எல்லாமே ஏதேனும் ஒரு வேக-லயத்தில்தான் செய்யப்படுகின்றன. ஆனால் நாம் அசைவற்று இருக்கும் சமயங்களைப் பற்றி என்ன செய்வது? அமைதியாக உட்கார்ந்து இருத்தல், படுத்திருத்தல், ஓய்வெடுத்துக் கொள்ளல், காத்திருத்தல், ஒன்றுமே செய்யாமல் இருத்தல் இவையெல்லாம் வேகமோ லயமோ இன்றி விட்டு விடப்படுமா?" என்று கேட்டார் டார்ட்சாவ். எங்களைத் தீவிரமாகப் பார்வையிட்டபடி.

"அதிலும் கூட வேக-லயம் உள்ளது," என்றனர் மாணவர்கள்.

"ஆனால் அது வெளிப்படையாகக் கண்ணுக்குப் புலப்படுவதில்லை. அகரீதியானதாக உணர்ச்சிகளால் உணரப்படுவதாக அது உள்ளது," என்று நான் கூறினேன்.

"உண்மை தான்," என்று டார்ட்சாவ் ஒப்புக் கொண்டார். "நாம் ஒரு குறிப்பிட்ட வேக-லயத்தில் தான் சிந்திக்கிறோம், கனவு காண்கிறோம், துக்கப்படுகிறோம் - இவற்றை நமக்குள்ளேயே செய்கிறோம். ஏனெனில் ஒவ்வொரு தருணமும் நமது வாழ்வில் நிலைபெற்று உள்ளது. வாழ்க்கை எங்கெல்லாம் உள்ளதோ அங்கெல்லாம் செயல்பாடு உள்ளது, எங்கெல்லாம் செயல்பாடு உள்ளதோ அங்கெல்லாம் அசைவு உள்ளது. எங்கெல்லாம் அசைவு உள்ளதோ அங்கெல்லாம் வேகம் உள்ளது. வேகம் உள்ள இடத்தில் லயம் உள்ளது.

"சொற்களே இல்லாத செய்திகளை அனுப்புவது மற்றும் பெறுவது பற்றி என்ன சொல்லலாம். அவை அசைவுகளின்றி இருக்கின்றனவா? அவ்வாறு இல்லையென்று சொல்ல முடியாது - ஏனெனில் அப்போதும் ஒருவர் ஒரு குறிப்பிட்ட வேக-லயத்திலே தான் செயல்படுகிறார்."

"பல சமயங்களில் எண்ணங்கள் அல்லது கற்பனையானது சிறகடித்துப் பறக்கிறது என்று சொல்கிறோம். அப்படியென்றால்

அவையும் அசைவுக்கு உட்பட்டவை என்றும் அங்கும் வேகமும் லயமும் உள்ளன என்றுமே நாம் பொருள் கொள்ள வேண்டும்."

"உங்கள் உணர்ச்சிகள் உங்களுக்குள் எப்படி நடுங்குகின்றன, துடிக்கின்றன, ஓடுகின்றன, அசைகின்றன என்று கவனியுங்கள். இந்தக் கண்களுக்குப் புலப்படாத அசைவுகளில் எல்லாவிதமான வேகமான மற்றும் மெதுவான தாளங்கள் மறைந்துள்ளன."

"ஒவ்வொரு மனித உணர்வும், ஒவ்வொரு நிலையும், ஒவ்வொரு அனுபவமும் தனக்கே உரிய வேக-லயத்தைக் கொண்டுள்ளது. அக மற்றும் புற ரீதியிலான வடிவத்தின் ஒவ்வொரு குணாம்சமும் அதனதன் சொந்த வேக-லயத்தைக் கொண்டுள்ளது.

"ஒவ்வொரு நிகழ்ச்சியும் தனக்கே உரிய வேக-லயத்தில்தான் தவிர்க்க முடியாதவாறு நிகழ்கிறது. எடுத்துக்காட்டாக, போர் தொடுப்பது என்று எடுக்கப்படுகிற தீர்மானம், தீவிரமான ஒரு கூட்டம், பிரதிநிதிகளை வரவேற்கும் ஒரு நிகழ்ச்சி - இவை எல்லாவற்றுக்கும் அது அதற்கு உரிய வேகமும் லயமும் தேவைப்படுகின்றன."

"வேகமும் லயமும், நடந்து கொண்டுள்ள சம்பவத்துடன் ஒத்துப் போகவில்லையென்றால் ஒரு முட்டாள்தனமான, ஒவ்வாத பதிவானது வெகு சுலபமாக உருவாக்கப்பட்டுவிடும். ஒரு ராஜ பரம்பரையைச் சேர்ந்த ஜோடி தமது முடிசூட்டு விழாவுக்கு கம்பீரமாகவும் நிதானமாகவும் பயணித்துச் செல்வதற்குப் பதிலாக வேகவேகமான குதிரைச் சவாரியில் நாலுகால் பாய்ச்சலில் போய் இறங்கினால் எப்படி இருக்கும் என்று கற்பனை செய்து பார்."

"நமது அக மற்றும் புற வாழ்வின் ஒவ்வொரு நிமிடத்திலும் ஏதோ ஒரு விதமான வேக-லயம் உள்ளடங்கியுள்ளது."

"இப்போது, நீங்கள் மேடையில் உள்ள போது இதை எப்படித் தெரிவிப்பது என்பதை நீங்கள் அறிவீர்கள். எனவே இதை எவ்வாறு செய்வது என்பதைத் தீர்மானித்துக் கொள்ள நாம் இப்போது ஒப்புக் கொள்ளலாம்."

"இசையில் ராகமானது அளவுகளால் வடிவமைக்கப்படுவது உங்களுக்குத் தெரியும். இந்த அளவுகளில் பல்வேறு மதிப்புகள் மற்றும் வலிமைகள் கொண்ட ஸ்வரங்கள் அடங்கியுள்ளன. இவை தான் லயத்தை உருவாக்குகின்றன. வேகத்தை பொறுத்தளவில் அது கண்ணுக்குத் தெரியாதது. இதை இசைக் கலைஞர்கள் தாமாகவே கணக்கிட்டுக் கொள்கிறார்கள் அல்லது இசை நிகழ்ச்சியை நடத்தும் நடத்துனர் அதை அவர்களுக்காகச் செய்கிறார்."

"மேடை நடிகர்களாகிய நமக்கும் இதுவேதான் பொருந்தும். நமது நாடகத்தின் காட்சிகள் பல்வேறு நீளங்களிலான சிறிய மற்றும் பெரிய துணுக்குப் பகுதிகளால் செய்யப்பட்டதாக உள்ளது. நமது வசனங்களும் குறுகிய அல்லது நீண்ட, உச்சரிப்பு அழுத்தம் உள்ள அல்லது இல்லாத எழுத்துகள், அசைகள் மற்றும் சொற்களால் வடிவமைக்கப்பட்டுள்ளன. இவைதான் லயத்தைக் குறிப்பிடுகின்றன."

"நமது தனிப்பட்ட அகரீதியிலான தாளக் கருவிகளின் வேகத்துக்கு ஏற்ப, மனதின் எண்ணிக்கைக்கு ஏற்ப நமது நடிப்புச் செயல்பாடுகள் செய்யப்படுகின்றன மற்றும் வசனங்கள் பேசப்படுகின்றன."

"எனவே உங்களது பேச்சாலும் நடிப்பாலும் உணர்வு நிலையிலோ அல்லது தன்னுணர்வற்ற நிலையிலோ உங்கள் அகரீதியிலான மனதின் எண்ணுதலுடன் ஒத்துப் போகுமாறு, தருணங்களின் ஒரு உடையாத தொடர்கோட்டை உருவாக்குங்கள்.

"முதலில், நடிப்புச் செயல்பாட்டின் வேக-லயம் பற்றிப் பார்க்கலாம். பேசுதல் பற்றிய வேகலயத்தைப் பின்னர் கவனிக்கலாம்." இவ்வாறு கூறி டார்ட்சாவ் முடித்தார்.

இப்போது ரக்மனோவ் பெரிய தாளமிடும் கருவிக்குச் சாவி கொடுத்து முடுக்கி விட்டு அதை மிக மிக மெதுவான வேகத்தில் ஓட விட்டார். டார்ட்சாவ் ஒரு கனமான அட்டையை எடுத்து அதன் மீது சில பொருள்களை வைக்கலானார் - ஒரு ஆஷ்ட்ரே, தீப்பெட்டி, பேப்பர் வெயிட், இன்ன பிற. கருவியின் ஒலிக்கு ஏற்ப

அப்பொருள்களை எடுத்துச் செல்லுமாறு லியோவைப் பணித்தார். பின் மறுபடி அவற்றைக் கொண்டுவந்து அங்கிருந்தவர்களிடம் ஒவ்வொன்றாகத் தருமாறு செய்தார். ஆனால் லியோவால் இதைத் தாளத்துக்கு ஏற்பச் செய்ய முடியவில்லை. பின்னர் பிற மாணவர்களும் இப்பயிற்சியில் கலந்து கொண்டனர். நாங்கள் செய்ய வேண்டியது இதுதான் - தாளத் தட்டுகளுக்கு இடையிலான நீண்ட இடைவெளியை ஒரே ஒரு அசைவினால் நிரப்ப வேண்டும்.

"இவ்வாறு தான் இசையில் ஒரு ஸ்வரமானது ஒருமுழுத் தாள ஒலி அளவை நிரப்புகிறது," என்று டார்ட்சாவ் விளக்கினார்.

இவ்வளவு மெதுவான வேகத்தில் செயல்படுவது எப்படி? இதைச் செய்வதற்கு, தூரத்தில் உள்ள ஒரு பொருளைக் கூர்ந்து நோக்கும் வேலையை எடுத்துக் கொண்டேன். சுரங்கத்தின் மறுகோடியில் இருந்த சுவரில் ஓர் குறிப்பிட்ட இடத்தைத் தேர்ந்தெடுத்து அதைப் பார்ப்பதில் கவனம் செலுத்தினேன். இதைச் செய்வதில் உடலைச் சற்று அசைப்பதில் ஒவ்வொரு ஒலி அளவையும் நிரப்பினேன்.

இதற்குப் பின், பெரிய தாளக் கருவிக்கு அருகில் சிறியது ஒன்று அமைக்கப்பட்டது. இது முதலில், இரண்டு, நான்கு, எட்டு பின் பதினாறு தட்டுகள் தட்டியது.

இதன் விளைவாக நாங்களும் அந்த அளவுகளில் இரண்டு நான்கு, எட்டு, பதினாறு அசைவுகளை நிரப்ப வேண்டி வந்தது. காணாமல்போன ஒரு முக்கியமான துண்டுக் காகிதத்தை எங்கள் பாக்கெட்டுகளில் தேடிக் கண்டுபிடிப்பதை அடிப்படையாக வைத்து இந்த அசைவுகள் இருந்தன.

வெகு வேகமான ஒலியளவை எட்டியபோது, என்னைக் கொட்ட வந்த தேனீக் கூட்டம் ஒன்றைக் கைகளால் அடித்து விரட்டுவதை நான் கற்பனை செய்து கொண்டேன்.

கொஞ்சம் கொஞ்சமாக இந்த வேக-லயத்தின் பாற்பட்ட செயல்பாடு எங்களுக்குப் பழகி விட்டது. அதனுடன் நாங்கள் விளையாடத் தொடங்கினோம். ஒரு செயல், தாளக்கருவியின்

தட்டோடு இயைந்தபோது எங்களுக்குள் ஒரு இனிமையான உணர்வு ஏற்பட்டது. மேடையில் நிகழ்ந்து கொண்டிருந்த சம்பவங்கள்மீது நம்பிக்கை கொள்ள வைத்தது.

6

அடுத்த பாடம் மறுபடியும் அட்டைமீது இருந்த பொருள்களுடன் தொடங்கியது. லியோவால் அதை வைத்துக் கொண்டு எதுவும் செய்ய முடியாததால் அது எனக்குத் தரப்பட்டது.

தாளக் கருவி மிக மிக மெதுவாக ஒலித்துக் கொண்டிருந்ததால் ஒரே ஒரு அசைவைக் கொண்டு ஒரு முழு ஒலி அளவை நிரப்ப வேண்டியிருந்ததால் அந்த அசைவை நீளமாக இழுத்துச் செய்ய வேண்டி இருந்தது. இதனால் ஒரு மென்மையான, தொடர்ந்து ஒழுகுவது போன்ற தீவிரமான மனநிலை உருவானது.

நான் ஒரு விளையாட்டுச் சங்கத்தின் தலைவர் என்றும், பல்வேறு பதக்கங்கள் மற்றும் பரிசுகளை வெற்றி பெற்றவர்களுக்கு வழங்கிக் கொண்டிருந்தேன் என்றும் நான் கற்பனை செய்துகொண்டேன்.

பின்னர், இது முடிந்ததும், அறையை விட்டு வெளியேறவும், பின் திரும்ப வந்து கொடுத்தவற்றை அதே ஒலி அளவு லயத்தில் மறுபடி வாங்கிக் கொள்ளவும் வேண்டியிருந்தது.

இந்த இரண்டாவது செயல் எதனால் ஏற்படக்கூடும் என்று நான் சிந்திக்கவில்லை. ஆனால் அதைச் செய்யும் போது, வேக-லயத்தால் உருவாக்கப்பட்ட சுற்றுச் சூழலால் உந்தப்பட்டு ஒரு புதிய சூழ்நிலை எனக்குத் தோன்றியது.

அதாவது, வெற்றிபெற்றோர் ஜட்ஜாகிய என்னை ஒதுக்கித் தள்ளி விட்டனர் என்பது தான் அந்தக் காரணம். இதனால் அந்தப் பொருள்கள்மீது எனக்கு என்னையறியாமலே ஒரு வெறுப்புணர்வு தோன்றியது.

இதே பயிற்சியை மற்றொரு வேக-லயத்தில் செய்ய நேர்ந்த போது, ஏதோ ஒரு மிகப் பெரிய விருந்தின் போது

வந்திருந்தவர்களுக்கு ஷாம்பெயின் கோப்பைகளை வெகு பவ்யமாக வழங்கிக் கொண்டிருந்த ஒரு பணியாளனைப் போல நான் உணர்ந்தேன். இதே செயல்பாடானது துரித வேகத்துக்கு மாற்றப்பட்டபோது ஒரு ரயில் நிலையத்தின் உணவு விடுதியில் நெரித்துக் கொண்டிருந்த பயணிகளின் கூட்டத்துக்கு வண்டி புறப்படுமுன் வேக வேகமாக உணவு வழங்கிக் கொண்டிருந்த சாதாரணச் சிப்பந்தி போல உணர்ந்தேன்.

‘‘இப்போது இதையே மாறி மாறி வரும் வேக-லயத்தில் செய்’’ என்று உத்தரவிட்டார் டார்ட்சாவ்.

நிதானமும் ஒழுங்கும் பறந்தோடி விட்டன. தட்டுகள் என் கைகளிலிருந்து தடுமாறி விழுந்தன. நான் என்ன குடித்திருக்கிறேனோ? இந்தக் கேள்வி என் மனதில் பளிச்சிட்டு மறைந்தது.

இந்தப் பயிற்சிகளில் வான்யா என்னைவிடவும் வெற்றிகரமாகச் செயல்பட்டான். மேற்கண்ட பாடம் வேக-லயமானது உள்ளுணர்வுரீதியாக, நேரடியாகவும் உடனடியாகவும் சரியான உணர்ச்சிகளை எழுப்புவதோடு மட்டுமன்றி ஒருவரது படைக்கும் திறனையும் தூண்டிவிட உதவும் என்று எனக்குச் சந்தேகமின்றி நிரூபித்தது.

உணர்ச்சி நினைவுச்சக்தி மற்றும் கற்பனையின் மீதான இந்தத் தாக்கமானது வேக-லயம் இசையுடன் சேர்ந்து ஒலிக்கும்போது மிகவும் கூர்மையாக உணரப்படுகிறது. நிச்சயமாக, அப்போது நாம் சுத்தமான வேக-லயத்தை - தாளக் கருவியால் தட்டப்படும் ஒலிகளாக - இசை, ராகம், இன்னிசை ஆகிய எல்லாவற்றுடன் இணைந்தவாறு இங்கு சந்திக்கிறோம். இது எல்லாமே சேர்ந்து நம்மை வெகு கணிசமான சக்தியுடன் அசைக்கின்றன.

டார்ட்சாவ் இப்போது ரக்மனோவை அழைத்து பியானோவில் எதையோ வாசிக்குமாறு சொன்னார். பின் அந்த இசைக்கு ஏற்றவாறு எங்களை நடிக்கச் சொன்னார்.

எங்கள் அசைவுகளால் அதே வேக-லயத்துக்கு ஏற்ப, அந்த இசையானது எங்கள் கற்பனையில் எதைத் தூண்டி விடுகிறதோ

அதை வெளிப்படுத்த வேண்டும். இது ஒரு மிகமிக ஆர்வமூட்டும் பயிற்சியாக இருந்தது. நாங்கள் அனைவருமே அதில் முற்றிலும் மூழ்கிப் போனோம்.

எங்களில் ஒவ்வொருவரும் வேக-லயத்தையும் இசையையும் எங்கள் சொந்த வழியில் வேறுவேறு விதங்களில் பொருள்படுத்திச் செயல்பட்டோம். ஒரு சிலர் பிறருக்கு முற்றிலும் முரண்பாடாகக் கூடச் செயல்பட்டனர். எனினும் எங்களுக்கு எங்கள் சொந்தப் பொருள்படுத்துதல் மிகவும் உறுதியானதாக இருந்தது.

வேகமான தாளங்களின் போது யாரோ குதித்துக் குதித்துப் போவது பற்றி நான் எண்ணமிட்டேன். நான் மலைப் பகுதியில் இருந்தேன். என்னை யாரோ விரட்டிப் பிடிக்க வருகிறார்கள்! மேசை, நாற்காலிகளுக்கு இடையில் நான் புகுந்து ஓடினேன் - என்னைப் பொறுத்தவரையில் அவை பாறைகளாக இருந்தன. அவற்றின் பின்னே பதுங்கியவாறு குதிரையில் வரும் மனிதனால் என்னை அங்கே கண்டுபிடிக்க முடியாது என்று நம்பினேன்.

பின் இன்னிசை மென்மையானதாக, உணர்ச்சிவயப்பட்டதாக புதிய தாளங்களையும், புதிய நடிப்புகளையும் தூண்டியது. என் எண்ணங்கள் காதலின்பால் திரும்பின. குதிரை வீரனுக்குப் பதில் அது என் காதலியாக இருக்குமோ? என்னைச் சந்திக்க வேக வேகமாக வருகிறாளோ?

இப்போது நான் என் கோழைத்தனத்தைக் கண்டு வெட்கம் கொள்கிறேன். மகிழ்ச்சியாக உணர்கிறேன். ஆனால் இப்போது இசை என்ன சோகமயமானதாக ஆகிவிட்டதே! அவளை என்னிடமிருந்து பறித்துச் சென்று விடுகிறதே!

இதனால் வேக-லயமானது வெறும் தனித்தனி வடிவங்களை மட்டுமல்லாது முழுக் காட்சிகளையும் மனதில் உருவாக்கும் சக்தி படைத்ததாக உள்ளது!

7

இன்று டார்ட்சாவ் மாணவர்கள் அனைவரையும் மேடைக்கு அழைத்து மூன்று தாளக் கருவிகளை ஒலிக்கச் செய்யுமாறு

கூறினார். ஒவ்வொன்றையும் வெவ்வேறு வேகத்தில் ஓடுமாறு செய்து, பின் நாங்கள் விரும்பியவாறு நடிக்கலாம் என்று கூறினார்.

நாங்கள் குழுக்களாகப் பிரிந்து எங்கள் குறிக்கோள்கள், தரப்படும் சூழ்நிலைகள் ஆகியவற்றை முடிவு செய்து கொண்டு செயலில் இறங்கினோம். சிலர் முழு அளவிலான தாளத்திலும், சிலர் கால் அளவிலும், மூன்றாவது குழுவினர் 1/8 அளவிலும் என்று திட்டமிட்டுச் செயல்படலானோம்.

ஆனால் மற்றவர்களின் வேறுபட்ட வேக-லயங்களால் சோன்யா கலக்கமுற்றாள். ஒரே தாளத்தை அனைவருக்கும் அமைக்க வேண்டும் என்று அவள் விரும்பினாள்.

"இத்தகைய கட்டுப்பாடு ஏன் வேண்டும்?" என்று சற்றே குழப்பத்துடன் கேட்டார் டார்ட்சாவ். "அன்றாட வாழ்வில், இங்கு மேடையில் உள்ளது போல, ஒவ்வொருவரும் தமக்கே உரிய வேக-லயத்தைக் கொண்டுள்ளனர். எல்லோருக்கும் ஒரே தாளம் என்பது எப்போதாவது ஏற்பட்டால், தற்செயலாகத் தான் நிகழ்கிறது. நீ ஒரு நடிகர்களுக்கான ஒப்பனை அறையில் இருக்கிறாய் என்று வைத்துக் கொள்வோம். நாடகத்தின் கடைசி அங்கத்துக்கு முந்தையதான இடைவேளை அது. முதலாவது குழு, நடித்து முடித்து விட்டு, வீட்டுக்குக் கிளம்புவதற்காகத் தமது மேக்கப்பை நிதானமாகக் கலைத்துக் கொண்டிருப்பார்கள். மற்றொரு குழு, கடைசிக் காட்சியில் நடிப்பதற்காகத் தமது ஆடைகளை மாற்றிக் கொண்டும் மேக்கப்பைப் புதிதுபடுத்திக் கொண்டும் சற்றே அவசரகதியில் செயல்பட்டுக் கொண்டிருப்பார்கள். நீ, சோன்யா, இந்த இரண்டாவது குழுவில் இருக்கிறாய். உன் கூந்தலை வாரி ஒழுங்குபடுத்திக் கொண்டு அற்புதமான ஒரு நடன ஆடையை அணிவதற்கு உனக்குப் பத்து நிமிட அவகாசம் மட்டுமே உள்ளது."

இப்போது எங்கள் அழகிய சக மாணவி தன்னைச் சுற்றிலும் நாற்காலிகளை அரணாக அமைத்துக் கொண்டு, தனக்கு மிகப் பிரியமான காரியமான, தன்னை அழகுபடுத்திக் கொள்ளும்

வேலையில் இறங்கினாள் - மற்றவர்களின் வேக-லயங்களைப் பற்றி அவள் சற்றும் கவலைப்படவில்லை.

சட்டென்று டார்ட்சாவ் மூன்றாவது தாளக் கருவியை வெகு வேகமான தாளத்திற்கு மாற்றினார். கூடவே ரக்மனோவும் பியானோவில் வேகமான இசை ஒன்றை இசைக்கலானார். மூன்றாவது குழுவில் இருந்த மாணவர்கள் கடைசி அங்கத்தின் முதல் காட்சியில் நடிக்க வேண்டியிருந்ததால் தமது ஆடைகளை மிகவும் அசாதாரண வேகத்தில் மாற்ற வேண்டியதாயிற்று. மேலும் அவர்களது ஆடைகள் மேடை முழுவதும் சிதறிக் கிடந்ததால் அவற்றைத் தேடுவதற்கும் நேரம் செலவாயிற்று.

இந்தப் புதிய வேக-லயம் காட்சியை மேலும் குழப்பமானதாக்கியது. சோன்யாவோ இதற்கெல்லாம் சற்றும் அசையாதவளாகத் தன் கூந்தல் அலங்காரத்தை அமைதியாகத் தொடர்ந்து செய்து கொண்டிருந்தாள்.

"இம்முறை ஏன் இதனால் உனக்கு எந்தத் தொந்தரவும் ஏற்படவில்லை?" என்று பயிற்சி முடிந்தவுடன் டார்ட்சாவ் அவளைக் கேட்டார்.

"அதை என்னால் விளக்க முடியவில்லை - நான் மிகவும் மும்முரமாக இருந்தேன்." என்றார் அவள்.

"அதுதான் விஷயம்," என்றார் டார்ட்சாவ், அவளது விளக்கத்தைக் 'சட்'டென்று பிடித்துக் கொண்டு "முதலில் சும்மா செய்ய வேண்டும் என்பதற்காக நீ தாளத்தோடான வேலையைச் செய்து கொண்டிருந்தாய். ஆனால் இம்முறை ஒரு குறிக்கோளுடன் முழுமையாகச் செயல்பட்டுக் கொண்டிருந்தாய். எனவே உன்னைச் சுற்றிலும் மற்றவர்கள் என்ன செய்து கொண்டிருந்தார்கள் என்பது பற்றிக் கவலைப்பட உனக்கு நேரம் இருக்கவில்லை."

பின்னர் டார்ட்சாவ் பொதுவான ஒன்று சேர்ந்த தாளத்தைப் பற்றி விளக்கலானார்.

"நிறையப் பேர் மேடையிலே ஒரே வேக-லயத்தில் ஒன்றாகச் சேர்ந்து நடிக்கும்போது படைவீரர்களைப் போலவோ, குழு நாட்டியக் கலைஞர்கள் போலவோ செயல்படும்போது ஒரு அமைப்பிலான வேக-லயம் உருவாகிறது. இதன் சக்தி கூட்டமாக நடிப்பதில் அடங்கியுள்ளது."

"ஆனால் வாழ்வின் பல்வேறு உணர்ச்சிகளைத் தனித்தனியே பிரதிபலிக்கும் நமது நிஜத்தைச் சார்ந்த நடிப்புக்கு இது ஏற்றதல்ல."

"இதனால் தான் பாரம்பரிய நடிப்பைக் கண்டு நாம் பயந்து நடுங்குகிறோம். இது வழக்கமான, ஒரே மாதிரியான போலி நடிப்பை உருவாக்குகிறது. நாமும் வேக-லயத்தைப் பயன்படுத்துகிறோம். ஆனால் ஒரு காட்சியில் நடிக்கும் அனைவரும் ஒரே மாதிரியான ஒன்றைப் பயன்படுத்துவதில்லை. பல்வேறு வேகங்களையும் லயங்களையும் ஒன்று கலந்து உண்மையான, உயிர்த்துடிப்பான வாழ்வின் சின்னஞ்சிறு வேறுபாடுகளை உருவாக்குகிறோம். மக்கள் கூட்டம் நிறைந்துள்ள காட்சிகளில் இந்தப் பல்வேறு லயங்கள் தேவையாக உள்ளன."

"பொதுவான ஆரம்ப நிலையின் அணுகுமுறைக்கும், மேலும் விவரமான ஒரு அணுகுமுறைக்கும் இடையே உள்ள வேறுபாட்டை இவ்வாறு விளக்கலாம்."

"சிறுவர்கள் படம் வரையும்போது அடிப்படை நிறங்களைப் பயன்படுத்துகிறார்கள். புல், இலைகளுக்குப் பச்சை, மரத்தின் தண்டுக்குப் பழுப்பு, நிலத்துக்குக் கருமை, வானத்துக்கு வெளிர் நீலம் - இது ஆரம்ப நிலையிலானது பாரம்பரியமானது. ஆனால் ஒரு முதிர்ந்த கலைஞன் இந்த அடிப்படை நிறங்களைக் கொண்டு தனக்குத் தேவையான நிறங்களை உருவாக்கிக் கொள்கிறான். அப்போது பல்வேறு வண்ணங்களும் அவற்றின் சாயங்களும் ஏற்படுகின்றன. இவ்விதமாக, திரைச்சீலையில் பலப்பல நிறங்களின் விதவிதமாக வண்ணச்சேர்க்கைகள் வந்து சேருகின்றன."

"ஒரு ஓவியன் நிறங்களின் கலவைகளைப் பயன்படுத்துவது போலவே நாமும் வேக-லயத்தைப் பயன்படுத்துகிறோம்.

பல்வேறு தாள அளவுகளையும், வேகங்களையும் கலந்து பணி செய்கிறோம்.''

பிறகு டார்ட்சாவ் எங்கெங்கு என்ன விதமான வேக-லயக் கலவைகளையும், எங்கெங்கு தனித்த தாளத் தட்டுகளையும் பயன்படுத்த வேண்டும் என்று விளக்கினார்.

ஒரு காட்சியில் முரண்பாடான உணர்வுகளைக் காட்ட - எடுத்துக்காட்டாக ஹாம்லெட் தனது சந்தேகங்களுடனும் குழப்பங்களுடனும் போராடும்போது, ஒரு அகரீதியான போரட்டத்தைக் காட்ட ஒலிக் கலவை பயன்படும்.

நானும் இதை முயன்று பார்க்க விரும்பினேன். இரு வேறு தாளத் தட்டுகளை - ஒன்று மிக வேகமானது மற்றொன்று மிக மெதுவானது - அமைத்தேன். இதை எவ்வாறு நியாயப்படுத்தலாம்? என் மனதில் உதித்த முட்டாள்தனமான கருத்து இதோ!

நான் ஒரு மருந்துக் கடைக்காரன் - குடிபோதையில் இருக்கிறேன். என்ன செய்கிறேன் என்பதே தெரியாமல் கடையில் சுற்றி வருகிறேன். மருந்து புட்டிகளை எடுத்துக் குலுக்குகிறேன். இந்தக் கதையின் உதவியால் எதிர்பாராத புதிய ஒலி அளவுகளை என்னால் பயன்படுத்த முடிந்தது. எனது தடுமாறும் நடை மெதுவான தாளக்கட்டையும், மருந்துகளைக் குலுக்குதல் வேகமான தாளக் கட்டையும் ஏற்புடையதாகச் செய்தது.

நான் செய்தது சரி என்று உணர்ந்ததால் நான் திருப்தி கொண்டேன்.

நடையை மெதுவாக்கி, கைகளின் அசைவை வேகப்படுத்தினேன். இவ்வாறு இரு முரண்பாடான தாளங்கள் ஒருங்கிணைத்துத் தாமாகவே ஒன்றாகச் செயல்பட்டன. பார்வையாளர்களிடமிருந்து வந்த பலத்த கைதட்டல் என்னை ஊக்குவித்தது.

அடுத்த பயிற்சியில் ஒரே நபர் மூன்று தாளத் தட்டுகளை இணைத்துச் செயல்படுவதாக இருந்தது.

இதை நியாயப்படுத்த பின்வரும் காட்சி எடுத்துரைக்கப்பட்டது:

நான் ஒரு நடிகன் என்று வைத்துக் கொள்வோம். ஒரு நாடகத்துக்குத் தயார்படுத்திக் கொண்டுள்ளேன் - வசனத்தின் கவிதையை நிதானமாகப் பயிற்சி செய்கிறேன். இது மெதுவான தட்டல் கொண்ட முதல் தாளக் கருவிக்கு ஏற்ப உள்ளது. இதைச் செய்கிற அதே நேரத்தில் மிகவும் அச்சத்துடன் இருப்பதால் இரண்டாவது தாளக் கருவியின் சற்றே வேகமான தட்டலுக்கு ஏற்ப எனது உடைமாற்றும் அறையில் மேலும் கீழும் நடந்தவாறு உள்ளேன். அதே சமயத்தில் மூன்றாவதும், மிகமிக வேகமானதுமான தாளக் கருவியின் தட்டலுக்கு ஏற்ப என் உடைகளை ஒவ்வொன்றாக அணிந்தவாறும் உள்ளேன்.

இதைச் செய்வதற்கு முதலிரண்டு செய்கைகளை அவை கிட்டதட்டத் தானாக நடைபெறும் வரை செய்து செய்து பழகிக் கொண்டேன். அவை நன்றாகப் பதிந்த பின்னர், மூன்றாவது செயலை உள்ளே புகுத்தினேன்:

இதற்கடுத்த பயிற்சி மேலும் கடினமானதாக இருந்தது இதை டார்ட்சாவ் சோன்யாவுக்கு விளக்கிச் சொன்னார்:

''நீ எஸ்மரால்டாவாக நடிக்கிறாய். இக்காட்சியில் அவள் தூக்கு மேடைக்கு அழைத்துச் செல்லப்படுகிறாள். பறைகள் மெதுவாக ஒலிக்க அந்த ஊர்வலம் மிகமிக மெதுவாக ஊர்ந்து செல்கிறது. ஆனால், தண்டனையை எதிர்கொள்ளவிருக்கும் அந்தப் பெண்ணின் இதயமோ தடதட வெனத் துடிக்கிறது. உலகில் தான் வாழவிருக்கும் கடைசி நிமிடங்கள் இவைதான் என்று அவள் உணர்ந்து கொண்டிருக்கிறாள். அதே சமயத்தில் மூன்றாவது வேக-லயத்தில் தன் உயிர் காப்பாற்றப்பட வேண்டும் என்று அவள் வேகவேகமாகப் பிரார்த்திக்கிறாள். தவிரவும் ஒரு நான்காவது வேக-லயத்தில் அவளது கையானது இதயம் உள்ள மார்புப் பகுதியைத் தடவிக் கொடுக்கிறது.''

இந்தப் பயிற்சியின் கடுமை சோன்யாவைத் தன் கைகளால் தலையைப் பற்றிக் கொள்ளச் செய்தது. ஆனால் டார்ட்சாவ் அவசர அவசரமாக அவளுக்கு ஆறுதல் சொல்ல முன் வந்தார். ''இது போன்ற சமயங்களில் நீ உன் தலையைப் பிடித்துக் கொள்வதற்குப்

பதிலாக, தாளத்தையே ஒரு உயிரின் ஆதாரமாகக் கெட்டியாகப் பிடித்துக் கொள்கிற காலமும் வரும். ஆனால் இப்போதைக்கு அதை விடவும் சுலபமான வேறு ஏதேனும் ஒன்றை நாம் முயற்சி செய்து பார்க்கலாம்.''

8

இன்று, சென்ற வகுப்பில் செய்த பயிற்சிகளை எல்லாம் மறுபடியும் செய்யுமாறு டார்ட்சாவ் பணித்தார். ஆனால் ஒரே ஒரு வேறுபாட்டுடன் - அதாவது அவை வேகம் மற்றும் தாளம் பற்றிய பயிற்சிகள் தான். ஆனால் இம்முறை தாளக் கருவிகளின் உந்துதல் இல்லாமல், வெறும் மனதுக்குள் எண்ணிக் கொள்வதால் மட்டுமே அவற்றைக் குறித்துக் கொண்டு நாங்கள் செயல்பட வேண்டியதாயிற்று.

நாங்கள் ஒவ்வொருவரும் எங்களுக்கு விருப்பமான தாள அளவைத் தேர்ந்தெடுத்துக் கொண்டு அதற்கேற்றவாறு நடிக்க வேண்டியது எங்கள் நடிப்பின் முக்கியத் தருணங்கள், மனதுக்குள் உள்ள கற்பனைத் தாளத்துடன் பொருந்துமாறு செய்ய வேண்டும்.

இங்கு ஒரு கேள்வி எழுகிறது: தாளத்தின் உச்சக்கட்டத் தருணங்களைத் தேடுவதில் எந்தக் கோட்டை நாம் பின்பற்ற வேண்டும்? அகரீதியிலானதா அல்லது புறரீதியிலானாதா? அக வடிவங்கள் மற்றும் கற்பனைச் சூழல்களின் கோடா? அல்லது பிறருடனான சொற்களற்ற மௌனத் தொடர்பு கொள்ளலின் கோடா? இதில் அழுத்தங்களை நாம் எவ்வாறு கண்டுபிடித்து நிலைநிறுத்த முடியும்? இதையெல்லாம் யோசித்து விட்டு, எண்ணங்கள், விருப்பங்கள், உள்ளுணர்வின் தூண்டுதல்கள் இவற்றின் கோட்டைப் பின் தொடர்ந்து நான் முயன்றேன் - ஆனால் எனக்கு ஒன்றும் புரியவில்லை.

பின்னர் எனது நாடித்துடிப்பைக் கவனித்துக் கேட்கலானேன். அதுவும் கூட எனக்கு எதையும் வரையறுத்துக் காட்டவில்லை. எனது கற்பனைத் தாளக் கருவி எங்கே இருக்கக் கூடும்? என்

உடலின் எந்தப் பகுதியில் வேக-லயத்தின் தாளம் தட்டப்படுவது நடக்க வேண்டும்?

சில சமயங்களில் அது எனது தலைக்குள் ஒலித்தது போலவும், பிற சமயங்களில் எனது விரல்களில் ஒலித்தது போலவும் எனக்குத் தோன்றியது. அங்கே ஒலித்தது மிகவும் வெளிப்படையாகத் தெரிந்ததுபோல எனக்குத் தோன்றியதால் நான் அதை எனது கால் விரல்களுக்கு மாற்றிக் கொண்டேன். ஆனால் அவையும் கூடத் துடித்தது பிறர் கவனத்தைக் கவரக்கூடும். எனவே நான் அவற்றின் அசைவை முற்றிலும் நிறுத்தி விட்டேன். அதற்குப் பின், எனது கற்பனைத் தாளக் கருவியானது தானாகவே என் நாவின் கீழேயிருந்த சில தசைகளுக்குச் சென்று விட்டது. ஆனால் அது என் பேச்சுக்குக் குறுக்கீடாக இருந்தது.

இவ்வாறு எனது வேக-லயம் எனக்குள் ஓரிடத்திலிருந்து மற்றொரு இடத்துக்கு பறந்து சென்று அங்கங்கே வெளிப்பட்டது. இதைப்பற்றி நான் டார்ட்சாவிடம் சொன்னேன். தனது புருவத்தைச் சுளித்தவாறு தோள்களைக் குலுக்கிய அவர் பின்வருமாறு கூறினார்:

“உடல்ரீதியான துடித்தல் என்பது உணரத்தக்க ஒன்று. இதனால் நடிகர்கள் இதைப் பெற்றிருக்க விரும்புவதுண்டு. ஒருவரது உள்ளுணர்வு மந்தமாக இருந்து அதைத் தூண்டிவிடுகிறது அவசியமாகும்போது ஒரு உடல்ரீதியான தாளத்தைப் பயன்படுத்தலாம். அது உங்களுக்கு வேலை செய்தால் பயன்படுத்துங்கள். ஆனால், தாளம் நிச்சயமற்று உள்ளபோது அதைத் தூண்டிவிட்டு அதற்கு ஆதரவாக இருப்பதற்குமட்டுமே அது தேவைப்படும்போது பயன்படுத்துங்கள். ஆனால் இந்த முறையை ஒரு சரியான, வழக்கமான முறை என்று நீங்கள் ஏற்றுக் கொள்ளக்கூடாது.”

“எனவே, உங்கள் கற்பனையைப் பயன்படுத்தி உடல்ரீதியான தாளத்தை நிலைநிறுத்திய உடனேயே அதற்கான அடித்தளமாக ஏற்ற சூழலைக் கண்டுபிடியுங்கள்.”

"இதற்குப் பின் இந்த அடிப்படையான சூழல்தான் உங்களுக்குள் உள்ள தாளத்தை நிலை நிறுத்த வேண்டும் - உங்கள் கைகளோ கால்களோ அல்ல. காலப்போக்கில் உங்களது வேக-லயம் பற்றிய உணர்வு திடமாக நிலை பெற்று விடும். பின்பு இந்த கரடுமுரடான முறையைக் கைவிட்டு விட்டு மேலும் சிறப்பான மென்மையான மனரீதியிலான தாளத்தை அதற்குப் பதிலாக அங்கே நிறுவி விடுவீர்கள்."

டார்ட்சாவ் கூறிக் கொண்டிருந்த விஷயம் மிகவும் முக்கியத்துவமானது, இதனால் நாங்கள் ஆழமாக இறங்கிக் கற்றுக் கொள்ள வேண்டும் என்று அவர் கூறியதன் அடி ஆழத்துக்குச் சென்று அதைப் புரிந்து கொள்ள வேண்டும் என்று எனக்குத் தோன்றியது. நான் கேட்ட ஒரு கேள்விக்குப் பதிலாக, பின்வரும் பிரச்சினையை எடுத்துச் செயல்பட வேண்டும் என்று அவர் கூறினார். ஒரு மிக வேகமான, கொந்தளிப்பான, ஒழுங்கற்ற உள்ளார்ந்த வேக-லயத்தைப் பின்பற்றியவாறு, வெளித் தோற்றத்து அமைதியாக மட்டுமல்லாது அதில் ஈடுபாடு எதுவும் எனக்கு இல்லாதது போல நான் காட்டிக் கொள்ளக் கூடாது.

முதலில் அக மற்றும் புற வேகங்களையும் ஒலி அளவுகளையும் நான் நிலைநிறுத்திக் கொண்டு, என் கை மற்றும் கால் விரல்களை எவரும் உணராதவாறு இறுக்கிக் கொள்வதன் மூலம் அவற்றை மறுபடியும் வலிமைப்படுத்தினேன்.

இதைச் செய்தபின் அவற்றுக்கான கற்பனை அடிப்படையைத் தேடினேன் - எந்த விதமான சூழலில் இது போன்ற வேகமான உணர்ச்சி வசப்பட்ட வேக-லயம் எனக்குள் உருவாகக் கூடும்?

வெகு நேரம் தேடியபின், நான் ஒரு மோசமான குற்றத்தைச் செய்திருந்தால் இத்தகைய விளைவு எனக்குள் ஏற்படும், அதாவது, கழிவிரக்கம், பயம் மற்றும் குழப்பம் ஆகிய உணர்ச்சிகளை நான் உணர்வேன் என்று நான் தீர்மானித்தேன். நான் திடீரென்று தோன்றிய கடும் பொறாமை உணர்ச்சியினால் மரியாவைக் கொலை செய்து விட்டதாகக் கற்பனை செய்து கொண்டேன். அவளது உயிரற்ற உடல் என்முன்னே தரையில் கிடந்தது. அவள்

முகம் வெளிறிப் போயிருந்தது. ஒரு பெரிய சிவப்பு நிற இரத்தக் கறை அவளது ஆடையில் தென்பட்டது. இந்தக் கற்பனைத் தோற்றம் என்னை வெகுவாகக் கலக்கிவிட்டது. இதனால் எனது அகரீதியான தாளம் நன்றாக அமைந்து விட்டதாக நான் உணர்ந்தேன்.

பின்னர், புறத்தோற்றத்திலாகிய ஒரு சோம்பலான மந்த நிலையில் உள்ள அமைதிக்கான வேக-லயத்தை உருவாக்க முயன்றேன். நான் கற்பனை செய்திருந்த சம்பவம் நிஜமாகவே நடந்திருந்தால், இப்போது இங்கு, டார்ட்சாவ், ரக்மனோவ் மற்றும் பிற மாணவர்களின் நடுவில் நான் என்ன செய்வேன்? அமைதியாக மட்டுமல்லாது கவலையில்லாமலும் துணிவுடனும் நான் தென்பட வேண்டும். இது எனக்கு நன்றாக சாத்தியமாயிற்று. மேலும் வெளியில் எத்தனைக்கெத்தனை அமைதியாக நான் இருந்த போதிலும், அத்தனைக்கத்தனை உள்ளே எனது கலவரம் அதிகரித்தது.

பின்பு, தரப்பட்டுள்ள சூழல் பற்றி நான் சிந்திக்கலானேன். வகுப்பு முடிந்ததும் என் தோழர்களிடம், டார்ட்சாவிடம் நான் என்ன சொல்வேன்? நடந்தது பற்றி அவர்களுக்குத் தெரிந்திருக்கிறதா? அவர்களுக்கு எவ்விதமாகப் பதில் கூறுவேன்? அந்தத் துயர சம்பவத்தைப் பற்றி என்னிடம் கேள்விகள் கேட்கத் தொடங்கினால் என் பார்வை எங்கே திரும்பும்? அவளை நோக்கியா? என்னால் கொலை செய்யப்பட்டவள் இன்று சவப் பெட்டியில் இருக்கிறாள் - அவளை நான் பார்ப்பதா?

இந்தச் சம்பவத்தை வெகு நுணுக்கமான விவரங்களாக என் மனக் கண்முன் ஓடவிட, என் உணர்ச்சிகள் மேலும் வன்முறையாகக் கொந்தளிக்கலாயின. என்னையே வெளிக்காட்டிக் கொள்ளும் அபாயம் அதிகரிக்க அதிகரிக்க, மேலும் கவலையற்றுத் தென்படுமாறு நான் என்னையே வற்புறுத்திக் கட்டுப்படுத்திக் கொண்டேன்.

இவ்வாறாக இரண்டு தாளங்கள் தாமாகவே உருவாகின - அகரீதியிலானது வெகு வேகமாக இருந்தது, புறரீதியிலானது

வலிந்து முயற்சித்துப் பெறப்பட்ட அமைதியாக இருந்தது. இவ்விரண்டு முற்றிலும் முரண்பட்ட மனநிலைகளின் ஒன்றாக இணைந்த நிலையானது என்னை மேலும் மேலும் அதிகமாகப் பாதிக்கத் தொடங்கியது.

இப்போது நான் மிகவும் நம்பிக்கையூட்டுவதும் நியாயப்படுத்தப்படக் கூடியதுமான சூழ்நிலையின் கோடு ஒன்றைக் கண்டுபிடித்துக் கொண்டு விட்டதால் அதற்குமேல் நேரம் மற்றும் தாளம் பற்றிச் சிந்திக்க வேண்டிய அவசியம் எனக்கு இருக்கவில்லை. வெகு இயல்பாக அந்தக் கதையை நான் நிறுவியிருந்த தாளலயத்தில் நிஜமாகவே வாழலானேன். எனக்குள் நடந்து கொண்டிருந்த உணர்ச்சிப் போராட்டத்தை மறைக்கப் பெருமுயற்சி செய்த போதிலும் டார்ட்சாவ் அதைக் கண்டு கொண்டுவிட்டார் என்ற உண்மை புரிந்ததால் எனக்கு என் வெற்றி உறுதியாயிற்று.

நான் என் கண்களைக் காட்டத் தவிர்த்ததை டார்ட்சாவ் உணர்ந்து கொண்டார். அவை என்னைக் காட்டிக் கொடுத்துவிடும் என்று நான் பயந்தேன்.

''உனது சஞ்சலமிக்க அமைதி, உனது உள்ளார்ந்த போராட்டத்தைக் காட்டிக் கொடுத்து விட்டது,'' என்றார் அவர். ''உன் உடலசைவுகள் - தலை, கழுத்து, கண்கள் ஆகியன, உனக்கும் தெரியாமலே உனது அகப் போராட்டத்தின் வேக-லயத்தின் மீது கட்டப்பட்டிருந்தன. நீ உனது கைக்குட்டையை வெளியே எடுத்தபோது, மேலும் வசதியாக உட்கார்ந்து கொள்ள உடலை அசைத்தபோது, உன் மனநிலையை மறைப்பதற்காகவே நீ அதைச் செய்தாய் என்பதைப் புரிந்து கொண்டேன். ஆனால் நீ மறைக்க முயன்ற விதத்திலேயே உன்னையறியாமல் காட்டிக் கொடுத்தும் விட்டாய். வெளிப்பார்வைக்கு அமைதியாகத் தெரிந்த ஆனால் இடையிடையே உனது உள் கலக்கத்தால் உடைபட்டுப்போன அந்தத் தோற்றம்தான் உன்னைக் காட்டிக் கொடுத்து விட்டது.

"மகத்தான உணர்ச்சிகளை மறைக்கும் போதும், அன்றாட வாழ்வில் இதுவேதான் நிகழ்கிறது. அப்போதும் கூட ஒருவர் அசையாமல் உட்கார்ந்திருப்பார், ஆழமான சிந்தனையில் மூழ்கி இருப்பார். யாராவது அதைப் பார்த்துவிட்டால் திடுக்குற்று வேகவேகமாகச் செயல்படுவார் - தனக்குள் உள்ள வேகம் அப்போது வெளிப்பட்டு விடும். பின் சட்டென்று தன்னை உணர்ந்தவராய் நின்று, சுற்றுமுற்றும் பார்த்து மறுபடியும் அமைதியாக இருப்பதாகப் பாவனை செய்வார். தனது கலவரமான மனநிலையை மறைப்பதற்கு அவசியம் இல்லையென்றால், தொடர்ந்து வேகமாகச் செயல்படுவார்."

"சில சமயங்களில் முழு நாடகங்களும், பாத்திரப் படைப்புகளும், பல்வேறு முரண்பாடான வேக-லயங்களைக் கொண்டு பின்னப்பட்டவையாக உள்ளன. செக்கோவின் நாடகங்கள் பலவும் இவ்வாறு அமைந்துள்ளன. மூன்று சகோதரிகள் (Three Sisters), வான்யா மாமா (uncle vanye) மற்றும் பல. இந்தப் பத்திரங்கள் பெரும்பாலும் வெளிப் பார்வைக்கு அமைதியாக இருக்கின்றன, அதேசமயத்தில் உள்ளே உணர்ச்சிக் கொந்தளிப்பில் அதிர்ந்து கொண்டு இருக்கின்றன."

எனது நிதானமான அசைவுகள், எனது உள் போராட்டத்தைத் தெரிவிக்க மிகவும் ஏற்றவை என்று புரிந்து கொண்டவுடன், அதை நான் தவறாகப் பயன்படுத்தத் தொடங்கினேன். ஆனால் டார்ட்சாவ் அதை விரைவில் தடுத்து நிறுத்திவிட்டார்.

"பார்வையாளர்களாகிய நாங்கள் ஒரு நபரை முதன்முதல் பார்க்கும்போது, என்ன பார்க்கிறோமோ அதை வைத்துத் தான் அந் நபரின் மனநிலையை எடை போடுகிறோம். உடல் அசைவுகள் கட்டுப்பாடின்றி இருக்கும்போது அவை நம் கவனத்தைக் கவர்கின்றன. அவை அமைதியாக, நிதானமாக இருந்தால், அவர் மனத்திருப்தியுடன் இருக்கிறார் என்று கருதிக் கொள்கிறோம். ஆனால் அவரை மேலும் அருகில் நெருங்கிப் பார்த்தால் - கண்களுக்குள் - அவரது உணர்ச்சிகளை நாமும் உணர்கிறோம். நம்மிடம் இருந்து அவர் மறைத்துள்ள விஷயங்களின் அகத் தாக்கத்தை நாம் உணர்ந்து கொள்கிறோம்.

அதாவது நமது கண்களை ஆயிரக்கணக்கான பார்வையாளர்களிடம் எப்படிக் காட்டுவது என்பதை ஒரு நடிகர் அறிந்திருக்க வேண்டும். இது ஒன்றும் அத்தனை எளிமையான விஷயமல்ல. எப்படிச் செய்ய வேண்டும் என்ற அறிவு இதற்குத் தேவை, மேலும் இதற்கு அதிகம் தேவையானது கட்டுப்பாடு. அரங்கத்தில் உள்ள பார்வையாளர்களால் ஒரு நடிகனின் கண்களில் உள்ள இரு சிறு புள்ளிகளைப் பார்ப்பது சுலபமல்ல. இதற்கு அவர் தொடர்ந்து நெடுநேரம் அசைவற்று நிற்க வேண்டும். எனவே, மேடையில் நீ நடந்து, அசைந்து நடிப்பது சரி என்றாலும் அதை நீ அளவோடு தான் செய்ய வேண்டும். குறிப்பாக உனது நாடகம் உன் முகத்திலும், கண்களிலும் மையம் கொண்டிருக்கும் போது அவ்வாறு செய்ய வேண்டும். உன் கண்கள் எங்கள் பார்வைக்குத் தெளிவாகத் தென்படுமாறு நீ நடிக்க வேண்டும்.''

நான் என் பங்கை முடித்தவுடன் க்ரிஷாவும் சோன்யாவும் தாங்களே உருவாக்கியிருந்த ஒரு நாடகத்தை நடித்துக் காட்டினர். பொறாமை பிடித்த ஒரு கணவன் தனது மனைவியைக் குறுக்குக் கேள்வி கேட்பதாக அது அமைந்திருத்தது. தன் குற்றச்சாட்டை அவளிடம் சொல்வதற்குமுன், அவன் அவளைப் பொறி வைத்துப் பிடிக்க வேண்டும். இத்தகைய நிலையில், தான் அமைதியாக இருப்பதாகக் காட்டிக் கொள்ள வேண்டும். மிகவும் தந்திரமாகத் தனது உள் மனநிலையை மறைக்க வேண்டும். தன் கண்களை அவள் காண அனுமதிக்கக் கூடாது.

க்ரிஷாவைப் பற்றி டார்ட்சாவ் கூறிய விமர்சனம் இது:

“நீ முற்றிலும் அமைதியாக இருக்கிறாய். அகப் போராட்டத்தை மறைக்க எந்தவித முயற்சியும் எடுப்பதில்லை - இது ஏன் என்றால் அங்கே மறைப்பதற்கு எதுவும் இல்லை. கோஸ்ட்யா மிகவும் ஆழமாகக் கலவரம் கொண்டிருந்தான். எனவே மறைப்பதற்கான விஷயம் அவனிடம் இருந்தது. அவனுக்குள் இரண்டு வேக-லயங்கள் இருந்தன - ஒன்று அகரீதியிலானது மற்றொன்று புறரீதியிலானது. அவன் ஒன்றுமே செய்யாமல் அங்கே உட்கார்ந்திருந்தான் - ஆனாலும் அது நம்மை உணர்ச்சிவசப்பட வைத்தது. நீயும் உட்கார்ந்திருந்தாய் - ஆனால் நாங்கள்

பாதிக்கப்படவில்லை. ஏனெனில் நீ கொண்டிருப்பதாகக் கற்பனை செய்து கொண்ட அந்த இரண்டாகப் பிளவுபட்ட, சிக்கலான மனநிலையானது ஒரே ஒரு வேக-லயத்தைத் தான் கொண்டிருந்தது. அது உனது உரையாடலுக்குத் தவறான தொனியைக் கொடுத்தது - அமைதியாக இருந்ததால் உன் உரையாடல் ஒரு சாந்தமான, நட்பான, குடும்ப உரையாடலாக வெளி வந்தது.

''முரண்பாடான சிக்கலான அக நிலைகள் மற்றும் உணர்ச்சிகளைக் கொண்டுள்ளபோது உங்களால் ஒரே ஒரு வேக-லயத்தை மட்டும் கொண்டு செயல்பட முடியாது. பலவற்றை நீங்கள் இணைத்தே ஆக வேண்டும்.''

9

''இதுநாள் வரையிலும், தனிக்குழுக்கள், நபர்கள், தருணங்கள், காட்சிகள் இவற்றின் வேக-லயத்தைப் பற்றி நாம் பேசி வந்துள்ளோம். ஆனால், முழு நாடகங்களும் தமக்கே உரிய வேக-லயத்தைக் கொண்டுள்ளன,'' என்று டார்ட்சாவ் இன்று விளக்கினார்.

''இதனால், ஒரு நாடகத்தில் வேக-லயமானது ஒருமுறை தீர்மானிக்கப் பட்டுவிட்டால் அந்த நாடகம் முழுவதும் அதே ரீதியில் போக வேண்டும் என்று அர்த்தமா? நிச்சயமாக இல்லை. ஒரு நாடகத்தின் வேக-லயமானது ஒரே ஒரு பொருள் அல்ல - பல்வேறு வேக-லயங்களின் - பெரிதும், சிறிதுமானவை - விதவிதமான இணைப்புகளினாலான ஒரு பெரிய முழுமையாக அது உள்ளது. இந்த முழுமையானது மொத்தத்தில் கம்பீரமான நிதானமான ஒரு தொனியிலோ, அல்லது விரைவான, விளையாட்டான தொனியிலோ அமையலாம்.

''எந்த ஒரு நிகழ்ச்சிக்கும் வேக-லயம் தரும் பொருள் மிகமிக மகத்தானது. பல சமயங்களில் ஒரு நல்ல சிறப்பான நாடகமானது, நன்றாக வடிவமைக்கப்பட்டு, தயாரிக்கப்பட்டு நடிப்பிலும் சிறந்து விளங்குவது சரியான வேக-லயம் இல்லாததால் வெற்றி பெறாமல்

போய் விடுகிறது. இதைச் சற்றே எண்ணிப் பாருங்கள்! ஒரு சோகமயமான நாடகம், வேகமான துள்ளல் கொண்ட காமெடிக்குப் பொருத்தமான ஒரு வேக-லயத்தில்."

"இதோ போல, வெகு சாதாரணமான ஒரு நாடகம் சரியான வேக-லயத்துடன் இணைத்து நடிக்கப்பட்டால், பார்வையாளர் மத்தியில் நல்ல வரவேற்பைப் பெற்று வெற்றி பெறுவதும் நடக்கும்."

"ஒரு முழு நாடகத்துக்கோ, கதாபாத்திரத்துக்கோ ஏற்ற சரியான வேக-லயத்தைத் தீர்மானிப்பதில் உளவியல் - செயல் நுட்பம் நமக்கு மிகமிக உதவியாக இருக்கும் என்று நான் உங்களுக்குச் சொல்லத் தேவையில்லை."

"ஆனால் இந்தத் துறைக்கான மிகச் சரியான உளவியல் நுட்பங்கள் நம்மிடம் இல்லை. எனவே நடைமுறையில் இதுதான் நிகழ்கிறது:

"ஒரு நாடகத்தின் ஒட்டுமொத்த வேக-லயமானது தற்செயலாக, தானாக, தன்னைத்தானே உருவாக்கிக் கொள்கிறது. ஒரு நடிகனுக்குத் தனது நாடகம் மற்றும் பாத்திரத்தைப் பற்றிய புரிதல் உணர்வு இருந்தால், அவனது உடல் மற்றும் மனநிலை நன்றாக இருந்தால், பார்வையாளரும் அவனது நடிப்பைப் பாராட்டினால் அப்போது அவன் தனது பாத்திரத்தைச் சரியாக வாழ்ந்து நடித்துக் காட்டுவான். அதன் வேக-லயமும் தானாகவே நிலை பெற்றுவிடும். இது நிகழாதபோது நாம் உதவியற்றுச் செயலற்று இருப்பது போலத் தோன்றுகிறது. நம்மிடம் சரியான உளவியல் - தொழில் நுட்பம் இருந்தால் அதன் உதவி கொண்டு அக மற்றும் புற ரீதியிலான வேக-லயத்தை நம்மால் உருவாக்க முடியும். இவற்றின் வாயிலாக உணர்ச்சிகள் தட்டி எழுப்பப்படலாம்.

"இங்கு அதிர்ஷ்டசாலிகளாக இருப்பவர்கள், இசைக் கலைஞர்களும், பாடகர்களும், நடனக் கலைஞர்களும் ஆவர். அவர்களுக்கு தாளக் கருவிகளும், இசைக் குழுவை நடத்திச் செல்பவர்களும், மாஸ்டர்களும் உதவியாக உள்ளனர். வேக-லயம்

பற்றிய பிரச்சினைகள் நன்றாகத் திட்டமிடப்பட்டு விடுகிறது. அவர்களது படைப்புப் பணியில் அதன் முக்கியத்துவத்தை அவர்கள் நன்கு உணர்ந்துள்ளனர். இதனால் அவர்களது கலை நிகழ்ச்சி சரியாக நிகழ்வது முன்னதாக நிச்சயிக்கப்பட்ட ஒன்றாகி விடுகிறது.

"நடிகர்களாகிய நம்மைப் பொறுத்தளவில் கதை எப்போதும் ஒன்றே ஆக இருப்பதில்லை. கவிதை நடையில் மட்டுமே தாள அளவு கவனமாகக் கணிக்கப்பட்டு ஆராயப்படுகிறது. மற்றவற்றுக்கு நமக்கு விதிகள் இல்லை, தாளக்கருவிகள் இல்லை, ஸ்வரங்கள் இல்லை, நடத்துனர் இல்லை. இதனால் தான் ஒரே நாடகம் பல சமயங்களில் வெவ்வேறு விதமான வேகங்களிலும் லயங்களிலும் நடத்தப்படலாம்."

"இந்த வேக-லயத்தைப் பற்றி நமக்கு எந்தவித உதவியும் கிடைப்பதில்லை - இருந்தாலும் ஏதேனும் ஒரு உதவி நமக்கு மிக அவசியமாகத் தேவைப்படுகிறது."

"நாடகம் தொடங்குவதற்குச் சற்று முன்னர், நடிகன் கலக்கம் தரும் செய்தி ஏதேனும் கேட்டிருந்தால் அவனது அகரீதியிலான வேக-லயம் நிச்சயம் கலங்கிவிடும். வேறொரு சமயத்தில் அவன் கோபம் கொள்ளக்கூடிய நிகழ்ச்சி நடைபெறலாம். இதனால் அவனது நிஜவாழ்விலும், மேடையிலும் வேக-லயமானது பாதிக்கப்படும்.

"அந்த நடிகன், தன்னால் முடிந்த அளவு தன்னைத் தானே சாந்தப்படுத்திக் கொண்டு மேடைக்கு வருகிறான் என்று வைத்துக் கொள்ளலாம். என்னதான் சிறப்பாகச் செயல்பட்டாலும் அவனது நடிப்பின் வேக-லயமானது தேவையை விடவும் குறைவாகவே இருக்கும். இந்த வேறுபாடு, அவனது நடிப்பின் தரத்தில் பிரதிபலிக்கத்தான் செய்யும்."

"இத்தகைய நிலையை - நடிகனாகிய மனிதனுக்கும், அவனது கதாபாத்திரத்துக்கும் இடையே இணக்கம் இல்லாத நிலையை நம்மால் எப்போதும் காணமுடியும்."

"உனது முதல் பரிசோதனை நடிப்பின் போது (ஒரு நடிகர் உருவாகிறார்" - முதலாம் நூல்) அரங்கத்தின் முன்பகுதியாகிய

இந்த இருண்ட குழியை எதிர்நோக்கி நின்றவாறு நீ இருந்தபோது உனது மனநிலையை நினைவு படுத்திப் பார்.

"இப்போது ஒரு இசைக்குழுவின் நடத்துனராக இருந்து அந்தச் சமயத்தில் இருந்த உனது வேக-லயத்தை எனக்குத் தாளமாகத் தட்டிக் காட்டு!"

நாங்கள் ஒவ்வொருவரும் அவர் கேட்டுக் கொண்டது போலச் செய்தோம். நான் செய்ததை எண் 200 என்று டார்ட்சாவ் குறிப்பிட்டார்.

அதற்குப் பிறகு எங்கள் வாழ்வின் மிகமிக அமைதியான, மந்தமான காலங்களை மறுபடியும் நினைவுபடுத்திக் கொண்டு அவற்றின் வேக-லயங்களைக் கொண்டு நடித்துக் காட்ட வேண்டும். எனது பழைய வாழ்வை நினைத்துப் பார்த்து என் உணர்வுகளுக்கேற்ப கரங்களை வீசி அசைத்தேன். அந்த தாளகதியை டார்ட்சாவ் எண் 20 என்று கணித்தார்.

"இப்போது கோகோலின் "திருமணம்" என்ற நாடகத்தில் உள்ள மிக அமைதியான பாட்கோலெசின் போன்ற ஒரு பாத்திரத்தை நடிப்பதாகக் கற்பனை செய்து கொள். இதற்கு எண் 20 லான தாளகதி உனக்குத் தேவை. ஆனால் இந்த இரவு நாடகத்தின் முதல் நாள் ஆதலால் நடிகனாக நீ உற்சாக எதிர்பார்ப்பின் உச்சக் கட்டத்தில் இருக்கிறாய் - உனது சொந்த வேகம் எண் 200க்குக் கிட்டே இருக்கிறது! ஆகவே, மனிதனாகிய உனது வேகலயத்துடன் பாத்திரத்தின் வேகலயத்தை எவ்வாறு இணைப்பாய்?"

"இதைச் செய்வதற்கான மிகச் சிறப்பான வழி, நல்ல இசைக் குழு நடத்துனர்கள் செய்வது போல வேக-லயத்தை உணரக் கற்றுக் கொள்வது தான். தாளக்கருவியில் எந்த வேக அளவைச் சொன்னாலும் அவர்களால் அதை அந்த வேகத்தில் நடத்திச் செல்ல முடியும். இத்தகைய வேக உணர்வைக் கொண்ட நடிகர் குழு மட்டும் இருந்தால்..." என்று சோகமாகப் பெருமூச்சு விட்டார் டார்ட்சாவ்.

''அவ்வாறு இருந்தால் என்னவாகும்?'' என்று நாங்கள் கேட்டோம்.

''நான் சொல்லுகிறேன், கேளுங்கள்,'' என்றார் அவர். ''சில காலத்துக்கு முன் ஒரு ஓபராவை நான் இயக்க வேண்டி இருந்தது. அதில் ஒரு பெரிய கூட்டத்தைக் கொண்ட பாடல் காட்சி ஒன்று இருந்தது. இக் கூட்டத்தில் பிரதான பாடகர்கள் மட்டுமின்றி பல்வேறு தரப்பட்ட மனிதர்களைக் கொண்ட மொத்தக் குழுவும் இருந்தது. இவர்களில் எவருமே நடிகர்களாகச் செயல்பட முடியாதவர்கள் தான்.''

''இருந்தாலும் இந்தக் குறிப்பிட்ட காட்சியில் அந்த ஓபரா பாடக/நடிகர்கள் நமது மிகச் சிறந்த நாடக நடிகர்களைக் காட்டிலும் பல மடங்கு சிறப்பாகச் செயல்பட்டனர். நாம் சாதாரணமாகப் பார்க்கும் ஒத்திகைகளைக் காட்டிலும் குறைவான எண்ணிக்கையிலான ஒத்திகைகளையே அவர்கள் கொண்டிருந்தனர்.''

''இதன் ரகசியம் தான் என்ன?''

''ஒரு கலங்கிய குழப்பமான காட்சிக்கு வேக-லயம் பளீரிடும் நிறங்களையும், மென்தன்மையும், அழகிய வடிவத்தையும், இலகுவான அசைவுகளையும் தந்தது.''

''வேக-லயம் அந்தப் பாடகர்களுக்கு அற்புதமான தெளிவு, சரளம், பாலிஷ், அசையும் தன்மை மற்றும் இணக்கத்தைத் தந்தது. தமது பாத்திரங்களின் அக அம்சங்களை உண்மையாக உணர்ந்து கொண்டு தம் வசப்படுத்திக் கொள்ளும் திறனைத் தந்தது.''

டார்ட்சாவின் கனவான, வேகலயத்துக்கான ஒரு முழுமையான உணர்வைக் கொண்டுள்ள நாடகக்குழுவைப் பெறுவது என்பது நிறைவேற முடியாத ஒன்று என்று நாங்கள் அவரிடம் சொல்லிப் பார்த்தோம்.

''நான் அதை ஒப்புக் கொள்கிறேன், அதற்காக என் கருத்தை விட்டுக் கொடுக்கவும் தயாராக உள்ளேன்,'' என்றார் அவர். ''குழுவில் உள்ள எல்லோராலும் அவ்வாறு இருக்க முடியாது

என்றாலும், உங்களில் ஒருசிலராவது வேக-லயம் பற்றிய ஒரு உணர்வை வளர்த்துக் கொள்வதைக் காண விரும்புகிறேன். ஒரு நாடகம் தொடங்குவதற்குச் சற்று நேரம் முன்பு, மேடையின் பக்கவாட்டுப் பகுதிகளில் யாராவது இவ்வாறு சொல்வதைக் கேட்கலாம். இன்றைய நிகழ்ச்சியைப் பற்றிக் கவலைப்படத் தேவையில்லை - ஏனெனில் இன்னார் - இன்னார் - நடிக்கிறார்கள். இதன் பொருள் என்ன? அதாவது, ஒன்று அல்லது இரண்டு நடிகர்களாலும் கூட பிற நடிகர்கள் அனைவரையும், முழு நாடகத்தையும் தம்முடன் அழைத்துச் சென்றுவிட முடியும். முன்னாட்களில் நிலைமை இவ்வாறு தான் இருந்தது.

‘‘நமது நாடகப் பாரம்பரியத்தில் பழம்பெரும் நடிகர்களாகிய ஹெப்கின், சடோவ்ஸ்கி, ஷூம்ஸ்கி, சமாரின் போன்றவர்கள் தாம் மேடையில் தோன்றுவதற்கான நேரத்துக்கு மிக முன்னதாகவே மேடையின் பக்கவாட்டில் வந்து நின்று கொள்வார்கள் - நடந்து கொண்டுள்ள நாடகத்தின் வேகத்தை நேரடியாகக் கண்டு கணித்துக் கொள்வதற்குப் போதுமான நேரம் தேவை என்பதால் அவர்கள் இதைச் செய்தார்கள். இதனால், அவர்கள் வரும்போதே தம்முடன் ஒரு உற்சாகத்தையும், உண்மையான ஈடுபாட்டையும் உள்ளே கொண்டுவந்து நாடகத்துக்கும் தாம் ஏற்றுள்ள பாத்திரங்களுக்கும் தேவையான ஒரு சரியான தொனியை ஏற்படுத்துவது சாத்தியமாயிற்று.’’

‘‘தமது பாத்திரங்களையும் நாடகத்தில் தமது பங்கையும் கவனமாகத் தயார் செய்ததால் மட்டும் அவர்கள் மகத்தான நடிகர்களாக இருந்ததால் மட்டுமே அவர்கள் இதைச் சாதிக்க முடிந்தது என்று சொல்வதற்கில்லை. மாறாக, வேக-லயம் பற்றிய ஒரு உணர்வு நிலையிலான அல்லது உள்ளுணர்வு ரீதியிலான உணர்வையும் கொண்டிருந்தது மட்டுமின்றி அதைத் தமக்கே உரிய வகையில் பயன்படுத்தவும் செய்தார்கள் என்பதாலும் கூட அவர்களால் இதைச் சாதிக்க முடிந்தது என்று சந்தேகமறக் கூறலாம். தமது நினைவுகளில் வேகமான மற்றும் மெதுவான நடைபற்றிய ஒரு கருத்தை அவர்கள் சேமித்து வைத்திருந்தார்கள் என்பது தெளிவாகத் தெரிகிறது.’’

"அல்லது அவர்கள் ஒவ்வொரு முறையும் ஒரு நிகழ்ச்சியின் வேக-லயத்தைப் பற்றி புதிதாகக் கண்டு கொண்டிருக்கலாம். இதை, தமது காட்சிக்கு வெகு முன்னதாகவே மேடையின் பக்கவாட்டில் வந்து அமர்ந்து கவனிப்பதன் மூலமாகவும் அவர்கள் செய்திருக்கக் கூடும். அவ்வாறு உட்கார்ந்தவாறு மேடையில் நிகழ்ந்து கொண்டிருந்தது என்ன என்று கூர்ந்து கவனித்திருக்கக் கூடும். இதன் மூலம் தெரிந்தோ தெரியாமலோ அதன் வேக-லயத்துக்கு ஏற்றபடி தம்மைப் பொருத்திக் கொண்டிருக்கக் கூடும். இதைச் செய்வதற்கான தனித் தன்மை வாய்ந்த வழிமுறைகள் அவர்களிடம் இருந்திருக்கலாம் - துரதிருஷ்ட வசமாக இதைப் பற்றிய விவரங்கள் இன்று நம்மிடம் இல்லை."

"நாடகத்தில் நடிக்கும் நடிகர் குழு மொத்தத்தையும் இவ்வாறு வேக-லயத்தைப் பற்றிப் பிடித்துக் கொள்ளுமாறு செய்யவல்ல திறன் கொண்ட நடிகர்களாக இருக்க நீங்களும் முயல வேண்டும்."

"ஒரு நாடகம் அல்லது கதாபாத்திரத்துக்கான வேகலயத்தை நிலை நிறுத்துவதற்கான உளவியல் நுட்பத்துக்கான அடிப்படை எது?" என்று நான் கேட்டேன்.

"முழு நாடகத்தின் வேக-லயமானது, தடைப்படாமல் தொடரும் செயல்பாட்டுக் கோடு மற்றும் வசனத்தின் அடியில் அமைந்துள்ள உபகருத்து ஆகியவற்றின் வேக-லயமாகும். இந்தத் தொடர்கிற செயல்பாட்டுக் கோட்டுக்கு இரண்டு காட்சித் தோற்றங்கள் (Perspectives) தேவை என்று உங்களுக்கு ஏற்கெனவே தெரியும் - இவை, நடிகனுடைய சொந்தக் காட்சித் தோற்றம் மற்றும் பாத்திரத்தின் காட்சித் தோற்றம் ஒரு ஓவியன் தனது படத்தில் நிறங்களைப் பரவலாக அமைத்து அவற்றுக்கு இடையிலான உறவுகளின் சமநிலையை எவ்வாறு நிலை நிறுத்துகிறானோ அதே போலத் தான் ஒரு நடிகனும் நாடகத்தின் தொடர்ந்து செல்லும் செயல்பாட்டின் நேர்கோடு. முழுவதும் வேக-லயத்தைச் சமமாகப் பரவச் செய்ய முயல்கிறான்."

"ஒரு நடத்துனர் இல்லாமல் எங்களால் அதைச் செய்யவே முடியாது," என்றான் வான்யா.

"அப்படியென்றால், நமது ரக்மனோவ், நடத்துனருக்குப் பதிலாகச் செயல்படக் கூடிய ஏதேனும் ஒன்றை உங்களுக்காகக் கண்டுபிடிப்பார்," என்று சிரித்தவாறு சொல்லிவிட்டு வகுப்பை விட்டு வெளியேறினார்.

10

வழக்கம் போல இன்றும் நான் வகுப்புக்கு வரவேண்டிய நேரத்தைவிட முன்னதாக வந்து விட்டேன். அங்கு மேடைமீது விளக்குகள் எரிந்து கொண்டிருந்தன. திரைச் சீலை விலக்கப்பட்டிருந்தது. ரக்மனோவ், தன் சட்டைக் கைகளை மடித்து விட்டுக் கொண்டு எலக்ட்ரீஷியனுடன் ஏதோ செய்து கொண்டிருந்தார்.

நானும் அவருக்கு உதவ முன் வந்தேன். இதனால் ரக்மனோவ் தான் ரகசியமாக வைக்க எண்ணிய விஷயத்தை என்னிடம் சொல்ல வேண்டியதாயிற்று.

"நாடகங்களுக்கான மின்சக்தி நடத்துனரை அவர் கண்டுபிடித்திருந்தார். அது இன்னமும் தயாரிப்பின் ஆரம்ப கட்டத்திலேயே இருந்தது. ஆனால் அவர் திட்டமிட்டிருந்தது இதுதான்: தாம் மறந்துவிட்ட வசனங்களை நடிகர்களுக்கு எடுத்துக் கொடுக்கும் நபர் அமரும் கூண்டு போன்ற இடத்தில், பார்வையாளர்களின் பார்வைக்கு மறைவாக ஆனால் நடிகர்களின் பார்வையில் படுமாறு ஒரு சிறிய கருவி இருக்கும். அதில் இரண்டு விளக்குகள் ஓசையின்றி விட்டு விட்டு எரிந்து கொண்டிருக்கும். இவை, தாளக்கருவியின் டிக்-டிக் ஒலிக்குப் பதிலாகச் செயல்படும். தேவைப்படும்போது, தனது வசனப் புத்தகத்தில் குறிக்கப்பட்டுள்ள வேக-லயத்துக்கு ஏற்ப வசனங்களை எடுத்துக் கொடுக்கும் நபர், இதை முடுக்கி விடுவார். இவ்விதமாக, நடிகர்களுக்கு அவர்களுக்கு ஏற்ற வேகத்தைப் பற்றி இவர் நினைவு படுத்தலாம்.

டார்ட்சாவும் ரக்மனோவின் கருவியின்மீது ஆர்வம் காட்டினார். எலக்ட்ரீஷியன் அந்தக் கருவியைத் தனக்குத்

தோன்றியவாறு முடுக்கிவிட்டுச் செயல்படுத்த, அவர்கள் இருவரும் பல்வேறு காட்சிகளை நடித்துப் பார்க்கலானார்கள். தமது மகத்தான நடிப்புத் திறன், வேக-லயம் பற்றிய அறிவு மற்றும் அதைக் கட்டுப்படுத்தும் திறன், ஊற்றெடுக்கும் கற்பனை இவற்றின் உதவியால், அவர்களுக்குத் தரப்பட்ட ஒவ்வொரு வேக-லயத்துக்கும் ஏற்றவாறு நடிக்கலாயினர். இவ்வாறு தமது சொந்த எடுத்துக்காட்டால், அந்த மின்சக்தி நடத்துனரின் திறன் பற்றிய செயல் விளக்கம் ஒன்றை எங்களுக்கு அளித்தனர்.

அவர்களை அடுத்து பால், நான் மற்றும் பிற மாணவர்களும் பல்வேறு பரிசோதனைகளைச் செய்யலானோம். ஆனால் எங்களது முயற்சிகளில் தற்செயலாகத்தான் அவ்வப்போது தாளத்துக்கு ஏற்ப நாங்கள் செயல்பட்டோம் - மற்ற சமயங்களில் மிக மோசமாகத் தடுமாறினோம்.

"இதிலிருந்து நாம் தெரிந்து கொள்வது வெகு தெளிவாக உள்ளது," என்றார் டார்ட்சாவ். "இந்த மின்சக்தி நடத்துனர் நடிகர்களுக்கு மிகச் சிறந்த ஒரு உதவியாகும். ஒரு நாடகத்தை நடத்திச் செல்வதற்கு ஒரு ஒழுங்குபடுத்தும் கருவியாக இதைப் பயன்படுத்தலாம். பயிற்சிக்கும் இது உதவியாக இருக்கும். ஆனால் இதைப் பயன்படுத்த வேண்டுமானால் ஒரு சில நடிகர்களாவது நன்கு பயிற்சி பெற்ற வேக-லய உணர்வைக் கொண்டிருக்க வேண்டும். துரதிருஷ்ட வசமாக, நமது கலைப்பிரிவில் இத்தகையவர்கள் வெகு குறைவாகவே உள்ளனர்."

"இதைவிடவும் மோசமான விஷயம் ஒன்று உள்ளது," என்று டார்ட்சாவ் தளர்ந்து போன சோகமான குரலில் தொடர்ந்து பேசினார். "நாடகத்தில் வேக-லயத்தில் முக்கியத்துவம் பற்றி வெகு குறைவான தெரிவுணர்வே மக்கள் மத்தியில் - நடிகர்கள் மத்தியில் - உள்ளது. எனவே வேக-லயம் பற்றிய உங்கள் எதிர்காலப் பயிற்சிகளுக்கு சிறப்பான கவனம் தரவேண்டியது மிகமிக அவசியமாகும்."

பொதுவான உரையாடலுடன் வகுப்பு கலைந்து சென்றது. நாடகத்துக்கான நடத்துனருக்குப் பதிலாக வேறு என்னென்ன

வழிமுறைகளைப் பயன்படுத்தலாம் என்பது பற்றித் தமது கருத்துகளை பல மாணவர்களும் எடுத்துக் கூறினார்கள்.

இங்கு, கவனித்தக்க ஒரு முக்கிய கருத்தை டார்ட்சாவ் கூறினார்.

அவரது கருத்துப்படி, நாடகங்கள் நடிக்கப்படுவதற்கு முன்னும், இடைவேளைகளின் போதும் நடிகர்கள் ஒன்றாகச் சேர்ந்து சரியான வேக-லயங்களில் அவர்களை இருக்கச் செய்வதற்காகத் திட்டமிட்டுத் தயாரிக்கப்பட்டுள்ள இசையுடன் ஏற்ற பயிற்சிகளைச் செய்ய வேண்டும். இவ்வாறு தான் பயிற்சிகள் அமைக்கப்பட வேண்டும்.

"அந்தப் பயிற்சிகள் எவ்வாறு, எதைக் கொண்டு அமையும்?" என்ற கேள்வி பல மாணவர்களிடமிருந்தும் எழுந்தது.

"இவ்வளவு அவசரம் கொள்ளாதீர்கள்," என்று டார்ட்சாவ் எச்சரித்தார். "அவற்றை நீங்கள் எட்டுவதற்கு முன்னால் ஆரம்பகட்டப் பயிற்சிகளை நீங்கள் நிறையச் செய்ய வேண்டி இருக்கும்."

"என்ன விதமான பயிற்சிகள்?" என்று மாணவர்கள் மீண்டும் கேட்டனர்.

"அதைப் பற்றி அடுத்த வகுப்பில் சொல்கிறேன்," என்று கூறிவிட்டு டார்ட்சாவ் மேடையிலிருந்து சென்றார்.

11

இன்று வகுப்புக்குள் நுழைந்தபோது, "காலை வணக்கம்! இன்றைய உங்கள் நாள் நல்ல நாளாக இருக்கட்டும், நல்ல வேக-லயம் பொருந்தட்டும்!" என்பது டார்ட்சாவின் வாழ்த்தாக இருந்தது. பின், எங்களது முகங்களின் குழப்பத்தைப் பார்த்துவிட்டு, "உங்களுக்கு நல்ல ஆரோக்கியம் என்று வாழ்த்துவதற்குப் பதிலாக நல்ல வேகம், நல்ல லயம் என்று நான் வாழ்த்துவதைக் கண்டு உங்களுக்கு வியப்பாக இருக்கிறதா? உங்கள் ஆரோக்கியம் நல்லதாகவோ மோசமானதாகவோ

இருக்கலாம். ஆனால், உங்களது வேக-லயம் நன்றாக இருந்தால் நீங்கள் நலமாக இருப்பதற்கான அடையாளம் அதுதான். அதனால் தான் நல்லாரோக்கியம் என்று வாழ்த்துவதற்குச் சமமாக இன்று உங்களுக்கு நல்ல வேக-லயம் உண்டாகட்டும் என்று நான் வாழ்த்துகிறேன்.

''ஆனால், நிஜமாகச் சொல்லுங்கள், எந்த விதமான வேக-லயத்தில் நீங்கள் இருக்கிறீர்கள்?''

''எனக்கு உண்மையில் தெரியவில்லை,'' என்றான் பால்.

''நீ சொல்?'' என்றார் டார்ட்சாவ், லியோவின் பக்கம் திரும்பி.

''ஒன்றுமே தெரியவில்லை,'' என்றும் பதிலை முணுமுணுத்தான் லியோ.

''ம்ம்ம்... நீ?'' என்று வரிசையாக என்னையும் பிறரையும் கேட்டார் டார்ட்சாவ்.

எவரிடமும் ஒரு தெளிவான பதில் இருக்கவில்லை.

''ஆக, இப்படிப்பட்ட ஒரு கூட்டம்தான் இங்கே கூடியுள்ளதா?'' என்றார் டார்ட்சாவ் பாசாங்கான ஒரு வியப்புத் தொனியுடன்.

''என் வாழ்க்கையிலேயே இப்போதுதான் முதல் முறையாக இப்படிப்பட்ட மனிதர்களைச் சந்திக்கிறேன். உங்களில் ஒருவர் கூடத் தன் சொந்த வாழ்வின் வேகம் என்ன என்பதை அறிந்திருக்கவில்லை. ஆனால் எந்த ஒரு மனிதனுமே தனது அசைவுகள், செயல்கள், உணர்ச்சிகள், எண்ணங்கள் மற்றும் சுவாசம், இரத்த ஓட்டம், இதயத்துடிப்பு, மற்றும் பொதுவான நிலைமை இவற்றின் அளவு மற்றும் வேகம் பற்றி அறிந்திருப்பான் என்று தான் யாருமே நினைப்பார்கள்.''

''ஆனால் நாம் அனைவருமே இதையெல்லாம் நிச்சயமாக உணர்கிறோம். நமக்குப் புரிபடாத விஷயம் என்னவென்றால் எந்தப் புள்ளியில் நமது அளவிடுதலைச் செய்ய வேண்டும் என்பது தான். இன்று மாலை நான் உணரப்போகும் இன்பத்தைப் பற்றி

எண்ணும்போது எனக்கு உண்டாகும் மகிழ்ச்சியான வேக-லயத்தின் போதா, அல்லது வேறு ஏதேனும் ஒரு தருணத்தில் இன்றைய பொழுதின் சம்பவங்கள் பற்றிச் சந்தேகப்படும் போது எனது வேக-லயம் குறையும் போதா?

"இந்த இரு வேகங்களையும் தாளங்களாக எனக்கு அடித்தீர்களானால், அடுத்தடுத்து அமைந்துள்ள ஒரு லயத்தை நீங்கள் உருவாக்குவீர்கள். அதைத் தான் நீங்கள் இப்போது வாழ்ந்து கொண்டு இருக்கிறீர்கள். இதில் நீங்கள் தவறுகள் செய்யக் கூடும். ஆனால் அதனால் அபாயம் ஏதுமில்லை. இங்கு முக்கியமான விஷயம் என்னவென்றால் உங்களுக்குள் உள்ள வேக-லயத்தைத் தேடிக் கண்டு கொள்வதில் உங்களது சொந்த உணர்ச்சிகளை நீங்கள் கண்டுபிடிக்கிறீர்கள்.

"நீங்கள் இன்று காலை எழுந்த போது உங்கள் வேகலயம் என்னவாக இருந்தது?" என்பது டார்ட்சாவின் அடுத்த கேள்வி.

மாணவர்கள் தமது புருவங்களை நெறித்தபடி, எவ்வாறு பதில் சொல்வது என்று தீவிரமாகச் சிந்திக்கலானார்கள்.

"என் கேள்விக்குப் பதில் சொல்ல நீங்கள் இவ்வளவு கடினமாக முயல வேண்டுமா என்ன!" என்றார் டார்ட்சாவ், வியப்புற்றவராக, "வேக-லயம் பற்றிய நமது உணர்வு எப்போதுமே தயாராக உள்ளது. நாம் வாழ்ந்துள்ள ஒவ்வொரு தருணத்தைப் பற்றியும் எப்போதுமே ஏதேனும் ஒரு கருத்தை நாம் கொண்டுள்ளோம்."

இன்று காலை நான் எழுந்தபோது இருந்த சூழ்நிலை பற்றிய ஒரு மனக்காட்சியை உருவாக்க முயன்றேன். ஏதோ ஒரு கவலை உணர்வு என் நினைவுக்கு வந்தது. அன்றைய முதல் வகுப்புக்குத் தாமதமாகச் செல்ல நேரிடுமோ என்று நான் பயந்தேன். நான் முகச்சவரம் செய்ய வேண்டியிருந்தது, செல்லும் வழியில் ஒரு மணி ஆர்டரைக் கொடுத்துப் பணம் பெற்றுக் கொள்ளவும் வேண்டியிருந்தது.இதை நான் பல நாள்களுக்கு முன்னரே செய்திருக்க வேண்டும். எனவே, கவலையாகவும் வேகமாகவும் உள்ள ஒரு வேக-லயத்தை நான் தாளமாகத் தட்டியதுடன் அதை மறுபடி உணர்ச்சிவசமாக வாழவும் செய்தேன்.

சற்று நேரத்திற்குப் பிறகு டார்ட்சாவ் ஒரு புதிய விளையாட்டைக் கண்டுபிடித்தார். ஒரு விரைவான, கரடுமுரடான லயத்தைத் தட்டினார். அதை நாங்கள் பலமுறை திரும்பத் திரும்பத் தட்டிப் பார்த்து நன்கு பழகிக் கொண்டோம்.

"இப்போது, இத்தகைய ஒரு தாளத்தட்டு என்னவிதமான கற்பனைச் சூழலிலும், உணர்ச்சி அனுபவங்களிலும் இருந்து வெளிவரக் கூடும் என்று தீர்மானியுங்கள்?" என்றார் அவர்.

இதைச் செய்வதற்குச் சரியான ஒரு கதையைக் கண்டுபிடிக்க வேண்டியிருந்தது. என்னையே பல கேள்விகள் கேட்டு என் கற்பனையைத் தூண்டலானேன். எங்கே, எப்போது, எதற்காக நான் இங்கே இருக்கிறேன்? என்னைச் சுற்றிலும் உள்ள இவர்கள் யார்? நான் ஒரு மருத்துவரின் முன் அறையில் இருப்பது போலவும் எனது உடல்நிலை பற்றிய தீர்மானம் ஒன்றைப் பற்றிக் கேட்க விருப்பதாகவும் எனக்குத் தோன்றியது. ஒன்று, நான் மோசமாக நோய்வாய்ப்பட்டுள்ளேன். இதனால் எனக்கு ஒரு அறுவை சிகிச்சை தேவைப்படுகிறது, அல்லது நான் நன்றாக இருக்கிறேன். விரைவில் இங்கிருந்து வெளியே சென்று விடுவேன். இந்தக் கதை என்னை மிகவும் பாதித்தது - தேவைக்கும் அதிகமாகவே நான் உணர்ச்சி வசப்பட்டு விட்டேன்.

இதனால் நிலைமையைச் சற்றே இளக வைக்க, அறுவை மருத்துவரைப் பல் மருத்துவராக மாற்றினேன். பின் அதுவும் சரியில்லாமல் போகவும் அவரைத் தொண்டை மருத்துவராக்கினேன். இவ்வாறு நாங்கள் ஒவ்வொருவரும் எங்களது கற்பனைச் சூழலை விவரித்தோம்.

"ஆக, நீங்கள் கண்டு கொண்டதுபோல, பாடத்தின் முதல் பாதியில் உங்களது சொந்த உள் அனுபவங்களைக் கவனித்துப் புரிந்து கொண்டு அவற்றை ஒரு வேக-லயத்தால் வெளிப்படுத்தினீர்கள். இரண்டாவதாக மற்றொருவரின் வேக-லயத்தை எடுத்துக் கொண்டு உங்கள் சொந்தக் கற்பனை மற்றும் நினைவுபடுத்திக் கொள்ளப்பட்ட உணர்ச்சிகளைப் பயன்படுத்தி அதற்கு உயிரூட்டினீர்கள். அதாவது, உணர்ச்சிகளிலிருந்து

வேக-லயத்துக்கும், திரும்ப, வேக-லயத்திலிருந்து உணர்ச்சிகளுக்கும் வந்தீர்கள்.

"இவ்விரு அணுகுமுறைகளிலும் நடிகனுக்கு செயல் நுட்பக் கட்டுப்பாடு இருக்கவேண்டும்."

"நமது கடந்த பாடத்தின் முடிவில், வேக-லயத்தை வளர்த்துக் கொள்வதற்கான பயிற்சிகள் பற்றி அறிய ஆவலாக இருந்தீர்கள். இன்று, அந்தப் பயிற்சிகளைச் செய்ய இரு வழிகளை நான் உங்களுக்குக் காட்டியுள்ளேன்."

"ஆனால் இந்தப் பயிற்சிகளை நாங்கள் எங்கிருந்து கண்டிபிடிப்பது?" என்று நான் கேட்டேன்.

"நாம் முன்பு செய்த பரிசோதனைகளை நினைத்துப்பார். அவை அனைத்துக்கும் வேக-லயம் தேவை. பயிற்சிக்குப் போதுமான விவரங்கள் அவற்றில் உள்ளன. சென்ற முறை என்னிடம் நீங்கள் கேட்ட கேள்விக்கான பதில் இதுதான்." என்று கூறி வகுப்பை அவர் நிறைவு செய்தார்.

12

பேசுதலில் வேக-லயம்

1

“வேக-லயம் என்று நாம் குறிப்பிடும் இவ்விஷயத்தைப் பற்றிய நமது படிப்பு கணிசமாக முன்னேறியுள்ளது,” என்று டார்ட்சாவ் தெரிவித்தார். “முதலாவதாக, மிகவும் தெளிவாகத் தெரியும் வகையில் அது என்ன என்று கண்டுகொள்ள முயன்றோம். மழலையர் பள்ளிச் சிறுவர்கள் போல, தாளக் கருவிகளுக்கு ஏற்ப நாம் கைகளைத் தட்டினோம். பின்பு மேலும் அதிகச் சிக்கலான வேகங்களுக்கு முன்னேறிச் சென்றோம். அத்துடன் தாளங்கள், அவற்றைக் கேட்போருக்குத் தெளிவாகப் புரியாவிட்டால் கூட, ஒரு உணர்ச்சியைத் தெரிவித்தன என்றும், நம்மீதே அவை மேலும் அதிக வலிமையான தாக்கத்தை உண்டு பண்ணின என்றும் கண்டு கொண்டோம். நமது அகரீதியிலான உருவாக்கும் செயல்பாட்டில் உதவி செய்தது.”

“பின்பு, வேக-லயத்தின் மேலும் நுண்ணிய தன்மைகளைப் படித்தறிய முற்பட்டோம். மேலும், மேடையிலும், வாழ்விலும் கூட நம்முடன் உள்ள பிறரது வேக-லயத்துடன் நமது சொந்த வேக-லயம் முரண்படக்கூடும் என்றும் நாம் கண்டோம். நமக்குள்ளே ஒரு அகரீதியிலான வேக-லயத்தையும், முற்றிலும் வேறுபட்ட ஒன்றை வெளியிலும் கொள்ள முடியும் என்றும், இவ்விரண்டுக்கும் இடையே உள்ள முரண்பாடு நமது சிறுசிறு செய்கைகளில் வெளிப்படக்கூடும் என்பதையும் நாமே உணர்ந்து அனுபவித்தோம். நாம் வளர்த்தெடுத்துக் கொண்டிருந்த

பாத்திரத்துக்கு அது வலிமையையும், ஒரு நிஜத் தன்மையையும் தந்தது. முழு நாடகத்தின் வேக-லயத்தை விவாதித்தோம் - அதன் செயல்பாட்டின் உடையாத தொடர் கோடு, நுண்ணிய மாற்றங்கள் மற்றும் மாறாத ஒருமைத்தன்மை ஆகியவற்றைப் பற்றியும் பேசினோம்."

"இதெல்லாமே, அசைவு மற்றும் நடிப்புச் செயல்பாடு பற்றிய வேக-லயம் ஆகும். இப்போது இதே கண்டுபிடிப்புகளைப் பேச்சுக்கும் பயன்படுத்தப் போகிறோம். அசைகள், சொற்கள் ஆகியவற்றின் குரல் ஒலிகள் எந்த ஒரு நாடகத்தின் வேக-லயத்தையும் வெளிப்படுத்திக் காட்டுவதற்கான ஒரு அற்புதமான வழியாக அமைகின்றன என்ற உண்மையுடன் இந்தப் பாடத்தைத் தொடங்குகிறேன். முன்பே கூறியபடி, பேசுதலின் செயல்பாட்டில், சொற்களின் கோடு அல்லது வரிசை காலத்தின் பாற்பட்டே முன்னோக்கிச் செல்கிறது. அந்தக் காலமானது எழுத்துக்கள், அசைகள், சொற்கள் ஆகியவற்றின் ஒலிகளால் துண்டு துண்டாக உடைக்கப்படுகிறது. இந்தப் பிரிவுகள்தான் லயத்தோடு கூடிய பகுதிகளாகவும், குழுக்களாகவும் அமைகின்றன.

"சில சொற்களின் ஒலிகள் குறுகியவையாகவும், மற்றும் பிற நீண்டும் ஒலிக்கின்றன. இத்துடன் கூட, சில ஒலிகளும் அசைகளும் வலிமையானதாகவோ, லேசானதாகவோ உச்சரிப்பு அழுத்தம் பெற்று ஒலிக்கின்றன. மூன்றாவதாக அமையும் சில, எந்த அழுத்தம் அல்லது உச்சரிப்பே இல்லாமல் இருக்கின்றன."

"இவ்வாறு பேசப்படும் ஒலிகள், தமக்கு இடையே அமையும் நிறுத்தங்கள், சுவாசிப்பதற்கான ஓய்வுகள் ஆகியவற்றை வெவ்வேறு நீள அளவுகளில் கொண்டு விளங்குகின்றன. பேசுதலின் வேக-லயத்தின் எண்ணற்ற பல்வேறு வகைகளை வடிவமைப்பதற்கான ஒலியமைப்புச் சாத்தியப்பாடுகளாக இவை விளங்குகின்றன. இவற்றைப் பயன்படுத்தி ஒரு நடிகன் தனக்கென ஒரு பேச்சுப் பாணியை உருவாக்கிக் கொள்கிறான். மேடையில் நடிக்கும்போது இது அவனுக்குத் தேவைப்படுகிறது - சோகத்தின் தீவிரமான மனநிலையையும், நகைச்சுவையின் களிப்பான

மனநிலையையும் சொற்களைப் பயன்படுத்தி வெளிப்படுத்த இது உதவுகிறது.''

''பேசுதலின் வேக-லயத்தை உருவாக்குவதற்கு நேரத்தை ஒலியின் துண்டுகளாகப் பிரிப்பது மட்டும் போதாது. பேசுதலை அளப்பதற்கு ஒரு தாளமும் அங்கு தேவைப்படுகிறது.''

''செயல்பாடு மற்றும் உடல் அசைவில் தாளக்கருவி மற்றும் மணியைக் கொண்டு நாம் இதைச் செய்தோம். பேசுதலுக்கு என்ன செய்யலாம்? தனித்தனி ஒலிகள், உச்சரிப்பு அழுத்தங்கள், வசனத்தில் உள்ள சொற்கள் இவற்றை எவ்வாறு ஒருங் கிணைக்கலாம்? தாளக் கருவிக்குப் பதிலாக, மனதுக்குள்ளான எண்ணுதலை நாம் பயன்படுத்த வேண்டும். இடைவிடாமலும், உள்ளுணர்வு ரீதியாகவும் அதனுடனும் அதன் வேக-லயத்துடனும் நாம் ஒருங்கிணைந்து செயல்பட்டாக வேண்டும்.''

''அளவிடப்பட்ட, அதிர்வுகள் கொண்ட, நன்கு கலக்கப்பட்ட பேச்சானது, இசை மற்றும் பாடுதலில் உள்ளது போன்ற தன்மைகள் பலவற்றைக் கொண்டுள்ளது.''

''எழுத்துகள், அசைகள், சொற்கள் - பேசுதலின் இசை ஸ்வரங்கள் இவைகளே. இவற்றைப் பயன்படுத்தி ராகங்கள், சிம்ஃபொனிகள் இவற்றை வடிவமைக்கலாம். அழகான பேச்சை இன்னிசை என்று வர்ணிப்பதற்குக் காரணம் உள்ளது.''

''நல்ல அதிர்வுடனும் வீச்சுடனும் பேசப்படும் சொற்கள் கேட்போரைப் பிணிக்கும் திறன் கொண்டவை. ஒருவித ஒலிநயத்தில் ஒரு சொற்றொடர் கனமான ஆழம் கொண்டதாக இருந்தால் அதே சொற்றொடர் மற்றொரு வேகமான ஒலி நயத்தில் ஒரு சிறுமியின் விளையாட்டுப் பேச்சாகக் கூட ஒலிக்கக் கூடும். முதலாவதில் ஒரு அமைதி இருக்கும்; இரண்டாவதில் துள்ளலும் துடிப்பும் இருக்கும்.''

''திறமை மிக்க பாடகர்களுக்கு இது நன்கு தெரியும். இராகத்துக்கு எதிராக, தாளலயத்துக்கு எதிராகக் குற்றமிழைப்பது பற்றி எப்போதும் நீங்காத அச்சம் கொண்டவர்களாக அவர்கள் இருக்கிறார்கள். கலைக்கு எப்போதுமே ஒழுங்கு முறையும்,

கட்டுப்பாடும், மிகச் சரியான கணிப்பும் நேர்த்தியும் தேவை. குழப்பமும் ஒழுங்கின்மையும் கூட அவற்றுக்கே உரிய வேக-லயத்தைக் கொண்டுள்ளன.''

''இசை மற்றும் பாடகர்களைப் பற்றி நான் இங்கு கூறியது நாடகக் கலைஞர்களாகிய நமக்கும் பொருந்தும். பல பாடகர்கள் குரல் இருந்தாலும் இல்லாவிட்டாலும் பாடுவதில் இறங்கி விடுகிறார்கள். அவர்களின் பாடலில் ஒழுங்கு, நேர்த்தி ஆகியவை இருப்பதில்லை. பேசுதலைப் பொறுத்த அளவிலும் இதுவே நடக்கலாம். வாஸ்யாவைப் போன்ற ஒரு நடிகனை எடுத்துக் கொள்ளலாம். அவனது குரல் ஒழுங்கின்றித் திக்குவதாக உள்ளது. சொற்றொடரின் இடையிடையே மட்டுமின்றி ஒரு தனி சொற்தொகுதியின் நடுவில் கூட அவனது லயம் உடைந்து போகிறது. ஒரு சொற்றொடரின் ஒரு பாதி மெதுவாகவும், அடுத்தபாதி வெகு வேகமாகவும் பேசப்படலாம்.''

''தமது பேசுதலில் கவனம் செலுத்தாமல், சொற்களை லட்சியம் செய்யாமல் மோசமாக உச்சரித்து வேகமாகப் பேசும் பல நடிகர்களும் தமது சொற்றொடர்களைச் சிதைத்தும், உருக்குலைத்தும் அரைகுறையாக வெளியிடுகிறார்கள்.

''ஒரு சில நாடுகளைச் சேர்ந்த நடிகர்களும் தமக்கே உரிய வகையில் ராகமிட்டும் தாளம் மாறியும் பேசுவதைக் காணலாம்.''

''தேவை ஏற்பட்டால் தவிர பேசுதலில் இத்தகைய ஏற்ற இறக்கங்களும் விரைவு-நிதானம் ஆகிய மாற்றங்களும் இருக்கக் கூடாது. சொற்களை உடைத்துப் பேச நேர்ந்தாலும், கொடுக்கப்பட்டுள்ள வேக-லயமானது பாதுகாக்கப்பட்டாக வேண்டும். வேகமான உரையாடல் அல்லது வாசித்தலில் நிறுத்தங்கள் குறுகியதாக உள்ளது. இதற்கு நேர்மாறாக நிதானமாக உரையாடல் மற்றும் வாசித்தலில் அவை நீண்டவையாக உள்ளன.

''பெரும்பாலான நடிகர்களுக்குப் பேசுதலின் இரு முக்கிய அம்சங்களில் முழுமையான பயிற்சி இல்லாமல் இருப்பது நமக்கு ஒரு பிரச்சினையாகும். ஒருபுறம் வழுக்கிக் கொண்டு போகும் தன்மை, நிதானம், ஒருங்கிணைந்த அதிர்வு, ஓட்டம் ஆகியன

உள்ளன. மற்றொருபுறம் வேகம், லேசான தன்மை, தெளிவு மற்றும் உச்சரிப்பில் நச்சென்ற தன்மை ஆகியன உள்ளன. ரஷ்ய நாடகங்களில் இந்த இருவேறு குணாம்சங்களையும் நம்மால் அதிகம் காண முடிவதில்லை. பெரும்பாலான சமயங்களில் நீண்ட நிறுத்தங்களும் அவற்றின் இடையில் வேகவேகமாக வெளியே ஓடிவரும் சொற்களும் தான் நமக்குத் தெரிகின்றன.''

''நிதானமான, கம்பீரமான பேசுதலைப் பெறுவதற்கு, முதலில் மௌனமான நிறுத்தங்களுக்குப் பதிலாக, கனமான அதிர்வுகளால் ஆன இழுவையான ஒலிகளை - சொற்களை நீட்டி முழக்கிப் பேசும் முறையைக் கையாள வேண்டும்.

''ஒரு தாளக் கருவியின் தட்டுக்கு ஏற்ப மிக மெதுவாக வாசித்துப் பயிற்சி செய்தல் உங்களுக்கு உதவிகரமாக இருக்கும். சொற்களை வழுக்கிச் செல்லும் நிதானமாக ஓட்டமாக உச்சரித்தலைக் கவனமாகச் செய்தாலும், பயிற்சியின்போது அதற்குத் தேவையான அகரீதியிலான அடிப்படையை ஏற்படுத்திக் கொண்டாலும், உங்களால் நிதானமான தெளிவான பேசுதலைப் பெற முடியும்.''

''நல்ல வேகமான பேச்சு, வேக-லயத்திற்கு உட்பட்டதாக, புரியும் வகையில் தெளிவாக உச்சரிக்கப்படுவதாக உள்ள பேச்சை நமது மேடையில் கேட்பது மிகவும் அரிது. வேகமாகப் பேசுவதில் பிரெஞ்சு மற்றும் இத்தாலிய நடிகர்களுடன் நம்மால் போட்டியிட முடிவதில்லை. நம்மில் பலராலும் கடகடவெனப் பேச முடிவதில்லை. நாம் குளறுகிறோம், திக்குகிறோம், சொற்களைக் கடித்துத் துப்புகிறோம். கடகடவென்ற பேச்சு, கற்றுக் கொள்ளப்பட வேண்டிய ஒன்று. முதலில் மிக மெதுவாகவும், மிகைப்படுத்தப்பட்ட விதத்தில் மிகச் சரியானதாகவும் பேசுவதை முழுவதும் கற்றுத் தேர்ந்த பின்னரே கடகடவென பேச்சு நம் கைவசம் வரும். நெடுநேரம்,'' அடிக்கடி பயிற்சி செய்வதால் நமது பேசும் உறுப்புகள் நன்கு பழக்கப்பட்டு விடுவதால் அதே சொற்களை முடிந்த அளவு வெகு வேகமாகப் பேசுவதற்கு அவை கற்றுக் கொள்கின்றன. எனவே, மோசமான பாடகர்களை உங்களின் முன்மாதிரிகளாக எடுத்துக் கொள்ளாதீர்கள். நிஜமான

வித்தகர்களைக் கண்டு கொள்ளுங்கள் - அவர்களிடமிருந்து அவர்களது தெளிவு, சரியான கால அளவுகள் மற்றும் கட்டுப்பாட்டைக் கற்றுக் கொள்ளுங்கள்.

பேசும் போது ஒலிகள், அசைகள், சொற்கள் ஆகியவற்றுக்குத் தேவையான சரியான நீளத்தைக் கொடுங்கள். தெளிவான லயத்தைப் பயன்படுத்துங்கள், அவற்றின் தொனித் துணுக்குகளை நன்கு ஒருங்கிணையுங்கள்; உங்களது சொல் தொகுதிகளை அளவோடு அமையுங்கள், சரியான உச்சரிப்பு அழுத்தத்தை விரும்பிக் கற்றுக் கொள்ளுங்கள். நினைவில் உள்ள உணர்ச்சிகளுக்கு ஏற்றவாறும், பாத்திரத்தின் வடிவத்துக்கு ஏற்றவாறும் பேசக் கற்றுக் கொள்ளுங்கள்.

"தெளிவான பேச்சு, லயம் பற்றிய தெரிவுணர்வை ஏற்படுத்துகிறது, அதே போல, லயம் பற்றிய தெரிவுணர்வு தெளிவான பேச்சை உருவாக்க உதவுகிறது. மேலும், மந்திர IF மற்றும் தரப்பட்டுள்ள அகச் சூழல் இவற்றின் பால் பேச்சின் மிகச் சரியான தன்மை அமைந்துள்ளபோது இவை எல்லாமே நிகழ்வது சத்தியமாகும்."

2

பெரிய தாளக் கருவியை வெகு நிதானமான தாளத்தில் முடுக்கிவிடுமாறு டார்ட்சாவ் கட்டளையிடவும் இன்றைய பாடம் தொடங்கியது. வழக்கம் போல, ஒலி அளவுகளை மணியடிப்பதன் மூலம் ரக்மனோவ் தெரிவித்தார்.

பின்னர், பேசுதலின் லயத்தைப் பற்றிக் குறிப்பதற்காக ஒரு சிறிய தாளக்கருவி ஒன்று ஒலிக்கச் செய்யப்பட்டது. பின்னர் அவற்றின் துணையோடு பேசுமாறு டார்ட்சாவ் என்னை அழைத்தார்.

"நான் என்ன பேசட்டும்?" என்று நான் குழப்பத்துடன் கேட்டேன்.

"உனக்கு என்ன விருப்பமோஅதைப் பேசு," என்று அவர் பதிலளித்தார். "உன் வாழ்வில் நிகழ்ந்த சம்பவம் ஒன்றைப் பற்றிச்

சொல். நேற்று நீ என்ன செய்தாய், இன்று எதைப் பற்றிச் சிந்தித்துக் கொண்டிருக்கிறாய், என்றெல்லாம் சொல்,''

நானும் என் மூளையைக் கசக்கிக் கொண்டு, பின்னர் முந்தைய மாலை சினிமாவில் பார்த்ததைப் பற்றிப் பேசினேன். இதற்கிடையில் தாளக்கருவிகள் அடித்தன, மணி ஒலித்தது. ஆனால் நான் பேசியதற்கும் அதற்கும் எந்தத் தொடர்பும் இல்லை. அவை தமது எந்திரகதியில் ஒலித்தன. நானும் எனது எந்திரகதியில் பேசினேன்.

டார்ட்சாவ் சிரித்துவிட்டு, ''பாண்ட் வாசித்துக் கொண்டிருக்கிறது, கொடியும் சும்மா படபடக்கிறது,'' என்றார்.

''இதில் வியப்பொன்றும் கிடையாது. ஏனெனில், தாளக் கருவியின் ஒலியோடு ஒத்துப் போகுமாறு பேசுவது எப்படி என்று எனக்குத் தெரியாது,'' என்று என்னையே காப்பாற்றிக் கொள்ளப் படபடப்பாகப் பேசினேன். ''பாடுவதும், கவிதை வாசிப்பதும் ஒலி அளவுகளுக்கு ஏற்ப செய்யப்படலாம். ஆனால் வெறும் உரை நடையை இவ்வாறு பேசுவது எப்படி? இங்கு அழுத்தங்கள் எங்கே இணைய வேண்டும்? எனக்குப் புரியவில்லை,'' என்று நான் குறைகூறும் தொனியில் பேசினேன். ஆனால் டார்ட்சாவோ என்னைத் தொடர்ந்து பேசுமாறு கூறினார்.

உண்மையில் தாளவேகத்தை விட முன்னால் அல்லது பின்னால் தான் நான் பேசினேன் - இழுத்துக் கொண்டு போனேன் அல்லது விரைவாக ஓடினேன். பின் திடீரென்று தற்செயலாக, தாளத்துடன் அவ்வப்போது இணையலானேன். இது ஒரு அசாதாரணமான நல்ல உணர்வை எனக்குள் ஏற்படுத்தியது.

ஆனால் என் மகிழ்ச்சி நெடுநேரம் நீடிக்கவில்லை. தற்செயலாகப் பிடித்திருந்த வேக-லயம் ஒரு சில நொடிகள் மட்டுமே நிலைத்துப் பின் மறைந்து விட்டது.

மறுபடியும் தாளக் கருவியுடன் இணைந்து கொள்ள வலிந்து முயன்றேன். ஆனால் எனது முயற்சி எவ்வளவு கடினமாக இருந்ததோ அவ்வளவு அதிகமான குழப்பத்தில் எனது லயம்

ஆழ்ந்தது. நான் என்ன பேசுகிறேன் என்பதே தெரியாத நிலையில் கடைசியில் பேசுவதை நிறுத்திவிட்டேன்.

“என்னால் தொடர முடியவில்லை! வேகத்தைப் பற்றியோ லயத்தைப் பற்றியோ எனக்கு ஒன்றுமே தெரியவில்லை!” என்று சொல்லி, கிட்டத்தட்ட அழுதே விட்டேன்.

“அது உண்மையல்ல! உன்னையே நீ குழப்பிக் கொள்ளாதே,” என்றார் டார்ட்சாவ். “உரைநடையைப் பொறுத்த அளவில் நீ மிக அதிகமான வேக-லயத்தை எதிர்பார்க்கிறாய். உடலின் அன்றாட அசைவுகளை எப்படி நடனமாக ஆட முடியாதோ அதே போல உரைநடையை ஒலி அளவுகளாகப் பிரித்து வைக்கவும் முடியாது. இங்கு லயம் சார்ந்த ஒருங்கிணைப்பு மிகவும் ஒழுங்காக அமைய முடியாது. ஆனால் நடனங்களிலும் கவிதைகளிலும் இது முன்னதாகத் திட்டமிடப்பட்டு விடுகிறது.

“ஒரு மகத்தான லய உணர்வைக் கொண்டுள்ளவர்களால் இந்தத் தற்செயலாக ஒத்துப் போவதை மேலும் அடிக்கடி நிறைவேற்ற முடியும். இந்த உணர்வு அவ்வளவு சிறப்பாக வளர்ச்சியுறாதவர்கள் இதைக் குறைவாகவே செய்வார்கள். அவ்வளவுதான். நான் இங்கு கண்டுபிடிக்க விரும்புவது, உங்களில் யார் முதலாவது வகை யார் இரண்டாவது வகை என்பது தான்.”

“நீ, கோஸ்ட்யா, ஆறுதல் கொள் - ஏனெனில் லய உணர்வு பெற்றுள்ளவர்களில் ஒருவனாக நான் உன்னைப் பார்க்கிறேன். வேக-லயத்தைக் கட்டுப்படுத்துவதற்கான வழிமுறை ஒன்றை நீ இன்னும் தெரிந்து கொள்ளாமல் இருக்கிறாய் - அவ்வளவு தான். எனவே நன்றாகக் கவனி - ஒரு முக்கியமான பேசும் செயல் நுட்பத்தைப் பற்றி இப்போது விளக்குகிறேன்.”

“கவிதையிலும் இசையிலும் இருப்பது போலவே உரைநடையிலும் வேக-லயம் உள்ளது. உரைநடையில் இது கலவையாக உள்ளது - ஒரு சொல் தொகுதி ஒரு லயத்திலும் பின் அடுத்தது முற்றிலும் வேறுபட்ட ஒன்றிலும் பேசப்படும். ஒரு சொல்தொகுதி நீளமாக இருக்கும், மற்றொன்று குட்டையாக

இருக்கும். ஒவ்வொன்றும் தனக்கே உரிய வினோதமான தாளலயத்தைக் கொண்டிருக்கும்."

"ஆரம்பத்தில் உரைநடையுடன் லயம் ஒத்தே போகாது என்று நாம் நினைக்கலாம். ஆனால், இந்தக் கேள்வியை உங்களிடம் கேட்கிறேன் - ஏதேனும் ஒரு சமயத்தில், கவிதையாக அல்லாமல் உரைநடையாக எழுதப்பட்டுள்ள ஒபரா, அல்லது பாடலைக் கேட்டதுண்டா? அப்படிக் கேட்டிருந்தால் ஸ்வரங்கள், நிறுத்தங்கள், தாள அசைவுகள், உடன் வாசிக்கப்படும் இசைக்கருவிகள், இராகம் மற்றும் வேக-லயம் ஆகியன, எழுத்துகள், அசைகள், சொற்கள் மற்றும் சொல் தொகுதிகளுக்குள் ஒருங்கிணைக்கப்பட்ட ஒரு வாசிப்பைத் தான் நீங்கள் கேட்டிருக்க வேண்டும். இவை எல்லாம் இணைந்து இசையின் ஒலியாக வெளிவந்தன. அந்த நிலையில் உரைநடை என்பது ஏறத்தாழக் கவிதை போலவே ஒலித்திருக்கும். இப்போது நமது சாதாரணப் பேச்சிலும் நாம் அதே வழியைப் பின்பற்றுவோம்."

"முதலில், இசையில் என்ன நடக்கிறது என்று பார்க்கலாம். குரலானது சொற்களை இராகமாகப் பாடுகிறது. சொற்கள் இல்லாத இடைவெளிகள், உடன் வாசிக்கப்படும் இசைக் கருவிகளின் இசையால் நிரப்பப்பட்டு விடுகின்றன."

"உரை நடையிலும் இதே தான் நிகழ்கிறது. எழுத்துகள் அசைகள் சொற்கள் ஆகியன ஸ்வரங்களின் இடத்தை எடுத்துக் கொள்கின்றன. நிறுத்தங்களும், சுவாசிப்பதற்கான தாமதங்களும் கூடவே இடைவெளிகளில் அமைகின்றன."

"மேடையில், உச்சரிப்புக்கு லயம் சேர்க்கப்படும்போது உரைநடையும் கூட இசை மற்றும் கவிதைக்கு மிக அருகில் நெருங்கி வரக் கூடும்."

"இதுபோன்றவற்றை, 'உரைநடைக் கவிதைகளிலும்' சில நவீன கவிஞர்களின் 'கவிதையில் உரைநடையிலும்' நாம் காணலாம். இவை நம் அன்றாட சாதாரணப் பேச்சு வழக்கு போலவே அமைந்துள்ளதையும் பார்க்கலாம்."

"எனவே நமது உரைநடையின் வேக-லயமும் பேசுதல், மௌனமாக இருத்தல் என்று பொருந்தி ஒரு நீரோடையைப் போல இனிமையாக ஓட வேண்டும்."

"பேசப்படுகிற கவிதை அல்லது உரை நடையில் உள்ள சாதாரண நிறுத்தங்களும் சுவாசிப்பதற்கான தாமதங்களும் மிகவும் முக்கியமானவை. ஏனெனில் லயத்தை உருவாக்குவதிலும், கட்டுப்படுத்தி ஒழுங்குபடுத்துவதிலும் ஒரு முக்கியப் பங்கை அவை வகிக்கின்றன. இவ்விரு வகையான நிறுத்தங்களுமே ஒரு நடிகனின் அகரீதியிலான தாளத்தின் அழுத்தங்களைக் குறிப்பவையாக உள்ளன."

"சுவாசிப்பதற்காகப் பேசுதலை நிறுத்தி ஒலி அளவை முடித்து வைப்பதை சிலர், 'டா-டா-டி, ரா, ரீ, ரிங்' என்று குறிப்பிடுகின்றனர்.

"இதன் தொடக்கம் எங்கே உள்ளது தெரியுமா? ஒரு பாடலைப் பாடும்போது அதற்கான சொற்கள் நமக்குத் தெரியவில்லை என்றால், அந்த இடத்தின் இராகத்தை இட்டு நிரப்புவதற்காக, பொருளற்ற ஒலிகளை அங்கே நாம் செய்வதுண்டு - அவை பொதுவாக டா-டா-டி, ரா-ரா போன்ற ஒலிகளாக இருக்கும்."

"உனது அழுத்தங்கள், தாளக்கருவியின் தட்டலோடு தற்செயலாகத் தான் இணைந்தது என்று நீ வருத்தம் கொண்டாயே - இப்போது அதைப் பற்றி அவ்வளவு கவலைப்பட மாட்டாய் என்று நம்புகிறேன். ஏனெனில், இந்தக் குறையைச் சரி செய்வதற்கான வழிமுறைகள் கண்டிப்பாக இருக்கின்றன."

3

இங்கு முக்கியமான மைய விஷயம் என்னவென்றால், பல்வேறு லயங்களைக் கொண்ட சொல்தொகுதிகளை ஒரு முழுமையான வடிவமாக இணைப்பது எப்படி என்று அறிந்து வைத்திருப்பது தான். இது, தமது இசையைக் கேட்க வந்துள்ள திரளான மக்களை அந்த நிகழ்ச்சியின் ஒரு வேக-லயத்திலிருந்து மற்றொரு வேறுபட்ட வேக-லயத்துக்கு ஒன்றாகத் தூக்கிச் செல்ல வேண்டிய

கட்டாயத்தில் உள்ள இசைக்குழு மற்றும் அதன் நடத்துனரின் பணிக்கு ஒப்பானதாகும். இதை, உடனடியாக அவசரமாகச் செய்துவிட முடியாது. பொதுவாக மக்களால், குறிப்பாக, திரளான பார்வையாளர்களால், சிம்ஃபொனியின் ஒரு பகுதியைக் கேட்டுப் பழகிய பின் சட்டென்று வேறு ஒரு வேகத்துக்கு மாற்றிக் கொள்வதையும் அதை ஏற்றுக் கொள்வதையும் சுலபமாகச் செய்ய முடிவதில்லை.

''இதனால் இந்த முட்டுக் கட்டையைத் தாண்டுவதற்கு இசைக்குழுவினருக்கும் அவர்களின் பார்வையாளர்களுக்கும் ஒருசேர உதவுவது ஒரு இசைக்குழுவின் நடத்துனரின் கடமையாகிறது. இதை அவரால் சட்டென்று செய்ய முடியாது, செய்வதில்லை. எனவே அந்த மாற்றத்தை அவர் படிப்படியாகச் செய்கிறார்.''

''நாமும் பேசுவதில் இதையேதான் செய்ய வேண்டும். நமக்கும் இசைக்குழு நடத்துனருக்கும் இடையே உள்ள வேறுபாடு என்னவென்றால் தான் சாதிக்க எண்ணுவதை அவர் வெளிப்படையாக, தமது கோலின் உதவியுடன் செய்கிறார். ஆனால் நாமோ இதை ரகசியமாக, அகரீதியில், மனதளவில் உள்ள தாளத்தாலோ அல்லது 'டாடாடீராராரீரிங்'இன் உதவியாலோ தான் செய்ய முடியும்.''

''இந்த மாற்றத்துக்கான உத்திகள் நமக்குத் தேவைப்படுவதன் முதல் நோக்கம், புதிய வேக-லயத்துக்குள் தெளிவான, நிச்சயமான நுழைதலைச் செய்வதாகும். மேலும், நாம் அப்போது மேடையில் உரையாடிக் கொண்டு இருக்கும் நபரையும் நம்முடன் எடுத்துச் சென்று அவரோடு கூட, பார்வையாளர் கூட்டம் முழுவதையும் அடுத்த மட்டத்துக்கு எடுத்துச் செல்ல வேண்டும்.''

''உரைநடையில் இந்த 'டாடாடி ராரீரிங்' என்பது பல்வேறு விதமான சொல்தொகுதிகளை இணைக்கவல்ல பாலமாக உள்ளது'' என்று டார்ட்சாவ் கூறிமுடித்தார்.

அன்றைய பாடத்தின் எஞ்சியுள்ள பகுதி, தாளக் கருவியின் டிக்-டிக் ஒலிக்கு ஏற்ப மிகவும் எளிமையாக நாங்கள் பேசிப்

பழகியதில் கழிந்தது. நாங்கள் சாதாரணமாகத் தான் பேசினோம் ஆனால் இப்போது எங்கள் பேச்சின் முக்கியச் சொற்கள் மற்றும் அசைகளை எப்போதெல்லாம் முடியுமோ அப்போதெல்லாம் தாளக் கருவியின் ஒலியுடன் இணைந்து செல்லுமாறு பார்த்துக் கொள்ள முயன்றோம்.

அதன் தட்டுகளின் இடையில் இருந்த இடைவெளிகளில் குழுக்களாக அமைக்கப்பட்ட சொற்களைப் பொருத்தினோம். இதனால் நான் பேசிக் கொண்டிருந்த விஷயத்தின் பொருள் மாறாதவாறு வைத்துக் கொண்டே அழுத்தங்கள் சரியான இடத்தில் பொருந்துமாறு செய்வது சாத்தியமாயிற்று. இவ்வாறு பேசுவது என்பது நிச்சயமாக தன்னிச்சையாகவும், தாறுமாறாகவும் இருப்பது இயல்புதான். இருந்தாலும் ஏதோ ஒரு விதத்தில் அது ஓரளவு இணக்கமாகவும் இருந்தது. அந்தப் பயிற்சியிலிருந்து அகரீதியிலான ஊக்கத்தை நான் பெற்றேன்.

இந்த அகரீதியிலான உணர்வுநிலை மீது வேக-லயம் ஏற்படுத்திய தாக்கத்துக்குத் தான் டார்ட்சாவ் மிகுந்த முக்கியத்துவம் கொடுத்தார்.

4

க்ரிபோயதோவின், அளவுக்கு மிஞ்சிய நகைச்சுவையால் ஏற்படும் துயரம்" (Woe From Too Much Wit) என்ற உரைநடைக் காவியத்தில் உள்ள இந்தச் சிறிய காட்சியுடன் டார்ட்சாவ் இன்றைய வகுப்பைத் தொடங்கினார்.

ஃபேமுசோவ்: என்ன இது?... மோல்சாலின், நீயா?

மோல்சாலின்: நானா?...

ஃபேமுசோவ்: இந்த நேரத்தில் இங்கேயா? ஏன்?...

ஒரு சிறிய இடைவெளிக்குப் பின் மேற்கண்ட உரையாடல்களைப் பின்வருமாறு மாற்றிப் பேசினார்:

"என்ன காரணத்துக்காக நீ இங்கே வந்திருக்கிறாய்? அது நீயா, என் நண்பன் மோல்சாலின்?" "ஆம், நான்தான் இந்த நேரத்தில் நீ எப்படி இங்கு வந்தாய்?"

இப்போது இந்தச் சொற்களை எதுகை மோனையின்றி, லயம் இன்றி அவர் பேசினார்.

''இதன் அர்த்தம் என்னவோ அதேதான், ஆனால் என்ன ஒரு வேறுபாடு! உரைநடையில் சொற்கள் கண்டபடி கொட்டிச் சிதறுகின்றன. தமது இறுக்கத்தை, வெட்டு ஒன்று துண்டு இரண்டு என்று திடமான தெளிவை, அழுத்தமான தன்மையை, வலியுறுத்தலை இழந்துவிடுகின்றன,'' என்று விளக்கினார் டார்ட்சாவ். ''உரைநடையில் ஒவ்வொரு சொல்லும் அவசியமானதாகிறது, ஒன்று கூட உபரியாக இருப்பதில்லை. உரை நடையில் ஒரு முழுச் சொற்றொடரால் விளக்கப்படுகிற ஒரு விஷயத்தைக் கவிதையில் ஒன்றிரண்டு சொற்களால் சொல்லி முடித்து விடலாம். மேலும், கவிதையில் தான் என்ன ஒரு நேர்த்தியும் ஒழுங்கும் உள்ளது!''

''கவிதை மற்றும் உரைநடையின் எடுத்துக்காட்டாக நான் மேலே பயன்படுத்தியுள்ள இரு முரண்பட்ட வசனங்களுக்கு இடையில் உள்ள முக்கிய வேறுபாடானது முதலாவது எடுத்துக்காட்டு, மகத்தான எழுத்தாளரான க்ரிபோயதோவினால் எழுதப்பட்டது; இரண்டாவது, என்னால் மிகவும் கொச்சையாக எழுதப்பட்டது என்பதே ஆகும் என நீங்கள் கூறலாம்.''

''நிச்சயமாக அதுவும் உண்மைதான். இருந்தாலும், ஒரு மகத்தான கவிஞன், அதே விஷயத்தை உரைநடையில் எழுதியிருந்தால் அதே போன்ற எழிலான தன்மையைத் தன் உரைநடையினுள் அவரால் கண்டிப்பாகக் கொண்டு வந்திருக்க முடியாது. எடுத்துக்காட்டாகச் சொல்வதானால், அந்த முதல்காட்சியில் மோல்சாலின் ஃபேமுசாவைச் சந்திக்கும்போது தனது அச்சத்தையும், கிலியையும் வெளிப்படுத்த ஒரே ஒரு சொல் மட்டுமே அவனுக்குத் தரப்பட்டுள்ளது: ''நானா'':

''மோல்சாலினாக நடிக்கும் நடிகரும் அதே நேர்த்தி மற்றும் கூரான வலியுறுத்தலைத் தன் அக உணர்வுகளாக் கொண்டிருக்க வேண்டும், அந்தச் சொல்லுக்குப் பின்னால் பொதிந்துள்ள அனைத்தையும் - அச்சம், கிலி, வெட்கம், மன்னிப்புக் கோரும்

பணிவு - என்று மோல்சாலின் அந்தச் சமயத்தில் ஆழமாக அனுபவித்து உணர்கிற அனைத்தையும் அவர் வெளிக் கொண்டுவர வேண்டும்.''

"கவிதை என்பது உரைநடையிலிருந்து வடிவத்தால் வேறுபட்டு இருப்பதால் அது வேறுபட்ட உணர்ச்சிகளைத் தூண்டிவிடுகிறது. அதே போல, இதற்கு நேர் எதிரான நிலையும் நிஜம்தான். கவிதையின் உபகருத்து, உட்பொருள் வேறாக இருப்பதாக நாம் உணர்வதால்தான் அது வேறு ஒரு வடிவத்தைக் கொண்டதாக இருக்கிறது.

"பேசப்படுகிற உரைநடைக்கும் கவிதை வடிவத்துக்கும் இடையே உள்ள பிரதான வேறுபாடுகளில் ஒன்று அவற்றின் வேக-லயங்களில் அடங்கியுள்ளது. நமது உணர்ச்சிகள், நினைவுகள் மற்றும் உணர்வுகளின்மீது அவை ஏற்படுத்துகிற தாக்கத்தில் அவை வேறுபாடாக உள்ளன - இந்த வேறுபாடு ஒலி அளவுகளாலும் தாள அளவுகளாலும் ஏற்படுகிறது.''

இதன் அடிப்படையில் பார்த்தால் நாம் பின்வருமாறு இதைப் பற்றி ஒரு கருத்தை உருவாக்கிக் கொள்ளலாம். ஒரு கவிதையோ உரைநடையோ எவ்வளவு அதிகமாக ஒலிநயத்துடனும் லயத்துடனும் இருக்கிறதோ அந்த அளவு தெளிவாக அதைப் பற்றிய நமது எண்ணங்களும், உணர்ச்சிகளும் இருக்கும். இதையே நேர்மாறாகவும் கொள்ளலாம். எந்த அளவு தெளிவாக வரையறுக்கப்பட்டதாக நமது எண்ணங்களும் உணர்ச்சிகளும் உள்ளனவோ அந்த அளவு அவற்றை வெளிப்படுத்தும் வசனம்/ கவிதை ஆகியன ஒலி நயத்துடனும், லயத்துடனும் இருக்க வேண்டியது அவசியமாகிறது.

இங்கு, வேக-லயம் உணர்ச்சிகளின் மீதும், உணர்ச்சிகள் வேகலயம் மீதும் கொண்டுள்ள தாக்கம் பற்றிய ஒரு புதிய அம்சம் நமக்கு வசமாகிறது.

"ஒலி மற்றும் தாளக் கருவிகளைக் கொண்டு பல்வேறு மனநிலைகள், செயல்கள் மற்றும் கற்பனை வடிவங்களைத் தட்டிக்

காட்டிய பயிற்சிகள் உங்களுக்கு நினைவிருக்கிறதல்லவா? வெறும் தட்டுதலால் இவ்வளவு கருத்துகளை வெளிக்கொணர முடியும் என்றால், ஒரு மனிதக் குரலின் உயிருள்ள ஒலியால், எழுத்துகள், அசைகள், சொற்கள் இவற்றின் கருத்துள்ள அர்த்தச் செறிவுகளால் எவ்வளவு சுலபமாக இதையே செய்ய முடியும் என்று எண்ணிப் பாருங்கள்.''

''சொற்களின் பொருள் நமக்குப் புரியாவிட்டாலும்கூட அவற்றின் வேக-லயத்தால் அவை நம்மைப் பாதிக்கத்தான் செய்கின்றன. ''ஒரு குற்றவாளியின் குடும்பம்'' என்ற நாடகத்தில் கொராடோ என்ற பாத்திரத்தை தாமஸோ ஸால்வினி ஏற்று நடித்தார். அப்போது அவர் பேசிய தனிவசனம் என் நினைவுக்கு வருகிறது. இந்தத் தனிவசனம், ஒரு குற்றவாளி சிறையிலிருந்து தப்பியதைப் பற்றி வர்ணிக்கிறது.

''இத்தாலிய மொழி எனக்குத் தெரியாது, அந்த நடிகர் என்ன சொன்னார் என்பதும் எனக்குப் புரியவில்லை. இருந்தும் அவர் அனுபவித்த உணர்வுகளில் நானும் ஆழமாக அமிழ்ந்து போனேன். சால்வினியின் குரலின் அற்புதமான தொனியும் அவரது பேச்சின் தெளிவான, உணர்ச்சிமிக்க வேக-லயமும் தான் இதில் எனக்கு உதவியாக இருந்தன.''

''கவிதைகளில் வேக-லயம் ஒலிச் சித்திரங்களைத் தீட்டுவதைப் பற்றியும் எண்ணிப் பாருங்கள் - மணிகளின் ஓசையும், குதிரைக் குளம்பொலிகளும்... எடுத்துக்காட்டாக:

''மணிகள் ஒலிப்பதைக் கேளுங்கள் -
இரும்பு மணிகள்!
அவற்றின் சோக கீதம் எழுப்பும் எண்ணங்கள் தான்
எத்தனை யெத்தனை!
நானும் குதிரைமீது குதித் தேறினேன்,
ஜோரிஸூம் அவனும் அவ்வாறே:
நான் விரைந்தேன், டர்க்கும் விரைந்தான்
நாங்கள் மூவரும் விரைந்தோம்...''

5

"பேசுதலில் ஒலிகள் மட்டும் இருப்பதில்லை, நிறுத்தங்களும் இடைவெளிகளும் உள்ளன என்பது உங்களுக்குத் தெரியும்," என்று டார்ட்சாவ் விளக்கினார். "இவை இரண்டுமே வேக-லயத்தால் நிரப்பப்பட்டு இருக்க வேண்டும்"

"லயமானது ஒரு நடிகனுக்குள்ளே இயல்பாகப் பொதிந்துள்ளது. அவள் மேடையிலே உள்ளபோது, அவனது செயல்பாடுகளிலும், செயல்படாமல் இருக்கும் போதும், பேசும் போதும், மௌனமாக உள்ளபோதும் அது தன்னைத் தானே வெளிப்படுத்திக் கொள்கிறது. செயல்பாடு மற்றும் செயலற்ற நிலை இவற்றின் லயங்களுக்கு இடையில் உள்ள பரஸ்பர உறவைக் கண்டு கொள்வது சிரமம். இப்போது அதைப் பார்க்கலாம்:

"உரை நடையில் நிறுத்தங்களின் பயன்பாடு குறைவு. நிறுத்தங்களும் இடைவெளிகளும் தேவைக்கு அதிகமாக இழுக்கப்பட்டால், அதனால் பேசுபவரும் கேட்பவரும் தொடர்பை மறந்து விடுவதற்கான வாய்ப்பு உள்ளது. இதனால் உரைநடையில் பிளவு ஏற்படுகிறது. ஆனாலும் சில சமயங்களில் நீண்ட இடைவெளிகள் தேவையாகவும் உள்ளன. எடுத்துக்காட்டாக, க்ரிபோயதோவின் நாடகமான "அளவுக்கு மிஞ்சிய நகைச் சுவையால் ஏற்படும் துயரம்" என்பதை (Woe From Too Much Wit) எடுத்துக் கொள்வோம். இதன் முதல் காட்சியில், தன் எஜமானியான சோஃபியாவுக்கும் மோல்காலினுக்கும் இடையிலான காதல் சந்திப்பை நிறுத்தவேண்டி, லிசா, சோஃபியாவின் படுக்கையறைக் கதவைத் தட்டுகிறாள். காலை வெகுநேரம் ஆகிவிட்டதால் அவள் இதைச் செய்ய வேண்டியுள்ளது. அந்தக் காட்சியின் வசனம் இவ்வாறு உள்ளது.

லிசா: (சோஃபியாவின் கதவருகில்) உள்ளே இருப்பவர்களுக்கு அவள் தட்டுவது கேட்கிறது. ஆனால் அவர்கள் அதைக் காதில் வாங்கிக் கொள்ள மறுக்கிறார்கள். (ஒரு இடைவெளி. லிசா கடிகாரத்தைப் பார்க்கிறாள். சட்டென்று அவளுக்கு ஒரு யோசனை தோன்றுகிறது) இந்தக் கடிகாரத்தைத் திருப்பி

முன்னால் முடுக்கி விட்டால், அது அடிக்கும். எனக்குத் திட்டுதான் கிடைக்கும், ஆனால் பரவாயில்லை...

(நிறுத்தம் லிசா மேடையின் குறுக்கே நடந்து சென்று கடிகாரத்தின் மூடியைத் திறந்து, முட்களை நகர்த்துகிறாள். இதனால் கடிகாரம் மணியடிக்கத் தொடங்குகிறது. அவளும் களிப்புடன் நடனமாடுகிறாள். ஃபேமசாவ் உள்ளே வருகிறார்.)

லிசா: ஓ, எஜமான்!

ஃபேமசாவ்: உன் எஜமான், ஆமாம்.

(நிறுத்தம். ஃபேமசாவ் கடிகாரத்தின் அருகில் சென்று மூடியைத் திறந்து, மணியடிப்பதை நிறுத்துகிறார்.)

என்ன விளையாட்டுத் தனம்

போக்கிரிப் பெண்ணே. எனக்குத் தெரியும்

இத்தகைய ஒருத்தியை நான் கற்பனை கூடச் செய்து பார்க்க முடியாது!

மேற்கண்ட வசனத்தில் பார்த்தீர்களானால் சொற்களுக்கு இடையில் நீண்ட இடைவெளிகள் உள்ளன... செயல்பாட்டின் தன்மையால் இந்த இடைவெளிகள் ஏற்படுகின்றன. இடைவெளியானது மிகவும் நீண்டுவிட்டால் நடிகர் வசனத்தை மறந்து விடக் கூடும்; மேலும் வசனத்தின் தாக்கமும் அங்கு நீர்த்துப் போய், உயிரற்றதாகி விடக் கூடும். அதே சமயம் மிகவும் குறுகிய இடைவெளியானது, நடிப்புச் செயல்பாட்டை விரைவுபடுத்தி, அந்தச் செயல்பாடுகளின் உண்மைத் தன்மை மீதான நம்பிக்கையைக் குலைத்து விடுகிறது. எனவே வசனத்தின் சொற்களுக்கு இடையே உள்ள இடைவெளிகளின் கால அளவுடன், நடிப்புச் செயல்பாட்டின் நிஜத் தன்மையையும் இணைத்துச் சரிபார்க்க வேண்டியது அவசியமாகிறது.

"லிசா மற்றும் ஃபேமசாவின் பாத்திரங்களை ஏற்று நடிக்கும் நடிகர்கள் பலரும் தமது வசனத்தில் உள்ள நீண்ட இடைவெளிகளைக் கண்டு பயப்படுகிறார்கள். இதனால்

செய்யப்பட வேண்டிய செயலை விரைவாகச் செய்து முடித்து விட்டு, இடைவெளியால் குறுக்கீடு செய்யப்பட்டு நிறுத்தப்பட்ட வசனத்தின் தொடர்ச்சியைத் தேடி அவசர அவசரமாக வந்து சேர்ந்து கொள்கிறார்கள். இதனால் ஒரு துண்டுதுண்டான அரைகுறைத் தன்மை ஏற்படுகிறது. மேடையில் நடந்து கொண்டிருக்கும் சம்பவங்கள்மீது பார்வையாளருக்கு உள்ள நம்பிக்கையை இது கொன்று விடுகிறது. இவ்வாறு நடிப்பு மற்றும் வசனத்தைப் பாழ்படுத்துவதால் மேடையில் நிகழ்வது அபத்தமாகிப் போகிறது. சரியான அடிப்படை இல்லாததால் நடிப்பு உயிரற்றுப் போய் விடுகிறது, சலிப்பூட்டுவதாகிறது. இவ்வாறு நடிக்கும் நடிகர்கள் அந்த நடிப்புக்கான நோக்கத்தையே நிறைவேறாமல் போகுமாறு செய்து விடுகிறார்கள். இவர்கள் வேறுவிதமாகச் செயல்பட வேண்டும். வசனத்தின் வரிகளுக்கு இடையில் தேவையற்ற நிறுத்தங்கள் இல்லாமல் செய்ய வேண்டிய செயலைச் செய்தவாறு அகரீதியிலான தாளங்களுக்கு ஏற்றவாறு செயல்களைச் செய்ய வேண்டும்.

"நீண்டதொரு இடைவெளிக்குப் பிறகு ஒரு நடிகர் பேசத் தொடங்கும்போது, உரைநடையின் லயத்தைச் சற்றே வலியுறுத்த ஒன்றிரண்டு விநாடிகள் எடுத்துக் கொள்ள வேண்டும். இதன் மூலமாக, அவரும் பார்வையாளர்களும் உடைபட்ட அல்லது மொத்தமாகக் காணாமலே போய்விட்ட லயத்தை மறுபடியும் திரும்பப் பெறுவது சாத்தியமாகிறது."

"எனவே, பேசுதலில் மட்டுமல்லாது, மௌனமாக இருப்பதிலும் லயத்தோடு இருப்பது எப்படி என்று ஒரு நடிகனுக்குத் தெரிந்திருக்க வேண்டும். சொற்களை நிறுத்தங்களுடன் சேர்த்துக் கையாள வேண்டும் - அவற்றைத் தனித்தனியான துணுக்கு களாகவோ, முழுமையான வடிவங்களாகவோ கருதக் கூடாது.

"பேசப்படும் சொற்களின் ஒலி அளவும், அவற்றுக்கு இடையே உள்ள இடைவெளிகளின் லயம் மிக்க தன்மையும் உரைநடையில் மிகவும் தெளிவாகத் தெரிவதால், அதை நான் முதல் எடுத்துக்காட்டாகப் பயன்படுத்தியுள்ளேன்."

"உரைநடைப் படுத்துதல் பற்றியோ, உரைநடையை எப்படி வாசிப்பது என்றோ உங்களுக்குக் கற்றுத் தருவது என் வேலை அல்ல. அது ஒரு வல்லுனரால் செய்யப்படும். எனது சொந்த அனுபவத்திலிருந்து நான் கண்டு கொண்ட பல்வேறு விஷயங்களைப் பற்றி உங்களுக்குத் தெரியப்படுத்துகிறேன், அவ்வளவு தான். இது உங்கள் வேலையில் உங்களுக்கு உதவியாக இருக்கும்.

நான் இதுவரை உங்களுக்குக் கூறியுள்ளவற்றிலிருந்து ஒரு நடிகரின் பணியில் வேகலயம் ஆற்றுகிற மிகமிக முக்கியப் பங்கைப் பற்றி உங்களால் சுலபமாகப் புரிந்து கொள்ள முடியும். நடிப்புச் செயல்பாட்டின் உடையாத தொடர்கோடு மற்றும் உட்கருத்தாகிய உட்பொருளுடன் சேர்ந்து ஒரு நாடகத்தை வடிவமைக்கும் பாத்திரங்களின் நடிப்பு அசைவுகள், சொற்கள், நிறுத்தங்கள், உணர்ச்சி அனுபவங்கள் ஆகியவற்றோடு அதன் புறரீதியிலான பொருள்படுத்துதலிலும் தொடர்ந்து சென்று அது செயல்படுகிறது."

6

அடுத்து வந்தது, வேக-லயத்தின் மறுபார்வை ஆகும். முதலாவதாகப் பரிசோதனைக்கு அழைக்கப்பட்டவன் லியோ. புஷ்கின் எழுதிய மொசார்ட் மற்றும் சாலியெரி என்ற நாடகத்தில் வரும் சாலியெரியான் தனி வசனத்தை அவன் வாசித்துத் தன் திறமையைச் சிறப்பாக வெளிப்படுத்தினான். முன்னர் செய்த பயிற்சியில் அவன் மோசமாகச் செயல்பட்டதை நினைவுகூர்ந்து டார்ட்சாவ் பின்வருமாறு கூறினார்:

"ஒரே நபரின் லயமற்ற உடல் செயல்பாட்டுடன் லயத்தோடு கூடிய பேச்சும் ஒன்றாக இருப்பதற்கான நல்ல எடுத்துக்காட்டு இது. ஆனால், பேச்சும் கூட இங்கு வரண்டதாகவும், அகரீதியிலான பொருள் ஏதும் இல்லாமலும் உள்ளது."

அடுத்து வந்தது வாஸ்யா. லியோவைப் போல் அல்லாமல் பழைய பயிற்சியை அவன் மிகச்சிறப்பாகச் செய்தான். ஆனால்

பேசும் லயங்களில் அவனது செயல்பாடு அத்தனை சிறப்பாக இல்லை.

"இங்கு நிலைமை தலைகீழாக உள்ளது - தனது உடல் அசைவுகளில் இவன் மிக்க லயத்தோடு இருக்கிறான். ஆனால் பேசுதலில் லயமின்றி இருக்கிறான்," என்றார் டார்ட்சாவ்.

அடுத்ததாக க்ரிஷா வாசித்தான். தாங்கள் செய்கிற எல்லாச் செயல்களுக்கும் - உடல் அசைவுகள், சொற்கள், மௌனங்கள் என - ஒரே ஒரு வேகலயத்தைக் கொண்ட, மாறாத நடையில் ஏற்ற இறக்கமின்றிச் செயல்படும் சில நடிகர்களைப் போல் அவன் இருப்பதாக டார்ட்சாவ் குறிப்பிட்டார்.

"மேற்காணும் நடிகர்களின் வேக-லயங்கள் அவர்களது 'வகை' மனிதர்களுக்கு ஏற்ப அமைந்துள்ளன. அதாவது, 'பண்பான தந்தை' எனும் வகையானவர் எப்போதுமே 'பண்பான' லயத்தில் நிலைத்திருப்பார். சிறுபிள்ளைத்தனமான வகையானவர் விளையாட்டுத்தனமாக உளறியபடி, வேகமான லயத்தில் நிலைத்திருப்பார். இதே போல, நகைச்சுவை நடிகன், ஹீரோ, ஹீரோயின் இவர்கள் ஒவ்வொருவரும் நிரந்தரமாக நிலைத்துள்ள வேக-லயங்களைக் கொண்டுள்ளனர்."

க்ரிஷாவுக்கு ஹீரோவாக நடிக்கும் ஆசை இருந்த போதிலும் அவன் ஏற்றுள்ள வேக-லயமானது ஒரு குணச்சித்திர நடிகனுக்குள்ள வேக-லயமாகும். இதை பிரெஞ்சு நாடகத் துறையை சேர்ந்தவர்கள் (Raisonneur) என்று குறிப்பிடுகின்றனர். இதற்கு, கதையின் மூலக்கருத்தை எடுத்துச் சொல்பவர் என்று பொருள்.

"இது வருத்தத்துக்குரியது, என்றார் டார்ட்சாவ். "ஏனெனில் இதனால் ஒரு மந்தமான தாக்கம் ஏற்படுகிறது. மேடைக்கு வெளியில் அன்றாட வாழ்வில் அவன் கொண்டுள்ள வேக-லயத்தைப் பின்பற்றுவது அவனுக்கு நல்லது. அந்த வேக-லயமாவது, குறைந்தபட்சம், ஒரே ஒரு வகையான வேகத்தில் உறைந்து போகாமல் நிஜவாழ்க்கையின் மாறி மாறி வரும் லயங்களைப் பிரதிபலிப்பதாக இருக்கும்."

பல்வேறு காரணங்களால் மற்றவர்களையும் வேக-லயத்தைச் செய்து காட்டுமாறு டார்ட்சாவ் கேட்கவில்லை. பதிலாக, இந்தப் பிரச்சினையின் மற்றொரு கோணத்தை விளக்குவதில் அவர் இறங்கினார்.

''கவிதையின் புறவடிவத்தால், அதன் எதுகை, மோனை, வரிகளின் நீளம் ஆகியனவற்றால் முழுவதுமாகக் கவரப்பட்டு அதன் உட்பொருளையும், சொற்களின் பின்னே தொக்கி நிற்கும் உபகருத்தையும், உயிரோட்டமான உள் உணர்வுகளையும் முற்றிலும் அலட்சியம் செய்யும் நடிகர்கள் பலர் உள்ளனர்.''

''வசன கவிதையைப் பேசுவதில் மிகச் சரியாக அவர்கள் செயல்படக்கூடும். கணித முறைப்படி; எந்திரத்தனமாக மிகச் சரியாக உச்சரிப்புகளை வெளிப்படுத்தக்கூடும். ஆனால் ஆழமான உபகருத்து அவர்களைப் பொறுத்தவரையில் அங்கே இருப்பதேயில்லை. அங்கே இருப்பதெல்லாம் வெறும் அழகான ஒலிகள் மட்டுமே.''

''இதே நடிகர்கள், வேகத்தைப் பொறுத்த அளவிலும் கூட அதே அணுகுமுறையைக் கொண்டுள்ளனர். இந்த அல்லது அந்த வேகத்தை நிலை நிறுத்தியபின் தொடர்ந்து வாசிப்பு/பேசுதல் முழுவதிலும் அதையே பின்பற்றுகின்றனர். வேகமானது உயிருள்ளது, எனவே அது ஓரளவு மாற்றங்களுடனும், வேறுபடும் அதிர்வுகளுடனும் இருக்க வேண்டும், ஒரே சீரான வேகத்தில் உறைந்து போகக் கூடாது என்பதை அவர்கள் உணர்வதில்லை.''

''இத்தகைய ஒரு மனநிலையும், உயிரற்று ஓசை எழுப்பும் தாளக்கருவியும் ஒன்று என்றே சொல்லலாம். இதற்கு மாறாக ஒரு திறமை வாய்ந்த இசைக் கலைஞரையோ, இசைக்குழு நடத்துனரையோ எடுத்துக் கொள் - இவர்களுக்கு இசை என்பது உயிரோட்டமுள்ள ஊற்று போன்றது - உச்சஸ்தாயி கீழே இறங்கலாம், கீழ்ஸ்தாயியும் மேலே ஏறலாம் - ஒரு வானவில்லின் வண்ணங்களைப்போல ஒலிகளும் ஸ்வரங்களும் அங்கே ஒன்றுடன் ஒன்று இசைந்து, இழைந்து பின்னிப் பிணைந்து தோற்றமளிக்கும்.''

"இதே தான் நடிப்புக் கலைக்கும் பொருந்தும். சில இயக்குனர்கள் எந்திரத்தனமாக வேலை செய்வார்கள், வேறு சிலரோ அற்புதமான கலைஞர்களாக இருப்பார்கள். முதலாவது வகையினரின் வசனம் பேசுதல் பாரம்பரியமானதும், சலிப்பூட்டுவதுமாக இருக்கும். இரண்டாவது வகையினருடையது பல்வேறு விதமாகவும், உயிர்ப்புள்ளதாகவும், கருத்துகளை நன்கு வெளிப்படுத்துவதுமாக இருக்கும்."

"மற்றொரு விதமான பேசுதலில் உட்கருத்துக்கு அதீத கவனம் செலுத்தப்பட்டு உளவியல் செயல் நுட்பத்தால் மிகவும் கனமாகவும் தீவிரமாகவும் அது ஆக்கப்பட்டுப் பெரும் குழப்பமாக இருக்கும்."

"நாடகத்தின் கருத்துக்கும் வசனத்துக்கும் ஏற்ப அதன் வேகலயம் அமைய வேண்டும். கவிதை மட்டுமே ஆழ்மானதாக இருக்கும் என்பதில்லை. உரை நடையும் கூட ஆழமான உணர்ச்சிக் கருத்துகளைக் கொண்டதாக இருக்கலாம். நல்ல போதனைகளை விளக்குவதற்கும், சோகமான உணர்ச்சிகளை வெளிக் காட்டுவதற்கும் எழுத்தாளர்கள் உரைநடையைப் பயன்படுத்து கிறார்கள் என்பது நமக்குத் தெரியும் ஆனால் அதே வசன உரை நடையை மிகவும் கவனமாகக் கையாளும் நடிகர்களால் கவிதை வசனத்தைக் கூடச் சரியாகக் கையாள முடிவதில்லை, அது எப்படி என்று அவர்களுக்குத் தெரிவதில்லை."

"இங்கு மூன்றாவது வகையான நடிகர்களும் உள்ளனர். இவர்கள் இந்த முதலிரண்டு வகையினருக்கு இடையில் உள்ளனர். இவர்கள் வசனத்தின் ஆழத்தில் உள்ள உபகருத்தில் ஆர்வம் கொண்டுள்ளதோடு அதன் புறத்தோற்றமாகிய வேக-லயம், ஒலி வடிவங்கள், தாள அளவுகள் இவற்றிலும் அதே அளவு ஈடுபாட்டைக் கொண்டுள்ளனர். இந்த விதமான நடிகர்கள் உரைநடை வசனத்தை முற்றிலும் வேறு விதமாகக் கையாளுகின்றனர். வசனத்தைப் பேசத் தொடங்குவதற்கு முன் தம்மை வேக-லயத்தின் அலைகளிலே அமிழ்த்திக் கொள்கின்றனர். இதைச் செய்வதால் அவர்களது வசனம் பேசுதல் மட்டுமின்றி அவர்களது அசைவுகள், நடை, தோற்ற வெளிப்பாடு மற்றும்

உணர்ச்சி அனுபவங்களின் ஊற்றுகள் கூடத் தொடர்ந்து அந்த வேக-லயத்தின் அலைகளால் வெள்ளம் போல மூழ்கடிக்கப்பட்டுத் தோன்றுகின்றன.''

''இவ்வாறு உள்ளூர வேக-லயத்தில் ஊறி இருக்கின்ற நடிகர்கள், பேசப்படுகிற சொற்களுக்கு இடையில் உள்ள நிறுத்தங்கள் மற்றும் இடைவெளிகளில் கூட மிகவும் சௌகரியமாக உணர்கிறார்கள். ஏனெனில் அவர்களைப் பொறுத்தளவில் இவை காலியான செத்துப்போன ஓட்டைகள் அல்ல - மாறாக ஒரு கதாபாத்திரத்தின் உயிருருவில் உள்ள பொருள் பொதிந்த இடைவெளிகள் ஆகும். அவற்றில் அகரீதியிலான உணர்ச்சி மற்றும் கற்பனையின் ஒளி வெள்ளம் நிரம்பியுள்ளது.''

''இந்த நடிகர்கள் ஒரு அக தாளக்கருவியை எப்போதுமே கொண்டிருக்கிறார்கள். இது அவர்களின் ஒவ்வொரு சொல், செயல், பிரதிபலிப்பு மற்றும் உணர்ச்சிக்கு ஒரு மனோரீதியான துணையாக எப்போதும் இருந்து வருகிறது.''

''இந்த மாதிரியான சமயங்களில் தான் புறத்தோற்றத்தலாகிய வசனத்துக்கும், அகத் தோற்றத்தாலாகிய உபகருத்துக்கும் முழுமையான இணைப்பு ஏற்பட்டு அவை இரண்டுக்கும் பொதுவான ஒரு வேக-லயம் அங்கே பொருந்துகிறது.''

''பொதுமக்களுக்குத் தாம் என்ன விஷயத்தைக் கொடுத்துக் கொண்டிருக்கிறோம் என்பதை நடிகர்கள் சரியாகப் புரிந்து கொண்டுள்ளபோது அவர்கள் உடனடியாக, உடல் மற்றும் பேசுதல் இவற்றின் ஒரு ஒழுங்கான வடிவமைப்புக்குள் பொருந்தி விடுகிறார்கள். லயம் மற்றும் உணர்ச்சிக்கு இடையிலான தொடர்பு மிகவும் நெருங்கி ஒன்றாக இருப்பதால் இது நிகழ்கிறது. இருந்தாலும், இதே நடிகர்கள், தமது உணர்ச்சிகள் தாமாகவே இயங்காவிட்டால், லயத்தைப் பயன்படுத்தி அவற்றை எழுப்ப வேண்டியிருந்தால் அந்தச் சமயத்தில் முற்றிலும் செயலற்றவர் களாகித் தவித்துப் போய் விடுகிறார்கள்.''

"எனவே, ஒரு இயல்பான வேக-லய உணர்வைக் கொண்டிருத்தல் மிகவும் சாதகமான ஒரு விஷயமாகும். இளமைப் பருவத்திலேயே இதை வளர்த்துக் கொள்வது அவசியம். ஆனால் துரதிருஷ்டவசமாக இது கொஞ்சமும் வளர்ச்சியுறாத நடிகர்கள் பலரும் இருக்கத் தான் செய்கின்றனர்."

7

இன்றைய வகுப்பு நாங்கள் கற்றுக் கொண்ட விஷயங்களின் சாராம்சத்தை இயக்குனர் டார்ட்சாவ் தொகுத்து வழங்குவதற்காக அர்ப்பணிக்கப்பட்டது. அவர் கூறியது பின்வருமாறு:

"நமது நீண்டகால முயற்சிகள் மற்றும் கடின உழைப்பின் விளைவுகளைப் பற்றிக் கவனிப்பதற்கான காலம் வந்து விட்டது. இது வரையில் நாம் சாதித்துள்ள விஷயங்களை வேகமாகக் கணிக்கலாம். தாளத்துக்கு ஏற்பக் கைகளைத் தட்டி ஒரு மன நிலையைக் கிளப்பியது உங்களுக்கு நினைவிருக்கிறதா? மற்றும், மனதில் தோன்றியவற்றைக் கைதட்டி வெளிப்படுத்தியது நினைவிருக்கிறதா - ஒரு அணிவகுப்பு, ரயிலில் ஒலி, பல்வேறு உரையாடல்கள்? இவ்வாறு கைதட்டுதலானது ஒரு மனநிலையையும் உணர்ச்சிகளையும், கேட்பவர்களிடம் இல்லாது போனாலும் கூட, அதைச் செய்பவரின் உள்ளேயாவது உருவாக்கியது நிஜம். ரயில் ஒன்று புறப்படுவதனால் தூண்டப்பட்ட பல்வேறு வேகங்களும், அதன் பயணி நிஜமாக அனுபவித்த படபடப்பும் உங்களுக்கு நினைவிருக்கிறதா? கற்பனையான ஒரு தாளக் கருவியைப் பயன்படுத்தி எத்தனை விதமான உணர்ச்சிகளை நம்மால் தூண்டிவிட்டு மகிழ முடிந்தது என்பதும் உங்களுக்கு நினைவில் உள்ளதா? அடுத்து ஒரு பயிற்சியில், விளையாட்டுக் குழுவின் தலைவராக இருந்து பரிசுகளை வழங்கிய ஒருவர், ரயில் நிலையத்தின் உணவகத்துப் பணியாளராக மாறியதும் உண்டு. இசைக்கு ஏற்ப நடித்ததும் உங்களுக்கு நினைவிருக்கலாம்."

மேற்கண்ட நடிப்புச் செயல்கள் மற்றும் பயிற்சிகளில் எல்லாம் வேக-லயம்தான் மனநிலையை உருவாக்கியதோடு அதனுடன் தொடர்புள்ள உணர்ச்சி அனுபவங்களையும் தூண்டிவிட்டது.

"பின்னர், சொற்களை வைத்து இதே போன்ற பரிசோதனைகளை நாம் செய்தோம். சொற்களைப் பல்வேறு ஸ்வரங்களிலும் தாள அளவுகளிலும் உச்சரித்தபோது அந்த வேக மாற்றங்களால் உங்கள் உணர்ச்சிகளில் ஏற்பட்ட பாதிப்பையும் உங்களால் நினைவுகூர முடியும்."

"பின்னர் உரையாடலுக்கு இடையே மௌனமான செயல்களை அங்கங்கு புகுத்திப் பல்வேறு வகைகளில் செய்து பார்த்தோம். இங்கே, ''டா-டா-டி-ரா-ரீ-ரிங்''கின் உதவியை உங்களால் கண்டு கொள்ள முடிந்தது. இதன் துணையுடன், உரைநடை வடிவத்தின் பொதுவான லயத்தை நிலை நிறுத்திக் கொள்ள முடிந்ததோடு அவற்றுக்கு ஏற்ற தெளிவான நடிப்புச் செயல்பாட்டையும் இருத்திக் கொள்ள முடிந்தது - இதனால் சொற்களுக்கும் செயல்களுக்கும் இடையே ஒரு இணைப்பைச் செய்ய முடிந்தது.

"மேற்கண்ட பயிற்சிகளிலிருந்து பெரியதாகவோ, சிறியதாகவோ, ஒரு விளைவு உருவாகிறது - அதுதான் அக அனுபவத்தின், அக உணர்வுகளின் ஒரு நிலை."

"இதனால், வேக-லயமானது எந்திரத்தனமாக இருந்தாலும் சரி, உள்ளுணர்வினாலோ, உணர்வு நிலையுடனோ உருவாக்கப் பட்டாலும் சரி, நமது அகரீதியான வாழ்வில், நமது உணர்ச்சிகளில், நமது உள் அனுபவங்களில் ஒரு தாக்கத்தை ஏற்படுத்துகிறது என்ற உண்மையை நம்மால் ஏற்றுக் கொள்ள முடிகிறது. மேடையில் உருவாக்கும் செயல்பாட்டில் நாம் ஈடுபட்டுள்ள போதும் இதே தான் உண்மையில் நிகழ்கிறது."

"இப்போது நான் சொல்லப் போகிற விஷயத்தை நீங்கள் மிகமிகக் கவனமாகக் கேட்டுக் கொள்ள வேண்டும் என்று நான் விரும்புகிறேன். ஏனெனில், அது, வேக-லயத்துக்கு மட்டுமல்லாது,

நமது படைக்கும் பணியான மேலும் பரந்துபட்ட துறைக்கும் மிக ஆழமான முக்கியத்துவத்தைக் கொண்டுள்ளதாகும்.''

இப்போது, தான் கூற வந்துள்ளதன் முக்கியத்துவத்தை எங்களுக்குச் சரியாக உணர்த்துவதற்காக என்பது போல டார்ட்சாவ் பேசுவதை நிறுத்தினார். பின், தொடர்ந்து பேசலானார்.

''வேக-லயத்தைப் பற்றி நாம் கண்டுபிடித்துள்ள எல்லாமே உணர்ச்சியின் நெருங்கிய நண்பனாகவும், அதற்குத் தொடர்புள்ளதாகவும் உள்ளது என்ற நம்பிக்கைக்கு இட்டுச் செல்கின்றன. இது இவ்வாறு இருப்பதற்கான காரணம், உணர்ச்சி நினைவுக்கும் இதன் விளைவாக, மிக ஆழமான அக அனுபவங்களுக்குமான ஒரு நேரடியான, மற்றும் உடனடியான, சில சமயங்களில் மிகவும் எந்திரத்தனமாகவும் உள்ள தூண்டுதலாக இருக்கிறது என்பதுதான்.

''ஆனால் இதிலிருந்து தெளிவாகிற மற்றொரு உண்மையானது, தவறான அல்லது ஏற்றதாக இல்லாத ஒரு வேக-லயத்தில் நம்மால் நிஜமாக உணர முடியாது என்பதுதான். மேலும், ஒரு வேக-லயத்துக்கு ஏற்றதான உணர்ச்சிகளால் அதே சமயத்தில் உந்தப்பட்டால் ஒழிய, உண்மையான வேக-லயத்தை நம்மால் கண்டுபிடிக்க முடியாது என்பதும் இதோடு இணைந்து தென்படும் மற்றொரு உண்மையாகும்.''

''வேக-லயத்துக்கும் உணர்ச்சிக்கும் இடையே மாற்ற முடியாததும், பரஸ்பர சார்பு நிலை கொண்டதுமான தொடர்பு கொள்ளலும், இணைப்பும் உள்ளன. அதே போல இதன் மறுபுறமாக, உணர்ச்சிக்கும் வேக-லயத்துக்கும் இடையே இதே போன்ற உறவு உள்ளது.''

''நான் கூறுவதை நன்றாக ஆராய்ந்து பார்த்தால், நாம் கண்டு பிடித்துள்ளதன் முழு தாத்பரியத்தையும் உங்களால் உணர முடியும். இது மிக அசாதாரணமான வகையில் முக்கியமானதாகும். நமது விளையாட்டுப் புத்தி கொண்ட, தான் தோன்றித்தனமான, கட்டுக்கு அடங்காத உணர்ச்சிகள் மீது, புறத்தோற்றத்தில் உள்ள,

பல சமயங்களில் எந்திரத்தனமான வேகலயத்தின் தாக்கத்தை இங்கு ஆய்ந்து கொண்டிருக்கிறோம்.''

''இது உண்மையிலேயே ஒரு மகத்தான கண்டுபிடிப்பாகும். இது நிஜமாகவே உண்மையானால் *(ஒரு நாடகம் அல்லது பாத்திரத்தின் சரியாக நிலைநிறுத்தப்பட்டுள்ள வேக-லயமானது உள்ளுணர்வுரீதியாகவும், (சமயங்களில் தன்னிச்சையாகவும்) ஒரு நடிகரின் உணர்ச்சிகளைத் தன் வயப்படுத்திக் கொண்டு தனது கதாபாத்திரத்தை நிஜமாகவே உயிரோட்டத்துடன் வாழ்வதற்கான உணர்வை அவனுக்குள் எழுப்ப முடியும்.)*

''ஒரு திறமை வாய்ந்த இசை வல்லுனரின் இயக்கத்தில் பாடுவது எப்படி இருக்கும் என்று ஒரு பாடகனைச் கேளுங்கள். பாடியது தான் தானா என்று அவனால் கண்டு கொள்ள முடியாது. அதே போல, நன்கு தயாரித்துள்ள பாடலுடன் மேடைக்கு வந்து, அங்கு வேகலயம் தவறாக இருப்பதைக் காணும் பாடகனுக்கு என்னவாகும் என்றும் எண்ணிப் பாருங்கள். அது அவனது உணர்வுகளை அழித்துவிடும். அகத்தின் உருவாக்கும் நிலையைச் சிதைத்து விடும்.

''வேக-லயத்தில் முரண்பாட்டைக் காணும் நடிகர்களுக்கு இதே கதிதான் ஏற்படுகிறது.''

''கடைசியில் இதெல்லாம் நம்மை எங்கே கொண்டுசென்று சேர்க்கிறது? நமது உளவியல் - செயல் நுட்பத்தின் உள்ளே பொதிந்துள்ள பரந்துபட்ட சாத்தியப்பாட்டுக்கு, அதாவது நமது அகரீதியிலான செலுத்தும் சக்திகள் ஒவ்வொன்றையும் தூண்டிவிடக் கூடிய நேரடியான மற்றும் உடனடியான வழிமுறை ஒன்றை நாம் பெற்றிருக்கிறோம் என்று தவிர்க்க முடியாத முடிவுக்குத்தான் நாம் வரவேண்டியுள்ளது.''

சொற்களால் ஏற்கெனவே நமது மனதின் மீதான நேரடி விளைவு ஏற்பட்டு விடுகிறது. பின்னர் அது வசனத்தாலும், எண்ணத்தாலும் ஏற்படுகிறது. முதன்மைக் குறிக்கோளினாலும், பிறகுறிக் கோள்களாலும் நேரடியான செயல்பாட்டுக் கோட்டின் மூலமாக நமது மன உறுதியானது முன்னதாகவே நேரடியாக

பாதிக்கப்பட்டு விடுகிறது. ஆனால் நமது உணர்ச்சிகள் வேக-லயத்தால் நேரடியாகத் தாக்கம் ஏற்படுத்தப்படுகின்றன.

"நமது உளவியல் செயல்நுட்பத்துக்கு இது ஒரு மிக மிக முக்கியமான திறன் ஆகும்."

13

மேடைக் கவர்ச்சி

'மாறு வேடம்' என்ற பயிற்சியை நாம் செய்தபோது தனது இயற்கையான அம்சங்களாகிய குரல், நடையுடை பாவனை, கண்கள், முகம் ஆகியவற்றின் எழிலான தோற்றத்தை மட்டுமே நம்பியிருப்பதற்காக சோன்யாவை நான் கண்டித்தது உங்களுக்கு நினைவிருக்கிறதா?" என்று கூறி டார்ட்சாவ் இன்றைய வகுப்பைத் தொடங்கினார்.

"அப்போது இதை நான் சுட்டிக்காட்டினேன் என்று நினைக்கிறேன் - அதாவது, சில நடிகர்கள் சும்மா மேடையில் தோன்றினாலே போதும் பொதுமக்கள் அப்படியே மயங்கி விழுந்து விடுவார்கள். ஏன்? அவர்கள் பார்ப்பதற்கு அழகாக இருப்பதாலா? ஆனால் அழகாக உள்ளவர்களிலும் ஒரு சிலரிடமே இந்தத் தன்மை பொருந்தியுள்ளது. அது அவர்களது குரலினாலா? ஆனால் அப்படியொன்றும் அசாதாரணமான குரல் வளம் கொண்டவர்களாக இவர்கள் இருப்பதில்லை. திறமை? இந்த அம்சத்தை எடுத்துக் கொண்டாலும் பலரும் இதில் குறிப்பிடத்தக்க திறன் கொண்டவர்களாக இருப்பதில்லை."

"அப்படியென்றால் அவர்கள்பால் மக்கள் கொள்ளும் அபார ஈடுபாட்டுக்கான அடிப்படை என்ன? அது, வரையறுத்துக் கூற முடியாத தொட்டுணர முடியாத ஒரு அம்சமாகும். ஒரு நடிகரின் முழு இடுப்பிலே உள்ள இன்னதென்று விளக்கப்பட முடியாததும் விளங்கிக் கொள்ள முடியாததுமான ஒரு கவர்ச்சியாகும். இந்தக் கவர்ச்சியானது அவரது குறைகளைக் கூட நிறைகளாக மாற்றிக் காட்டும் வல்லமை படைத்தது. அவருக்கே உரிய வினோத

பழக்கவழக்கங்கள் மற்றும் குறைபாடுகள் கூட அவரது ரசிகர்களால் காப்பியடித்துப் பின்பற்றப்படுகிற விஷயங்களாக ஆகிவிடுகின்றன.''

''இத்தகைய ஒரு நடிகர் என்ன வேண்டுமானாலும் செய்யலாம் - மோசமாக நடிப்பதைக் கூட அவர் செய்ய வேண்டுவதெல்லாம் மேடைமீது மிக அடிக்கடி தோன்றி எவ்வளவு நேரம் முடியுமோ அவ்வளவு நேரம் அங்கேயே இருப்பதுதான். அப்போது அவரது பார்வையாளர்கள் அவரை வைத்த கண் வாங்காமல் பார்த்து மகிழலாம்.

''இருந்தாலும், இதே நடிகரை அவர்கள் மேடைக்கு வெளியில் சந்திக்கும்போது, அவரது மிகத் தீவிர ரசிகர்களும்கூட ஏமாற்ற மடைவதைக் காணலாம். ''ஓ, நிஜ வாழ்வில்தான் அவர் எவ்வளவு கவர்ச்சியற்றுத் தோன்றுகிறார்!'' என்று அவர்கள் சொல்கிறார்கள். இதனால் மேடையில் உள்ள விளக்குகள் அல்லது பின்புலமாக உள்ள திரைகள், வண்ணக் காட்சிகள் ஆகியனதான் இந்த ரசிப்புத் தன்மையைப் பெற்றுத் தருகிற குணாதிசயங்களை வெளிக் கொண்டு வருகின்றன என்று தெளிவாகிறது. எனவே, இந்தத் தன்மையானது மேடைக்கவர்ச்சி என்று அழைக்கப்படுவதில் வியப்பேதுமில்லை. இது இயல்பான கவர்ச்சியாக இருப்பதில்லை.

''ஒரு நடிகருக்கு இது மிகப் பெரிய வரப்பிரசாதமாகும். ஏனெனில் தனது பார்வையாளர்களைக் கவர்ந்து கட்டிப் போடுவதை இது முன்னதாகவே உறுதி செய்து விடுகிறது. அதிக எண்ணிகையிலானவர்களுக்குத் தனது படைக்கும் நடிப்பாற்றலின் நோக்கத்தை எடுத்துச் செல்ல இது அவருக்கு உதவுகிறது. அவரது பாத்திரத்தையும், நடிப்புக் கலையையும் மேம்படுத்தி அவற்றுக்கு மெருகூட்டுகிறது. ஆனால், தனது இந்த அற்புத வரத்தை அவர் கவனமாகவும், பணிவுடனும், புத்திக் கூர்மையுடனும் பயன்படுத்துவது முக்கியமாகும். இதைப் புரிந்து கொள்ளாமல், தனது கவர்ச்சியை அளவுக்கு மீறி அள்ளி வீசினால் அது வருத்தத்துக்குரிய விஷயமாகும். மேடைக்குப் பின்னால் இத்தகைய நடிகர்கள் 'வேசிகள்' என்று அழைக்கப்படுகின்றனர். தமது கவர்ச்சியை வெளிக்காட்டி, சுய லாபத்துக்காக அதை

விற்பனைப் பொருளாக ஆக்கி விடுவதால் இவ்வாறு பெயரிடப்படுகிறார்கள்.

"இது ஒரு ஆபத்தான தவறாகும். பல நடிகர்களுக்கும் இந்த வரப்பிரசாதமானது அழிவைக் கொண்டு வந்துள்ளது. தனது ஈடுபாடு மற்றும் செயல் நுட்பத்திறன் ஆகிய எல்லாவற்றையும் சுய வெளிக்காட்டுதல் என்ற ஒரே நோக்கத்துக்காக அர்ப்பணித்துக் கொண்டதுதான் இதற்குக் காரணம்."

"இயற்கையானது தான் அவருக்கு அளித்துள்ள கொடையைச் சரியாகப் பயன்படுத்தத் தவறியதால் தானே அவருக்குத் தண்டனை தந்து பழிவாங்குவது போல இது இருக்கிறது. ஏனெனில் தன்னைத் தானே மகிழ்ந்து பாராட்டிக் கொள்ளலும், சுய பெருமையடித்துத் தன்னை வெளிக்காட்டிக் கொள்ளலும் கவர்ச்சியின் சக்தியை அழித்து விடுகின்றன. இதனால் அந்த நடிகர் தனது சொந்த இயல்பாக அமைந்துள்ள மகத்தான செல்வத்திற்குத் தானே பலியாகி விடுகிறான்."

"இந்த மேடைக் கவர்ச்சிக்கே உரிய மற்றொரு ஆபத்து இதைப் பெற்றுள்ள நடிகர்கள் திரும்பத் திரும்ப இதைப் பயன்படுத்துவதால் அவர்களின் நடிப்பு ஒரே மாதிரியாக அமைந்து சலிப்பூட்டுவதாக ஆகிவிடுகிறது. ஒரு பாத்திரப் படைப்பில் இவர் மறைந்து கொண்டால், அவரது ரசிகர்கள், "என்ன பயங்கரம்! ஏன் இவர் தன்னைத் தானே இப்படிக் கெடுத்துக் கொள்கிறார்?" என்று புலம்பத் தொடங்கி விடுகிறார்கள். இதனால் தனது பலமான மக்களைப் பகைத்துக் கொள்ள அஞ்சி மேடையில் தோன்றித் தனது கவர்ச்சியை மறுபடி நிலை நாட்ட முற்பட்டு விடுகிறார்.

"வேறு ஒரு விதமான மேடைக் கவர்ச்சியைக் கொண்டுள்ள நடிகர்களும் இருக்கிறார்கள். முதலாவது வகைக்கு முற்றிலும் முரணான இவர்கள் தாம் இருப்பது போலத் தம்மைக் காட்டிக் கொள்ளக் கூடாது - ஏனெனில் அவர்களிடம் கவர்ச்சி என்னும் சக்தியே கொஞ்சம்கூட இருப்பதில்லை. ஆனால், தலைமுடிக்கு டோப்பா வைத்துக் கொண்டும், தனிப்பட்ட முக ஒப்பனைகளைச் செய்து கொண்டும் விட்டால் தமது சொந்தத் தோற்றத்தை

முற்றிலும் மறைத்துக் கொண்டு, அற்புதமான மேடைக் கவர்ச்சியை அவர்கள் பெற்றுவிடுகிறார்கள். இவ்வாறு, தமது சொந்தக் கவர்ச்சியினால் அல்லாமல், செயற்கையாக உருவாக்கப்பட்ட கவர்ச்சியினால் அவர்கள் பொதுமக்களைக் கவர்ந்து இழுத்துக் கொள்கின்றனர். இந்தப் படைப்பிற்குப் பின்னால் மென்மை, நுண் தன்மை, மெல்லிய எழில் அல்லது துணிவு, பளீரிடும் உயிர்ப்பு அல்லது கர்வம் கலந்த திமிர் ஆகியவை இருக்கலாம் - இவை எல்லாமே ஒன்றாகச் சேர்ந்து கவர்ந்திழுப்பதற்கான ஒரு திறமையாக ஆகி விடுகின்றன."

"இப்போது, மேடைக் கவர்ச்சி இல்லாத, அதற்கு நேர்மாறாக, பொதுமக்கள் அவரைக் கண்டாலே வெறுக்கும் ஒரு தன்மையைக் கொண்ட துரதிருஷ்டசாலியான நடிகரைப் பற்றிப் பேசப் போகிறேன். தனது அன்றாட வாழ்வில், "இவர் எவ்வளவு நல்லவராக இருக்கிறார்!" என்று மக்களைக் கூறச் செய்யும் குணம் கொண்டவராக இருந்து கொண்டு, அவர்களே தொடர்ந்து, "மேடையில் இவரை இவ்வளவு மோசமாகத் தோன்றச் செய்வது தான் என்னவாக இருக்கக் கூடும்?" என்று கேள்வி எழுப்பும் அளவுக்கு இவரது குணாதிசயம் அமைந்துள்ளது. ஆனால் இத்தகைய நடிகர்கள், மேடைக் கவர்ச்சி உள்ளவர்களைக் காட்டிலும் அதிக அறிவாளிகளாக, நடிப்புத் திறன் கொண்டவர்களாக, தமது கலையைப் பற்றிய தெரிவுணர்வு உள்ளவர்களாக இருப்பதும் பெருமளவில் உண்மையாக உள்ளது.

"இவர்களைக் கவனித்துத் திறமையை உணர்ந்து கௌரவிப்பது நம் கடமையாகும். இதற்குக் கால அவகாசம் தேவைப்படலாம், எனவே அவர்கள் திறன் கண்டுகொள்ளப்படுவது தாமதமாகலாம்."

"இங்கு ஒரு கேள்வி எழுகிறது. ஒரு நடிகருக்கு இயல்பாகவே மேடைக் கவர்ச்சி இல்லாதபோது அதை வளர்த்துக் கொள்ள ஏதேனும் வழி உள்ளதா? இதற்கு மறுபுறம், தன்னிடம் உள்ள வெறுக்கத்தக்க குணத்தை மாற்றிக் கொள்ளவேனும் வழி உள்ளதா?"

"ஆம், இதைச் செய்யலாம், ஆனால் ஓரளவு மட்டுமே முடியும். மேடைக் கவர்ச்சியை வளர்த்துக் கொள்வதற்கு மாறாக, இருக்கின்ற வெறுக்கத்தக்க அம்சங்களைக் குறைத்துக் கொள்வதைச் செய்யலாம். முதலில் இந்த அம்சங்கள் என்ன என்று அவர் உணர்ந்து கொள்ள வேண்டும். பின் தன் பிரச்சினையைத் தானே தீர்த்துக் கொள்ளப் போராட வேண்டும். இது ஒன்றும் சுலபமல்ல. உரிய கவனிக்கும் திறன், தன்னைப் பற்றிய தெளிவான அறிவு, மகத்தான பொறுமை மற்றும் இயல்பான தன்மைகளையும் அன்றாடப் பழக்கங்களையும் விலக்கிக் கொள்ளத் தேவையான ஒழுங்குமுறையான முயற்சி ஆகியவை இங்கு தேவைப்படுகின்றன."

"பொதுமக்களைக் கவர்ந்திழுக்கும் அந்தக் குறிப்பிட்டுச் சொல்ல முடியாத கவர்ச்சியைப் பெற வேண்டுமானால் - அது மிக மிகக் கடினமானது மட்டுமல்ல, கிட்டத்தட்டச் சாத்தியமே இல்லாத ஒன்று என்று தான் சொல்ல வேண்டும்."

"இந்த விஷயத்தில் மிகவும் முக்கியமான உதவியாக இருப்பது பழக்கம் ஆகும். ஒரு பார்வையாளருக்கு ஒரு நடிகரின் குறைபாடுகள், பார்த்துப் பார்த்துப் பழகிப் போகலாம். இவ்வாறு பழகிப் போன காரணத்துக்காகவே அவை ஒரு வினோதமான முறையில் கவர்ச்சிகரமாகவும் தோன்றத் தொடங்கிவிடலாம். அதாவது, முதலில் கண்ணுற நேர்ந்தபோது அதிர்ச்சியளித்த சில நடத்தைகள் பின்னாளில் அந்த கடுமையான உணர்வு மங்கி மறைந்து போகலாம்."

நல்ல சிறப்பான, பண்பான நடிப்புத் திறமையால் மேடைக் கவர்ச்சியானது குறிப்பிட்ட அளவு உருவாக்கப்படலாம்.

"இந்த நடிகர்தான் எவ்வளவு சிறப்பாகப் பண்பட்டுள்ளார்! முன்னர் பார்த்ததற்கும் இப்போது பார்ப்பதற்கும் அடையாளமே தெரிவதில்லை. முன்பு மிகவும் அவலட்சணமாக அவர் தோன்றினார்!" என்று மக்கள் சொல்வதை நாம் கேட்பதுண்டு. இத்தகைய கருத்துகளுக்கான சரியான பதில், அவரது கடின

உழைப்பும் அவரது கலைக்குக் கிடைத்துள்ள அங்கீகாரமுமே இந்த மாற்றத்தை ஏற்படுத்தியுள்ளது என்பதாகும்.''

"கலையானது எழிலையும், மேன்மைப் பண்பையும் உருவாக்குகிறது. மேலும், எந்த ஒன்று அழகாகவும் மேன்மையானதாகவும் இருக்கிறதோ அதற்குக் கவர்கிற சக்தி நிச்சயமாக உண்டு.''

14

நாடக இயலுக்கான ஒரு ஒழுக்க நெறியைத் தேடி...

1

"இப்போது மற்றும் ஒரு மூலக்கூறைப் பற்றிப் பேசுவதற்கான நேரம் வந்துள்ளது," என்று இன்று தொடங்கினார் டார்ட்சாவ். "இது நாடகத்துறையில் படைக்கும் நிலைக்குப் பங்களிப்புச் செய்யும் ஒன்றாகும். மேடையில் உள்ள ஒரு நடிகரைச் சுற்றியுள்ள சூழலாலும், அரங்கத்தில் உள்ள சூழலாலும் இது உருவாக்கப் படுகிறது. இதை ஒழுக்க நெறி, கட்டுப்பாடு என்றும், நமது நாடகப் பணியிலான ஒரு ஒருங்கிணைந்த தொழில் முயற்சி பற்றிய உணர்வு என்றும் நாம் குறிப்பிடுகிறோம்.

"இவை எல்லாம் ஒன்றாகச் சேர்த்து எடுக்கப்பட்டுத் தான் கலை நயமிக்க அசைவுகளை, ஒன்றாகச் சேர்ந்து பணி புரிவதற்குத் தயாராக உள்ள மனநிலையை உருவாக்குகின்றன. இந்த மனநிலை புதியதாகப் படைப்பதற்கு உகந்த ஒரு மனநிலையாகும். இதை வேறு எவ்விதமாக வர்ணிப்பது என்று எனக்குத் தெரியவில்லை."

"இதுதான் படைக்கும் நிலை என்று சொல்ல முடியாது, ஆனால் அதைச் செய்வதற்கு ஏதுவாக்கும் முதன்மைக் காரணங்களில் இதுவும் ஒன்றாகும். அந்த மனநிலையைத் தயார் செய்து அதற்கு உதவியாகவும் இது இருக்கிறது."

"நான் அதை நாடக இயலுக்கான ஒழுக்க நெறி என்று குறிப்பிடுகிறேன். ஏனெனில் நமது பணிக்காக நம்மை

முன்னதாகவே தயார் செய்து கொள்வதில் அது ஒரு முக்கியப் பங்கை வகிக்கிறது. அந்த அம்சமும் அது நமக்குள் நமக்காக, உருவாக்குகிற விஷயமும் முக்கியமானவை - ஏனெனில் நமது தொழிலுக்கே உரிய வினோதமான அம்சங்களைப் பற்றியதாக அது உள்ளது.''

"ஒரு எழுத்தாளர், இசை அமைப்பாளர், ஓவியர் அல்லது சிற்பக் கலைஞர் இவர்களுக்குக் காலம் பற்றிய கட்டுப்பாடுகள் கிடையாது. தமக்கு வசதியான நேரத்திலும், வசதியான இடத்திலும் அவர்கள் தம் விருப்பம் போல வேலை செய்யலாம். அவர்களுக்குத் தேவையான நேரத்தைத் தம் விருப்பம் போல அவர்கள் பெற்றுள்ளனர்.''

"ஒரு நடிகனைப் பொறுத்தமட்டில் விஷயம் அப்படிப்பட்டது அல்ல. விளம்பரத்தில் குறிப்பிடப்பட்டுள்ளவாறு, நாடகம் நடத்தப்பட வேண்டிய அந்தக் குறிப்பிட்ட நேரத்தில் செயல்பட அவன் தயாராக இருக்க வேண்டும். அவ்வாறு ஒரு குறிப்பிட்ட நேரத்தில் உள் ஊக்கத்துடன் செயல்படுமாறு அவனால் தனக்குத் தானே எப்படி உத்தரவிட்டுக் கொள்ள முடியும்? இது ஒன்றும் எளிதான செயல் அல்ல.''

"தனது வேலையின் பொதுவான சுற்றுச் சுழலுக்கு மட்டுமல்லாது தனது படைக்கும் திறன் மற்றும் கலைத்திறன் ஆகியவற்றுக்கும் கூட அவனுக்கு ஒழுங்கு, கட்டுப்பாடு மற்றும் ஒழுக்கநெறி தேவைப்படுகிறது.''

"இதைச் செய்வதற்கான முதல் நிபந்தனை, நான் எப்போதுமே இலக்காகக் கொண்டுள்ள விதிமுறையைப் பின்பற்றுவதாகும்:

"உனக்குள் உள்ள கலையைக் காதலி, கலைக்குள் இருக்கும் உன்னை அல்ல!"

"ஒரு நடிகனின் வேலை, தொழில், கலையின் பால் தம்மை அர்ப்பணம் செய்து கொண்டு, அதைப் புரிந்து கொண்டுள்ளவர்களுக்கு மிகச் சிறப்பான தொழில் ஆகும்.''

"ஒரு நடிகன் இதைச் செய்யாவிட்டால் என்னவாகும்? என்று மாணவர்களில் ஒருவன் கேட்டான்.

"அது மிகவும் துரதிருஷ்டவசமானது - ஏனெனில் ஒரு மனிதனாகச் செயல்பட முடியாதவாறு அது அவனை முடக்கிப் போட்டுவிடும். நாடகத் துறையால் உன்னை மேன்மைப் படுத்த முடியாது என்றால், உன்னை ஒரு மேலான மனிதனாக ஆக்க முடியாது என்றால், நீ அத்துறையை விட்டு விலகி ஓடி விடவேண்டும்" என்று டார்ட்சாவ் பதிலளித்தார்.

"ஏன்?" என்று நாங்கள் அனைவரும் ஒரே குரலில் கேட்டோம்.

"ஏனெனில், நாடகத்துறையில் நிறைய பாக்டீரியாக்கள் உள்ளன. அவற்றில் ஒரு சில நல்லவை, வேறு சில தீயவை - மிக மிகத் தீயவை. உனக்குள் நல்லதாகவும், மேலே உயர்த்துவதாகவும், மகத்தான எண்ணங்கள் மற்றும் உணர்ச்சிகளுக்கான தீவிரமான வேட்கை மேலும் வளர்வதற்கு நல்ல பாக்டீரியாக்கள் உதவும். மேலும் உயரிய மேதைகளாகிய ஷேக்ஸ்பியர், புஷ்கின், கோகோல் மற்றும் மோலியேர் போன்றவர்களுடன் தொடர்பு கொண்டு உறவாடவும் இவை உதவும். இவர்களது படைப்புகளும் பாரம்பரியங்களும் நம்மில் இன்றும் வாழ்ந்து கொண்டிருக்கின்றன. நாடகத் துறையில் நவீன எழுத்தாளர்களையும் கலை, அறிவியல், சமூகவியல், கவிதை ஆகிய துறைகளின் பிரதிநிதிகளையும் நீங்கள் சந்திக்கலாம்."

"இந்த உயரிய நண்பர்கள் குழு கலையையும் அதன் மையத்தில் உள்ள சாராம்சமாகிய பொருளையும் நீங்கள் புரிந்து கொள்ள உதவும். கலையைப் பற்றிய முதல் விஷயம் இதுதான் - இதனுள்ளே தான் அதைப் பற்றிய மாபெரும் கவர்ச்சியும் எழிலும் அடங்கியுள்ளன."

"மிகச் சரியாகச் சொல்வதானால், அது எது?" என்று நான் கேட்டேன்.

"அதாவது, உனது கலை, அதன் அடிப்படைகள், படைக்கும் பணியின் செய்முறைகள், செயல் நுட்பங்கள் ஆகியவற்றைப் பற்றி

ஆய்தல், தெரிந்து கொள்ளல், மேலும் அவற்றில் இறங்கி வேலை செய்தல்," என்று விளக்கினார் டார்ட்சாவ்.

"தவிரவும், படைகளும் தொழிலில் உள்ளே அடங்கியுள்ள சித்திரவதைகளும் மகிழ்ச்சிகளும் - இவற்றை நாம் அனைவரும் ஒரு குழுவாக இருந்து உணர்ந்துள்ளோம், உணர்கிறோம்."

"மேலும், சாதனைகளின் சந்தோஷம் - இது நமது ஆன்மாக்களைப் புதுப்பிப்பதோடு அவற்றுக்குச் சிறகுகளையும் தருகிறது!"

"தோல்விகள், சந்தேகங்கள் இவற்றின் மத்தியில் கூட இந்த உணர்வு உள்ளது ஏனெனில் அவற்றிலேதான் புதிய போராட்டங்களுக்கான தூண்டுதலும், புதிய பணிகளுக்கும், கண்டுபிடிப்புகளுக்குமான வலிமையும் அடங்கியுள்ளன."

"எந்த ஒரு எழில் சார்ந்த திருப்தியிலும் முழுமை என்ற ஒன்று இருப்பதில்லை. இதனால் அது ஒரு புதிய உத்வேகத்தைத் தட்டி எழுப்புகிறது.

"இதில் எல்லாம்தான் எவ்வளவு உயிர்த்துடிப்பு அடங்கியுள்ளது," என்று கூறினார் டார்ட்சாவ்.

"வெற்றியைப் பற்றி என்ன சொல்கிறீர்கள்?" என்று நான் சற்றே கூச்சத்துடன் கேட்டேன்.

"வெற்றி நிலையற்றது, எளிதில் மறைந்து விடக் கூடியது," என்றார் டார்ட்சாவ். "நிஜமான உத்வேகமும் தீவிர வேட்கையும் படைக்கும் பணியின் இரகசியங்கள் பற்றிய அனைத்துச் சாயல்கள் மற்றும் நுணுக்கங்கள் பற்றிய அறிவைத் தேடித் தேடிச் சேமித்துக் கொள்வதில் தான் அடங்கியிருக்கிறது."

"இதற்கிடையில், நாடகத் துறையில் உள்ள மோசமான, ஆபத்தான, அழிக்கின்ற பாக்டீரியாக்களைப் பற்றி மறந்து விடாதீர்கள். அவை அங்கே நன்கு செழித்து வளர்வது ஒன்றும் வியப்புக்குரிய விஷயமல்ல. நமது நாடக உலகிலே மிக அதிகமான சபலங்களும் தூண்டுதல்களும் இருக்கத் தான் செய்கின்றன."

"ஒரு நடிகன் தினந்தோறும் பலமணி நேரம் பார்வையாளர் கூட்டத்தின் முன்னே நிற்கிறான். அழகிய காட்சி அமைப்புகளாலும், ஆடையணிகலன்கள், ஒப்பனைகளாலும் சூழப்பட்டிருக்கிறான். மேதைகளின் வசனங்களை விண்ணதிர முழக்குகிறான். செயற்கையாக உருவாக்கப்பட்டாலும், திகைப்பூட்டும் எழிலுடன் தோற்றமளிக்கின்றான். இவை யெல்லாம், பொதுமக்களின் அன்பு, அபிமானம், பாராட்டுடன் சேர்ந்து அளப்பரிய தூண்டல்களாக உருவெடுக்கின்றன.''

"இதனால் ஒரு நடிகனுக்குள் தனது சொந்தப் பெருமை பற்றிய இடைவிடாத உசுப்பி விடுதல் உருவாகி விடுகிறது. அதைத் தொடர்ந்து விரும்பித் தேடுவதற்கு அவன் தொடங்கிவிடுகிறான். இதற்காக மட்டுமே அவன் வாழ்வதானால், மிகவும் தரம் தாழ்ந்து போய்ச் சில்லறைத் தனமானவனாக அவன் மாறிவிடுவது நிச்சயம். ஆனால் தீவிர சிந்தனையுள்ள ஒருவரால் இந்த வகையான வாழ்வைத் தொடர்ந்து வாழ முடியாது. ஆனால் சிறுமனம் கொண்ட ஒருவன் இதைக் கண்டு பெருமகிழ்வுற்று, உள்ளக் கிளர்ச்சி கொண்டு அதனாலேயே அழிந்தும் போக வாய்ப்புள்ளது. இதனால் தான் நாடகத் துறையின் உலகத்தில் நம்மை நாமே கட்டுப்படுத்திக் கொண்டு வாழக் கற்றுக் கொள்ள வேண்டும். வெகு திடமான அசையாது நிலை பெற்றுள்ள ஒழுக்க நெறிகளைப் பின்பற்றி நாம் வாழ வேண்டும்.

"நமது நாடகத் துறையிலிருந்து தீமைகளை விலக்கி விட்டால், நமது பணி சிறப்பாக நடப்பதற்கான சாதகமான சூழ்நிலைகளை நம்மால் அங்கு கொண்டுவர முடியும். இந்த நடைமுறைக்கேற்ற அறிவுரையை மறக்காதீர்கள். கால்களில் ஒட்டியுள்ள சேற்றுடன் நாடக அரங்கினுள் நுழையாதீர்கள். உங்கள் அழுக்கையும், தூசையும் வெளியே விட்டு விடுங்கள். உங்கள் சின்னஞ்சிறு கவலைகள், சண்டை சச்சரவுகள், சிறுசிறு சிரமங்கள் இவற்றை, மேலாடைகளுடன் வெளியே விட்டு விடுங்கள். இவையெல்லாம் உங்கள் வாழ்க்கையைப் பாழ்படுத்தி உங்கள் கவனத்தைக் கலையின் பக்கமிருந்து திசைதிருப்பி விட்டுவிடும்.''

"இதைச் சுட்டிக் காட்டுவதற்காக என்னை மன்னியுங்கள்,'' என்று இடைமறித்தான் க்ரிஷா. "இத்தகையதொரு நாடக இயல் உலகில் எங்குமே இல்லை.''

துரதிருஷ்டவசமாக, நீ சொல்வது சரி,'' என்று ஒப்புக் கொண்டார் டார்ட்சாவ். "மக்கள் மிக முட்டாள்களாக, முதுகெலும்பற்றவர்களாக இருக்கிறார்கள். படைப்புக் கலைக்காக வடிவமைக்கப்பட்டுள்ள ஒரு புனிதமான இடத்தில் சில்லறைத் தனமான சண்டைகள், வெறுப்புகள், சிக்கல்கள் இவற்றைக் கொண்டுவருவதில் இன்னமும் கொஞ்சம் கூட அவர்கள் தயங்குவதில்லை.

"அரங்கிற்குள் வருவதற்கு முன் தொண்டையைச் சுத்தம் செய்து கொள்ளாமல், உள்ளே நுழைந்து விட்டு, சுத்தமான தரையில் துப்புகிறார்கள். இவர்கள் ஏன் இதைச் செய்கிறார்கள் என்று புரிந்து கொள்ள முடிவதில்லை.''

"நமது மாண்புமிகு முன்னோர்கள் இந்த மனநிலையைப் பின்வருமாறு சுருங்கச் சொல்லியுள்ளனர்.''

"ஒரு உண்மையான குருவானவர், தான் திருப்பணி செய்து கொண்டுள்ள முழு நேரமும் இறை பீடத்தைப் பற்றிய தெரிவுணர்விலே தான் இருக்கிறார். அதே போலத்தான் ஒரு நிஜமான கலைஞனும் தான் அரங்கத்தில் உள்ள அத்தனை நேரமும் மேடை பற்றிய நினைவுடனேதான் செயல்பட வேண்டும். இந்த நிலையை எட்ட முடியாத ஒருவன், நிஜமான கலைஞனாக ஒரு போதும் ஆக மாட்டான்!''

2

நாடக சபையில் இருந்த ஒரு நடிகரின் தவறான நடத்தையினால் அங்கிருந்தவர்களிடையே பெரும் சர்ச்சை எழுந்தது. அவர் இது பற்றிக் கடுமையாகக் கண்டிக்கப்பட்டு இதுபோன்ற தாங்கிக் கொள்ள முடியாத தவறை மறுபடியும் இழைத்தார் என்றால் சபையிலிருந்து விலக்கப்பட்டுவிடுவார் என்றும் எச்சரிக்கப்பட்டார்.

வழக்கம் போல, க்ரிஷா இதைப்பற்றி நிறையப் பேசினான்.

"ஒரு நடிகரின் சொந்த வாழ்க்கையில் தலையிட நிர்வாகத்துக்கு எந்த உரிமையும் கிடையாது என்று நான் நினைக்கிறேன்," என்று அவன் வாதிட்டான். இதைக் கேட்ட சிலர் தனது கருத்தை எங்களுக்குக் கூறுமாறு டார்ட்சாவை வேண்டினார்கள்."

நீங்கள் ஒரு கையால் கட்டி எழுப்புவதை மறுகையால் உடைத்தெறிவது என்பது பகுத்தறிவுக்கு ஒவ்வாததாக உங்களுக்குத் தோன்றவில்லையா? இருந்தும் பல நடிகர்கள் இதைத் தான் செய்கிறார்கள். மேடையின்மீது அழகான கலை நயம் மிக்க கருத்துகளைப் பிரதிபலிக்கிறார்கள். மேடையிலிருந்து கீழே இறங்கியவுடன், சற்றுமுன் வரை தம்மை மதித்துப் போற்றிய பார்வையாளர்களை ஏமாற்றியே தீருவது என்று தீர்மானித்துக் கொண்டவர்கள் போல அவர்களது அபிமானத்தை உடைப்பதற்குத் தங்களால் ஆனதைச் செய்யத் தலைப்படுகிறார்கள். நான் இளைஞனாக இருந்தபோது ஒரு புகழ் பெற்ற நடிகர் எங்கள் ஊருக்கு வந்திருந்தார் அப்போது நான் அனுபவித்த கசப்பான உணர்வையும் வேதனையும் என்னால் ஒருபோதும் மறக்க முடியாது. அவரது பெயரை இங்கு குறிப்பிட விரும்பவில்லை, ஏனெனில் உங்கள் பார்வையில் அவர் தாழ்ந்து போக வேண்டாம்.

"ஒரு மறக்க முடியாத நாடக நிகழ்ச்சியைக் கண்டேன் - என் மீது அவரது தாக்கம் அபாரமாக இருந்தது - என்னால் தனியாக வீட்டுக்குத் திரும்பிச் செல்ல முடியவில்லை. எனது அனுபவத்தை யாருடனாவது பகிர்ந்து கொண்டே ஆக வேண்டும் என்று நினைத்தேன். எனவே நானும் ஒரு நண்பனும் உணவு விடுதி ஒன்றுக்குச் சென்றோம். நாடகத்தைப் பற்றி ஆர்வமாகப் பேசிக் கொண்டிருந்தபோது அந்தப் புகழ் பெற்ற நடிகர் உள்ளே வந்தார். எங்களையே கட்டுப்படுத்திக் கொள்ள முடியாதவர்களாய் அவரிடம் ஓடிச் சென்று எங்கள் உற்சாகப் பிரவாகத்தைக் கொட்டலானோம். அந்த மாமனிதரும் எங்களைத் தன்னோடு உணவருந்த ஒரு தனியறைக்கு அழைத்துச் சென்றார். அங்கு எங்கள் கண்முன்னே அளவுக்கு மிஞ்சிக் குடிக்கலானார். அவரது பளபளப்பான மேற்பூச்சுக்கு அடியில் வெறுப்பூட்டும் அவலம்

மறைந்திருந்தது - தற்பெருமை, ஏமாற்றுதல், புறம்பேசுதல் எனப் பலப்பல குணங்கள், ஒரு கேவலமான பகட்டுக்காரனுக்கே உரியவை அங்கு வெட்டவெளியாயின. எல்லாவற்றுக்கும் மகுடம் வைத்தது போல அன்று அவர் அருந்திய மதுவுக்குப் பணம் தரவும் அவர் மறுத்துவிட்டார். அந்தத் தொகையை முழுவதுமாகக் கட்டிமுடிக்க எங்களுக்கு நீண்ட காலம் எடுத்தது. அந்தச் சந்திப்பினால் எங்களுக்குக் கிடைத்த நற்பலன், ஏப்பம் விட்டுக் கொண்டும் குடிபோதையில் கத்தி உளறிக் கொண்டும் இருந்த அவரை அவரது விடுதிக்கு அழைத்துச் சென்றது தான். அங்கும், அவர் இருந்த நிலையில் அவரை உள்ளே விடக் கூட அந்த விடுதியின் பொறுப்பாளர்கள் தயாராக இல்லை.

"அந்த மகத்தான நடிகன் - அசாதாரணமான திறமை கொண்டவர் ஏற்படுத்திய நல்ல மற்றும் தீய தாக்கங்களை யெல்லாம் எடுத்துக் கொண்டு சீர்தூக்கிப் பாருங்கள் - உங்களுக்கு என்ன விளைவு கிடைக்கிறது என்று முடிவு செய்யுங்கள்."

"ஷாம்பெயின் குடித்தால் விக்கல் வருவது போல!" என்று பால் உற்சாகமாகக் கூறினான்.

"நல்லது, நீங்கள் பிரபலமான நடிகர்களாக வரும்போது இது போன்ற நிகழ்ச்சிகள் நடக்காமல் பார்த்துக் கொள்ளுங்கள்!" என்றார் டார்ட்சாவ்.

"ஒரு நடிகர் தன் வீட்டில் இருக்கும்போது மட்டுமே, தனக்கு மிக நெருங்கியவர்களின் மத்தியில் இருக்கும்போது மட்டுமே அவரால் சுதந்திரமாக இருக்க முடியும். திரைச்சீலை கீழே இறங்கியதும் அவரது பாத்திரம் முடிந்து போவதில்லை. மேன்மையாக உள்ளவற்றையெல்லாம் தாங்கிப் பிடிப்பவராக இருப்பதைத் தன் அன்றாட வாழ்விலும் விட்டுவிடாமல் கைக்கொள்ள வேண்டிய கட்டாயத்தில் அவர் இருக்கிறார். இல்லாவிட்டால் தான் கட்டி எழுப்ப முயல்வதையே அவர் அழித்து விடுவார். உங்களது கலைச் சேவையின் தொடக்கத்திலிருந்தே இதை நன்றாக நினைவில் வைத்துக் கொள்ளுங்கள். பொதுமக்கள் மத்தியில் மேன்மையானதும்,

உயர்வடையச் செய்வதுமான ஒரு செய்தியைக் கொண்டு செல்லும் பொறுப்பில் உள்ள பொதுச் சேவகராக இருப்பதற்கான சுய கட்டுப்பாடு மற்றும் ஒழுக்க நெறியை உங்களுக்குள் வளர்த்துக் கொள்ளுங்கள்.''

''ஒரு நடிகன் தான் சேவை-செய்யும் கலையின் தன்மையாலே நாடகசபை எனும், ஒருபெரிய, சிக்கலான நிறுவனத்தின் ஒரு அங்கத்தினராக ஆகி விடுகிறான். நாள்தோறும் அவனைப் பற்றியும் அவன் பங்கு பெறும் நிறுவனத்தைப் பற்றியும் கோடிக் கணக்கானோர் செய்தித் தாள்களில் வாசிக்கிறார்கள். அவரது பெயர், அவரது நாடகசபையின் பெயருடன் நெருக்கமாகப் பின்னிப் பிணைந்துள்ளது. எனவே ஒரு நடிகர் தவறிழைத்தாலோ ஏதேனும் ஒரு கிசுகிசுவால் வம்பில் மாட்டிக் கொண்டாலோ என்னவிதமாக அதை விளக்கிக் கூற முயன்றாலும், சாக்குப் போக்குச் சொன்னாலும், சாட்சிகளை அழைத்தாலும், அந்த கறையை, நிழலைப் போக்கிக் கொள்ள முடியாது. இதனால் தனது நாடக அரங்கத்துக்கு வெளியே கூடத் தகுந்தவாறு ஒழுங்காக நடந்து கொள்வது ஒரு நடிகனின் கடமையாகும். இதனால் தனது பெயரை மேடையில் மட்டுமல்லாமல், தனது சொந்த வாழ்விலும் காப்பாற்றிக் கொள்வது அவசியமாகும்.''

3

''ஒரு நாடக சபாவில் ஒழுங்கையும், ஆரோக்கியமான சூழலையும், உறுதிப் படுத்துவதற்காகச் செய்யப்படும் திட்டமிட்ட வழிவகை என்னவென்றால் அங்குள்ள வேலையின் பெறுப்பில் வைக்கப்பட்டுள்ள நபர்களின் அதிகாரத்தை வலுப்படுத்துவ தாகும்.''

''அவர்கள் தேர்ந்தெடுக்கப்படுவதற்கு முன், ஒருவரை விட மற்றொருவர் மேல் என்று நீங்கள் விவாதிக்கலாம், சர்ச்சை செய்யலாம், போராடலாம், மறுத்துப் பேசலாம். ஆனால் ஒருமுறை அந்த நபர் தேர்ந்தெடுக்கப்பட்டுத் தலைமைப் பொறுப்பில் இருத்தப்பட்டுவிட்டால், அவருக்கு எல்லா விதத்திலும் ஆதரவு அளிப்பது உங்கள் கடமையாகும். அதுதான்

அனைவருக்கும் நல்லது. அவர் அவ்வளவு வலிமையானவராக இல்லாவிட்டால் அவரை இன்னும் அதிகமாக ஆதரித்து உதவ வேண்டும். ஏனெனில் அவருக்கு அதிகாரம் அளிக்கப்படா விட்டால் மொத்தக் குழுவின் முதன்மைச் சக்தியும் செயலற்றுப் போய்விடும். ஒரு குழுவின் பொதுவான வேலையைத் தொடக்கி, முன்னே தள்ளி இயக்குகிற தலைவரை அது இழந்துவிட்டால் அந்தக் குழு என்னவாகும்? உயர்ந்த பொறுப்புகளில் நாம் அமர்த்தியுள்ளவர்களைக் குற்றம் சாட்டி, அவமதிப்பதை நாம் பெரிதும் விரும்புகிறோம். ஒரு திறமைசாலியான மனிதர் நம்மை விட உயர்நிலைக்குச் சென்று விட்டால் "எங்களை அதிகாரம் பண்ண உனக்கு என்ன தைரியம்!" என்று அவரைப் பார்த்துக் கத்துகிறோம். எத்தனையோ திறமை வாய்ந்த, பயனுள்ள மனிதர்கள் இவ்வாறு அழிக்கப்பட்டு விட்டனர். தடைகளையெல்லாம் தாண்டிப் பிறரது அபிமானத்தையும் அன்பையும் பெற்றவர்கள் ஒருசிலரே. ஆனால் துணிவாக வேலை செய்பவர்கள் அதிர்ஷ்டசாலிகள் - ஏனெனில் பிடித்தாலும் பிடிக்காவிட்டாலும் நாம் அவர்களுக்கு அடிபணிந்து விடுகிறோம். ஏனெனில் இத்தகைய அதிகாரம் ஒருவருக்கு இல்லாவிட்டால் ஒன்று சேர்ந்து பணிபுரிவது என்பது முற்றிலும் இயலாத காரியமாகி விடுகிறது.

"பல நாடக சபைகளிலும் இந்நிலை தெளிவாகத் தெரிகிற ஒன்றாகும். நடிகர்கள், கதாசிரியர்கள் இவர்களுக்கிடையே முக்கியத்துவத்துக்கான போராட்டம், வெற்றியைப் பார்த்து பொறாமை, பாத்திரங்களின் வகைகள் மற்றும் ஊதியங்களில் உள்ள வேறுபாடு ஆகியவை நமது வேலையில் பெரும் தீங்கை விளைவிக்க வல்லவை ஆகும். நமது இலட்சிய வெறி, பொறாமை, சிக்கல்கள், சூழ்ச்சிகள் ஆகியவற்றை "ஆரோக்கியமான போட்டி" போன்ற அற்புதமாக ஒலிக்கும் சொற்களால் மூடி மறைத்து விடுகிறோம். ஆனால் இதையும் மீறி இங்குள்ள சூழல் மேடைக்குப் பின்னால் உள்ள புறம் பேசுதல், அவதூறு மற்றும் வீண் வம்புப்பேச்சு இவற்றின் விஷவாயுக்களால் நிரம்பியுள்ளது."

''போட்டியைக் கண்டு பயப்படும் நடிகர்கள், புதியவர் ஒருவர் உள்ளே வரும்போதே தாக்குவதற்குத் தயாராகி விடுகிறார்கள். அதைத் தாங்கிக் கொள்ள முடிந்தவர்கள் திடமாக நிற்கிறார்கள் - இது எவ்வளவு தூரம் விலங்கினங்களின் உளவியலை ஒத்ததாக உள்ளது!''

''ஒருமுறை சிறு நகரம் ஒன்றில் தங்கியிருந்தபோது பால்கனியில் அமர்ந்து தெரு நாய்களை வேடிக்கை பார்த்துக் கொண்டிருந்தேன். அவற்றுக்குத் தமக்கே உரிய இட அளவுகளும் எல்லைகளும் உள்ளன. அவற்றைக் காப்பாற்றிக் கொள்வதில் அவை அதிக ஆர்வம் காட்டுகின்றன. வேற்று நாய் ஒன்று ஒரு குறிப்பிட்ட எல்லையைத் தாண்டத் துணிந்தால் மற்றவை ஒன்று சேர்ந்து அதை எதிர்க்கும். புதிய நாயும் நன்றாகப் போராடினால், அவற்றின் மதிப்பை வென்று அக்கூட்டத்தினுள் சேர்த்துக் கொள்ளப்பட்டு விடும். அல்லது, தோற்றுப் போய் வாலைப் பின்னங்கால்களுக்கு இடையில் வைத்துக் கொண்டு ஊளையிட்டுக் கொண்டு அங்கிருந்து ஓடி விடும்.''

''இதே விதமான மிருகபலம், விலங்குகளின் உளவியல்தான் இங்கும் செயல்பட்டு வருகிறது. இது அழிக்கப்பட வேண்டும். புதிய வரவுகளுக்கு மட்டும் இது பொருந்தும் என்பதற்கில்லை. நிலைபெற்றுள்ள பழம்பெரும் நடிகர்களிடம்கூட இது காணப்படுகிறது. மேடைக்குப் பின்னால் மட்டுமின்றி மேடை மீது கூட இந்தப் பொறாமை உணர்வும், போட்டியின் கசப்பும் பெருகுவதை நான் கண்டிருக்கிறேன். இரு பெரிய நடிகர்கள் மேடையில் ஒரே பக்கத்திலிருந்து உள்ளே வர மறுப்பதுண்டு. பல ஆண்டுகளாகப் பேசிக் கொள்ளாமல் இருந்தவர்களும் இங்கு உண்டு.''

''இத்தகைய அற்புதமான திறமைகளைக் கொண்டவர்கள் ஏன் தமது சொந்த வேலையை இவ்வாறு பாழடித்துக் கொள்ள வேண்டும்? அற்பமான சொந்தக் காரணங்களுக்காக, சிறிய அவமதிப்புகளுக்காக, தவறான புரிந்து கொள்ளலுக்காக இவ்வாறு தரமிழந்து போக வேண்டும்?''

"தமது மோசமான உள்ளுணர்வுகளைக் களைந்து வெற்றி கொள்ளாவிட்டால் இது தற்கொலைக்கு ஒப்பான நடவடிக்கை யாகும். இப்போது நிகழ்ந்த சம்பவம் உங்களுக்கெல்லாம் ஒரு தெளிவான எடுத்துக்காட்டாக அமையும் என்று நான் நம்புகிறேன்," என்று கூறி முடித்தார் டார்ட்சாவ்.

4

"மிக நன்றாகவும் கவனமாகவும் தயாரிக்கப்பட்ட ஒரு நாடகத்தில் உள்ள ஒரு நடிகர், சோம்பலினாலோ, அலட்சியத்தாலோ அல்லது கவனக்குறைவினாலோ தனது பாத்திரத்திற்குத் தேவையான நடிப்பிலிருந்து மிகவும் விலகிச் சென்று எந்திரத்தனமாகவோ, மோசமாகவோ நடித்துவிடுகிறார் என்று வைத்துக் கொள்வோம். அவ்வாறு செய்வதற்கு அவருக்கு உரிமை இருக்கிறதா? என்ன இருந்தாலும் அந்த நாடகத்தின் தயாரிப்பில் அவர் தனியாக இல்லை - அதற்கான பணிக்கு அவர் மாத்திரமே பொறுப்பு அல்ல. அத்தகையதொரு முனைப்பில் எல்லோரும் ஒருவருக்காகவும், ஒருவர் எல்லோருக்காகவும் வேலை செய்வது சகஜம். இதனால், பரஸ்பரப் பொறுப்பேற்றலும், யாராவது நம்பிக்கைத் துரோகம் இழைத்தால் அவர் கண்டிக்கவும் தண்டிக்கவும் படவேண்டும்."

"ஒரு தனிப்பட்ட நடிகரின் அற்புதமான திறமை பற்றி எனக்கு ஏகப்பட்ட வியப்பும் மரியாதையும் இருந்தாலும் நட்சத்திர அந்தஸ்து பற்றி எனக்கு மனச்சம்மதம் இல்லை அதை நான் ஏற்றுக் கொள்வதில்லை. நமது கலைக்கு ஒன்றுபட்ட கூட்டுறவின் அடிப்படையிலான படைக்கும் முயற்சிதான் ஆணிவேர் போன்றது. இதற்கு ஒருங்கிணைந்த நடிப்புத் தேவைப்படுகிறது - அதைக் கெடுக்கின்ற எவருமே குற்றம் புரிபவர் ஆவார். அந்தக் குற்றத்தைத் தனது துணைவர்களுக்கு எதிராக மட்டுமின்றி, தான் சேவை செய்யும் கலைக்கே எதிராக அவர் செய்கிறார்."

5

நாடக அரங்கத்தின் பின்புறம் இருந்த ஒரு ஒப்பனை அறையில், சபாவின் நடிகர்கள் தமது நண்பர்களைச் சந்திப்பது வழக்கம்.

எங்களது அன்றைய ஒத்திகை அந்த அறையில் தான் ஏற்பாடாகி இருந்தது. அவர்கள் முன்பாக எங்களையே தாழ்த்திக் கொள்ள விரும்பாததால், அங்கே எப்படி நடந்து கொள்ள வேண்டும் என்பது பற்றிச் சில அறிவுரைகள் தருமாறு ரக்மனோவிடம் வேண்டினோம்.

நாங்களே வியப்படையுமாறு இயக்குனரே அங்கு வந்து சேர்ந்தார். ஒத்திகைபற்றி நாங்கள் கொண்டிருந்த தீவிரமான மனநிலை அவர் நெஞ்சைத் தொட்டுவிட்டதாக அவர் கூறினார்.

''இது ஒரு கூட்டுறவு முயற்சி என்பதை மனதில் இருத்திக் கொண்டீர்களானால், நீங்கள் செய்ய வேண்டியது என்ன, எவ்வாறு நடந்து கொள்ள வேண்டும் என்பதையெல்லாம் நீங்களாகவே உணர்ந்து கொள்வீர்கள்,'' என்றார் அவர். ''இந்தத் தயாரிப்பை நீங்கள் எல்லோரும் ஒன்று சேர்ந்துதான் செய்யப் போகிறீர்கள், ஒருவருக்கொருவர் உதவியாக இருக்கப் போகிறீர்கள், அனைவரும் ஒருவரையொருவர் சார்ந்து இருக்கப் போகிறீர்கள். உங்களது சபா நிர்வாகியால் நீங்கள் இயக்கப்படப் போகிறீர்கள்.''

''ஒழுங்கு முறையும், வேலை சரியாகப் பிரித்துக் கொடுத்தலும் இருக்குமானால் உங்களது கூட்டுச் செயல்பாடு இனிமையாகவும், நல்ல பயனுள்ளதாகவும் இருக்கும். ஏனெனில் அது பரஸ்பர உதவியை அடிப்படையாகக் கொண்டிருக்கும். ஆனால், அங்கே குழப்பமும், தவறான சுற்றுச் சூழலும் இருக்குமானால் அப்போது உங்கள் கூட்டுச் செயல்பாடு ஒரு சித்திரவதைக் கூடமாக ஆகிவிடும். நீங்கள் ஒருவர் மற்றொருவருக்கு இடைஞ்சலாக இருந்து கொண்டு, ஒருவரை ஒருவர் பிடித்துத் தள்ளிக் கொண்டு இருப்பீர்கள். எனவே, ஒழுக்கக் கட்டுப்பாட்டை நிலை நிறுத்தி அதற்கு ஆதரவளித்து நிலைக்கச் செய்வதென்று நீங்கள் ஒப்புக் கொள்ள வேண்டும் என்பது தெளிவாகிறது.''

''நாங்கள் எப்படி அதற்கு ஆதரவளிக்கலாம்?''

''முதலாவதாக, நாடக அரங்கிற்குக் குறிப்பிட்ட நேரத்தில் - அதாவது ஒத்திகை தொடங்குவதற்கு அரைமணி அல்லது கால்மணி

நேரம் முன்னதாக - வரவேண்டும். உங்களது அக உணர்வு நிலையை உருவாக்கி நிலைநிறுத்தச் செய்ய வேண்டிய செயல்களைப்பற்றி எண்ணி, ஏற்பாடு செய்துகொள்ள இது அவசியம்."

"ஒருவர் தாமதமாக வந்தால்கூட அது மற்றவர்களுக்கும் பிரச்சினையாகிவிடும். அனைவரும் தாமதமாக வந்தால் வேலையில் ஈடுபட வேண்டிய நேரமானது. சும்மா காத்திருப்பதில் வீணடிக்கப்பட்டுவிடும். இது நடிகர்களைக் கோபம் கொள்ளச் செய்து நடிப்பதற்கு இயலாதவாறு செய்துவிடும். இதற்கு நேர் மாறாக, உங்களது கூட்டுப் பொறுப்பைப் பற்றிய ஒரு சரியான மனநிலையை எல்லோரும் கொண்டிருந்தால், ஒத்திகைக்குத் தேவையான சரியான தயாரிப்புடன் வந்தால், ஒரு அற்புதமான சுற்றுச்சூழலை உங்களால் உருவாக்க முடியும். இதனால் நீங்கள் உற்சாகம் கொள்வீர்கள். உங்கள் பணி நன்றாக நடைபெறும் - ஏனெனில் அனைவரும் ஒருவருக்கொருவர் சிறப்பாக உதவியவாறு செயல்படுவீர்கள்."

"மேலும், ஒவ்வொரு தனித்தனி ஒத்திகையின் குறிக்கோளைப் பற்றியும் சரியான மனநிலையைக் கொண்டிருத்தலும் மிகவும் அவசியமாகும்."

"ஒத்திகையைப் பற்றி, பெரும்பாலான நடிகர்கள் தவறான கருத்தையே கொண்டிருக்கிறார்கள். தாம் ஒத்திகைகளின் போது வேலை செய்தால் மட்டுமே போதுமானது, வீட்டில் இருக்கும் போது சும்மா இருக்கலாம் என்று அவர்கள் நினைக்கிறார்கள்.

"ஆனால் இது நிஜமல்ல. ஒரு நடிகன் வீட்டில் இருக்கும்போது முனைந்து வேலை செய்ய வேண்டிய பிரச்சினைகளை ஒத்திகையானது தெளிவுபடுத்துகிறது - அவ்வளவு தான். இதனால் ஒத்திகைகளின்போது எந்தவிதமான குறிப்புகள் எடுத்துக் கொள்ளாமலும், வீட்டு வேலையைத் திட்டமிடாமலும் சும்மா சளசளவென்று பேசியவாறு இருக்கும் நடிகர்கள் மீது நான் நம்பிக்கையே வைப்பதில்லை."

"குறிப்புகள் இல்லாமலே தம்மால் எல்லாவற்றையும் நினைவில் வைத்துக் கொள்ள முடியும் என்று அவர்கள் பாவனை செய்கிறார்கள். இது அபத்தம்! ஏனெனில், முதலாவதாக பல்வேறு பெரிய மற்றும் சிறிய விவரங்களைப் பற்றி சபா நிர்வாகி குறிப்பிடுகிறார் - இதை எந்தப் பிரமாதமான நினைவாற்றலாலும் மனதில் நிறுத்தி வைத்துக் கொள்ள முடியாது. இரண்டாவதாக, இங்கு இவர்கள் கையாளுகிற விஷயங்கள். திடமான உண்மைகள் அல்ல; மாறாக, உணர்ச்சி நினைவாற்றலில் சேமித்து வைக்கப்பட்டுள்ள உணர்ச்சிகள் ஆகும். இவற்றைப் புரிந்து கொள்ளவும் மறுபடியும் தேவைப்படும்போது நினைவுக்குக் கொண்டு வரவும் சரியான சொற்கள், முகபாவம், எடுத்துக்காட்டு ஆகியவற்றைத் தேடிப் பயன்படுத்த வேண்டும்."

"இவற்றைப் பற்றி அவர் வீட்டில் இருக்கும்போது நினைத்துப் பார்க்க வேண்டும். இதுவே மிகப் பெரிய அளவிலான வேலையாகும். இதற்குத் தீவிரமாக மனதை ஒருமுனைப்படுத்துதல் தேவை."

"கவனமின்றி வேலை செய்யும் நடிகர்களின் பேச்சை எந்த அளவுக்கு நம்பலாம் என்பதை இயக்குனர்கள் மற்றும் நிர்வாகிகள் ஆகிய நாங்கள் நன்கறிவோம். ஏனெனில் சொன்னதையே அவர்களுக்கு மறுபடி மறுபடி திரும்பச் சொல்ல வேண்டிய கடமை எங்களுக்குத்தான் உள்ளது."

"கூட்டுச் சேர்ந்து செய்யும் பணியின்பால் இந்த மாதிரியான மனநிலையைச் சிலபேர் கொண்டிருப்பது அந்தப் பணிக்கே ஒரு பெரிய தடையாக விளங்குகிறது. எனவே, இதை மனதில் கொண்டு சரியான கலைபற்றிய ஒழுக்கநெறி மற்றும் கட்டுப்பாட்டை உங்களுக்கென வடிவமைத்துக் கொள்ளுங்கள். ஒரு நிர்வாகி முன்பே சொன்ன ஒரு விஷயத்தை மறுபடியும் சொல்வதற்குக் காரணமாகி விடாதீர்கள். அவரது விமர்சனத்தை ஒரு போதும் மறக்காதீர்கள். அவற்றை எல்லாம் ஒரே சமயத்தில் புரிந்து கொள்ள முடியாவிட்டாலும், அவற்றை ஒரு காதில் வாங்கி மறுகாதின் வழியாக வெளியே போகுமாறு விட்டு விடாதீர்கள். இவ்வாறு

செய்வது நாடகசபையில் உள்ள மற்றப் பணியாளர்கள் அனைவருக்கும் எதிரான குற்றமாகும்."

ஆகவே, இந்தத் தவறைத் தவிர்ப்பதற்காக உங்கள் பாத்திரத்தின் மீது வீட்டில் சுதந்திரமாக எப்படி வேலை செய்வது என்று உங்களுக்கே கற்றுக் கொடுத்துக் கொள்ள வேண்டும். இது சுலபமான வேலை அல்ல - ஆனால் இங்கு பயிற்சியில் உள்ள போதே இதை நீங்கள் கற்றுக்கொள்ள வேண்டும். வகுப்பில் இருப்பதைக் காட்டிலும் மேடைமீது உள்ளபோது உங்கள் மீதான பொறுப்புகள் மேலும் அதிகமாகவும், கண்டிப்பானதாகவும் இருக்கும். இதை மனதில் வைத்துக் கொண்டு அதற்காகத் தயார்ப்படுத்திக் கொள்ளுங்கள்."

6

"ஒரு பாடகர், பியானோ வாசிப்பவர், நடனக் கலைஞர் - தனது நாளை எவ்வாறு தொடங்குகிறார்?" இன்றைய வகுப்பின் தொடக்கத்தில் டார்ட்சாவ் எழுப்பிய கேள்வி இது.

"காலையில் கண் விழித்து எழுந்து, குளித்து, உடையணிந்து காலை உணவு உட்கொண்ட பின் அதற்கெனக் குறிப்பிடப்பட்டுள்ள சமயத்தில் தனது பயிற்சிகளைத் தொடங்குகிறார்கள். பாடகர் பாடுகிறார், பியானோ வாசிப்பவர் தனது பாடங்களை வாசிக்கிறார், நடனக் கலைஞர் அரங்கத்துக்கு விரைகிறார் - தனது தசைகளைத் திடமாக வைத்துக் கொள்ளப் பயிற்சி செய்கிறார். இந்தப் பயிற்சியானது தினந்தோறும், கோடையிலும் குளிர்காலத்திலும் தவறாமல் செய்யப்படுகிறது. இது ஒரு நாள் விட்டுப் போனாலும், அந்த நாளை அவர் இழந்து விட்டதாகத் தான் எடுத்துக் கொள்ள வேண்டும், அது அவரது கலைக்குப் பாதிப்பை உருவாக்கத்தான் செய்யும்."

"டால்ஸ்டாய், செக்கோவ் மற்றும் பிற மகத்தான எழுத்தாளர்கள் ஒவ்வொரு தினமும் ஒரு குறிப்பிட்ட நேரத்தில் உட்கார்ந்து எழுதுவதை அவசியமாகக் கருதினர் - அது ஒரு நாவலாகவோ, சிறுகதையாகவோ இல்லாமல் போனாலும், தமது

எண்ணங்களையும், கவனித்த விஷயங்களையும் ஒரு நாட்குறிப்பில் பதிவு செய்வதற்காகவேனும் இருக்க வேண்டும் என்று அவர்கள் எண்ணினார்கள். நாள்தோறும் - ஒவ்வொரு நாளாக, மனித எண்ணங்கள், உணர்ச்சிகள், விழிவழிப் பார்த்த விஷயங்கள் மற்றும் உணர்வுரீதியாக அனுபவங்கள் ஆகியவற்றின் நுண்ணிய சிக்கல்களை மிக மென்மையாகவும், மிகச் சரியாகவும் எழுத்தில் வடிப்பதற்கான வழிமுறைகளை வளர்த்துக் கொள்ளும் பயிற்சி செய்யப்பட வேண்டும் என்பது தான் இங்கு நாம் கவனிக்க வேண்டிய முக்கியக் கருத்தாகும்."

"எந்த ஒரு கலைஞனையும் கேளுங்கள், இதையே தான் அவர் கூறுவார்."

"அதுமட்டுமல்ல: எனக்கு ஒரு அறுவைச்சிகிச்சை மருத்துவரைத் தெரியும் - அறுவைச் சிகிச்சையும் ஒருகலைதான்! தனது ஓய்வு நேரத்தைத் தனது விரல்கள் மற்றும் கைக்குப் பயிற்சியளிப்பதில் அவர் செலவிடுகிறார். ஓரியன்டல் ஜாக்ஸ்ட்ரா எனும் விளையாட்டை விளையாடுவதன் மூலம் இதைச் செய்கிறார் - குச்சிகளைக் குவியலாகப் போட்டுவிட்டு அதன் அடியில் உள்ள சிறு சிறு பொருள்களைக் குச்சிகளைக் கலைக்காமல் விரல்களால் மெல்ல வெளியே எடுப்பது தான் அந்த விளையாட்டு."

"நடிகர்களை எடுத்துக் கொண்டால் - அவர் காலையில் எழுந்து உணவருந்தி, உடையணிந்து வெளியில் அவசரமாகச் சென்று நண்பர்களைச் சந்திப்பதிலோ, பிற சொந்த வேலைகளைச் செய்வதிலோ தன் நேரத்தைச் செலவிடுவார் - ஏனெனில் அது அவரது "ஓய்வு" நேரம்!"

"இருக்கலாம் - ஆனால் ஒரு பாடகர், பியானோ வசிப்பவர், நடனக் கலைஞர் இவர்களுக்கு அந்த ஓய்வு நேரம் கிடைப்பதில்லை - அவர்களுக்கு ஒத்திகைகள், பாடங்கள், நிகழ்ச்சிகள் உள்ளன."

"ஆனால் நடிகருக்கோ, தனது வீட்டுவேலையைச் செய்ய, நடிக்கும் செயல் நுட்பங்களை மேம்படுத்திக் கொள்ள "நேரமில்லை!"

"என்ன பரிதாபம்! நான் முன்பே சொன்னது போல, நடிகனும் வீட்டில் வேலை செய்ய வேண்டும். ஒரு பாடகன் தனது குரலைப் பற்றியும், சுவாசித்தலைப் பற்றியும் மட்டும்தான் கவலைப் பட வேண்டும். நடனக் கலைஞருக்குத் தன் உடலைப் பற்றிய கவனம் வேண்டும். பியானோ வாசிப்பவர் தனது கைகளைப் பற்றி அக்கறை கொள்ள வேண்டும். ஆனால் ஒரு நடிகனோ, தன் கரங்கள், கால்கள், கண்கள், முகம், தன் முழு உடலின் நெகிழ்வுத் தன்மை, லயம், அசைவுகள் என்று எல்லா விதங்களிலும் தன் உடலைப் பற்றிய பொறுப்புடன் இருக்க வேண்டும். இங்கு நடிப்புக்கலைப் பள்ளியில் நீங்கள் பயிலும் பயிற்சிகள், இங்கிருந்து படிப்பு முடிந்து தேர்வு பெற்றுப் போனவுடன் நின்று போவதில்லை - உங்கள் வாழ்நாள் முழுவதும் அவை தொடர்கின்றன. மேலும் உங்களுக்கு வயது கூடும் போது இவற்றில் மேலும் அதிகக் கவனம் செலுத்த வேண்டிவரும்."

"ஆனால் ஒரு நடிகனுக்கு இதற்கெல்லாம் 'நேரம் இல்லாததால்' அவனது கலை ஒன்று நின்ற இடத்திலேயே நின்று கொண்டிருக்கும் அல்லது பின்னோக்கிச் சரிய ஆரம்பிக்கும்."

"ஆனால் நேரம் இல்லை என்று குறை கூறும் நடிகர்கள் தான் - இரண்டாவது அல்லது மூன்றாவது கட்டப் பாத்திரங்களை ஏற்று நடிப்பவர்கள்தான் வேறு எவரையும்விட அதிக நேரத்தைக் கொண்டிருக்கிறார்கள்."

"இதைக் கவனியுங்கள் - ஒரு நாடகத்தின் மக்கள் கூட்டத்தில் தோன்றவிருக்கும் ஒரு நடிகனை எடுத்துக் கொள்வோம். மாலை 7.30 மணிக்கு அவன் தயாராக இருக்க வேண்டும். இரண்டாவது காட்சியில் தோன்றுகிறான். பின் இடைவெளி வருகிறது. இவர் தனது ஆடைகள் மற்றும் ஒப்பனையை மாற்றக் கூடத் தேவையில்லை. ஒருவேளை வெளி ஆடைகளை மட்டும் மாற்றக் கூடும். இதன் பின்பு அவன் மேடையில் தோன்றும் நேரம் மொத்தமாக 45 நிமிடங்கள்."

"பொதுவாக நிலைமை இவ்வாறுதான் உள்ளது. அன்று நடிப்பதற்கு நாடகமே இல்லாதவர்களின் நிலை என்ன? வேறு

பொழுது போக்குகளில்தான் அவர்கள் தமது நேரத்தைச் செலவிடுகிறார்கள்."

"ஒத்திகைகளை எடுத்துக் கொள்ளலாம். இவை பகல் பொழுதுகளில் நடைபெறுகின்றன - காலை பத்து அல்லது பதினொரு மணிக்குத் தொடங்குகின்றன. அதுவரை நமது நடிகர்கள் சும்மாதான் இருக்கிறார்கள். இரவுகளில் நாடகம் முடிவதற்கு நெடுநேரம் ஆகிவிடுகிறது. உணர்ச்சி வயப்பட்டுள்ள நடிகர்கள் தம்மை சாந்தப்படுத்திக் கொண்டு உறங்கச் செல்லவும் தாமதம் ஆகிவிடும். எனவே காலை அவர் எழுந்திருக்கவும் தாமதம் ஆவதில் வியப்பில்லை."

"வேறு சில நாடகசபைகளில் எந்திரத்தனமாக நடிப்பது இயல்பாகிப் போய் விட்டுள்ளது. இங்கு காலை 9 மணிக்கு ஒத்திகை தொடங்கி மதியத்துக்குள் சுலபமாக முடிவடைந்து விடும். இவர்களால் அந்த நேர அவகாசத்துக்குள் இரண்டு மூன்று நாடகங்களைக் கூட ஒத்திகை பார்த்துவிட முடியும்."

"பல சமயங்களில் நாம் ஒத்திகைக்குக் கிளம்பிச் சென்று கொண்டுள்ளபோது எதிர்ப்படும் இவர்கள்,

"எங்கே கிளம்பி விட்டீர்கள்?" என்கிறார். 'ஒத்திகைக்கு' என்கிறோம் நாம். "என்ன? மதியம் இந்நேரத்திலா? இவ்வளவு தாமதமாகவா?" என்று கூவிவிட்டு' 'என்ன தூங்கு மூஞ்சி சோம்பேறி?' என்று நம்மைப்பற்றி மனதுக்குள் நினைத்துக் கொண்டு, வெளியில், "நாடக சபையை இப்படித்தான் நடத்துவதா? நான் என் ஒத்திகையை முடித்துவிட்டேன் - ஒரு முழு நாடகத்தை நாங்கள் ஒத்திகை பார்த்தோம். காலை 9 மணிக்கு எங்கள் வேலையைத் தொங்கினோம்!" என்று கர்வமாகச் சொல்லும் அந்த எந்திரத்தனமான நடிகர் நம்மைச் சற்றே கேவலமாக மேலும் கீழும் பார்க்கிறார்.

"நான் இதற்கு மேல் சொல்லத் தேவையில்லை. இத்தகைய நாடகசபைகளில் 'கலை' என்பது எப்படி இருக்கும் என்று நமக்கு நன்கு தெரியும்."

"இது தான் இப்போது என் பிரச்சினை: நல்ல நாடகசபைகளில் பல நாடக சபா நிர்வாகிகள் இருக்கின்றனர். உண்மையான கலையைச் சந்திக்க நினைக்கும் அவர்கள் மேற்கண்ட எந்திரத்தனமான நடிகரின் இரும்புக் கட்டுப்பாடு சரியானது என்றும் இலட்சியார்த்தமானது என்றும் உண்மையாகவே நம்புகிறார்கள். இவர்கள் ஒரு தயாரிப்புக் கம்பெனியை மதிப்பிடுவது போல - கணக்கர்கள், எழுத்தர்கள், மானேஜர்கள் - மதிப்பிடுபவர்கள். இவர்களால் ஒரு நிஜமான கலைஞனின் வேலையைப் பற்றி எப்படி மதிப்பிட முடியும்? நிஜமான நடிகர்கள், 'மதியம் வரை தூங்கி விட்டு நமது வேலைத் திட்டத்தில் முடிவற்ற குழப்பங்களை உருவாக்குபவர்கள்' என்று தானே அவர்களால் சிந்திக்க முடியும்?

"இத்தகைய சிறுமதி படைத்த நிர்வாகிகளிடமிருந்து நாம் எவ்வாறு தப்பிக்க முடியும்? உண்மையான கலைஞர்களின் முதன்மைக் குறிக்கோள் என்ன என்று உணர்ந்து கொள்ளும், புரிந்து கொள்ளும் நபர்களை, கலைஞர்களைக் கையாள்வது எப்படி என்று தெரிந்துள்ள உங்களை எங்கே கண்டுபிடிப்பது?"

இதற்கிடையில் இங்கே நமது நாடகசபையில், ஏற்கெனவே பாரம் தாங்காமல் தவிக்கும் உண்மையான கலைஞர்கள்மீது மேலும் மேலும் அதிக அழுத்தத்தை நான் ஏற்றிக் கொண்டுள்ளேன். இருக்கின்ற குறைவான நேரத்தையும் தமது செயல்நுட்பத்தை மேம்படுத்திக் கொள்ளப் பயன்படுத்துமாறு கேட்கிறேன்.

"இத்தகைய வேலைக்கு, ஏற்கெனவே நான் உங்களுக்குக் கணக்கிட்டுக் காட்டியுள்ளபடி உங்களுக்கு ஏகப்பட்ட நேரம் இருக்கிறது" என்று முடித்தார் அவர்.

"ஆனால் அந்த பரிதாபத்துக்குரிய நடிகனை மொத்தமாகக் களைப்படையச் செய்ய, அவனுக்குள்ள கடைசி இளைப்பாறும் நேரத்தையும் எடுத்துக் கொள்ள நீங்கள் நினைக்கிறீர்கள்" என்று யாரோ கூறினார்கள்.

‘‘நிச்சயமாக இல்லை, நான் உறுதியாகச் சொல்கிறேன். ஒரு நடிகனுக்கு மிகவும் களைப்பூட்டும் விஷயம், தனது அடுத்த மேடை ஏறுதலுக்காகக் காத்துக் கொண்டு தனது ஒப்பனை அறையில் சுற்றிக் கொண்டிருப்பது தான்!’’ என்று பதில் கொடுத்தார் டார்ட்சாவ்.

7

‘‘நடிப்புத் தொழிலில் புதிதாகப் படைக்கும் தன்மையில் தாமாகவே சுயமாகத் தொடங்கிச் செயல்படாத பல நடிக, நடிகையர் உள்ளனர். அவர்கள், நாடக அரங்கத்துக்கு வெளியே தமது பாத்திரங்களுக்காகத் தயார் செய்வதில்லை. தாம் பிரதிபலிக்க உள்ள கதாபாத்திரத்தைப் பற்றிச் சிந்தித்து, கற்பனையையும் ஆழ்மனதையும் பயன்படுத்தி எந்தவிதமான முன்னேற்பாடும் செய்வதில்லை. ஒத்திகைக்கு வருகிற அவர்கள் என்ன செய்வது என்று பிறரால் வழிநடத்தப்படும்வரை காத்திருக்கிறார்கள். சில சமயங்களில் இயக்குனர் அல்லது நாடக நிர்வாகியின் பெருமுயற்சியால் இத்தகைய மெத்தனமான நடிகர்களிடமிருந்து ஏதேனும் ஒரு சிறு பொறியை வெளிக் கொண்டு வர முடியும். இல்லாவிட்டால் பிற நடிகர்கள் நடிப்பதைப் பார்த்துத் தூண்டப்பட்டு இவர்களும் அந்த நாடகம் பற்றிய உணர்வுகளால் தொற்றிக் கொள்ளப்படலாம். இவ்வாறு பிறரிடமிருந்து பெறுகிற இரவல் உணர்ச்சிகளால் உந்தப்பட்டு, தமது பாத்திரங்களின் தன்மை பற்றிய நிஜமான புரிதலைப் பெற முடியும். ஆனால் இத்தகைய நடிகர்களை நெட்டித் தள்ளி முன்னே கொண்டு செல்வதற்கு எவ்வளவு வேலை, பொறுமை, கற்பனை ஆகியன தேவை என்று இயக்குனர்களும் நாடக நிர்வாகிகளுமான எங்களுக்கு மட்டுமே தெரியும். இவர்களில் பெண்கள், வெகு சுலபமாகத் தப்பித்து விடுவார்கள்! ‘‘நான் என்ன செய்யமுடியும்? எனது பாத்திரத்தைப் பற்றி நன்கு உணர்ந்தால் தவிர என்னால் நடிக்க முடியாது. அந்த மனநிலை வந்தவுடனே எல்லாம் சரியாகிவிடும்,’’ என்று சற்றே பெருமையுடனும் கர்வத்துடனும் இவர்கள் சொல்வதுண்டு.

"பிறரின் கடின உழைப்பால் பயன்பெறும் இந்த மட்டரக நடிகர்கள் முழுக்குழுவின் சாதனையையும் கீழே இழுத்து விடுவார்கள் என்று நான் விளக்கவும் வேண்டுமா? இவர்களால் தான் பல நாடகங்கள் வெளிவருவது வாரக் கணக்கில் தாமதமாகிறது. அவர்கள் தமது சொந்த வேலையில் மெத்தனமாக இருப்பது மட்டுமின்றி மற்றவர்களின் வேலையிலும் தாமதத்தை ஏற்படுத்தி விடுகிறார்கள். இன்னும் சொல்லப் போனால் இவர்களுடன் நடிக்க நேரிடுகிற மற்ற சக நடிகர்கள் இவர்களது செயலற்ற தன்மையை ஈடுகட்ட வேண்டி மேலும் அதிகமாக உழைக்க வேண்டியிருக்கும். இதனால் மிகைப்படுத்தப்பட்ட நடிப்பு உருவாகி அவர்களது பாத்திரங்களும் கெட்டுவிடக் கூடும். இதனால், இருசாராரது நடிப்பும் மெருகிழந்து போய் விடுகின்றன. இவ்வாறு இருவர் தவறான பாதையில் இறங்கி விட்டால் அவர்களைத் தொடர்ந்து மூன்றாமவரும், பின் நாலாமவரும் செல்வது இயல்பு. இறுதியில் நன்றாக ஓடிக் கொண்டிருக்கும் ஒரு நாடகத்தைத் தடம் புரளச் செய்ய ஒரே ஒரு நடிகரால் முடியும்! பாவம் இயக்குனர்! பாவம் நடிகர்கள்!

"இத்தகைய நடிகர்களை சபாவிலிருந்து விலக்கி விடுவதே மேல் என்று நீங்கள் கூறலாம். ஆனால் இவர்களுக்குள் சில சிறந்த நடிகர்களும் உள்ளனர். சொல்லப்போனால் தமது திறமையானது காற்றுவாக்கில் வந்து சேரும் என்று நம்புவதாலேயே இவர்கள் மெத்தனமாக இருக்கத் துணிகிறார்கள்."

"மேற்சொன்ன விஷயங்களினால் உங்களுக்கு ஒரு விஷயம் தெளிவாகத் தெரிய வேண்டும் - ஒத்திகையின்போது எந்த ஒரு நடிகருக்கும் பிறரது வேலையைத் தனக்குச் சாதகமாக எடுத்துக் கொள்ளும் உரிமை கிடையவே கிடையாது. தனக்குத் தேவைப்படும் உயிரோட்டமுள்ள உணர்ச்சிகளை அவன் தானே ஏற்படுத்திக் கொண்டு தனது சொந்தக் கதாபாத்திரத்துக்கு உயிரூட்ட வேண்டும். ஒரு தயாரிப்பில் உள்ள ஒவ்வொரு நடிகனும் அதைச் செய்வானேயானால் அவன் தனக்குத் தானே உதவி செய்து கொள்வது மட்டுமின்றி, மொத்தக் குழுவின் வேலைக்கும் உதவி செய்பவன் ஆவான். இதற்கு மாறாக

ஒவ்வொரு நடிகனும் மற்றவரைச் சார்ந்து நிற்பதானால் அங்கே ஒட்டு மொத்தமாக எந்தவிதமான சுய ஊக்கமும் இல்லாமல் போய்விடும். ஒரு நாடக இயக்குனரால் எல்லோருடைய வேலையையும் தானே எடுத்துச் செய்ய முடியாது. ஒரு நடிகன் வெறும் பொம்மலாட்டப் பதுமை அல்ல.''

''எனவே ஒவ்வொரு நடிகனும் தனக்கே உரிய படைக்கும் மன உறுதி மற்றும் செயல்நுட்பத்தை வளர்த்துக் கொள்ள வேண்டும். அவனும் மற்ற எல்லோரும், தயாரிப்புப் பணியில் தத்தமது பங்கை தமது வீடுகளிலேயும், பின் ஒத்திகையிலும் செய்து, தன்னால் முடிந்த அளவு முழுமையாகத் தன் திறமையைக் காட்டிச் செயல்பட வேண்டும்.''

8

''நமது நடிப்புக் கலைக்கும் அதன் விளைவாக நமது நாடக சபைக்குமான பிரச்சினை இதுதான் - ஒரு நாடகம் மற்றும் அதன் கதாபாத்திரங்களுக்கான அகரீதியிலான வாழ்வை உருவாக்குதல் - எழுத்தாளரை, கவிஞரைத் தனது காவியத்தைப் படைக்குமாறு உந்திய கருத்தைப் புறத்தோற்றத்திலும் நாடகரீதியிலும் வெளிப்படுத்துதல் பற்றியதாகும்.''

''நாடக சபையில் உள்ள ஒவ்வொரு பணியாளரும் - வாயில் காப்போன், அனுமதிச் சீட்டை வழங்குபவன், பார்வையாளரை அரங்கினுள் அழைத்துச் செல்பவர் என, பொதுமக்கள் அரங்கத்தினுள் நுழையும் போது தொடர்பு கொள்ளும் நபர்களில் தொடங்கி, நிர்வாகிகள், பணியாளர்கள், பின் இறுதியில் நடிகர்கள் அடங்கிய அனைவரும் நாடகாசிரியருடன் சேர்ந்து நாடகத்தைப் படைப்பவர்களாக இருக்கிறார்கள் - இங்கு, நாடகாசிரியரின் நாடகத்துக்காகத் தான் பார்வையாளர்கள் அங்கே குழுமியுள்ளார்கள் என்பது உண்மை. மேற்கண்ட நபர்கள் அனைவரும் நமது கலைக்குச் சேவை செய்பவர்களாக இருக்கிறார்கள். ஒருவர் விடாமல் அனைவரும் தயாரிப்பில் பங்குதாரர்களாக இருக்கிறார்கள். இந்த அடிப்படைக் குறிக்கோளை எட்டுவதைத் தடுக்க முனையும் எவரும் நமது

சமூகத்தின் விரும்பத்தகாத உறுப்பினராக அறிவிக்கப்பட வேண்டும். அரங்கத்தின் முன் வாசலில், வருகிற பார்வையாளரைப் பண்புக் குறைவாக நடத்தும் எந்தப் பணியாளரும் அவரது மனநிலையைக் கொடுத்துவிட வாய்ப்புள்ளது. இதனால் நமது கலையின் குறிக்கோளை எதிர்த்துத் தாக்குவதாக அவரது நடவடிக்கை இருக்கும். அரங்கம், அழுக்காகவும், குளிராகவும், ஒழுங்கற்றும் இருந்தால், திரைச்சீலை மேலே செல்வது தாமதப்பட்டால், நடிப்பு இழுவையாக இருந்தால், பொது மக்களின் மனநிலை சோர்வுக்குள்ளாகும். இதனால், நாடகாசிரியர், இயக்குனர், கம்பெனி மற்றும் நடிகர்களின் கூட்டு முயற்சியால் நாடகத்தின் வாயிலாக அவர்களுக்கு வழங்கப்படும் பிரதான எண்ணங்கள் மற்றும் உணர்வுகளை அவர்கள் பெற்றுக் கொள்ள முடியாமல் போகும். தாங்கள் நாடகத்துக்கு வந்திருக்கக் காரணமே இல்லை என்று அவர்கள் உணர்கிறார்கள். நிகழ்ச்சி சீர்குலைந்து விடுகிறது. நாடகக் கம்பெனி தனது சமூக, கலை மற்றும் கல்வி தரும் முக்கியத்துவத்தை இழந்து விடுகிறது.

“இங்கு, நாடகாசிரியர், வசனகர்த்தா, நடிகர் குழு, இவர்கள் அனைவரும் மேடைக்கு உட்புறமாக உள்ள இடத்தின் சுற்றுச் சூழலை உருவாக்குவதில் தமது பங்கினைச் செய்கிறார்கள். நிர்வாகப் பணியாளர்கள் அரங்கத்தில் உள்ள பார்வையாளர் மத்தியிலும், மேடைக்குப் பின்னால் நடிகர்கள் நிகழ்ச்சிக்குத் தயாராகிக் கொண்டிருக்கும் இடத்திலும் எல்லாம் சரிவர நடப்பதற்கு ஏதுவான சூழலை ஏற்படுத்துகிறார்கள். நிகழ்ச்சியில் நடிகனுடன் கூடப் பார்வையாளரும் ஒரு செயல்படும் பங்கேற்பவராக இருக்கிறார். எனவே அவரும் கூட சரியான மனநிலையில் இருத்தப்பட வேண்டும், தனது பங்கினைச் செய்யத் தயார்ப்படுத்தப்பட வேண்டும். இதன் மூலம், நாடகாசிரியர் அவனுக்குத் தெரியப்படுத்த விரும்பும் கருத்துகளையும் எண்ணங்களையும் பெற்றுக் கொள்ளச் சாதகமான மனநிலையை அவர் பெறுகிறார்.

நாடக சபையின் அனைத்துப் பணியாளர்களும் நமது கலையின் இறுதிக் குறிக்கோளைச் சார்ந்திருக்கும் நிலையானது, நிகழ்ச்சியின்

போது மட்டுமல்லாது ஒத்திகைகளின் போதும், மற்ற எல்லாச் சமயங்களிலும் அமுலில் உள்ளதாகும். ஏதேனும் ஒரு காரணத்தால் ஒரு ஒத்திகை பயனற்றுப் போனால் அந்தக் குறைபாட்டுக்குக் காரணமாக இருந்து, பணி சரிவரச் செய்யப்படாமல் தடுத்தவர்கள் நமது பொதுவான குறிக்கோளுக்குக் கேடு விளைவிக்கிறார்கள் என்று கொள்ளலாம். ஒரு குறிப்பிட்ட நிலையில், சூழலில் மட்டுமே கலைஞர்களால் வெற்றிகரமாகச் செயல்பட முடியும். அந்தச் சூழலைக் கெடுக்கும் எவரும் தனது கலைக்கும், தான் அங்கம் வகிக்கின்ற சமூகத்தினருக்கும் துரோகம் செய்பவராகிறார். ஒரு மோசமான ஒத்திகை ஒரு பாகத்துக்குத் தீங்கு விளைவிக்கிறது. இவ்வாறு குலைக்கப்பட்ட பாகம், நாடகாசிரியரின் எண்ணங்களை நடிகர் வெளிப்படுத்த விடாமல் தடுத்து விடுகிறது - அதாவது தனது பிரதான பணியைச் செய்ய விடாமல் செய்து விடுகிறது.

15

மனம், மன உறுதி, உணர்ச்சி

1

இன்று நான் ரக்மனோவின் இல்லத்துக்குச் செல்ல நேர்ந்தது. அவர் எதையோ அவசர அவசரமாகத் தயார் செய்து கொண்டிருந்தார். வெகு மும்முரமாக வெட்டுவதும், ஒட்டுவதும், வண்ணமடிப்பதுமாக இருந்தார். அவர் வேலை செய்து கொண்டிருந்த அறை பெரும் குழப்பத்தில் ஏனோதானோவெனக் கிடந்தது. அதனால் அவரது மனைவியும் மிகுந்த கலவரத்தில் இருந்தார்.

"நீங்கள் என்ன செய்து கொண்டிருக்கிறீர்கள்?" என்று நான் ஆர்வமாகக் கேட்டேன்.

"ஒரு சிறிய அதிர்ச்சிக்காகத்தான். இதை வெறும் விளையாட்டாக நான் செய்கிறேன் என்று நீ நினைத்து விடாதே. நாளைக்குள், ஒன்றல்ல, பலப்பல விளம்பர அறிவிப்புகளை நான் தயாரித்தாக வேண்டும்," என்று அவர் மிகுந்த உற்சாகத்துடன் சொன்னார். "அவை வெறும் சாதாரண அறிவிப்புகளாக இருக்கப் போவதில்லை - மிக அழகானவையாக இருக்க வேண்டும். அவற்றை நம் பள்ளியின் சுவர்களில் மாட்ட வேண்டும். என்ன ஒரு வேலை! இவற்றைக் காண டார்ட்சாவே வருகிறார். பின்னர் அவற்றைத் தொங்கவிட்டு, நமது நடிப்பு முறை என்ன என்று திறம்படத் தெளிவாகக் காட்டலாம். விஷயங்கள் பற்றி நன்றாகத் தெரிந்து கொள்ள வேண்டும் என்று நீ நினைத்தால் உன் கண்களாலேயே அவற்றைப் பார்க்க வேண்டும். இது ஒரு

முக்கியமான விஷயம் மற்றும் பயனுள்ள ஒன்றுகூட. படங்களின் வாயிலாகவும், கண்களால் பார்க்கும் பொருள்களின் வாயிலாகவும் எல்லாவற்றையும் உன்னால் நன்கு புரிந்து கொள்ள முடிகிறது. மேலும் இந்த அமைப்பின் பல்வேறு பகுதிகளின் இடையே உள்ள தொடர்புகளையும் புரிந்து கொள்ள அது உதவுகிறது.''

அதன்பின் தான் திட்டமிட்டுள்ள ஏற்பாடுகளுக்கான காரணத்தை ரக்மனோவ் எனக்கு விளக்க ஆரம்பித்தார். எங்களது பள்ளிப் படிப்பின் உச்சக்கட்டத்தை நாங்கள் எட்டியிருந்தோம்.

''நிச்சயமாக, இந்த வேலையைப் பற்றிய மிகவும் பொதுவான வகையில் மட்டுமே தான் நாம் இதுவரை கண்டுள்ளோம்,'' என்று ரக்மனோவ் எனக்கு அவசரமாக நினைவுபடுத்தினார். ''நாம் கற்றுக் கொண்டுள்ளவற்றை மறுபார்வை பார்ப்பதற்காக பல நூறுமுறை நாம் திரும்ப வருவோம் - சொல்லப்போனால் நமது வாழ்நாள் முழுவதும் அதைச் செய்வோம். இதுவரையில் எல்லாம் நன்றாகவே நடந்தது. நாளைக்கு எல்லாவற்றையும் கணக்கில் எடுத்துக் கொண்டு எவ்வளவு தூரம் முன்னேறியுள்ளோம் என்பதைப் பார்க்கலாம். அதைத்தான் நீயும் பார்க்கப் போகிறாய்!''

தன் முன்னே இருந்த பொருள்களின் குவியலைப் பெருமையுடன் கிட்டத்தட்ட ஒரு குழந்தையைப் போன்ற குதூகலத்துடன் அவர் சுட்டிக் காட்டினார்.

''நாம் இன்று இங்கே தயாரிக்கின்ற எல்லாவற்றையும் நாளைக்குப் பள்ளியில் எடுத்துச் சென்று வைக்கலாம். எல்லாமே முழுவதும் ஒழுங்காக இருக்கும். இந்த இரண்டு ஆண்டுகளில் நாம் என்ன சாதித்துள்ளோம் என்பது நாளை தெள்ளத் தெளிவாகத் தெரிந்துவிடும்.''

ரக்மனோவுக்கு வேலை செய்வதற்கு மிகவும் இடைவிடாது பேசுதல் உதவியாக இருந்தது. நாடக அரங்கத்தில் காட்சிப் பொருள்களுக்கு உதவியாக இருக்கும் இரு பணியாளர்கள் அவருக்கு உதவுவதற்காக வந்திருந்தனர். நானும் அந்த வேலையில்

ஈர்த்துக் கொள்ளப்பட்டு இரவு வெகு நேரம் வரையிலும் அங்கே இருந்தேன்.

2

இன்று, கொடிகள், அறிவிப்புத் துணிகள் மற்றும் அலங்கார நாடாக்கள் எல்லாம் நாடக அரங்கின் வலதுபுறச் சுவரில் கண்காட்சிபோல அமைக்கப்படும் என்று ரக்மனோவ் எங்களிடம் கூறினார். அந்தச் சுவர் முழுவதும் ஒரு நடிகனின் அகம் மற்றும் புறரீதியிலான தயாரிப்பான இரட்டை விஷயங்களைச் சுட்டிக்காட்டுமாறு அமைக்கப்படும்.

"நண்பர்களே, இங்கு வலதுபுறம் ஒரு நடிகரின் தயாரிப்பைப் பற்றியும் இடது புறம் பாத்திரத்தின் தயாரிப்பைப் பற்றியும் விளக்குவதற்காக உள்ளன. இங்குள்ள ஒவ்வொரு கொடி, அறிவிப்பு, அலங்கார ரிப்பன் இவற்றுக்கு ஏற்ற சரியான இடத்தைக் கண்டு கொள்வதாகும். இதனால் உங்களுக்குக் கற்பிக்கப் பட்டுள்ளவை. சரியான ஒழுங்கமைப்பிலும், பார்வைக்குக் கவர்ச்சியாகவும் இருக்குமாறு செய்ய வேண்டும்."

அவர் பேசி முடித்தவுடன் எங்கள் கவனம் வலது புறச் சுவரின் மீது மட்டுமே மையம் கொண்டிருந்தது. அது இரு பகுதிகளாகப் பிரிக்கப்பட்டிருந்ததை நாங்கள் கண்டோம். ரக்மனோவின் திட்டப்படி அவற்றுள் ஒன்று ஒரு நடிகனின் அகத்தன்மைகளின் தயாரிப்புக்கு உதவும் விஷயங்களைப் பற்றியும் மற்றொன்று அவனது உடல் தோற்றத்தின் அம்சங்கள் பற்றியும் இருக்க வேண்டும்.

"கலைக்கு ஒழுங்கு என்றால் மிக விருப்பம், நண்பர்களே. எனவே, நீங்கள் இங்கு படித்துக் கொண்டுள்ள காலத்தில் உள்வாங்கிக் கொண்ட அனைத்து விஷயங்களையும் உங்கள் நினைவாற்றலின் அலமாரிகளில் ஒழுங்காக அடுக்கலாம். இது வரை அவை உங்கள் தலைக்குள் பிரித்தறியப்படாத கலவையாக மிதந்து கொண்டிருக்கின்றன."

கொடிகள் எல்லாம் வலது புறம் எடுத்துச் செல்லப்பட்டன. வான்யா இந்த வேலையில் துடிப்புடன் ஈடுபட்டிருந்தான். தனது மேலங்கியை அவன் கழற்றிவிட்டு, ஒரு பெரிய துணி அறிவிப்பை எடுத்தான். அதில் புஷ்கின்னின் கூற்றான, ''உணர்ச்சிகளின் உண்மைத்தன்மை, தரப்பட்டுள்ள சூழலில் உள்ள உணர்வுகளின் நிஜத்தன்மை - ஒரு நாடகாசிரியரிடமிருந்து நமது மனம் வேண்டுவது இதைத்தான்.'' வழக்கம் போன்ற துணிவுடன் ஒரு ஏணி மீது ஏறி அதைத் தொங்க விடுவதற்காக ஆணியடிக்கத் தொடங்கினான். ஆனால் ரக்மனோவ் அவனை அவசரமாகத் தடுத்து நிறுத்தினார்.

''அடக் கடவுளே, நீ என்ன செய்கிறாய்?'' என்று கூவினார் அவர். ''காரணமின்றி அதை அங்கே தொங்கவிட முடியாது. அவ்வாறு செய்வது சரியல்ல!''

''ஆனால் இங்கே இது அழகாக இருக்கிறது - நான் உறுதியாகச் சொல்கிறேன்!'' என்றான் வான்யா படு உற்சாகமாய்.

''அங்கே அது எந்தப் பொருளும் தருவதில்லை, பையா!'' என்று ரக்மனோவ் அவனுக்கு எடுத்துச் சொல்ல முயன்றார். ''உன் அடித்தளங்களை மேலே எவ்வாறு வைக்க முடியும்? நீ என்ன நினைத்துக் கொண்டிருக்கிறாய்? புஷ்கின்னின் வாசகம் எல்லாவற்றுக்கும் அடிப்படையானது. நமது முழு அமைப்பும் அதன் மீதுதான் கட்டப்பட்டுள்ளது. அதை மறந்து விடாதே! அதுதான் நமது படைக்கும் திறனின் அடிப்படை என்று அழைக்கப்படக் கூடிய ஒன்று. அதனால்தான் நமது கொள்கைக் கான அறிவிப்பைக் கீழே வைத்துள்ளோம் - ஒரு பொதுவான இடத்தில் ஏனெனில் அது ஒரு கதாபாத்திரத்தை உணர்ச்சிகளால் உயிரூட்டும் செயல்பாட்டுக்கும், உடல் தோற்றத்தால் உடையணிந்து உருவாக்கும் செயல்பாட்டுக்கும் சமமாக பொருந்துகிற ஒரு அம்சமாகும். இப்போது பார்க்கலாம் - மையமான, மதிப்புக்குரிய இடம் எது? இதோ இங்கே, சுவரின் நடு மையத்தில், புஷ்கின்னின் சொற்களை இங்கே மாட்டு!''

அறிவிப்புத் துணியை இழுத்து வைத்து அவர் காட்டிய இடத்தில் பொருந்துவதற்கு நானும் பாலும் வான்யாவுக்கு உதவினோம். ஆணியடிக்கப் போகும் சமயத்தில் ரக்மனோவ் மீண்டும் குறுக்கிட்டார். அதற்கும் கீழே, சுவரின் இருபாதிகளுக்கும் பொதுவாக கருநிறமான நீண்ட துணி அறிவிப்பு ஒன்றை வைக்க வேண்டும் என்றார் அவர். அதில் An Actor Prepares என்று எழுதப்பட்டிருந்தது. அது இந்தச் சுவரின் மீது அமைக்கப்படவுள்ள அனைத்துச் செய்திகளின் மீதும் தாக்கம் உள்ளதாக இருப்பதால் அது சுவரின் நீளம் முழுவதும் நீண்டு அமைய வேண்டும்.

"இந்த அறிவிப்பு மற்ற எல்லா அறிவிப்புகளையும் சுற்றி வளைப்பதாக இருக்க வேண்டும்.. இதன் பொருள் என்ன என்று யோசித்துப் பாருங்கள்!"

வான்யாவும் மற்றொரு பணியாளரும் அதை ஆணியடித்துப் பொருத்திய போது நானும் ரக்மனோவும் ரிக்காலஸ் என்ன செய்து கொண்டிருந்தான் என்று கவனித்தோம். சுவரில் அறிக்கைகளையும் எங்கெங்கு பொருத்துவது என்பதற்கான திட்டத்தை அவன் வரைபடமாக வரைந்து கொண்டிருந்தான்.

"அடிப்படை வேலை பற்றிய 'Action' என்ற அறிவிப்பை மேலே வைத்துள்ளாய், அது கீழே போக வேண்டும் - புஷ்கின்னின் சொற்களுக்கு அருகில் - நீ என்ன தான் நினைத்துக் கொண்டிருக்கிறாய்?" என்று ரக்மனோவ் அவனைக் கடிந்து கொண்டார்."

"ஐயோ, இவற்றை என்னால் பிரித்துக் கண்டுகொள்ள முடியவில்லை. அவை எல்லாமே ஒரே நிறத்தில் உள்ளன," என்று வான்யா மற்றொரு நீளமான அறிவிப்பைக் கையில் எடுக்கப் போராடியவாறு கூறினான்.

"அதுவும் மற்றொரு கொள்கை ஆகும் - மூன்றாவது அடிப்படை என்று அழைக்கப்படக் கூடியது - "உணர்வுநிலையின் வாயிலாக, ஆழ்மனநிலை" என்று சொல்லி, அதை புஷ்கின்னின் சொற்களுக்கு வலதுபுறம் வைக்கச் சொன்னார்.

"இது ரொம்ப நல்லது. இப்போது அடிப்படைக் கூற்றுகளை சுவரின் இருபிரிவுகளிலும் நாம் வைத்து விட்டோம். இப்போது வலது மற்றும் இடது புறங்களில் என்ன வைக்கப்பட வேண்டும் என்று பார்க்கலாம். இடது புறத்தில் உளவியல்-செயல் நுட்பத்தையும் வலது புறத்தில் புற ரீதியிலான செயல்நுட்பத்தையும் வைக்கலாம். இதோ அந்த அறிவிப்புகள். இவை ஒவ்வொன்றும் ஒரு நடிகன் எவ்வாறு தயார்ப்படுத்திக் கொள்கிறான் என்பதன் ஒவ்வொரு பாதியையும் குறிக்கின்றன. இது ஒரு பெரிய வேலையல்லவா? இப்போது வேறு பல விவரங்களும் இங்கு உள்ளன. இந்தச் சிறிய கொடிகளைப் பாருங்கள். இவை எல்லாமே ஒரே வண்ணத்திலும் ஒரே அளவிலும் உள்ளன. அகரீதியிலான படைக்கும் நிலையை உருவாக்கத் தேவையான அம்சங்கள் இவையாகும். இதோ பாருங்கள் உண்மையின் உணர்வு, உணர்ச்சி நினைவு, கவனம், பிரிவுகளும் குறிக்கோளும் ஆகியன.

"ஆனால், கொஞ்சம் பொறுங்கள்," என்றார் ரக்மனோவ், முகத்தில் கவலை படர, "இவற்றை இதற்குள் தொங்கவிட முடியாது, ஏதோ ஒரு கட்டம் குறைகிறதே!"

"எதை நாங்கள் விட்டு விட்டோம்?" என்று நாங்கள் கேட்டோம்.

"ஒரு முக்கியமான மிக முக்கியமான பகுதி. இது ஒரு நடிகனின் தயாரித்துக் கொள்ளலின் இரு பகுதிகளிலும் காணப்படுகிற முப்பெரும் சக்திகள் - இவற்றைப்பற்றி நீங்கள் முன்னரே அறிவீர்கள் - மனம், மன உறுதி, உணர்ச்சிகள் இந்தக் கொடிகள் மிக முக்கியமானவை என்று நீங்கள் காலப்போக்கில் உணர்வீர்கள்."

மேற்கண்ட மூன்று கொடிகளும் சரியான இடத்தில் வைக்கப்பட ரக்மனோவ் அந்த வேலையை மேற்பார்வை செய்தார்.

இப்போது நாங்கள் எங்கள் பாடத்தில் படித்த எல்லா அம்சங்களின் பெயர்களும் பொறிக்கப்பட்ட பல சிறிய தொங்கும் அறிவிப்புகள் மட்டுமே மீதிருந்தன.

"கோடுகள் கொண்ட திரையைப்போலத் தோன்றுமாறு அவற்றை வரிசையாக அடுத்தடுத்துத் தொங்க விடுங்கள்," என்றார் ரக்மனோவ். உளவியல் செயல் நுட்பம் பற்றியவற்றைத் தொங்க விட்டபின் (கற்பனை, கவனம், உண்மை பற்றிய உணர்வு இன்னபிற) புறத்தோற்றம் பற்றிய செயல்நுட்பத்துக்கு வந்தவுடன் செய்வதறியாது நின்று விட்டோம்."

"தசைகளைத் தளர்த்துதல் என்பதைக் கொண்டு நீங்கள் தொடங்கினீர்கள்," என்று ரக்மனோவ் சொல்லி உதவினார். "ஒரு நபரின் தசைகள் ஈரமான கயிறைப்போல இறுகி இருந்தால் அவரால் செயல்படமுடியாது. எனவே அதை முதலில் தொங்க விடுங்கள்."

அதற்கடுத்ததான கருத்தை வெளிப்படுத்தும் உடல் பயிற்சி என்பதைத் தொங்க விட்டோம். அதனுள் ஜிம்னாஸ்டிக்ஸ், நடனம், கழைக்கூத்து, கத்திச் சண்டை, மல்யுத்தம் ஆகியவை அடங்கும். இளகிய நிலை என்பது ஒரு தனிக் கொடியிலும், குரல் என்பது அதைத் தொடர்ந்தும் வந்தன. குரலில், சுவாசித்தல், குரல் பொருந்துதல் மற்றும் பாடுதல் அடங்கும்.

அடுத்த இடத்தில் பேசுதல் வைக்கப்பட்டது. இத்தலைப்பின் கீழ் உச்சரிப்பு, நிறுத்தங்கள், தொனி, சொற்கள், சொல் தொகுதிகள் - முழு பேசுதல் செயல்நுட்பம் அடங்கியன. இதற்குப் பின் புறரீதியிலான வேக-லயம் வந்தது. இதே ரீதியில் பிற கொடிகளும் தொங்கவிடப்பட்டன.

புற ரீதியிலான செயல் நுட்பத்தின் பகுதியில், புறரீதியிலான மேடைக் கவர்ச்சி, கட்டுப்படுத்திக் கொள்ளலும், நிறைவு செய்தலும், ஒழுக்கக் கட்டுப்பாடு, ஒழுக்கக் நெறி மற்றும் முழுமைப்பாட்டின் உணர்வு ஆகியன வைக்கப்பட்டன.

இப்போதும் மீதம் மூன்று கொடிகளே இருந்தன - இரு பகுதிகளுக்கும் மேலே ஒவ்வொன்று - அகரீதியிலான படைக்கும் நிலை, புறரீதியிலான படைக்கும் நிலை, பின் இவை இரண்டுக்கும் மேலே ஒட்டு மொத்த படைக்கும் நிலை. இதற்கும் மேலே எந்த எழுத்தும் இல்லாத ஒரு நீளத் தொங்கல் வைக்கப்பட்டது.

இதனை அடுத்து ஒரு நாடாவைக் கொண்டு ஒரு கொடியிலிருந்து அடுத்தது என்று ஒவ்வொரு பகுதியும் மற்றதோடு கொண்டிருந்த இடைப்பட்ட உறவுகளைக் குறிக்கச் செய்தார்.

மனம், மன உறுதி, உணர்ச்சி ஆகியவை ஒவ்வொரு சிறிய தொங்கலுடனும் தொடர்பு கொண்டிருந்ததாகக் காட்ட வேண்டியிருந்தது. இவ்வாறு நாடாவைக் கொண்டு இணைத்ததால் பெரும் குழப்பமான கோடுகள் குறுக்கும் நெடுக்குமாக அமைந்து பிரதான வரைபடமே காணாமல் போனது. எனவே சிறிய கோடுகளைத் தவிர்த்துவிடலாம் என்று தீர்மானிக்கப்பட்டது.

இந்த வேலைக்குப் பிறகு இடத்தைச் சுத்தம் செய்ய வந்த பணியாள், "எவ்வளவு குப்பையைப் போட்டிருக்கிறீர்கள்!" என்று முணுமுணுத்தார்.

3

மிகவும் மகிழ்ச்சியுடன் இருந்த ரக்மனோவுடன், டார்ட்சாவ் உள்ளே வந்தார். நாங்கள் சுவரின் மீது செய்திருந்த அமைப்பைப் பார்வையிட்டார். பிறகு,

"அற்புதம், ரக்மனோவ்! இது மிகத் தெளிவாகவும், வரைபடமாகவும் உள்ளது. ஒரு முட்டாளால் கூட இதைப் புரிந்து கொள்ள முடியும். சென்ற இரண்டு ஆண்டுகளில் நாம் கடந்து வந்துள்ள பாதையை நீ நிஜமாகவே படம் பிடித்துள்ளாய். நமது பணியின் தொடக்கத்தில் மாணவர்களிடம் சொல்லியிருக்க வேண்டியதை இப்போதுதான் என்னால் ஒரு ஒழுங்கான அமைப்பில் விளக்க முடியும்."

"நாடகக் கலையின் மூன்று பிரதான வழிமுறைகளை உங்களுக்குச் சுட்டிக்காட்டிய பின் ஒரு பாத்திரத்தை உயிராக வாழ்ந்து காட்டுவது எப்படி என்பதையும், அதற்கென நன்கு ஆய்ந்து நம்மைத் தயார்படுத்திக் கொள்வது எப்படி என்பதையும் பற்றிய நமது பரிசோதனையை நாம் தொடங்கினோம். இந்த இரண்டாண்டுப் படிப்பு இதற்காகத்தான் அர்ப்பணிக்கப்

பட்டுள்ளது," என்று கூறியபடி சுவரின் கீழ்ப்பகுதியில் இருந்த நீளமான அறிவிப்புத் துணிகளை அவர் சுட்டிக் காட்டினார்."

"தொடர்ந்து நான் சொல்லி வந்துள்ளவற்றிலிருந்து நமது நடிப்பு முறை அடிப்படையாகக் கொண்டுள்ள கருத்தாக்கங்களைப் பற்றி நீங்கள் கற்றுக் கொண்டிருக்கிறீர்கள்."

"இவற்றில் முதலாவது, உங்களுக்குத் தெரிந்துள்ளபடி, செயல்பாட்டின் கொள்கை ஆகும். அதாவது, ஒரு பாத்திரத்தின் உருவங்களையும் உணர்ச்சிகளையும் ஏற்று நாம் நடிப்பதில்லை. மாறாக, அந்தப் பாத்திரத்தின் உருவத்துக்கு உள்ளேயும் அதன் உணர்ச்சிகளுக்கு உள்ளேயும் புகுந்து நடிக்கிறோம்."

"இரண்டாவது, புஷ்கின்னின் பிரபல சொற்கள் - இது, ஒரு நடிகனின் பணியானது உணர்ச்சிகளை உருவாக்குதல் அல்ல, மாறாக உண்மையான உணர்ச்சிகள் தாமாகவே வெளிவருமாறு செய்யக் கூடிய தரப்பட்டுள்ள சுற்றுச் சூழலை உருவாக்குதல் ஆகும்."

"மூன்றாவது முக்கிய அடிப்படைக் கருத்தானது நமது சொந்த இயல்பின் படைக்கும் திறன் ஆகும் - இதைப் பின்வரும் சொற்களால் நாம் குறிப்பிடுகிறோம். உணர்நிலையில் உள்ள செயல் நுட்பத்தின் வாயிலாக கலைத்தன்மையின் உண்மையை ஆழ்மனதில் உருவாக்குதல். நடிப்புப் பற்றிய நமது அணுமுறையில் பின்பற்றப்படும் முதன்மைக் குறிக்கோள்களில் ஒன்று. படைக்கும் திறனுக்காக இயல்பான தூண்டுதல் மற்றும் அதன் அடிப்படையாக உள்ள ஆழ்மன உணர்வு ஆகும்."

"எனினும் நாம் ஆழ்மனதைப் பற்றிப் படித்தறிவதில்லை. அதற்கு இட்டுச் செல்லும் வழிகளைப் பற்றி மட்டுமே படிக்கிறோம். இதுபற்றி நாம் வகுப்பில் விவாதித்துள்ளவற்றை நினைவில் கொள்ளுங்கள். ஏதோ நிலையற்ற நிரூபிக்கப்படாத, நிச்சயமற்ற கருத்துக்களின் அடிப்படையில் நமது விதிமுறைகள் உருவாக்கப்படவில்லை. மாறாக நம்மையே அடிப்படையாகக் கொண்டு நம்மீதே பரிசோதித்துப் பார்த்து இடைவிடாமல்

நூற்றுக்கணக்கான தடவை சரிபார்த்துச் சரிபார்த்து இவை வடிவமைக்கப்பட்டுள்ளன. இவற்றின் வாயிலாகத் தான் நமக்குத் தெரியாத உலகமான ஆழ்மனதை நாம் எட்டியுள்ளோம் - இதுவும் ஒரு சில தருணங்களில் நமக்குள்ளே உயிர்பெற்று எழுந்துள்ளதைக் கண்டுள்ளோம்.''

''நமது தெரிவுணர்வு நிலையிலான செயல்நுட்பமானது, ஒருபுறம் நமது ஆழ்மனதைச் செயல்பட வைப்பதற்கும் மற்றொருபுறம் அது செயல்படத் தொடங்கியவுடன் அதற்குக் குறுக்கீடு செய்யாமல் இருப்பதற்குமாகப் பயன்படுத்தப்படுகிறது.''

பின் சுவரின் இடது பாதியைச் சுட்டிக்காட்டிய டார்ட்சாவ், ஒரு கதாபாத்திரத்தை உயிரோட்டமுடன் வாழ்கிற செயல்முறைக்கு அது அர்ப்பணிக்கப்பட்டுள்ளது பற்றிப் பேசினார்.

''நடிப்புக் கலையில் இந்தச் செயல்முறை மிகமிக முக்கியமானது ஆகும். ஏனெனில் நமது படைப்புத் தொழிலின் ஒவ்வொரு அடியும் ஒவ்வொரு அசைவும் நமது உணர்ச்சிகளால் உந்தப்பட்டு உயிரூட்டப்பட வேண்டும். நமது சொந்த உணர்ச்சிகளில் நிஜமாகவே அனுபவித்து உணராத எதுவுமே செயலற்று இருப்பதுடன் நமது வேலையைக் கெடுத்தும் விடுகிறது. ஒரு கதாபாத்திரத்தை அனுபவித்து உணராவிட்டால் அதில் கலை ஏதும் இருக்க முடியாது. இதனால்தான் நமது படிப்பைத் தொடங்கிய போது இந்த விஷயத்தைக் கொண்டு நாம் நமது வேலையை ஆரம்பித்தோம்.

''இதனால் இதையெல்லாம் நீங்கள் முழுமையாகப் புரிந்து கொண்டு வீட்டீர்கள் என்றோ, இதை நடைமுறைப் படுத்த முடியும் என்றோ பொருளா?''

''இல்லை - அது ஒரு தவறான முடிவாகும். இந்தச் செயல் முறையானது நடிகர்களான நமது பணியில் வாழ்நாள் முழுவதும் தொடர்ந்து பயிற்சி செய்தும், பயின்றும் வர வேண்டிய ஒன்றாகும்.

''உங்கள் பயிற்சி வகுப்புகள் இதற்கு உதவியுள்ளன, தொடர்ந்து உதவும். ஆனால் மீதமுள்ளது பாத்திரங்கள் மீதான உங்கள்

எதிர்காலப் பணியிலிருந்தும், மேடை அனுபவத்திலிருந்தும் மட்டுமே வரமுடியும்.''

"நமது இரண்டாவது ஆண்டு, நடிப்புத் தொழிலின் புறரீதியிலான அம்சங்கள் பற்றியது, நமது உடல் எனும் கருவியை உருவாக்கி வளர்ப்பது பற்றியது. இதற்காக இந்தச் சுவரின் வலது பாதியை நீங்கள் அளித்துள்ளீர்கள்.''

"நான் ஒரு நாடக அரங்கத்தில் இருக்கும்போது உங்கள் கதாபாத்திரத்தில் உங்கள் உணர்ச்சிகளின் நுணுக்கமான சாயல்கள் மற்றும் மாற்றங்களை, முதலாவதாகப் புரிந்து கொள்ளவும், பார்க்கவும், அறியவும், அதே சமயத்தில் உங்களோடு சேர்ந்து அவற்றை உணரவும் விரும்புகிறேன். எனவே நீங்கள் கண்ணுக்குத் தெரியாத உங்கள் அகஅனுபவங்களை என் கண்களுக்குத் தென்படுமாறு செய்ய வேண்டும்.''

"பல சமயங்களில், ஒரு நடிகர் தனது கதாபாத்திரத்துக்குத் தேவையான மென்மையான உணர்வுகளைத் தன்னுள்ளே கொண்டிருக்கிறார். இருந்தும் அவற்றைப் புரிந்து கொள்ள முடியாத அளவு சீர்குலைத்து விடுகிறார். ஏனெனில், வெகு கரடுமுரடாகத் தயார் செய்யப்பட்டுள்ள புறத்தோற்றங்களின் வாயிலாக அவர் அவற்றை வெளிப்படுத்துகிறார். அவரது உடல், நடிகரின் உணர்வுகளையும் எனக்குத் தெரியப்படுத்துவதில்லை, அவற்றை அவர் எவ்வாறு அனுபவித்து உணர்கிறார் என்பதையும் தெரியப்படுத்துவதில்லை. ஒரு மகத்தான இசைக் கலைஞர், நன்கு செய்யப்படாமலும் ஸ்ருதி சேராமலும் உள்ள கருவியைக் கொண்டு வாசிப்பது போல அது எனக்குத் தோன்றுகிறது. பாவம் அந்த மனிதர். தனது உணர்ச்சிகளின் பல்வேறு சாயல்களை வெளிக் கொணர அவர் கடுமையாகப் போராடுகிறார். ஒரு கதாபாத்திரம் எந்த அளவு சிக்கலானதாக உள்ளதோ அதை ஏற்று நடிக்கும் நடிகரின் உடல் அந்த அளவு மென்மையானதாகவும் உணர்ச்சிகளை வெளிப்படுத்தும் திறன் கொண்டதாகவும் இருக்க வேண்டும்.''

"இதனால் நமது உடல் எனும் கருவி சரியாக இருக்க வேண்டியது மிகமிக அவசியமாகிறது. நமது குரல், தொனி, சொற்களின் உச்சரிப்பு, உடல் அசைவுகள், நடக்கும் விதம் ஆகியன நன்கு தேர்ச்சி பெற்றிருக்க வேண்டும்."

"இப்போது உங்களின் உடனடி நோக்கம் உங்கள் உடலின் இயற்கையான, கூடவே பிறந்துள்ள திறமைகளின் அளவுக்கு ஏற்ப மிகச் சிறப்பாக அதற்குப் பயிற்சி அளிப்பது தான். உங்கள் உள்ளே உள்ள, பார்வைக்குப் புலப்படாத உணர்ச்சிகளை வெளிக்காட்டுவதற்கு ஏற்ற வகையில் நீங்கள் தொடர்ந்து அதை வளர்த்து, சரி செய்து நுண்ணிய முறையிற் பயிற்றுவித்து அதன் ஒவ்வொரு பாகமும் உங்கள் சொற்படி கேட்குமாறு செய்ய வேண்டும்."

"இயற்கையின் விதிகளுக்கு ஏற்ப உங்கள் உடல்களுக்கு நீங்கள் கல்வி கற்பிக்க வேண்டும். இதற்கு மிகச் சிக்கலான பயிற்சியும் விடாமுயற்சியும் தேவை!"

4

இன்றும் கூட, சுவரில் இருந்த வரைபடத்தைப் பயன்படுத்தி டார்ட்சாவ் தனது மறுபார்வையைத் தொடர்ந்தார்.

"நமது அகரீதியிலான வாழ்வுக்கு ஒரு உந்து சக்தியல்ல மூன்று உள்ளன என்பது உங்களுக்குத் தெரியும் - மனம், மன உறுதி மற்றும் உணர்ச்சிகள் - மூன்று திறம்பட்ட மாஸ்டர்கள்" என்று அந்த மூன்று கொடிகளைச் சுட்டிக் காட்டி அவர் கூறினார்.

"இவை, மூன்று ஆர்கன் வாசிப்பவர்கள் தமது இசைக்கருவிகளுக்கு எதிரில் அமர்ந்திருப்பதுபோல உள்ளன. அவற்றுக்கு மேலே சிறிய தொங்கல்கள், ஆர்கனின் குழாய்களைப் போல நீட்டிக் கொண்டுள்ளன. இவை எதிரொலிக்கத் தயாராக உள்ளது போல இருக்கிறது."

தொடர்ந்து பேசுமுன், தொங்கல்களின் வரிசையை டார்ட்சாவ் சற்றே மாற்றியமைத்தார். நமது பணியின் பரவலான கட்டங்களில்

எடுத்துக் கொள்ளப்படுகிற அதே வரிசையில் அவை அமைய வேண்டும் என்று சுட்டிக் காட்டினார்.

இதை அவர் விளக்கியது பின்வருமாறு:

1. படைக்கும் செய்முறையானது ஒரு கவிஞர், எழுத்தாளர், நாடகத்தின் இயக்குனர், நடிகர், காட்சி அமைப்பாளர் மற்றும் அதன் தயாரிப்பில் ஈடுபட்டுள்ள பிறரது கற்பனைக் கண்டுபிடிப்புடன் தொடங்குகிறது. ஆகவே இங்கு முதலில் வரவேண்டியவை, கற்பனையும் அதன் கண்டுபிடிப்புகளும், மந்திரத் திருப்பம் தரப்பட்டுள்ள சுற்றுச் சூழல்களுமாகும். (இவையும் இங்கு பயன்படுத்தப்படும் பிற சொல்லாக்கங்களும் An Actor Prepares என்ற நூலில் விளக்கப்பட்டுள்ளன.)

2. ஒருமுறை நாடகத்தின் மையக்கருவானது தீர்மானிக்கப்பட்டு விட்டால், பின்னர் சுலபமாகக் கையாளப்படும் வகையில் அது மற்றும் அவற்றின் குறிக்கோள்களாகப் பிரிக்கப்பட வேண்டும்.

3. மூன்றாவது கட்டம், ஒரு பொருளின் மீது கவனம் ஒருமுனைப்படுத்தப்படுவதுடன் தொடங்குகிறது. பொருளின் உதவியால் அல்லது அந்தப் பொருளுக்காகவே குறிக்கோளானது எட்டப்படுகிறது.

4. குறிக்கோளுக்கும் பொருளுக்கும் உயிரூட்ட வேண்டுமானால் ஒரு நடிகர் தன்னிடத்தில் உண்மை பற்றிய உணர்வைக் கொண்டிருக்க வேண்டும், தான் செய்யும் செயலில் நம்பிக்கை கொள்ள வேண்டும். இதுதான் அந்த வரிசையில் நான்காவது ஆகும். உண்மை இருக்கும் இடத்தில் பாரம்பரிய வழக்கத்துக்கு இடமில்லை, பொய் கூறும் போலி பாசாங்குக்கும் இடமில்லை. இந்த அம்சமானது செயற்கையானவை, சலித்துப் போன வசனக் கூறுகள் மற்றும் ரப்பர்-ஸ்டாம்ப் நடிப்பு ஆகிய எல்லாவற்றையும் பூண்டோடு ஒழித்து விடுவதாக உள்ளது.

5. அடுத்ததாக ஆசை வருகிறது, இது செயலுக்கு இட்டுச் செல்கிறது. ஒரு பொருள், குறிக்கோள்கள் ஆகியவற்றின் படைப்புக்குப் பின்னால் தானாகவே வருகிறது. மேற்சொன்னவற்றின் மீது ஒரு ஒரு நடிகர் நிஜமான நம்பிக்கையை வைக்க வேண்டும்.

6. ஆறாவது இடம் ஒன்றாக உறவு கொள்ளலுக்கானது. பல்வேறு வகையிலான தொடர்பு கொள்ளலால் செயல் எழுந்து பொருளின் திசையை நோக்கி நகர்கிறது.

7. இத்தகைய உறவும், தொடர்பு கொள்ளலும் இருக்கும்போது ஏற்றவாறு மாற்றிக் கொள்ளலும் அங்கே இருக்க வேண்டியது அவசியமாகிறது. எனவே இவை இரண்டும் அக்கம் பக்கமாகத் தொங்கவிடப்பட வேண்டும்.

8. ஒரு நடிகனின் தூங்கிக் கொண்டுள்ள உணர்வுகளைத் தட்டி எழுப்பி உதவ நடிகருக்கு அகரீதியிலான வேக-லயத்தின் உதவி தேவைப்படுகிறது.

9. இந்த மூலக் கூறுகள் எல்லாம் உணர்ச்சிகளின் நிலையைக் கட்டவிழ்த்துவிட்டு மறுபடி வரும் உணர்ச்சிகள் சுதந்திரமாக வெளிவரச் செய்து உணர்ச்சிகளின் உண்மைத் தன்மையை உருவாக்குகின்றன. எனவே இவை ஒன்பதாவது இடத்தில் உள்ளன.

10. பொருள் தருதல் (Logic) மற்றும் தொடர்ச்சி கடைசியாக வந்தன. இவற்றைப் பற்றி டார்ட்சாவ் பின்வருமாறு கூறினார்:

''நமது பணியின் ஒவ்வொரு கட்டத்திலும், எதைப் பற்றிப் பேசிக் கொண்டிருந்தாலும், பொருள் தருதல் மற்றும் தொடர்ச்சி பற்றிப் பேசுவதற்கான வாய்ப்பு நமக்கு எப்போதுமே இருந்து வந்துள்ளது. மற்ற எல்லா மூலகங்களுடனும் தொடர்பு கொண்டதாக இவ்விரு மூலகங்களும் மிகமிக முக்கியமானவை என்று மட்டுமே என்னால் சொல்ல முடியும். நடிகர்களிடம் இருக்கக் கூடிய பல்வேறு திறன்கள் - நாம் இன்னமும் விவரமாகப்

படித்தறியாதவையும் உள்ளிட்டு - பற்றிப் பார்க்கும்போதுகூட இவை முக்கியமானவை.''

''நாம் செய்வது எதுவானாலும், பொருள்தருதல் மற்றும் தொடர்ச்சி இல்லாமல் நம்மால் செயல்பட முடியுமா?'' என்று கேட்டார் டார்ட்சாவ். ''இந்தப் பிரச்சினையை நீங்கள் சமாளிக்க முயலுங்கள்: அந்தக் கதவைப் பூட்டிவிட்டுப் பின் அதன் வழியாக அடுத்த அறைக்குச் செல்லுங்கள். உங்களால் முடியாதா? அப்படியென்றால் இந்தக் கேள்விக்குப் பதில்தர முயலுங்கள்: இங்கு முற்றிலும் இருட்டாக இருந்தால், இந்த விளக்கை உங்களால் எப்படி எரியச் செய்ய முடியும்? அதையும் செய்ய முடியாதா?

''உங்களுக்கு மிகவும் முக்கியமான ரகசியத்தை என்னிடம் சொல்ல விரும்பினால் அதை என்னைப் பார்த்து எப்படிக் கத்திச் சொல்வீர்கள்?''

''பல நாடகங்களில், ஹீரோவும் ஹீரோயினும் ஒன்று சேருவதற்குத் தம்மால் ஆன எல்லாவற்றையும் செய்கிறார்கள் - நிறையக் கஷ்டப்படுகிறார்கள், தடைகளைத் தாண்டப் போராடுகிறார்கள். ஆனால், அவர்கள் விரும்பிய முடிவு கிடைத்தவுடன், கட்டியணைத்துக் கொண்டவுடன் அவர்கள் இருவரும் சட்டென்று குளுமையாகி விடுகிறார்கள் - அதாவது, எல்லாமே முடிந்து விட்டது போலவும், நாடகம் ஏற்கெனவே முடிவடைந்து விட்டது போலவும் நடந்து கொள்கிறார்கள். நாடகத்தைப் பார்க்க வந்திருப்பவர்கள், இதுவரையில் மேடையில் நடந்ததெல்லாம் உண்மை என்று நம்பியவர்கள் இதைக் காணும் போது எவ்வளவு ஏமாற்றம் கொள்வார்கள்? இது ஏன்? ஏனெனில், நாயகனும் நாயகியும் தமது பாத்திரங்களைப் பொருள் தருவதாகவும், தொடர்ச்சியானதாகவும் திட்டமிடவில்லை.

''எல்லாச் சமயங்களிலும் படைக்கும் தன்மையானது பொருள் தருவதாகவும், தொடர்ச்சியானதாகவும் இருக்க வேண்டும். அர்த்தமற்ற, தெளிவற்ற பாத்திரங்கள் கூடத் தமது பாத்திரப் படைப்பில் அர்த்தமுள்ளதாகவும், மொத்த நாடகத்துடனும் தொடர்புடையதாகவும் பிரதிபலிக்கப்பட வேண்டும்.''

"இதுவரையில் மேற்கண்ட விஷயங்களைப் பற்றி நான் நிறையப் பேசியுள்ளேன்."

"எண்ணங்கள் மற்றும் பேசுதல் இவற்றுடன் பயன்படுத்தப்படுமாறு, பொருள்தருதல் மற்றும் தெளிவு பற்றி இப்போது பேசுவதானால் நமது இரண்டாவது ஆண்டுப் படிப்பில் பார்த்தவற்றையே மீண்டும் திரும்பச் சொல்வதாகத் தான் அமையும்."

"இருந்தாலும் என்னைக் கலங்கச் செய்யும் ஒரு விஷயம் என்ன வென்றால், இந்தப் பொருளைப் பற்றிய மிக முக்கியமான அம்சம் ஒன்றைப் பற்றி என்னால் இன்னும் பேச முடியவில்லை என்பது தான். அதாவது, உணர்ச்சிகளின் பொருள் தருதல் மற்றும் தொடர்ச்சி."

"இங்கு நான் இதுபற்றிய வல்லுனராக இல்லாததால் இதை அறிவியல் ரீதியாக அணுகும் துணிவு எனக்கில்லை. வெறும் நடைமுறை ரீதியாகக் கூட இல்லை. எனது சொந்த அனுபவத்தால் இதைப் பரீட்சித்துப் பார்த்ததாகக் கூட என்னால் சொல்ல முடியாது."

"இங்கு உங்களுடன் பகிர்ந்து கொள்ள முடிவதெல்லாம் ஒரு நடிகனாக என் வேலையில் நான் பயன்படுத்துகிற மிக எளிமையான வழிமுறைகளைத் தான்."

"எனது வழிமுறை இதுதான்: பல்வேறு உணர்ச்சிகள் தாமாகவே வெளிவருகிற ஒருசில செயல்களை நான் பட்டியலிட்டு வைத்துள்ளேன்," என்றார் டார்ட்சாவ்.

"என்ன விதமான செயல்கள், என்ன விதமான பட்டியல்?" என்று நான் கேட்டேன்.

"எடுத்துக்காட்டாக, காதல் என்பதைப் பார்க்கலாம்," என்று தொடங்கினார் அவர். "இந்த மனித உணர்வை உருவாக்குவதில் என்ன சம்பவங்கள் நிகழ்கின்றன? என்ன செயல்கள் இதைத் தூண்டுகின்றன?

"முதலாவதாக, அவனுக்கும் அவளுக்கும் இடையில் ஒரு சந்திப்பு நிகழ்கிறது."

"உடனடியாகவோ அல்லது படிப்படியாகவோ அவர்கள் இருவரும் ஒருவர்பால் மற்றொருவர் கவரப்படுகிறார்கள். இந்த எதிர்காலக் காதலர்களின் கவனம் மேலோங்குகிறது."

"தமது சந்திப்புகளின் ஒவ்வொரு தருணத்தையும் பற்றிய நினைவில் அவர்கள் வாழ்கிறார்கள். மற்றொரு சந்திப்பை ஏற்படுத்திக் கொள்ளக் காரணங்களைத் தேடுகிறார்கள்."

"அங்கு இரண்டாவது சந்திப்பு நிகழ்கிறது. மேலும் மேலும் அடிக்கடி நிகழக்கூடிய சந்திப்புகளுக்கான ஏதேனும் ஒரு பொதுவான ஈடுபாடு, பொதுவான செயல்பாடு ஆகியவற்றை விரும்பத் தொடங்குகிறார்கள்."

"பிறகு:

"ஒரு முதல் ரகசியம் - அவர்களை மேலும் நெருக்கமாக்கும் ஒரு இணைப்பு."

"பல்வேறு விஷயங்கள் பற்றிய நட்பான அறிவுரைகளைப் பரிமாறிக் கொள்கிறார்கள். இதனால் மிகவும் அடிக்கடி சந்தித்தலும், தொடர்பு கொள்ளலும் நிகழ்கின்றன. இவ்வாறாக இது வளர்கிறது."

"பிறகு:

"முதல் சண்டை, குற்றச்சாட்டுகள், சந்தேகங்கள்"

"புதிய சந்திப்புகள், விளக்கங்கள்."

"சமாதானமாதல், மேலும் நெருங்கிய உறவு."

"பிறகு:

"அவர்கள் சந்தித்துக் கொள்ளத் தடைகள்."

"ரகசியக் கடிதங்கள்."

"ரகசியச் சந்திப்பு."

"முதல் பரிசு."

"முதல் முத்தம்."

"பிறகு:

"நட்பான ஒரு அலட்சியம்."

"ஒருவர் மீது மற்றவர் காட்டும் அதீத ஈடுபாடும் எதிர்பார்ப்புகளும்."

"பொறமை."

"ஒரு பிரிவு."

"மறுபடியும் அவர்கள் சந்திக்கிறார்கள். ஒருவரை ஒருவர் மன்னிக்கிறார்கள் என இது இவ்வாறு தொடர்ந்து போகிறது."

"இந்தத் தருணங்கள், செயல்கள் எல்லாமே அவற்றின் அகரீதியிலான நியாயப்படுத்துதலைக் கொண்டிருக்கின்றன. மொத்தமாக எடுத்துக் கொண்டால் அவை அவர்களது உணர்ச்சிகள், ஆவலான மோகம் அல்லது காதல் என்ற ஒற்றைச் சொல்லால் நாம் வர்ணிக்கும் அந்த நிலையைப் பிரதிபலிக்கின்றன."

"உங்களது கற்பனையில் இந்தச் செயல்களின் வரிசையில் ஒவ்வொரு கட்டத்தையும் பின் தொடர்ந்து சென்றால், முதலில் புறரீதியாகவும் பின் அகரீதியாகவும் காதல் வயப்பட்டுள்ள ஒருவரின் நிலையை எட்டி விடுவீர்கள். இத்தகைய தயார்படுத்துதலின் மூலமாக இந்த உணர்வு செயல்படும் ஒரு பாத்திரத்தை ஏற்று நடிப்பது சுலபம் என்று காண்பீர்கள்.

"நல்ல, விரிவாகத் தயார்ப்படுத்தப்பட்டுள்ள ஒரு நாடகத்தில் இந்தத் தருணங்கள் எல்லாமே ஓரளவு தெளிவாக இருப்பது சகஜம். நடிகன் தனது கதாபாத்திரத்தில் இவற்றைத் தேடிக் கண்டுபிடித்துக் கொள்வான். இதுவும் படிப்படியாகத்தான் செய்யப்படும். இதனால் நடிகனும் சும்மா நடிப்பதில்லை - படிப்படியாகச் செய்யும் செயல்களால் ஒரு மனிதனாக இவற்றை

அனுபவிக்கிறான். உணர்ச்சிகளைப் போலியாக வெளிக்காட்டாமல் தானும் உணர்ந்தே செயல்படுகிறான்.''

"பெரும்பாலான நடிகர்கள் தாம் பிரதிபலிக்கும் உணர்வின் அடி ஆழங்களை ஊடுருவிச் செல்வதில்லை. அவர்களுக்கு, காதல் என்பது ஒரு பெரிய, பொதுப்படையான உணர்வு.''

"இதனால் ஏற்றுக் கொள்ளப்பட முடியாத ஒன்றை உடனடியாகவும் திடீரென்றும் ஏற்றுக் கொள்ள அவர்கள் முயல்கிறார்கள். மகத்தான அனுபவங்கள் எப்போதுமே சிறுசிறு தனித்தனி நிகழ்ச்சிகளாலும் தருணங்களாலும் இணைத்துப் பின்னப்பட்டவை என்பதை அவர்கள் மறந்து விடுகிறார்கள். இந்தத் தருணங்கள் முதலில் கவனிக்கப்பட வேண்டும். பின் அலசி ஆராயப்பட்டு, உள்வாங்கிக் கொள்ளப்பட்டு, தமது முழுமையில் நிறைவேற்றப்பட வேண்டும். ஒரு நடிகன் இதைச் செய்யாவிட்டால், ஒரே மாதிரியான நடிப்புக்கு அவன் பலியாகிப் போவது மட்டுமே அவனது விதியாக இருக்கும்.''

5

இன்று டார்ட்சாவின் பேச்சு பின்வரும் கருத்தைத் தெரிவிப்பதாக இருந்தது:

"இப்போதுதான் நீங்கள் கண் விழித்து எழுந்துள்ளீர்கள் என்று வைத்துக் கொள்வோம். நீங்கள் இன்னமும் தூக்கக் கலக்கத்தில் இருக்கிறீர்கள். உங்கள் உடல் விறைப்பாக உள்ளது. அசைவதற்கோ, எழுந்து கொள்வதற்கோ உங்களுக்கு விருப்பமே இல்லை. காலைக் குளிர் உங்கள் எலும்புகளை ஊடுருவுவதை உணர்கிறீர்கள். ஆனால் உங்களையே நெட்டித் தள்ளிப் படுக்கையை விட்டு எழுகிறீர்கள். ஏதோ சில உடற்பயிற்சிகளைச் செய்கிறீர்கள். அவை உங்களுக்கு வெப்பமூட்டி, உங்கள் உடலின் தசைகளை மட்டுமல்லாது முகத்தின் தசைகளையும் தளரச் செய்கின்றன. உங்கள் உடலில் சரியான இரத்த ஓட்டம் பாயத் தொடங்குகிறது.''

''உடல் நிலை இளகியதும், குரலைப் பயிற்சி செய்கிறீர்கள். ஒலி தெளிவாக வெளிவருகிறது. அதைக் கேட்டதும் நீங்கள் மேலும் சக்தியூட்டப்பட்டு உற்சாகம் கொள்கிறீர்கள்.''

''தெளிவான உச்சரிப்பு. கலகலவென்ற பேச்சு மேலும் எண்ணங்களைத் தேடுகிறது – சக்தியுடன் வெளிப்படுத்த!''

''இதற்குப்பின், லயம் மற்றும் தாளத்தில் இறங்கி உடலை முன்னும் பின்னும் அசைக்கிறார்கள்.''

''உங்கள் உடல் முழுவதும் ஒழுங்கு, கட்டுப்பாடு சமநிலை மற்றும் இணக்கத்தை உணர்கிறீர்கள்.''

''இப்போது உங்கள் புறத்தோற்றத்தை வடிவமைக்கும் அனைத்துப் பகுதிகளும் இளகிய நிலையில், உணர்ச்சிகளை வெளிப்படுத்தும் நிலையின், கூரிய உணர்வு நிலையில் அசையும் தன்மையுடன் உள்ளன. நன்கு எண்ணெய் பூசப்பட்டு ஒழுங்குபடுத்தப்பட்ட ஒரு எந்திரத்தைப் போல ஒன்றுடன் ஒன்று ஒருங்கிணைந்து பொருந்தியுள்ளன.''

''உங்களால் சும்மா ஓரிடத்தில் நிற்க முடிவதில்லை. அசையவும், ஏதேனும் ஒரு செயலைச் செய்யவும், உங்களுக்குள் இருக்கும் மனித ஆன்மாவின் கட்டளையை ஏற்று அதை நிறைவேற்றி வெளிப்படுத்தவுமான ஒரு உந்துதல் எழுகிறது.''

''உங்களுக்கு ஒரு குறிக்கோள் தேவை. அது கிடைத்து விட்டால் உங்களது உடலாகிய கருவி முழுவதையும் அதை நிறைவேற்றுவதில் செலுத்தி விடுவீர்கள். அதையும் ஒரு சிறு பிள்ளையின் ஆவலான ஈடுபாடு மற்றும் அதீதச் சக்தி இவற்றுடன் செய்வீர்கள்.''

''ஒரு நடிகன் மேடையேறும்போது இந்த மாதிரியான உடல்ரீதியான தயார் நிலையைத்தான் தனக்குள் எழுப்பிக் கொள்ள வேண்டும். இதைத்தான் நாம் புறரீதியிலான படைக்கும் நிலை என்று கூறுகிறோம்.

''இந்த உடல் ரீதியான செயல் நுட்பத்துக்கான உனது கருவி, உடல், மிகவும் உயர்வான பயிற்சியைப் பெற்றிருப்பதோடு

அல்லாமல் உனது மன உறுதியின் அகக்கட்டளைகளுக்கு முற்றிலும் பணிவாக, கீழ்ப்படிதலுடன் இருக்க வேண்டும். உனது அக மற்றும் புற இயல்புகளின் இந்த இணைப்பும் அவை ஒன்றன் மீது மற்றொன்று மாறி மாறிச் செயல்படும் தன்மையும் சிறப்பாக வளர்க்கப்பட்டு இருக்க வேண்டும். அதாவது, மனம் சொன்னால், உடல் செய்வது என்பது உடனடியாகவும், தன்னிச்சையாகவும், உள்ளுணர்வு ரீதியாகவும் நடப்பதாக இருக்க வேண்டும்.''

''நமக்குள்ளே இருக்கும் மூன்று இசைக் கலைஞர்கள் - மனம் (எண்ணம்), மன உறுதி மற்றும் உணர்ச்சிகள் - தத்தமது இடங்களில் வந்தமர்ந்து வாசிக்கத் தொடங்கும்போது, நமது அக மற்றும் புற ரீதியிலான படைக்கும் நிலை செயல்படத் தொடங்கும்.''

''இப்போது செய்யப்பட வேண்டியதெல்லாம் இவை அனைத்தையும் ஒரே ஒரு முழுமையாகச் சேர்த்து எடுப்பது தான். இதைத்தான் நாம் பொதுவான படைக்கும் நிலை என்று குறிப்பிடுகிறோம்.''

''நீங்கள் இந்த நிலையில் இருக்கும்போது உங்களுக்குள் பொங்கி எழும் ஒவ்வொரு உணர்ச்சியும், ஒவ்வொரு மனநிலையும் உடனடியாக உடல் ரீதியாக வெளிப்படுத்தப்படுகிறது. அப்போது பிரச்சினைகளைத் தீர்ப்பது எளிதாகிவிடுகிறது.''

''எவ்வளவு உடனடியாகவும், தன்னிச்சையாகவும், தெளிவாகவும், மிகச் சரியாகவும் உனது பிரதிபலிப்பு உள்ளதோ அந்த அளவு மேலானதாகவும், பரந்துபட்டதாகவும், முழுமையானதாகவும் உனது பொதுமக்களின் உணர்வு அமையும். - நீ மேடையில் பிரதிபலிக்கும் அக உணர்வுகளை அவர்களால் புரிந்து கொள்ள முடியும். இந்த ஒரு நோக்கத்துக்காகத்தான் நாடகங்கள் எழுதப்படுகின்றன, நாடகத்துறையும் செயல்பட்டு வருகிறது.''

''நடிப்புத் தொழிலின் படைக்கும் செயல்பாட்டில் ஒரு நடிகன் என்ன செய்தாலும், எல்லாச் சமயங்களிலும் இந்தப் பொதுவான படைக்கும் நிலையில், அக மற்றும் புற ரீதியிலான ஒருங்கிணைந்த

செயல்பாட்டில் இருக்க வேண்டும். இதைச் செய்தாலொழிய, நம்மால் ஒரு கதாபாத்திரத்தைச் சரியாக அணுக முடியாது. இவை நமது இயல்பாக, இயற்கையாக நிரந்தரமாக நிலை நிறுத்தப்பட்டு இருக்க வேண்டும்."

"நமது இரண்டாவது ஆண்டுப் பணியின் உச்சக்கட்டம் இது தான். ஒரு நடிகன் தன்னைத் தயாரித்துக் கொள்வது இவ்வாறு தான்."

"இந்தப் படைக்கும் நிலையை எவ்வாறு பெறுவது என்று நீங்கள் இப்போது கற்றுக் கொண்டு விட்டீர்கள். அடுத்த கட்டம், ஒரு நடிகன் ஒரு கதாபாத்திரத்தை எவ்வாறு தயாரிக்கிறான் என்பதாகும்."

"இந்த இரண்டு ஆண்டுகளாக நீங்கள் பெற்றுள்ள அறிவு எல்லாமே உங்கள் மனங்களிலும் இதயங்களிலும் நிரம்பி வழிந்து கொண்டிருக்கும். அதையெல்லாம் அவற்றுக்கு உரிய இடங்களில் பொருத்தி அமைப்பது உங்களுக்குக் கடினமாகத் தோன்றலாம்."

"இருந்தாலும், எல்லா விஷயங்களையும் சொல்லி முடித்த பின்னர் ஒரு நடிகனின் மொத்த இருப்பின் அனைத்து மூலக் கூறுகளும் - நாம் கற்றறிந்து வந்துள்ள எல்லாமும் - மனிதர்களின் இயல்பான நிலையாகத்தான் உள்ளன. இவற்றை நிஜ வாழ்வில் நீங்கள் நன்றாக அறிந்தும் பழகியும் வைத்துள்ளீர்கள். நமது சொந்த வாழ்வில் இந்த அனுபவங்களை அனுபவிக்கும்போது இயல்பாகவே இந்த நிலையில்தான் நாம் இருக்கிறோம். இதை மேடையில் மறு - உருவாக்க நாம் விரும்புகிறோம்."

"இரு சந்தர்ப்பங்களிலும் மூலக்கூறுகள் அதே தான். நிஜ வாழ்விலும் நாம் இந்த நிலையில் இல்லாவிட்டால் நமது அக உணர்ச்சிகளின் அல்லது அவற்றின் புற வெளிப்பாடுகளில் நம்மை ஈடுபடுத்திக் கொள்ள முடியாது."

"இங்கு வியப்பூட்டும் உண்மை என்னவென்றால், நிஜவாழ்வில் சாதாரண வழிமுறைகளால், இயல்பான நிலையில் உருவாகும் இந்தப் பழக்கமான நிலையானது. ஒரு நடிகர் மேடையில்

கால்வைக்கும்போது சுத்தமாக மறைந்து விடுகிறது. எனவேதான் நாம் இடைவிடாமல் பயிற்சி செய்வது அவசியமாகிறது. இதற்காக நாம் பொறுமை, நம்பிக்கை இவற்றைக் கைக்கொண்டு, நேரத்தையும் முயற்சியையும் செலவிட வேண்டும்."

"இங்குதான் நான் உங்களை எடுத்துச் செல்ல விரும்புகிறேன் - பழக்கம், இரண்டாவது இயல்பு என்றும், தொட்டில் பழக்கம் சுடுகாடு மட்டும் என்றும் கூறுவதெல்லாம் நமது பணிக்கும் மிகமிகப் பொருத்தமான உண்மைகள். இதனால் இந்த சுவரில் இரண்டு இறுதி அறிக்கைகளைத் தொங்கவிடப் போகிறோம் - அவற்றில் பழக்கம் என்றும் பயிற்சி என்றும் எழுதியிருக்கும். படைக்கும் நிலையின் கூறுகள் பற்றித் தொங்கவிடப்பட்டுள்ள இந்த சுவரிலே அவையும் தொங்கட்டும்."

"இந்த நிலை சிக்கலானதாகத் தோன்றினாலும் இது உண்மையில் மிக எளிமையான மனிதத் தன்மையான ஒன்றாகும். மேடையின் பின்புலமாகிய திரைச் சீலைகள், காட்சித் தோற்றங்கள், தட்டுமுட்டுச் சாமான்கள் இவற்றுக்கு இடையிலே மேடையை நிஜமான வாழ்க்கைச் சம்பவங்கள் நிகழ்வதாகத் தோன்றச் செய்வது இந்த நிலை மட்டுமே."

"ஒரு நடிகனின் தயாரிப்புப் பணியைப் பற்றிய கணிப்பை நாம் இன்னும் முடிக்கவில்லை. அந்த நேரம் வரும் போது, முதலாவது கதாபாத்திரத்தின் தயாரிப்பும் முடிவடையும்போது இந்தச் சுவர்கள் கூரை வரையிலும் கொடிகளால் நிறைந்து காணப்படும்."

"ஆனால், எந்த எழுத்தும் இல்லாத அந்தப் பெரிய அறிவிப்பைப் பற்றி நீங்கள் எதுவுமே சொல்லவில்லையே," என்று நான் கேட்டேன்.

"ஓ, அதுவா? அதுதான் நமது பணிக்கான மிக முக்கிய, மிக அழுத்தமான காரணமாகும்," என்றார் அவர்.

"அப்படியானால்," என்று இடைமறித்தான் க்ரிஷா. "இங்கே கீழே உள்ள அறிவிப்புகள் எல்லாம் முக்கியமானவை அல்ல என்றால் இவற்றைப் பற்றி நாம் ஏன் அக்கறை கொண்டுள்ளோம்?"

"ஏனெனில் உன்னால் உடனடியாக மேலே ஏறிவிட முடியாது," என்று பதில் தந்தார் டார்ட்சாவ். "உனக்கு ஒரு ஏணி, படிகள் தேவை. அதைக் கொண்டுதான் நீ உச்சியை எட்ட முடியும். அந்தப் படிகளை நான் உனக்குத் தருகிறேன். இந்த விளக்கம் தரும் கொடிகளின் வடிவில் அவை இங்கே உள்ளன. மிக உயர்வானதும், முக்கியமானதுமான பகுதிக்கு - ஆழ்மனதுக்கு - அவை இட்டுச் செல்கின்றன. அதற்கு முன்பாக, சரியாக வாழ்தலின் எளிமையான விஷயங்களைப் பற்றி நாம் அறிந்து கொள்ள வேண்டும்."

இவ்வாறு கூறிவிட்டு டார்ட்சாவ் அரங்கத்தை விட்டு வெளியேறக் கதவை எட்டியபோது அது திறந்தது. அங்கு அவர் குறிப்பிட்ட இரண்டு தொங்கல்களை எடுத்துக் கொண்டு ரக்மனோவ் உள்ளே வந்தார் - அக மற்றும் புற ரீதியிலான பழக்கம் மற்றும் பயிற்சி.

6

"இப்போது நீங்கள் கிட்டத்தட்ட வல்லுனர்கள் என்ற அந்தஸ்தை எட்டி விட்டீர்கள்," என்று டார்ட்சாவ் தொடங்கினார். "இது ஒரு முக்கியமான விஷயத்தைப் பற்றிப் பேசுவதற்கான வாய்ப்பை எனக்குத் தருகிறது. அதுதான் இயற்கையின் நுட்பம், அது மேடையில் செயல்படும் விதம்."

"இது நாள் வரையில் இதைச் செய்யாவிட்டால் வேறு எதைச் செய்து கொண்டிருந்தோம் என்று நீங்கள் என்னைக் கேட்கலாம். நான் சொல்ல வருவதை ஒரு எடுத்துக்காட்டால் விளக்குகிறேன்."

"ஒரு செழிப்பான, ஊட்டச்சத்துள்ள சூப்பைத் தயாரிக்க விரும்பும்போது, இறைச்சி, காய்கறிகள் ஆகியவற்றைச் சேகரித்து, நீர் சேர்த்து ஒரு பாத்திரத்தில் வைத்து அடுப்பில் ஏற்றி வெகு நேரம் கொதிக்க விடுவீர்கள் - இதனால் அதன் சாறுகள் வெளியே வரும். இதைச் செய்யாமல் சூப்பைத் தயாரிக்க முடியாது."

"இருந்தாலும் இதெல்லாம் செய்து விட்டு, அடுப்பைப் பற்ற வைக்கவில்லை என்றால் எந்தப் பயனும் இருக்காது. நெருப்பு

இல்லாவிட்டால், உங்கள் பாத்திரத்தில் உள்ளவற்றை அப்படியே தனித் தனியாகவும், பச்சையாகவும் நீங்கள் உண்ண வேண்டி இருக்கும், நீரையும் அப்படியே குடிக்க வேண்டி வரும்."

"நாடக மேடை நடிப்பில், மேன்மைக் குறிக்கோளும் நடிப்புச் செயல்பாட்டின் உடையாத தொடர் கோடுமே அந்தச் சமையலைச் செய்கிற நெருப்பு ஆகும்."

"அன்றாட வாழ்வில் நமது படைக்கும் இயல்பு பிரிவுகளற்று உள்ளது. அதாவது அதன் தனித்தனி அங்கங்கள் தனித்தனியே இருப்பதில்லை, இருக்க முடியாது. ஆனாலும் மேடையிலோ வெகு சுலபமாக அவை கழன்று விழுந்து விடுகின்றன. மறுபடியும் அவற்றை ஒருங்கிணைப்பது வெகு கடினமான செயலாகிவிடுகிறது. அதனால்தான் நாம் இது வரையில் பயின்று வந்துள்ளவற்றை ஒன்றாக இணைத்து பொதுச் செயல்பாட்டில் கட்டி வைப்பதற்கான வழிமுறைகளைப் பற்றிச் சிந்திக்க வேண்டும், திட்டமிட வேண்டும்.

"ஒரு கதாபாத்திரத்தை முழுமையாகத் தயாரிக்கும்போது உங்களை எதிர் கொள்ளும் மகத்தான பணி இதுதான். நீங்கள் தயாரித்துள்ள மூலக்கூறுகள் ஒரு உடையாத தொடர்கோட்டுச் செயல்பாட்டுடன் இணைக்கப்பட்டு நாடகத்தின் அல்லது கதாபாத்திரத்தின் ஒட்டுமொத்தக் குறிக்கோள் என்னும் இலக்கை நோக்கிச் செலுத்தப்பட வேண்டும். மேடைக்கு வெளியே இது தானாக, சாதாரணமாக நடை பெறுகிறது."

"மேடையில் இந்த முக்கியச் செயல்பாட்டைச் சாதிப்பது எப்படி?"

"மூலக்கூறுகள் என்பதற்குக் கீழே, ஒரு புறத்தில் இயற்கைத் திறன்களை ஒருங்கே சேர்த்து வைக்கிறோம் - அவையாவன திறமைகள், கூடப் பிறந்துள்ள குணங்கள், தன்மைகள் மற்றும் பிற செல்வங்கள். மற்றொரு புறத்தில், நடிகர்களாகிய நமக்கு நமது செயல்நுட்பத்துக்கு உதவியாக, சாதகமாக உள்ள வழி முறைகளைப் போட்டு வைக்கிறோம்."

"மேன்மைக் குறிக்கோள்" என்ற சொல்லை, ஒரு நாடகத்தை எழுதுவதற்குக் காரணமாக இருந்த ஆதாரக் கருத்து, மையக் கருவைப் பற்றிக் குறிப்பிடுவதற்குப் பயன்படுத்துகிறோம். 'உடையாத தொடர்கோடு' என்ற சொல் ஒரு கதாபாத்திரத்தின் சிறுசிறு நோக்கங்களால் மேடைமீது நிகழும் நடப்புகளாகத் தொடர்ச்சியாக உருவாக்கப்படுகிறது என்பதையும் நீங்கள் அறிவீர்கள்."

"எனவே உங்கள் கதாபாத்திரத்துக்கான ஒரு ஆழமான, திடமான, நன்கு நிலைப்படுத்தப்பட்டுள்ள ஒரு செயல்பாட்டுக் கோட்டைத் தேர்ந்தெடுத்துக் கொள்ளுங்கள். உங்கள் கையில் நூல் கோர்க்கப்பட்ட ஒரு ஊசி உள்ளது போலப் பாவித்து, ஏற்கெனவே உங்களுக்குள் உருவாக்கி வைத்துள்ள சிறுசிறு நோக்கங்களின் வழியாக அதைச் செலுத்தி இணையுங்கள்."

"ஒரு கதாபாத்திரத்தை வடிவமைக்கக் கற்றுக் கொள்ளும் போது இந்தச் செயல்முறையை மேலும் சீராகச் செய்து கொள்ள உங்களால் முடியும்." என்று முடித்தார் டார்ட்சாவ்."

16

நடித்தல் பற்றிய சில முடிவுகள்

1

எங்கள் படிப்பு முடிவுக்கு வந்து விட்டபோதும் நடிப்புக் கலையின் 'அமைப்பு' என்று குறிப்பிடப்படுவதன் கருத்துகளை ஓரளவு புரிந்து கொண்டிருந்தாலும் அதை நடைமுறையில் பயன்படுத்தும் திறனை முழுமையாகப் பெற்றுத் தேர்ந்து விட்டோம் என்று நாங்கள் கருதினோம். எங்களது சந்தேகங்களுக்குப் பதில் விளக்கமாக டார்ட்சாவ் பின்வருவதைக் கூறினார்:

"நாம் கற்று வந்துள்ள முறையானது பொதுவாக "ஸ்தனிஸ்லாவ்ஸ்கி அமைப்பு" என்று அழைக்கப்படுகிறது. ஆனால் இது சரியல்ல. இந்தச் செய்முறையின் சக்தியே இது எவராலும் உருவாக்கப்பட்டதோ, கண்டுபிடிக்கப்பட்டதோ அல்ல என்பதில் தான் உள்ளது. ஆன்மா மற்றும் உடல்ரீதியாக இது நமது இயற்கை சார்ந்த இயல்பின் அங்கமாக விளங்குகிறது. இயற்கை விதிமுறைகளின்படி இது அமைந்துள்ளது. ஒரு குழந்தை பிறப்பதும், மரம் வளர்வதும், கலைத்தன்மை கொண்ட வடிவத்தைப் படைப்பதும், எல்லாமே ஒரே மாதிரியான ஒழுங்கமைப்பின் வெளிப்பாடுகள் ஆகும். இந்த இயற்கையின் படைப்பு விதத்துக்கு அருகில் நம்மால் எவ்வாறு நெருங்கிவர முடியும்? என் வாழ்நாள் முழுவதும் இதுதான் எனது முதன்மைக் கவலையாக, அக்கறையாக, கவனமாக இருந்து வந்துள்ளது. ஒரு அமைப்பைக் கண்டுபிடிப்பது சாத்தியமான செயல் அல்ல. நாம்

பிறவியிலேயே அதை நமக்குள் கொண்டுள்ளோம், படைக்கும் திறனானது நமக்குள்ளே பொதிந்துள்ளது. இது நமது இயல்பான தேவையாக உள்ளது. எனவே ஒரு இயல்பான அமைப்புக்கு ஒத்ததாக இதை வெளிப்படுத்தவும் நமக்கு இயல்பாகவே தெரிந்திருக்க வேண்டும்!''

''ஆனாலும் வெகு வினோதமாக, மேடைமீது ஏறிய உடனேயே நமது இயல்புத் தன்மையை இழந்து விடுகிறோம். செயற்கையாக நடிக்கத் தொடங்குகிறோம். எது நம்மை இவ்வாறு செய்யத் தூண்டுகிறது? பொதுமக்களின் பார்வையில் நடித்தாக வேண்டிய கட்டாயம். எனவே வலிந்து, பாரம்பரியம் சார்ந்ததான பொய்ம்மையானது மேடை நடிப்பில் உள்ளூறக் கலந்து விடுகிறது - நாடகாசிரியரின் சொற்கள், ஓவியனின் திரைச்சீலைக் காட்சிகள், இயக்குனரால் வடிவமைக்கப்பட்ட தயாரிப்பு இவற்றால் நம்மீது திணிக்கப்படுகிற அந்தச் செயற்கைத் தனம், நமது சொந்தக் கூச்சம், மேடைப் பயம், மட்டமான ரசனை மற்றும் போலிப் பாரம்பரியங்களால் மேலும் பாதிக்கப்பட்டு நமது இயல்பான குணங்களைக் குறுகச் செய்து விடுகிறது. இதனால் ஒரு நடிகர் மிகைப்படுத்தப்பட்ட நடிப்புக்குத் தள்ளப்படுகிறார். இத்தகைய நடிப்புக் கலையின் ''கொள்கைகளுக்கு'' எதிராக நமது அமைப்பு புரட்சி செய்கிறது. ஒரு கதாபாத்திரத்தை உயிருடன் வாழ்வதே சரி என்று நாம் தேர்ந்தெடுத்துள்ளோம்.

''இவ்வாறு 'வாழ்தல்' என்பது வெளிப்படுத்திக் காட்டப்பட முடியாத ஒன்றாகும். இது தானாகவே வெளிவரும் அல்லது முன்னதாக நடைபெற்றுள்ள ஏதோ ஒன்றின் விளைவாக வரக்கூடும். அதை நம்மால் உணர மட்டுமே முடியும். மேடையில் 'வெளிக்காட்டுகிற' எல்லாமே செயற்கையானது, வலிந்து வரவழைக்கப்பட்டது, இல்லாத ஒரு அனுபவத்தின் பொய்யான பிரதிபலிப்பு.''

''அதில் உணர்ச்சிகள் ஏதும் இருப்பதில்லை.''

''ஆனால் அதுவும் கூட நன்றாக இருக்கலாமே, பொதுமக்கள் அதனால் பெரிதும் கவரப்படுகிறார்கள்,'' என்று ஒரு மாணவர் கூறினார்.

"நான் அதை ஒப்புக் கொள்கிறேன், "ஆனால் என்னவிதமான பாதிப்பை அது ஏற்படுத்துகிறது? அந்த விதமான பாதிப்பின் தரத்தை மற்றொரு விதமான பாதிப்பின் தரத்திலிருந்து நம்மால் பிரித்துக் காட்ட முடியும். நடிப்புக் கலை பற்றிய நமது அணுகுமுறை இதைப் பற்றி மிகத் தெளிவாக இருக்கிறது."

"குருட்டாம் போக்கில் ஏற்படும் வெற்றிப் பதிவுகள் நமக்குத் தேவையில்லை. நேற்று வெற்றி பெற்று நாளை மக்களின் மனதிலிருந்து மங்கி மறைந்து விடுவது நம் நோக்கமல்ல. மக்களின் உணர்ச்சிகள்மீது ஏற்படும் பதிவுகள் பற்றித்தான் நமது கவனம் உள்ளது. இது அவர்கள் மனதில் அழியாத இடம் பெற்று நடிகர்களைத் தமது நண்பர்களாக, உறவினர்களாக, அன்புக்குப் பாத்திரமானவர்களாக ஆக்க வல்லது. நமது தேவைகள் எளிமையானவை, சாதாரணமானவை. ஒரு நடிகர் மேடையில் உள்ளபோது இயற்கையின் விதிகளுக்கு ஏற்றவாறு அவர் நடந்து கொள்ள வேண்டும் என்றுதான் நாம் அவரை வேண்டுகிறோம். ஆனால் இருக்கின்ற சுற்றுச்சூழலின் காரணமாக, இதைச் செய்வதை விடவும் செயற்கையாக நடித்துக் காட்டுவது ஒரு நடிகருக்குச் சுலபமானதாக இருக்கிறது. இந்தச் செயற்கையான திரிபுக்கு எதிராகப் போராடுவதுதான் நமது 'அமைப்பின்' அடிப்படை.

"இந்த அமைப்பானது இயற்கை விதிகளை நிலைநிறுத்த வேண்டும். பொதுமக்கள் பார்வையில் செயல்பட வேண்டியுள்ளதால் ஒரு நடிகரின் நடத்தையில் ஒரு தடுமாற்றத்தை ஏற்படுத்துகிறது. அவரை சாதாரண சராசரி மனிதரின் படைக்கும் நிலைக்குக் கொண்டுவருவதுதான் இந்த அமைப்பின் பணியாகும்."

"ஆனால் நீங்கள் பொறுமையாக இருக்க வேண்டும்," என்று அவர் தொடர்ந்து பேசினார். "நீங்கள் உங்களையே கவனமாகப் பார்த்துக் கொண்டும் கணித்துக் கொண்டும் இருந்தால்கூட இத்தன்மைகள் முதிர்ச்சியடைந்து மலர்வதற்குப் பல ஆண்டுகள் ஆகலாம். அதன்பின் தவறான பாதையில் செல்வதற்கான வாய்ப்பு ஏற்பட்டால் கூட உங்களால் அதைச் செய்ய முடியாது. ஏனெனில்

சரியான வழியானது உங்களுக்குள் ஆழமாக வேரூன்றி இருக்கும்."

"ஆனால் மாபெரும் நடிகர்கள் கடவுளின் கிருபையால் நடிக்கிறார்கள். இந்தப் படைக்கும் நிலையின் பல்வேறு மூலக்கூறுகள் இல்லாமலேயே!" என்று நான் மறுத்துரைத்தேன்."

"நீ கூறுவது தவறு," என்றார் டார்ட்சாவ், உடனடியாக. "கலையில் என் வாழ்வு" என்ற நூலில் என்ன சொல்லப்பட்டுள்ளது என்று படித்துப் பார். ஒரு நடிகருக்கு எவ்வளவு அதிகமான திறமை உள்ளதோ அந்த அளவு அதிகமாக அவர் தனது செயல்நுட்பத்தைப் பற்றி அக்கறை கொண்டுள்ளார். மேடையில் உள்ளபோது ஒரு நிஜமான படைக்கும் நிலை, அதை உருவாக்கும் மூலக்கூறுகள், ஆகியவை எல்லாமே ஷெப்கின், எர்மோலோவ, டூஸ் மற்றும் சால்வினி போன்ற மாமேதைகளின் இயல்பான குணாம்சங்களாக இருந்தன. இருந்த போதிலும், தமது நடிப்புச் செயல் நுட்பத்தின்பால் அவர்கள் இடைவிடாது வேலை செய்தவாறே இருந்தனர். அவர்களைப் பொறுத்தளவில் உள் உந்துதலின் தருணங்கள் இயற்கை நிலையாகவே இருந்தன. ஒவ்வொரு முறை ஒரு கதாபாத்திரத்தை திரும்பத் திரும்ப நடித்துக் காட்டும் போதும், உள் உந்துதல் இயற்கையான வழிமுறைகளின் வாயிலாக அவர்களுக்கு வந்தது. இருந்தாலும் அவர்கள் தம் வாழ்நாள் முழுவதும் அதைப் பெறுவதற்கான அணுகுமுறையைத் தேடிக் கொண்டே இருந்தார்கள்."

"எனவே அவ்வளவு திறமையில்லாத நாம் அதைத் தேடிப் பெற வேண்டியது மேலும் அவசியமானதாகிறது. இதற்கு நமக்கு நீண்ட நேரமும், நிறையக் கடும் உழைப்பும் தேவையாக உள்ளது. ஆனால் திறமையைத் தவிர வேறு எதுவுமே இல்லாத ஒரு நடிகன் ஒருபோதும் நடிப்பிலே மேதையாக மாட்டான் என்பதை நாம் மறந்து விடக் கூடாது. இதற்கு மாறாக, சுமாரான திறமை கொண்டவர்கள் தமது கலையின் இயல்பை நன்றாகக் கவனித்து அலசி ஆராய்ந்தால் - படைக்கும் திறனின் விதிமுறைகளைக் கற்றுக் கொண்டால் படிப்படியாக பேதைமையை எட்டக் கூடும். 'அமைப்பு' அந்த வளர்ச்சிக்கு உறுதுணையாக நிற்கும். இந்தத்

தயாரிப்பு வெறும் நகைப்புக்கு உரியதல்ல - அதன் விளைவுகள் மகத்தானவை!"

"ஆனால், ஐயோ! இது எவ்வளவு கஷ்டமான செயல்!" என்று நான் முனகினேன். "இதையெல்லாம் எப்படித்தான் புரிந்து கொள்ளப் போகிறோமோ!"

"இதெல்லாம் இளமை வேகத்தில் இருப்பவர்களின் நம்பிக்கையில்லாத சிந்தனைகள்!" என்றார் டார்ட்சாவ். "இன்றைக்கு நீங்கள் ஏதோ கற்றுக் கொள்கிறீர்கள். மறுநாள் அந்தச் செயல்நுட்பத்தில் மிகவும் தேர்ச்சி பெற்றுள்ளதாக நீங்கள் எண்ணிக் கொள்கிறீர்கள். ஆனால், 'அமைப்பானது' ஒரு இரவல் ஆடை அல்ல, எடுத்து மாட்டிக் கொண்டு சென்றுவிடுவதற்கு! அல்லது அது ஒரு சமையற்கலைப் புத்தகமும் இல்லை - ஒரு பக்கத்தைத் திறந்து சமையல் குறிப்பைக் கண்டு கொள்ள! இது ஒரு வாழ்க்கை முறை, அதிலே நீங்கள் வளர வேண்டும், படித்தறிய வேண்டும். அதை உள்வாங்கிக் கொண்டு உங்களில் ஒரு பகுதியாக அது ஆக வேண்டும், உங்களின் இரத்தமும் தசையுமாக மாறி உங்களது இயற்கையான இயல்பாகவே அது ஆகிவிட வேண்டும். பகுதி பகுதியாகப் படிக்கப்பட்டு ஒரு முழுமையாகச் சேர்த்து எடுக்கப்பட வேண்டியது அது. இதை எல்லாம் ஒரே சமயத்தில் வேகமாகச் செய்து விடலாம் என்று எண்ணக் கூடாது. போருக்குப் போவது போல - கொஞ்சம் கொஞ்சமாக வென்றெடுக்கப்பட வேண்டியது இது.

"நமது 'அமைப்பை' வெற்றி கொள்வதும் இதே போலத்தான். இந்தக் கடினமான வேலையில் நிதானமான செயல்பாடும், படிப்படியான பயிற்சியும் மிகவும் உதவிகரமாக இருக்கும். நாம் கற்றுக் கொள்ளும் ஒவ்வொரு வழிமுறையையும் ஒரு தானாக இயங்கும் பழக்கமாக நமக்குள் நிலை நிறுத்திவிடும் - தொடக்க காலத்தில் ஒவ்வொரு புதிய அம்சமும் ஒரு தடையாகத் தோன்றும் - இதனால் இது நமது முழுக் கவனத்தையும் பிற மேலும் அதிக முக்கியமான விஷயங்களிலிருந்து திசை திருப்பி விட்டு விடும்" என்று விளக்கினார் டார்ட்சாவ்.

"நன்றாக நமக்குள் ஆழமாக ஊறி விட்டால் இந்தச் செய்முறை நம்மிடமிருந்து ஒருபோதும் மறைந்து போகாது. இதற்கும் நமது 'அமைப்பு' பெரிய உதவியாக உள்ளது.

"பகுதி பகுதியாக 'அமைப்பு' நமக்குள் புகுந்து விடுகிறது. முதலில் மனிதனாகவும் அதன் பின்னால் நடிகனாகவும் அது ஒருவரின் சொந்த இயல்பாக உள்ளே அமைந்து விடுகிறது. முதலில் இது நமக்குச் சற்றுச் சிரமமாகத் தோன்றலாம். ஒரு வயதான குழந்தைக்குத் தன் முதல் அடிகளை எடுத்து வைப்பது சிரமமாக இருப்பது போல! மற்றும் ஓராண்டு சென்றபின், நன்றாக நடக்கவும், ஓடவும், குதிக்கவும் கற்றுக் கொண்டபிறகு அதைப் பற்றி அவன் சிறிதும் யோசிப்பதில்லை. எந்த ஒரு கலையைக் கற்பதானாலும் முதல் சில நாட்கள் அல்லது வாரங்கள் சிரமமாகத் தான் இருக்கும்.

"இதைப் பற்றி S.M. வோலோன்ஸ்கி வெகு அழகாக எடுத்துரைத்துள்ளார்: "கடினமானது பழக்கமாக ஆக வேண்டும். பழக்கமானது சுலபமானதாக ஆக வேண்டும். பின் சுலபமானது அழகானதாக ஆக வேண்டும்." இதைச் சாதிப்பதற்கு ஒழுங்கான, முறையான விடாப்பிடியான பயிற்சி தேவை.

"இதனாலேயே பியானோ வாசிப்பவரும், நடனக் கலைஞரும் ஒரு நிகழ்ச்சிக்காகத் தயார் செய்யும்போது அதைப் பலமுறை மறுபடி மறுபடி பயிற்சி செய்வார்கள். அவருக்குள் ஒரு பழக்கமாக அது நிலை நிறுத்தப்பட்டபின் அவர்கள் அதைப்பற்றிச் சிந்திப்பதேயில்லை!"

"இங்கு துரதிருஷ்டவசமானதும் ஆபத்தானதும் என்னவென்றால், பழக்கங்கள் தவறான திசையில் கூட வளர்த்துக் கொள்ளப்படலாம். எவ்வளவு அடிக்கடி ஒரு நடிகர் மேடையில் தோன்றி நாடகபாணியில் செயற்கையாக நடிக்கிறாரோ அந்த அளவு நமது இலக்கை விட்டு வெகு தூரம் அவர் விலகிச் சென்று விடுகிறார். இதை விடவும் வருத்தம்தரும் விஷயம் என்னவென்றால் செயற்கையான நடிப்பானது இயற்கையான

நடிப்பை விடவும் மிகச் சுலபமாகக் கற்றுக் கொள்ளப்படலாம் என்பது தான்."

"இதைப் பற்றி நான் ஒரு கருத்துக் கணிப்பை யூகித்துச் சொல்ல நினைக்கிறேன் - அதாவது, ஒரு நடிகர் தவறாக நடிக்கும் ஒவ்வொரு முறையும் அதன் மோசமான விளைவுகளைச் சரி செய்யப் பத்துமுறை சரியாக நடிக்க வேண்டியது அவசியமாக உள்ளது எனலாம்."

"பழக்கம் என்பது இரட்டைக் கூர் உள்ள ஒருகத்தியாகும். மேடையில் தவறாகப் பயன்படுத்தப்பட்டால் பெரும் தீங்கை அது இழைக்கக் கூடும். அதே சமயம் சரியாகப் பயன்படுத்தப்பட்டால் மிகவும் நன்மையாக முடியும்."

"அவசரப்படாமல் படிப்படியாகப் பழகி இதை நிலைநிறுத்திக் கொள்வது நல்லது. ஒரு நடிகனின் பணிக்குத் தடங்கலாக அமையக்கூடிய வேறு ஒரு மோசமான விஷயமும் உள்ளது." என்று கூறி நிறுத்தினார் டார்ட்சாவ்.

இது எங்கள் மனங்களில் புதியதொரு பயத்தைக் கிளப்பியது.

"சில நடிகர்கள் கொண்டுள்ள அசைக்கமுடியாத பாரபட்சக் கருத்துகளே தடைகளாக உள்ளன. பொதுவாக, தமது பணியில் விதிகள், செயல்நுட்பங்கள், ஏன், ஒரு அமைப்பு என்பதற்குக் கூட எந்த ஒரு பங்கும் இருப்பதாக அவர்கள் ஒப்புக் கொள்வதில்லை. தமது "மேதாவித்தனத்தால் அவர்கள் பெரிதும் பாதிக்கப்பட்டவர்களாக இருக்கிறார்கள்," என்று சற்றே கிண்டல், கேலி கலந்த தொனியில் டார்ட்சாவ் கூறினார். "ஒரு நடிகர் எவ்வளவு திறன் குறைந்தவராக உள்ளாரோ அந்தளவு அவரது மேதாவித்தனம் அதிகமாக உள்ளது. இதனால் தனது கலையைப் பற்றி ஒரு தெளிவான தெரிவுணர்வுடனான அணுகுமுறையை அவரால் கொண்டிருக்க முடிவதில்லை.

"இத்தகைய நடிகர்கள், எழிலான உருவம் கொண்ட நடிகரான மோக்காலோவ்வைப் பின்பற்றி, "உள் உந்துதல்" மீது நாட்டம் கொண்டு அதையே குருட்டு அதிர்ஷ்டம்போல நம்பி விடுகிறார்கள். இவர்களில் பலரும் படைக்கும் திறனில் ஏதேனும்

தெரிவுணர்வுடன் முயல்வது என்பது ஒரு தொல்லை என்றே கருதுகின்றனர். இறைவனின் கருணையால் நடிகனாக இருப்பது தான் மேலும் சுலபமானது என்பது அவர்கள் கணிப்பு. சில சமயங்களில் ஒருவருக்கும் தெரியாத காரணங்களால் தமது கதாபாத்திரங்கள்மீது ஒரு உணர்ச்சி மயமான பற்றைக் கொண்டு ஒரு காட்சியிலோ அல்லது முழு நாடகத்திலோ அவர்கள் ஓரளவு சிறப்பாக நடிக்கக் கூடும். ஆனால் ஒருசில தற்செயலான விபத்துப் போன்ற வெற்றிகளை வைத்துக் கொண்டு ஒரு நடிகன் தனது தொழிலைச் சூதாட்டம்போல நடத்தக் கூடாது. சோம்பேறித்தனமாகவும் முட்டாள்தனமாகவும் இருப்பதால் இந்த "மேதாவி" நடிகர்கள் தாங்கள் "உணர்ந்தால்" மட்டுமே போதும், மற்ற எல்லா விஷயங்களும் தானாக நடந்துவிடும் என்று தம்மைத் தாமே ஏமாற்றிக் கொள்கிறார்கள்.

ஆனால் இதே விஷயத்தைத் திருப்பிப் போட்டால் அதே தற்செயலான காரணங்களால் அந்த "உள் உந்துதல்" வராமலே ஏமாற்றி விடுவதும் உண்டு. அப்போது, மேடையில் எந்தவித செயல்நுட்பமும் இல்லாமல் நின்று விடுவதால், தனது உணர்ச்சிகளைத் தட்டி எழுப்ப வழிவகை தெரியாததால் அதே இறைவனின் அருளால் சிறப்பாக நடிப்பதற்குப் பதிலாக மோசமாக நடிக்கிறான். சரியான பாதைக்குத் திரும்புவதற்கு எந்த வழியும் இல்லாமல் இருக்கிறான்.

"புதிதாகப் படைக்கும் நிலை, ஆழ்மனம், உள்ளுணர்வு ஆகியவை ஒருவர் அழைக்கும்போது தானாக வருவன அல்ல. அவற்றைப் பற்றிய சரியான அணுமுறையை வளர்த்துக் கொள்வதில் வெற்றி கண்டால் குறைந்தபட்சம் பழைய தவறுகளையே திரும்பச் செய்வதிலிருந்து பாதுகாத்துக் கொள்ளலாம். எங்கே நமது பணியைத் தொடங்க வேண்டும் என்பது தெளிவாகத் தெரிகிறது."

"ஆனால் நடிகர்கள், பெரும்பாலான மனிதர்களைப் போல, தமக்கு நன்மை தரும் விஷயங்கள் என்ன என்பதை உணர்ந்து கொள்வதில் மெத்தனமாகவே உள்ளது. எத்தனையோ திறமைசாலிகளான அறிவியல் அறிஞர்கள் எவ்வளவோ

மருந்துகளையும், சிகிச்சைகளையும், தடுப்பு ஊசிகளையும் கண்டுபிடித்துள்ள போதிலும் எத்தனை உயிர்கள் நோய்களுக்குப் பலியாகின்றன! உலகம் எவ்வளவுதான் முன்னேறியிருந்தாலும் நல்ல விஷயங்களை ஏற்றுக் கொள்ளத் தயங்கும் மனிதர்கள் இன்னமும் இருக்கத் தான் செய்கின்றனர். இது நிச்சயமாக நாகரிக முன்னேற்றத்தின் அடையாளம் அல்ல!''

மேடையின் செயல் நுட்பத்திலும், எல்லாவற்றுக்கும் மேலாக, பேசுதலின் விஷயத்திலும் நாம் இதையேதான் காண்கிறோம். மக்கள், இயற்கையே கூட, படித்த அறிஞர்களின் மிகச்சிறந்த மூளைகள் மேதாவிகளாகக் கருதப்படும் கவிஞர்கள் ஆகிய எல்லோரும் பல நூற்றாண்டுகளாக ஒரு மொழியின் வடிவாக்கத்துக்குப் பங்களித்துள்ளனர். அவர்கள் அதைக் கண்டுபிடிக்கவில்லை. வாழ்வின் இதயத்திலிருந்து அது துள்ளிக் குதித்து வெளி வந்தது. பல தலைமுறைகளாக அது அறிஞர்களால் அலசி ஆராயப்பட்டுள்ளது. பின் ஷேக்ஸ்பியர் புஷ்கின் போன்ற கவிஞர் பெருமக்களால் எழிலூட்டி மெருகூட்டப்பட்டது. நடிகனைப் பொறுத்தமட்டில் தனக்கென ஏற்கெனவே தயாரிக்கப்பட்டதைத்தான் அவன் எடுத்துக் கொள்ள வேண்டியுள்ளது. ஆனால் அவனோ ஏற்கெனவே ஜீரணித்து வைக்கப்பட்டுள்ளதைக் கூட விழுங்க மறுக்கிறான்.

''வேறு சில அதிர்ஷ்டசாலிகள், எந்தவிதப் படிப்பும் ஆய்வும் இன்றி மொழியைப் பற்றிய உள்ளுணர்வான அறிவைக் கொண்டுள்ளனர். இதனால் அதைச் சரியாகப் பேசுகிறார்கள். ஆனால் இவர்கள் வெகு சிலரே. பெரும்பாலான மக்கள் மகா மட்டமான அலட்சிய பாவனையில்தான் பேசுகிறார்கள்.''

''இசைக் கலைஞர்கள், இசையின் விதிமுறைகளைப் பற்றிக் கற்றுக் கொள்வதையும், தமது கருவிகள்பால் செலுத்தும் கவனத்தையும் பாருங்கள். நாடகத் துறையின் கலைஞர்கள் ஏன் இதைச் செய்வதில்லை? பேசுதலின் விதிமுறைகளை இவர்கள் ஏன் கற்பதில்லை? ஏன் தமது குரல்கள், பேச்சு, உடல்கள் இவற்றைக் கவனத்துடனும் மரியாதையுடனும் நடத்துவதில்லை? இவை தாமே அவர்களது நுட்பமான, விலைமதிப்பற்ற கருவிகள்?

கலைஞர்களிலேயே ஒப்பற்ற ஒரு கைவினைக் கலைஞனால் இவை உருவாக்கப்பட்டுள்ளன. இவன்தான் மந்திரவாதி இயற்கை."

"நாடகக் கலைஞர்களாகிய நாம், ஒரு பாடகனைப் போல, குரலை மட்டுமே கவனிக்க வேண்டியவன் அல்ல. ஒரு பியானோ வாசிப்பவனைப் போலத் தன் கைகளை மட்டுமே பார்த்துக் கொள்ள வேண்டியவன் அல்ல, ஒரு நடனக் கலைஞனைப் போலத் தனது உடலையும், கால்களையும் மட்டுமே பேண வேண்டியவன் அல்ல. ஒரு மனிதனின் ஆன்மீக மற்றும் உடல்ரீதியான அனைத்து அம்சங்களையும் நாம் ஒரு சேரப்பார்த்துக் கொள்ள வேண்டியவர்களாக உள்ளோம். இவற்றைக் கட்டுப்படுத்தி நமக்கு வேண்டியபடி செயல்பட வைப்பதற்கு நிறைய நேரமும், கடுமையான முறையான உழைப்பும் தேவை.

படைக்கும் செயல்பாட்டுக்குத் துணையாக முழு அளவில் உதவி புரிவது இந்த 'அமைப்பாகும்' ஆனால் அதுவே ஒரு இலக்காக அமைந்து விடுவதில்லை. உங்களால் 'அமைப்பை' நடித்துக் காட்ட முடியாது. அதை வீட்டில் உள்ள போது பயிலலாம், ஆனால் மேடை ஏறியவுடன் அதை ஒரு ஓரமாக வைத்து விட வேண்டும். ஏனெனில் அங்கு இயற்கை மட்டுமே உங்களது வழிகாட்டியாக உள்ளது. 'அமைப்பு' என்பது ஒரு தகவல் குறிப்புக் கையேடு மட்டுமே. அது ஒரு தத்துவம் அல்ல. தத்துவம் தொடங்கும் இடத்தில் 'அமைப்பு' முற்றுப் பெற்று விடுகிறது.

'அமைப்பை'த் தாறுமாறாகப் பயன்படுத்துவதும், போதுமான மனக் கவனம் இன்றி 'அமைப்பின்' பால் செய்யப்படும் பணியும் நீங்கள் எட்ட முயலும் இலக்கிலிருந்து உங்களை விலகச் செய்துவிடும். இது மோசமானது. துரதிருஷ்டவசமாக இதுதான் பெரும்பாலும் செய்யப்படுகிறது.

"நமது உளவியல் - செயல்நுட்பத்தை மிகவும் தீவிரமாகப் பயன்படுத்துவது அச்சமூட்டுவதாகவும், தடைசெய்வதாகவும், அதிகமாகக் குறை சொல்வதாகவும் சென்று முடியக் கூடும்.''

"இத்தகைய விரும்பத்தகாத தவறுகளில் சென்று சிக்கிக் கொள்வதைத் தவிர்க்க ஒரு பயிற்சி பெற்ற ஆசிரியரின் பார்வையின்கீழ் மட்டுமே நீங்கள் உங்கள் தொடக்க காலப் பணியைச் செய்ய வேண்டும்."

'அமைப்பை' நடைமுறையில் பயன்படுத்துவது எப்படி என்று இன்னும் கற்றுக் கொள்ளவில்லையே என்று நீங்கள் கலக்கம் கொண்டிருக்கலாம். ஆனால் நான் வகுப்பில் சொன்ன எல்லாவற்றையும் நீங்கள் உடனடியாக உள்வாங்கிக் கொண்டு செயல்படுத்த வேண்டும் என்று எப்படித் தீர்மானிப்பீர்கள்? உங்கள் வாழ்நாள் முழுவதும் உங்களோடு இருக்க வேண்டியவற்றைப் பற்றி நான் பேசிக் கொண்டிருக்கிறேன். இந்தப் பள்ளியில் நீங்கள் கேட்கும் பலவும், பல ஆண்டுகள் கழிந்த பின்பே உங்களால் முழுமையாகப் புரிந்து கொள்ளப்படும். அதுவும் கூட, நடைமுறை அனுபவத்தின் வாயிலாக மட்டுமே! அப்போதுதான் இவற்றைப் பற்றி நெடுங்காலத்துக்கு முன்பே உங்களுக்குக் கூறப்பட்டுள்ளது என்பதையும், ஆனால் அப்போது அவை உங்கள் உணர்வு நிலைக்குள் புகுந்து செல்லவில்லை என்றும் நீங்கள் உணர்ந்து கொள்வீர்கள். அந்தச் சமயம் வரும்போது உங்களுக்குப் பள்ளியில் கற்றுத்தரப்பட்டதுடன், அனுபவம் கற்றுத் தந்துள்ளதை ஒப்பு நோக்கிப் பாருங்கள். அப்போது வகுப்பில் சொல்லப்பட்ட ஒவ்வொரு சொல்லும் உயிர்பெற்றுக் குதித்து எழும்.

"படைக்கும் நிலையைக் கற்றுத் தேர்ந்து விட்ட பின்னர் நீங்கள் கவனிக்கக் கற்றுக் கொள்ள வேண்டும். ஒரு பாத்திரப் படைப்பில் உங்கள் சொந்த உணர்வை மதிப்பீடு செய்து நீங்கள் பிரதிபலிக்கும் உருவத்தை விமர்சனம் செய்ய வேண்டும்."

"கலை, இலக்கியம் மற்றும் கற்றலின் பிற அம்சங்கள் பற்றிய உங்கள் அறிவை விரிவாக்கிக் கொள்ளுங்கள். உங்களிடம் இயற்கையாக உள்ள திறமைகளை மேம்படுத்திக் கொள்ள முடியும் என்று காட்டுங்கள்."

"உங்கள் உடல்கள், குரல்கள், முகங்கள் ஆகியவற்றை கருத்துகளையும் உணர்ச்சிகளையும் வெளிப்படுத்துகிற மிகச்

சிறப்பான கருவிகளாக வளர்த்துக் கொள்ளுங்கள். இயற்கையின் எளிமையான எழிலுடன் போட்டி போட வல்லதாக அவற்றை ஆக்கிக் கொள்ளுங்கள்.''

2

''நமது கடைசி வகுப்பை நமக்குத் தெரிந்துள்ள மிகப் பெரிய கலைஞரின் புகழைப் பாடுவதில் அர்ப்பணிக்க நான் விரும்புகிறேன்.''

''அது யாராக இருக்கக் கூடும்?''

''நிச்சயமாக இயற்கைதான் - அனைத்துக் கலைஞர்களின் படைக்கும் இயல்பு தான் அது.''

''இயற்கையன்னை எங்கே வசிக்கிறாள்? நாம் அவளுக்கு அளிக்க விரும்பும் புகழுரைகளை எந்த விலாசத்துக்கு அனுப்புவது? எனக்குத் தெரியவில்லை.''

''நமது உடல் மற்றும் ஆன்மாவின் அமைப்பில் உள்ள மையங்களிலும் பகுதிகளிலும் எல்லாம் அவள் இருக்கிறாள் - நமக்குத் தெரியாத இடங்களில் எல்லாம் கூட அவள் இருக்கிறாள். அவளை அணுகுவதற்கான நேரடி வழிமுறைகள் நமக்குக் கிடையாது. ஆனால் அதிகம் தெரிந்திராத, அபூர்வமாகப் பயன்படுத்தப் படுகிற மறைமுகமான வழிகள் இருக்கத் தான் செய்கின்றன.''

''என்னை இவ்வளவு உற்சாகத்தால் நிரப்புகிற இதை மேதைமை, திறமை, உள் உந்துதல், ஆழ்மனம் மற்றும் உள்ளுணர்வு என்றெல்லாம் அழைக்கிறோம். எனினும் இது நமக்குள் எங்கே அமைந்திருக்கிறது என்பதை என்னால் சொல்ல முடியவில்லை. என்னால் அதைப் பிறரிடம் உணர முடிகிறது, சில சமயங்களில் எனக்குள்ளும் உணர முடிகிறது.''

''இந்த மர்மமான, அற்புதமான விஷயங்கள் மேலேயிருந்து அனுப்பப்படுகின்றன, கலைத் தெய்வங்களான ம்யூஸஸ் (**Muses** - நம் நாட்டில் சரசுவதியைப் போன்றவை) அனுப்புகிற பரிசுகள்

என்று சிலர் நம்புகிறார்கள். ஆனால் நான் ஒரு ஆன்மீகவாதி அல்ல. எனவே எனக்கு இந்த நம்பிக்கை கிடையாது. இருந்த போதிலும், படைக்கும் செயலைச் செய்ய வேண்டியுள்ள சில சமயங்களில் என்னால் இதை நம்ப முடிந்தால் நன்றாயிருக்குமே என்று எண்ணுவதுண்டு. அது ஒருவரது கற்பனையைத் தூண்டிவிடுகிறது.''

''மேலும் சிலர், நான் தேடுகிற இந்த மையம் நமது இதயங்களில் உள்ளது என்று சொல்கிறார்கள். ஆனால் என் இதயத்தை நான் உணர்கிற நேரங்கள் அது படபடவென அடித்துக் கொள்ளும் போதும், வலிக்கும் போதும் மட்டுமே - ஆனால் இவை மிகவும் சங்கடமான உணர்வுகள். நான் குறிப்பிடுகிற உணர்வுகளோ இவற்றுக்கு நேர் எதிராக வெகு அசாதாரணமாக இனிமையான, தன்னையே மறக்குமளவுக்கு ஒருவரை வசியம் செய்யும் உணர்வுகளாகும்.''

''மூன்றாவது குழுவினர், மேதைமை அல்லது உள் உந்துதல் மூளையில் குடி கொண்டு உள்ளது என்கின்றனர். சிந்தனை செய்யும்போது அந்தச் சிந்தனையைப் பொறுத்து மூளையின் ஒரு பகுதி வெளிச்சமாகவும் பிற பகுதிகள் இருட்டாகவும் உள்ளது என்பது அவர்களின் கணிப்பு. ஆனால் சில சமயங்களில் முழு மூளையும் மின்னலடித்தாற்போல பளீரிடுவதும் உண்டு. ஐயோ, இந்த ஒளியைப் புரிந்து கொண்டு பயன்படுத்த மின்கருவிகள் ஏதுமில்லையே! எனவே, தனக்குத் தோன்றும்போது மின்னிப் பின்னர் இருளில் ஆழ்ந்து போவது இதன் செயல்பாடாக உள்ளது. ஆனால் நமக்கு இது எந்த வகையில் உதவியாக உள்ளது? ஆழ்மனதில் மின்னி மறையும் இதைக் கட்டுப்படுத்த, நமது உள் எழுச்சி அல்லது உள்ளுணர்வை நெறிப்படுத்த எவரேனும் கற்றுக் கொண்டுள்ளனரா?''

''ஆழ்மனம் என்பது பற்றி அறிஞர்கள் நிறையப் பேசுகிறார்கள். சிலர் இதைப் பற்றி அழகான, ஆன்மீக மயக்கம் தரும் விளக்கங்களை; ஆனால் எளிதில் நம்ப முடியாத விளக்கங்களைத் தருகின்றனர். பிறர் இதைக் கேலிசெய்து சிரித்து ஒதுக்கி விடுகின்றனர். இவ்விரண்டு வகைக் கருத்துகளுமே நமக்குப் பயனற்றவை.''

"ஆனால் வேறு சில கற்றறிந்த நபர்கள் மிகவும் முழுமையாக ஆய்ந்து அறியப்பட்டுள்ள சிக்கலான தத்துவங்களை முன் வைத்து, அவை இன்னும் நிரூபிக்கப்படவோ நிச்சயிக்கப்படவோ இல்லை என்றும் ஒப்புக் கொள்கின்றனர். ஒருக்கால் எதிர்காலத்தில் தாங்கள் எண்ணமிட்டுக் கொண்டுள்ள கண்டுபிடிப்புகள் சாதிக்கப்படக்கூடும் என்று நம்பிக்கை தெரிவிக்கிறார்கள்."

"இந்த அணுகுமுறை - நாங்கள் அறிந்துள்ளது அதிகமில்லை என்ற வெளிப்படையான ஒப்புக்கொள்ளல் அறிவின் வெளிப்பாடு ஆகும். இதனால் எனது நம்பிக்கை திடமாகிறது. அறிவியலின் கம்பீரமான தேடல்கள் பற்றிய ஒரு நல்ல ஆரோக்கியமான உணர்வை எனக்குத் தருகிறது. உணர்வு நிலையில் உள்ள இதயத்தின் உதவியுடன் இதுவரை எட்டாத விஷயங்களை எட்டுவதற்கான தூண்டுதலாக எனக்கு இது உள்ளது. காலப்போக்கில் இது எட்டப்படும். அறிவியலின் இந்தப் புதிய வெற்றிகளை எதிர்பார்த்தவாறு **படைக்கும் இயல்பு** பற்றிய ஆய்வில் என் சக்தி முழுவதையும் செலுத்துவதைத் தவிர செய்வதற்கு வேறொன்றுமில்லை என்று நான் உணர்கிறேன். படைக்கும் இயல்பு என்ற தேவதையை - அவளுக்குப் பதிலாக படைப்புத் தொழிலை நான் செய்ய முற்படாமல், சுற்றி வளைத்து அணுகும் முயற்சியில் ஈடுபடுவதைச் சரி என்று எண்ணுகிறேன். சும்மா உள் எழுச்சி உள் உந்துதல் பற்றி ஆராயாமல் அதை நடைமுறையில் எட்டுவதற்கும், ஏற்படுத்திக் கொள்வதற்கும் வழிகள் உள்ளனவா என்று காண விரும்புகிறேன். ஒரு சிலவற்றை மட்டுமே நான் கண்டு கொண்டுள்ளேன். மேலும் பல உள்ளன என்பதையும் அறிவேன் - அவை பிறரால் காலப்போக்கில் கண்டுபிடிக்கப்படும். ஆனால் பல ஆண்டுகள் உழைத்து நான் கண்டறிந்தவற்றை உங்களுடன் பகிர்ந்து கொள்ள விரும்பினேன்."

"ஆழ்மனம் என்ற பகுதி நமது கைக்கெட்டாத தொலைவில் இருப்பதால் நம்மால் வேறு ஏதாவது செய்யத்தான் முடியுமா? உங்களுக்குத் தருவதற்கு என்னிடம் ஒன்றுமில்லை - **என்னால்**

இயன்றதை நான் செய்துள்ளேன், என்னைவிட மேலாகச் செய்ய யாருக்கு இயலுமோ அவன் அதைச் செய்யட்டும்.

"உங்களுக்கான எனது அறிவுரைகளின் சிறப்பு என்னவென்றால் அவை நிஜமானவை, நிதர்சனமானவை, நடைமுறைக்கேற்றவை, கையில் உள்ள வேலையில் ஈடுபடுத்தப்படக் கூடியவை, பல பத்தாண்டுகள் நடிப்பு அனுபவத்தில் மேடையில் பரிசோதித்துப் பார்க்கப்பட்டவை, விளைவுகளை உருவாக்கித் தந்துள்ளவை."

"நமது சொந்த படைக்கும் இயல்பு பற்றிய சில விதிகளை நாம் கற்றுள்ளோம். இது முக்கியமானது, விலை மதிப்பற்றது. ஆனால் நமது மேடைச் செயல்நுட்பத்தை அதற்குப் பதிலாக ஒருபோதும் பயன்படுத்த முடியாது."

"செயல்நுட்பம், இயற்கையின் காலடியை ஒட்டிப் பின் தொடர்ந்து வருவதாகும். எல்லாமே தெளிவாகவும், புரிந்து கொள்ளத் தக்கதாகவும், புத்திசாலித்தனமாகவும் உள்ளது. அசைவு, சைகை, நடத்தை, பேசுதலும் இதற்கு ஏற்றவாறு மாற்றிக் கொள்ளப்பட்டுள்ளது. அகத்தில் உள்ள உணர்ச்சிகளைப் புறத்தில் வெளிப்படுத்துமாறு அவை உள்ளன. இதற்குமேல் நாம் விரும்புவது ஏதேனும் உண்டா? இத்தகைய நடிப்பைக் காண்பதும் கேட்பதும் மகத்தான ஒரு திருப்தியைத் தருவதாக உள்ளது. என்ன ஒரு கலை! என்ன ஒரு நேர்த்தி! ஆனால் இம்மாதிரியான நடிகர்கள் அபூர்வமாகவே தென்படுகின்றார்."

"அவர்களது நடிப்பு மிகவும் அற்புதமான எழில் கொண்ட, அழகுணர்வு கொண்ட, இணக்கமான, மென்மையான பதிவுகளை விட்டுச் செல்கிறது."

"இத்தகைய மகத்தான கலையைச் சும்மா படித்து அறிந்து கொள்ள முடியும் என்று நினைக்கிறீர்களா? இல்லை, இது நிஜமான படைப்புத்திறன். ஆனால் இந்த இலக்கை நோக்கித் தான் நாம் உழைக்க வேண்டும்."

"இந்த நிஜமான படைப்புத் திறனிலும் ஒரு குறைபாடு உள்ளது - சட்டென்று ஏற்படுகிற, காண்போரைத் திடுக்கிட வைக்கும் ஒரு தரம் அதில் எப்போதும் இருப்பதில்லை - எப்போதாவது மட்டுமே

பொங்கிப் பெருகும் அந்த ஏதோ ஒன்று நடிகனையே கூட அதிர்ச்சியுறச் செய்வதாக உள்ளது. இதை எவராலும் - நடிகராலும், பார்வையாளராலும் ஒருபோதும் மறக்க முடியாது.''

''இது ஒரு மனித உணர்ச்சியின் உச்ச எழுச்சி. இதற்கான செயல் நுட்பத்தை ஒரு நடிகரால் எங்கிருந்து பெற முடியும்? வழக்கமான விதிகளையெல்லாம் சுக்கு நூறாக உடைத்து விட்டு இது வெளிவருகிறது.''

''இதை மறுபடியும் செய்ய முடியாது. அடுத்த முறை அதே நடிப்பு சற்றே வேறு விதமாக வெளிவரும். அந்த நடிகனுக்கு நாம் சொல்ல விரும்புவது இதுதான்:'' அதை எப்படிச் செய்தாய் என்று நினைவில் வைத்துக் கொள்! நாங்கள் அதை மறுபடியும் ரசித்து அனுபவிக்க விரும்புகிறோம் என்பதை மறந்து விடாதே!''

''இத்தகைய சமயங்களில் ஒரு நடிகன் அல்லது நடிகையின் சொந்த, தனிப்பட்ட, உடல் ரீதியான குறைபாடுகள் என்னவாக இருந்தாலும், ஆயிரக்கணக்கான பார்வையாளர்கள் அந்த நடிப்பால் கவரப்படுகிறார்கள். உணர்ச்சி வெள்ளத்தில் மூழ்கடிக்கப்படுகிறார்கள். அப்போது ஒரு ஊனமுற்ற நபர் கூட மிக எழிலுடன் தோற்றமளிக்கிறார்.''

''இதை எவ்வாறு செய்வது, மறு - உருவாக்கம் செய்வது என்பது தெரியாததாலேயே பலரும் செயற்கையான, நாடக பாணியிலான நடிப்புடன் நின்று விடுகிறார்கள்; அதைப் போற்றவும் செய்கிறார்கள்.''

''மகத்தான ஞானம் என்பது தன்னிடம் அது இல்லை என்று உணர்ந்து கொள்வதில்தான் அடங்கியிருக்கிறது.'' நான் அந்த இடத்தை எட்டியுள்ளேன் - உள்ளுணர்வு மற்றும் ஆழ்மனம் பற்றி எனக்கு ஒன்றும் தெரியாது. எனக்குத் தெரிந்ததெல்லாம் இந்த ரகசியங்களை மகத்தான கலைஞனாகிய இயற்கை மட்டுமே அறிந்துள்ளது என்பதுதான். இதை நான் ஒப்புக் கொள்ளவில்லை யென்றால் நான் ஒரு குருடனைப் போல என் இருப்பிடமே தெரியாமல் இருப்பேன். இல்லை, அதற்குப் பதிலாக, மலைச் சிகரங்களில் நின்று, எல்லையற்ற தொடுவானத்தைப் பார்த்தவாறு,

என்னைச் சற்று முன்பாகத் தள்ளிச் செல்ல - சிறிது தூரம், ஒரு சில மைல்கள் - விரும்புகிறேன். அந்தப் பகுதி நமது கற்பனையாலும் நம்மால் பற்றிப் பிடிக்க முடியாத, நமது உணர்வு நிலைக்கும் எட்டாத ஒன்றாகும். அவ்வாறு செய்யும் போது புஷ்கின்னின் கவிதையில் உள்ள வயதான அரசனைப் போல

...வெள்ளைக் கூடாரங்கள்

புள்ளியிட்டுள்ள பள்ளத்தாக்கையும்

அதற்கப்பால் நெடுந்தொலைவில்

பாய்மரங்கள் மிதந்து செல்லும்

நீலக் கடலையும்...

உயரத்தில் நின்று உற்சாகக் கண்களால்

அளந்தபடி... நிற்பேன்!"